காண்போர் வாசிப்புகள்

வணிக சினிமா - இடைநிலை சினிமா - பெண்களின் சினிமா

காண்போர் வாசிப்புகள்

வணிக சினிமா – இடைநிலை சினிமா – பெண்களின் சினிமா

அ. ராமசாமி

எழுத்து பிரசுரம்

Title: Kaanbore Vaasippugal
Author's Name : A. Ramasamy
Copyright © A. Ramasamy 2024
Published by Ezutthu Prachuram

All rights reserved. No part of this publication may be reproduced, stored in a retrieval system, or transmitted, in any form or by any means, electronic, mechanical, photocopying, recording, psychic, or otherwise, without the prior permission of the publishers.

Ezutthu Prachuram
(An imprint of Zero Degree Publishing)
No. 55(7), R Block, 6th Avenue,
Anna Nagar,
Chennai - 600 040

Website: www.zerodegreepublishing.com
E Mail id: zerodegreepublishing@gmail.com
Phone : 89250 61999

Ezutthu Prachuram First Edition: February 2024
ISBN: 978-93-95511-77-3
TITLE NO EP : 501

Rs. **340**/-

Layout: G.Selva Kumar
Cover Design: Vijayan, Creative Studio
Printed at Clictoprint, Chennai, India

நன்றி

கட்டுரைகளை வெளியிட்ட அம்ருதா, உயிர்மை, தீராநதி, காலச்சுவடு, தலித் இதழ்களின் ஆசிரியர்களும் தொடர்பாளர்களுமான திலகவதி, தளவாய்சுந்தரம், மனுஷ்யபுத்திரன், மணிகண்டன், அரவிந்தன், ரவிக்குமார்,

மெய்ப்புத்திருத்தம் செய்த மேகாகிட்டு,

அணிந்துரை எழுதியுள்ள இளம் திரைப்பட இயக்குநர் மதியழகன் சுப்பையா, மும்பை ஆகியோர்களுக்கு நன்றி.

திரைப்படைப்புகளின் கூர் முனைகளும் மழுங்கு முனைகளும்

மனிதர்கள் தங்கள் எஞ்சிய பொழுதைக் கழிக்க தேறும் ஒரேயொரு விஷயமாக திரைப்படங்கள் அல்லது அதன் துண்டுக் காட்சிகள் விளங்கி வருகின்றன. திரைப்படங்களைத் தாண்டி வேறு பொழுதுபோக்கில்லை. சுகிக்கவும், விவாதிக்கவும், முரண்படவும் இறுதியாகக் கொண்டாடவும் முதன்மையாக இருப்பன திரைப்படங்கள் மட்டும்தான்.

திரைப்படக்கலையின் பல்லாயிரம் முனைகளின் ஏதாவதொரு முனை குறித்து மணிக்கணக்கில் பேசிட அடித்தட்டு மக்கள் வரைக்கும் தகவல்களும் வியப்புகளும் இருக்கத்தான் செய்கின்றன. இப்படி எல்லாத் தட்டு மக்களும் அறிந்திருக்கும் சினிமாக் கலையின் கூர்முனைகளையும் மழுங்கு முனைகளையும் ஆய்ந்து பதிவுசெய்ய வேண்டிய அவசியம் அறிஞர்களுக்கு இருக்கிறது. இந்நூலில் ஆழமாகவும் தெளிவாகவும் அக்கறையுடனும் பன்முனைப் பார்வைகளும் சீரிய பார்வைகளும் என சிறப்பாய் ஆய்ந்துள்ளார் அ.ராமசாமி அவர்கள்.

வகைவகையான வடிவத் திரைகளில் ஓடி முடியும் திரைப்படங்களின் அடிப்படை நோக்கம் அப்படைப்பின் உள்ளர்த்தங்களும், வீச்சும், வீர்யமும் பார்வையாளர்களிடம் உண்டாக்கும் அதிர்வுகளாகக்

கொள்ளலாம். காட்சி முடிந்ததும் கடந்து போவோர் மத்தியில் படைப்பின் நுணுக்கங்களைப் பதிவதன் மூலம் படைப்பை அணுகும் முறையையும் பதிவு செய்ய வேண்டியது கடமையாகிறது. இந்நூலில் கண்ணியத்தோடு கடமை ஆற்றப்பட்டிருக்கிறது.

குறிப்பிடப்பட்டுள்ள திரைப்படங்களைப் பார்த்த பின்னர் இக்கட்டுரைகளை வாசிக்கையில் ஒருவிதப் புரிதலையும், கட்டுரைகளை வாசித்த பின்னர் திரைப்படங்களைப் பார்க்கையில் வேறுவிதப் புரிதலையும் கொடுக்கின்றன. அ.ராமசாமி அவர்களின் ஆழமான அறிவின் வழியாக, அனுபவங்களின் வழியாகத் திரைப்படைப்புகளை விளங்கிக்கொள்ளக் காட்டப்பட்டிருக்கும் வழிமுறைகளும் வெகு சிறப்பான கற்பித்தல் முறையெனக் கொள்ளலாம்.

வணிக சினிமா இடைநிலை சினிமா பெண்களின் சினிமா என மூன்று பகுதிகளாகப் பிரிக்கப்பட்டு காண்போர் வாசிப்பெனக் கட்டுரைகள் நேர்த்தியாகத் தொகுக்கப்பட்டுள்ளன. திரைப்படைப்புகளை காணும் முன் வாசிக்க, கண்டபின் வாசிக்க என்ற அடிப்படை நிலைகளைத் தாண்டியும் இதில் வாசித்துத் தெளிய நிறைய இருக்கின்றன. காண்போருக்கு மட்டுமல்ல, படைப்பாளருக்கும் படைப்பை அணுகுவோருக்கும் இக்கட்டுரைகள் சுருக்கக் கையேடுகள்.

'வணிக சினிமா' என்ற வகைப்பாட்டிலுள்ள கட்டுரைகளில் குறிப்பிடப்பட்டுள்ள திரைப்படங்கள் குறித்த ஆழமான பார்வைகள் சினிமா கற்போருக்கும் சினிமாவில் இயங்குவோருக்கும் பாடமாக இருக்கும். இவ்வகை சினிமாக்கள் வான் தொடாமல் போகும் காரணங்களையும் பொதுப்புத்தியில் சில மணி நேர தற்காலிகக் கிளர்ச்சியையும் கொடுத்து ஏற்றுக்கொள்ள இயலாமலும் தவிர்க்க இயலாமலும் தவிப்பை உண்டாக்கும் தன்மையைத் தெளிவாக விளக்கியுள்ளார்.

குறுவெளிப்படங்களின் தாக்கத்தினால் உருவாக்கப்படும் திரைப்படங்கள் அடுத்த கட்டத்திற்கு நகராமலும் பார்வையாளர்களை நகர்த்தாமலும் இருக்கும் காரணங்களை விளக்குவதோடு 'விருமன்' போன்ற திரைப்படங்கள் குறித்துப் பதிவு செய்திருப்பது அவசியமான ஆவணம்.

சினிமாவின் முதல் நிலையாக அதன் ஓரிலை கதை நிலையிலிருந்து பலவகையான திரைகளில் இறுதி வடிவமாகக் காணும் படங்களில் உருவாக்கிச் சிதைக்கும் உத்திகள் குறித்த பார்வை தனிச் சிறப்பெனலாம். அ.ராமசாமி அவர்களின் பண்முகப் பார்வைத் திறன் வியக்கத்தான் வைக்கிறது.

நடிகர் விஜய் போன்ற உச்ச நட்சத்திரமும் அவர் போன்றோரை வைத்து இயக்கப்படும் 'சர்க்கார்' போன்ற வகைப்பாட்டுத் திரைப்படங்கள் கதை, திரைக்கதை நிலையில் துவங்கி, தேவைக்கு அதிகமாக எழுதப்பட்டு, படப்பிடிப்பும் செய்யப்பட்டு படத்தொகுப்பு நிலையில் எப்படிப் படம் கோக்கப்படுகிறது என்பதன் நுணுக்கப் பார்வை அழகு. இவ்வகையான படங்கள் சூத்திர வகைப்பாட்டைச் சேர்ந்தவையாக இருந்தாலும் அதன் உருவாக்கத்தின் பின்னால் இருக்கும் மெல்லிய அரசியலை அழுத்தமாகவே பதிவு செய்திருக்கிறார். மிக அவசியமானதும் கூட.

கைவிடப்பட வேண்டிய கலைக்கோட்பாடுகள் யாவை என்பதைச் சொல்லச் சொல்லத் தெளிவும் புரிதலும் கூடுகிறது. இயங்கும் சமூகப் பண்பாட்டை மீறி சினிமாவில் கட்டமைக்கப்படும் கலைப்பண்பாடுகள் கோட்பாடுகளாக மாறிப் பின்பற்றப்பட்டு வருவதையும் கவனித்து பதிவு செய்திருக்கிறார் கட்டுரையாசிரியர்.

இயக்குனர் சங்கர் உருவாக்கி வளர்த்து வரும் வன்முறை மோகப் பிரிவின்கீழ் பட்டியலாய் நீளும் திரைப்படங்கள், அடுத்த தலைமுறை இயக்குனர்களை நிகழ் அரசியலின் தெளிவில்லாமல் படைப்புகளை உருவாக்க உசுப்பிவிட்டதை 'முதல்வன்', 'அந்நியன்' போன்ற படங்களின் வழி பதிவு செய்திருப்பது நன்று.

வணிக சினிமாவின் திருமுகமாக ரஜினிகாந்த் உருவாகி வளர்ந்து நிற்பதும் அவரைத் தொடர்ந்து சினிமாத்துறையில் முதல் அடியை எடுத்து வைக்கும் ஒவ்வொரு நடிகரும் இந்த ரஜினியாக மாறுவதே கனவாக மாறி இருப்பதும் ஏன் என்பதன் விபரம் உணர்த்துகிறார். இயக்குனர் மகேந்திரன் ஒரு நடிகரின் ஆழ நடிப்பையும் சிறப்புகளையும் தன் படைப்பின் வழியாக நிறுவ எடுத்துக்கொண்ட சிரத்தை ஒரு உச்ச நடிகரின் வளர்ச்சி எனலாம். இதற்கு இயக்குனர் நடிகர் என்ற பிணைப்பும் ஆழமும் அவசியம் என்பது சிறப்புப் பார்வை.

மென் உணர்வுகளையும் நுண் வன்முறையையும் நாணயத்தின் இரண்டு பக்கங்களாகக் கொண்டு உருவாக்கப்படும் சினிமாப் படைப்புகளின் செய்நேர்த்தியும் அதன் வெற்றியும் கூர்ந்து கவனிக்கப்பட வேண்டியவை. சண்டைக்கோழி மற்றும் தவமாய் தவமிருந்து திரைப்படங்களின் உருவாக்க முறையும் பார்வையாளனிடம் அவை உண்டாக்கிய அனுபவத்தைப் பற்றியும் சொல்லி இதுபோன்ற படங்களைப் பட்டியலிட்டு நம்மைப் புரிந்துணரப் பழக்கிவிடுகிறார்.

விரைந்தோடும் வியாபார சினிமாவும் இவற்றுக்கு இடையில் குறுக்கும் நெடுக்குமாய் ஓடும் மாற்று சினிமாக்கள் குறித்த பதிவுகளும் ஆகச் சிறப்பு. காட்சி இன்பத்தின் பொருளாதாரம் சமூகத்தில் எத்தகைய நுகர்வு மனப்பான்மையை உருவாக்கி இருக்கிறது என்பதையும் பதிவு செய்யத் தவறவில்லை.

இடைநிலை சினிமாக்கள் குறித்த பிரிவின் கீழுள்ள கட்டுரைகள் அனைத்தும் கூர்மையும் ஆழமும் கொண்டவை. நடிகர் கமல்ஹாசன் எழுதி நடித்த மூன்று திரைப்படங்கள் குறித்த பார்வை அவசியமானது. வன்முறையை மறுத்து சொல்ல அரிவாளால் ஓங்கி வெட்டி வன்முறை நிரப்பிக் கதை சொல்லப்பட்டுவருவதை விளக்கியிருப்பதும், திரைப்படத்தை உருவாக்குபவர்களுக்கு இது ஏன் அவசியமாக இருக்கிறது என்பது குறித்த பார்வையும் கவனிக்கத்தக்கது.

'உண்மைச் சம்பவங்களின் அடிப்படையில்' என்ற அறிவிப்போடு துவங்கும் 'ஜெய்பீம்' மற்றும் 'காதல்' போன்ற திரைப்படங்கள் மக்களிடம் குற்ற உணர்வை எங்ஙனம் தூண்டுகின்றன என்பதும் சமூகத்தின் இயல் நிகழ்வுகளைத் திரைக்காட்சிகளாக ஆக்கி, இரக்கத்தையும் ஈடுபாட்டையும் உண்டாக்கச் செய்து, படைப்பைக் கொண்டு சேர்க்கும் யுக்திகள் குறித்துப் பதிந்திருப்பதற்கு நன்றி சொல்லலாம்.

படைப்பின் ருசி உணர்தலும் உணர்த்துதலும் எத்தனை அவசியமென்பது உணரச் செய்திருக்கிறார். திரைப்படங்களின் வெகுஜன ரசனையானது ருசியாக பார்வையாளனின் ஐம்புலன்களுக்குத் தீனி போடுவதோடு அல்லாமல் அவரது ஆறாவது அறிவுக்கும் தீனி போடும் படைப்புகளின் சிறப்புகளை இக்கட்டுரைகளின் வழியாகக் கற்றுத் தேறுவது கடமை எனலாம்.

நாவல்களின் நீட்சியாக இலக்கியப் பிரதியொன்று காட்சி ஊடகத்தில் பதிவு செய்யப்படும் விதமும் சினிமாவின் கலைக் கருவிகள் எழுத்தை எங்ஙனம் காட்சிகளாகப் பதிவு செய்கின்றன; அவை ஏற்றம் பெறும் இடங்கள் சறுக்கும் இடங்கள் குறித்துப் பூமணியின் வெக்கை நாவல் அசுரன் திரைப்படமான விதம் பற்றிய பதிவு கச்சிதம். மேலும் வெற்றிமாறன் போன்ற இயக்குனர் இலக்கியப் பிரதியை மற்றும் சமூக வெளியின் நிகழ்வுகளைப் படைப்புக்குள் கொண்டு வருவது குறித்தவை வாசித்துத் தெளிய வேண்டிய விஷயம்.

திரைத்துறை குறித்துச் சுவையாக உருவாக்கப்பட்ட ஜிகர்தண்டாவும் கதை, திரைக்கதை, வசனம், போன்ற மெல்லிய சோதனை வகைச் சினிமாவும் இடைநிலை சினிமா வெளியில் எவ்வகையான மாற்றத்தையும் இருப்பையும் செய்கின்றன என்ற குறிப்புகள் அவசியமானவை.

இந்திய அளவில் பெருங்கவனத்திற்கு உள்ளாகி இருக்கும் பெல்லிசேரியின் இரண்டு படங்கள் குறித்த பதிவு மிக முக்கியமானவை. தத்துவார்த்தங்களைப் புனைவு வழியாகக் காட்சிப்படுத்தும் வித்தைகளை விட்டு விலகும் போக்கு தீவிரமாக இருக்கும் சூழலில் அழுத்தமான காட்சிகளால் தன் படைப்புகளைப் பதிந்து வரும் பெல்லிசேரியின் அத்தனை திரைப்படங்கள் குறித்தும் தனி நூலாக எழுதும்படி வேண்டிக் கொள்ளலாம்.

இலங்கையின் இயக்குனர் பிரசந்ந விதநயகே அவர்களின் படங்களைப் பார்க்க வாய்க்கவில்லை என்றாலும் இரண்டு திரைப்படங்கள் குறித்த கட்டுரைகளின் வழி பிரசந்ந விரித்துக் காட்டும் வாழ்வு வெளியைப் புரிந்துகொள்ளவும் விளங்கிக் கொள்ளவும் முடிகிறது.

இறுதியாக 'பெண் சினிமா' என்னும் தலைப்பின் கீழுள்ள மூன்று கட்டுரைகளும் ஆகச் சிறப்பு. பெண்ணியப் பார்வையில் சொல்லப்படும் கதைகள் சிறப்புக் கவனம் பெற்றாலும், உலக அளவில் பெண் படைப்பாளிகள் குறைவாகவே உள்ளனர் என்ற நிலை உள்ளது. தமயந்தியின் காயல், லீனா மணிமேகலையின் மாடத்தி மற்றும் சுமதியின் நியோகா ஆகிய படங்களில் ஆண்மையச் சிந்தனையிலிருந்து விலகி நிகழ்ந்தவைகள் எப்படி

காட்சியாக்கப்பட்டுள்ளன என்பதைக் கவனித்துப் பதிந்திருப்பது மிகச் சிறப்பு. இந்தப் பட்டியலில் கூடுதல் கட்டுரைகள் அவசியம் எனப்பட்டது.

திரைக்கலைப் படைப்புகள் குறித்த மீள் பார்வைகளும் ஆழப் பார்வைகளும் காண்போர் மட்டுமல்லாது படைப்பாளிகளும் கவனிக்க வேண்டியவை என்பதற்கு இந்நூலின் கட்டுரைகள் ஆகச் சிறந்த உதாரணம். புரிதலையும் தெளிவையும் படைப்பில் நேரடியாக மறைமுகமாக வெளிப்படும் அரசியல்களையும் அறியச் செய்கிறது.

அ.ராமசாமி அவர்களின் உரைமொழியும், வாக்கிய அமைப்பும் வியப்பளிப்பவை. திரைப்படைப்பின் இறுக்கமான பகுதிகளையும் கட்டுரைகளில் எளிமையாக விளக்கிக் காட்டியிருப்பது ஒவ்வொரு திரைப்படங்களிலும் வெளிப்பட்டிருக்க வேண்டிய, வெளிப்பட வேண்டிய பக்குவம்.

காண்போர் மட்டுமல்லாது காட்சி மொழியால் திரைப்படைப்புகளை உருவாக்குபவர்களையும் தாண்டி எல்லோரும் வாசிக்க வேண்டிய அவசியமான நூல்.

மதியழகன் சுப்பையா
திரைப்பட இயக்குனர்

பொருளடக்கம்

வணிக சினிமா

1. தமிழ் சினிமாவும் அதன் பார்வையாளர்களும் 15
2. சீதாராமம், விருமன் : நாடு தழுவிய சினிமாவும்
   ஊர் தாண்டாத சினிமாவும் 30
3. நடிகர் விஜயின் சர்கார்:
   கலைத்துவம் கலைக்கும் அலை 41
4. கொடிவீரன்:
   கைவிடப்படவேண்டிய கலைக்கோட்பாடு 52
5. ஷங்கரின் அந்நியன்: வன்முறை மோகம் 56
6. ரஜினிகாந்த்: வணிக சினிமாவின் திருமுகம் 63
7. தவமாய் தவமிருந்து, சண்டைக்கோழி:
   நாணயத்தின் இரண்டு பக்கங்கள் 71
8. நம்பிக்கை அளித்த திரைப்படங்கள் 79
9. ராஜமௌலியின் பாகுபலி காட்சி:
   இன்பத்தின் பொருளாதாரம் 92
10. நம்பிக்கைகள், தொன்மங்கள், வரலாறுகள் –
    புனைவுகளாகும் போது 101
11. கனவான்களின் பொதுப்புத்தி 110

இடைநிலை சினிமா

12. மணிரத்னத்தின் அரசியல் சினிமாக்கள்:
    விமரிசனமும் மாற்று அரசியலும் 120
13. கமல்ஹாசன்: சாதி அடையாளங்களுடன்
    தமிழ் சினிமா 133

14. ஜெய்பீம்: உண்மையை அறிதலும் எடுத்துரைத்தலும் 147
15. சார்பட்டா பரம்பரை: தலித் சினிமாவிலிருந்து
    விளிம்புநிலை நோக்கி... 156
16. பூமணியின் வெக்கை: வெற்றி மாறனின் அசுரன். 163
17. கதை திரைக்கதை வசனம் இயக்கம், ஜிகிர்தண்டா -
    நவீனத்துவ சினிமாவின் முகங்கள் 176
18. காக்கா முட்டையும் தமிழ்த்திரளும் 186
19. இம்சை அரசன் 23 ஆம் புலிகேசி:
    வரலாற்றில் ஒளிந்துகொண்டு பகடி ஆடுதல் 194
20. காதல்: உண்மையின் மீது கட்டப்படும் விமரிசனம் 204
21. பாலா: நம்பிக்கையூட்டுதலின் மறுபக்கம் 214
22. கலையியல் இயக்குநரின் அடையாளம்:
    பெல்லிசேரியின் இரண்டு சினிமாக்கள் 227
23. ஈழத்தமிழர் போராட்டப் பின்னணியில் சிங்கள சினிமா:
    பிரசந்ந விதனகேயின் இரண்டு படங்கள் 242

பெண்கள் சினிமா

24. பெண்நிலைப்பார்வை:
    தமயந்தியின் தடயமும் காயலும் 251
25. லீனா மணிமேகலையின் மாடத்தி:
    பெண் தொன்மத்தின் காட்சிமொழி 263
26. கறுப்பு சுமதியின் நியோகா:
    பழைய தர்மத்திற்குள் புதிய விடியல் 269

வணிக சினிமா

1. தமிழ் சினிமாவும் அதன் பார்வையாளர்களும்

நிகழ்காலத் தமிழர்களின் அன்றாட வாழ்க்கையில் சினிமாவைப் போல் பிரிக்க முடியாத இன்னொன்றைச் சொல்ல முடியுமெனத் தோன்றவில்லை. புதியனவாகவும் பழையனவாகவும் பகுதிகளாகவும் முழுமையாகவும் தினசரி வாழ்வில் சினிமா பார்க்கப்படுகிறது.

ஆண்டுக்குச் சுமார் நூறு தமிழ்ப்படங்கள் தயாராகின்றன. ஆங்கிலத்திலிருந்தும் இந்தியிலிருந்தும் மலையாளத்திலிருந்தும் தெலுங்கிலிருந்தும் இன்னும் சில இந்திய மொழிகளிலிருந்தும் கூட நேரடியாகவும் மொழிமாற்றம் செய்யப்பட்டும் வருகின்றன. அவற்றையும் தமிழர்கள் பார்க்கிறார்கள்.

சினிமாவைப் பார்ப்பதில் தமிழர்களிடையே பெண், ஆண் என்ற பால்பேதமோ, ஏழை பணக்காரன் என்ற வர்க்க வேறுபாடோ, சிறியவர் பெரியவர் என்ற வயது மாறுபாடோ கூட முக்கிய வினைகளை ஆற்றுவதாகத் தெரியவில்லை. நகரம் - கிராமம், உள்நாடு வெளிநாடு என்ற வாழிட வெளிப் பிளவுகளையும் தாண்டி சினிமாவைப் பார்ப்பதில் ஏராளமான ஒற்றுமைகள் காணப்படுகின்றன. வேறுபாடுகளோ மிகவும் குறைவானவையாக உள்ளன.

சினிமாவைப் பற்றிய எழுத்துகள் அல்லது ஆய்வுகள் பிரதியின் உள்ளிருந்து பேசும் தன்மைகளையே இதுவரை கொண்டுள்ளன. சினிமா எவ்வாறு பார்க்கப்படுகிறது? என்பதைப் பற்றிய

சொல்லாடல்கள் மிக மிகக் குறைவு. அதற்கு மாறாக சினிமா எவ்வாறு பார்க்கப்பட வேண்டும் என்பதை வலியுறுத்தும் எழுத்துகளே அதிகம் வந்துள்ளன. அவ்வாறில்லையென்றால், தனித்த திரைப்படங்களைப் பிரதியாக வைத்துக்கொண்டு, திரைக்கதை அமைப்பு, நடிகனின் பங்கு, ஒளியமைப்பாளனின் நுட்பம், இசையமைத்தவனின் சாதுரியம், தொகுப்பாளனின் திறமை, இயக்குநரின் கருத்தியல் போன்றன விரிவாகப் பேசப்பட்டும் எழுதப்பட்டும் வருகின்றன.

திரைப்படங்கள் ஒரு குறிப்பிட்ட பிரதேசத்தின் அன்றாட வாழ்விலும் இயங்கு நிலைகளிலும் மன அமைப்பிலும் விளைவிக்கும் மாற்றங்களைப் பற்றி விவாதிக்க இவையெல்லாம் போதாதவையென்றே தோன்றுகிறது. அப்போதாமையை இட்டு நிரப்பப் பார்வையாளர்களின் கோணம் முக்கியமாகப்படுகிறது.

"சினிமா எவ்வாறு பார்க்கப்பட வேண்டும்? அல்லது ரசிக்கப்பட வேண்டும்?" என வலியுறுத்துவதில் வெளிப்படும் நிர்ணயவாதம், "சினிமா எவ்வாறு தயாரிக்கப்பட வேண்டும்" எனக் கட்டளையிடுவதையும் உள்நோக்கமாகக் கொண்டதுதான், திரைப்படங்கள் சார்ந்து நிர்ணயவாதத்தை முன்மொழிவதில் வெவ்வேறு திரைவழிகளில் பயணம் செய்யும் குழுக்களிடையே ஆச்சரியப்படும்படியான ஒற்றுமைகள் காணப்படுகின்றன.

"சினிமா ஒரு கலைவடிவம் மட்டும்" என நம்பும் அதிதீவிர சினிமாப் பிரியர்கள், தமிழிலும் இந்திய மொழிகளிலும் வெளிவரும் பெரும்பாலான திரைப்படங்களை "சினிமா" என்றே ஒத்துக்கொள்வதில்லை. ஐரோப்பிய மையவாதம் அதாவது நடப்பியல்வாதத்தின் மேல் வளர்ந்த அறிவு உண்டாக்கும் தடைகள் அவர்களுக்கு உண்டு. முழுவதுமாக அவர்களால் நிராகரிக்கப்படும் படங்கள் பெருந்திரளான மக்களால் விரும்பிப் பார்க்கப்படுகின்றன. வெற்றி மட்டுமே அளவுகோலாக ஆகாது எனச் சொல்லும் இவர்கள் பார்வையாளனின் தற்காலிக மனநிலைக்கு முக்கியத்துவம் அளிப்பதில்லை. சினிமாவின் இலக்கணங்களுக்கு மட்டுமே முக்கியத்துவம் அளிக்கின்றனர். வரையறைகள், இலக்கணங்கள் மூலமாகப் பார்வையாளனின் ரசனையையும் திரைப்படங்களின் போக்கையும் மாற்ற முடியும் என்ற நம்பிக்கையின் விளைவு அது.

இவர்களிடமிருந்து சற்று மாறுபட்டவர்கள்தான் இடதுசாரிகளும் மதவாதிகளும். மதவாதிகளுக்கு சினிமா ஓர் அருவருப்பான கச்சாப்பொருள். தனி மனிதனின் மதம் சார்ந்த ஒழுக்கங்களுக்கு ஊறுவிளைவிக்கக் கூடியது என்றாலும், எதிர்க்கப்பட வேண்டியதல்ல என்பது அவர்களது நிலைப்பாடு. பல நேரங்களில் மத அடிப்படை வாதங்களைப் பரப்பவும் தக்கவைக்கவும் உதவும் என்ற அளவிலும் பிரச்சினைகளைத் திசை திருப்பவும் உதவும் என்ற அளவிலும் ஆதரிக்க வேண்டியதும்கூட என்றே கருதுகின்றனர். 'ஃபயர்' போன்ற படங்களுக்குத் தெரிவிக்கப்படும் எதிர்ப்புகளையும் பிறவகைப் படங்களைக் கண்டுகொள்ளாமல் இருப்பதையும் கவனிக்க.

சினிமாவுக்கான ஆதரவு, எதிர்ப்பு என்பதில் இடதுசாரிகளும் கூட இத்தகைய நிலைப்பாடுகளையே கொண்டுள்ளனர். இடதுசாரிகளின் கொள்கை சார்ந்த சமூகத்தை, சமூக மாற்றத்தை முன்மொழியும் படங்கள் வரவேற்கப்பட வேண்டியவை; அவையே கலைப்படங்கள். மற்றவையெல்லாம் வியாபாரத்திற்கான வெறும் கச்சாப்பொருட்கள் என்றே ஒதுக்குகின்றனர். ஆனால், பார்வையாளனிடம் கருத்து நிலையில் மறு உற்பத்தியையும் மாற்றங்களையும் விளைவிக்கும் சினிமாவை வெறும் பண்டமாக கச்சாப் பொருளாகக் கருதமுடியுமா? என்பது முக்கியமான கேள்வி.

தமிழர்கள் சினிமாவை ஏன் பார்க்கிறார்கள்? பார்ப்பதன் மூலம் அவர்களுக்குக் கிடைப்பது என்ன? கிடைப்பவை முழுமை சார்ந்தவைகளா? பின்னங்களின் பாற்பட்டதா? எந்த அடிப்படையிலிருந்து சினிமா பார்க்கப்படுகிறது? ஒரு கலைவடிவமாகவா...? ஊடகமாகவா...? அல்லது நுகர்பொருளாகவா...? என்பது மாதிரியான பல கேள்விகள் உள்ளன.

ஏன் மக்கள் சினிமாவிற்குப் போகிறார்கள்? மற்றவர்களைப் பார்ப்பதற்குத்தான். மற்றவர்களின் அனுபவங்கள்தான் அதில் சொல்லப்படுகிறது என்றாலும், அதன் மூலமாக அவர்களுக்கும் ஒருவித அனுபவம் கிடைக்கிறது. என்ன நிகழ்கிறது என்பதைப் பார்ப்பதைவிட எப்படி அது நிகழ்கிறது என்பதைப் பார்ப்பது முக்கியமானதாகப்படுகிறது. அந்த நிகழ்வு மிகக் குறைந்த எல்லைகளைக் கொண்டது

என்றாலும், கலை இலக்கியங்களுக்கான கதைப் பின்னல்கள் எண்ணிக்கையில் மிகக் குறைவானவைதான். உலகம் முழுக்கச் சில அடிப்படையான கதைப் பின்னல்களே உள்ளன. அவையே கலை இலக்கியங்களாகவும் திரைப்படங்களாகவும் வருகின்றன. மக்களும் அவர்களுக்குத் தெரிந்த கதைகளையே சினிமாக்களாகப் பார்த்துக்கொண்டிருக்கின்றனர். அதன் கதை முழுமையாகத் தெரியாது என்ற போதிலும், ஏறத்தாழ இப்படித்தான் இருக்கும் என அவர்களால் ஊகித்து விட முடிந்ததுதான் (சில துப்பறியும் படங்கள் மாறுபடலாம்).

வேறுவிதமாகச் சொல்வதென்றால், "நிகழ்வுகளைப் பார்க்கப் போவதில்லை, மனிதர்களைக் காணச் செல்கிறார்கள்; நாம் வாழ விரும்புகிறோம்; வாழ்வதில் ஆசையாய் இருக்கிறோம்." ஆகவே, மற்றவர்கள் எவ்வாறு வாழ்கிறார்கள் என்பதை அறிய ஆசையாய் இருக்கிறோம்; என்ன செய்கிறார்கள் என்பதை அறிய ஆசை. மனித உயிர்களின் இயற்கையென்பது அதன் ஏராளமான முடிவற்ற செயல்களிலும், இரண்டு மனித உறவுகளிலும்தானே உள்ளது. இரண்டு மனிதர்களின் உருவங்கள் ஒன்றுபோல இருப்பதில்லைதானே ஒவ்வொரு முகமும் ஒவ்வொருத்தரின் மனநிலையும் சில ஒற்றுமைகள் உடையன என்றாலும், வேறுபாடுகள் நிறையவே உள்ளன என்பதும் உண்மைதானே.

இந்த வேறுபட்ட வாழ்முறையைக் காணத்தான் காட்டத்தான் படங்கள் பார்க்கப்படுகின்றன; எடுக்கப்படுகின்றன. காஸ்டன் ராபெர்ஜ் என்ற திரைப்பட ஆய்வாளர் விவரணப் படங்கள் எடுக்கப்படுவதற்கான காரணங்களாகச் சிலவற்றைக் கூறுகிறார். அவை பிறவகைப் படங்களுக்குப் பொருந்தக் கூடியனதான்.

ஒரு படம் பார்வையாளனுக்குச் சில வகையான விஷயங்கள் மீது விழிப்புணர்வை உண்டாக்கக்கூடும். அந்தப் படத்தின் மையநோக்கம், அவை தவிரவும் விரிவாக, அவை சார்ந்த காட்சிகள் இடம் பெறாத போதிலும். ஒரு படம், பார்வையாளர்களின் மன உணர்வைத் தூண்டக்கூடும், படம் எழுப்பும் பிரச்சினையின் வேறுபட்ட சாத்தியப்பாடுகள் இந்த உலகத்தில் சாத்தியம் என்பதால் ஒரு படம் பார்வையாளனுக்குச் சில தகவல்களைத் தரக்கூடும், மனிதர்கள் ஒடுக்கப்படுவதிலும் விலக்கப்படுவதிலும் செயல்படும் உண்மையான சாமர்த்தியங்களைப் பற்றி.

ஒரு படம் பார்வையாளனிடம் ஒரு கதாநாயகனை முன் நிறுத்தக் கூடும், அவனது அணுகுமுறைகள், வன்முறை தவிர்த்த தீவிரத்துடன் உள்ளன; பிரச்சினைகளைத் தீர்க்கின்றன என்பதைக் காட்டும் விதமாக. ஒரு படம் பார்வையாளனிடம் மனக்கிளர்ச்சியை உண்டாக்கக்கூடும். அவன் வாழும் விதம் மதிப்புடையதாகவும் நம்பிக்கையும் பரவசமும் கொண்டதாகவும் இருக்கிறது எனக் காட்டுவதன் மூலம் காஸ்டன் ராபெஜ் தனது கட்டுரையில் *(Deep Focus)* கூறும் நோக்கங்கள் தமிழில் வெளியாகும் வெகுமக்கள் ரசனைக்கான எல்லாப் படங்களுக்கும் உண்டு என்றாலும் இவற்றில் ஒற்றை நோக்கம் மட்டுமே தமிழ்ப்படங்களுக்கு உண்டு எனச் சொல்ல முடியாது.

தமிழ் சினிமாவின் இயக்குநர்கள் அவற்றின் தயாரிப்பாளர்களின் நோக்கத்திற்கேற்ப செயல்படுபவர்கள்; அல்லது அவர்களின் நோக்கமும் தயாரிப்பாளர்களின் நோக்கங்களிலிருந்து மாறுபட்டன அல்ல என்பதாகக் கூறலாம். இயக்குநராக அறிமுகமான பலரும் பிரபலமாகித் தங்களுக்கென ஓர் அடையாளத்தைப் பெற்றவுடன் தயாரிப்பாளர்களாக மாறியுள்ளனர். அப்படி மாறாமல் கடைசிவரை "இயக்குநர்கள் மட்டுமேயாக இருந்தவர்களின் பெயர்களை விரல்விட்டு எண்ணிவிடலாம். (விதிவிலக்குகள், பாலுமகேந்திரா, மகேந்திரன்) தயாரிப்பு நிறுவனங்கள் தொடங்கியது, தாங்கள் தடையற்ற படைப்புத் தொழிலில் இறங்குவதற்காக அல்லாமல், படத்தில் வரும் லாபம் தங்களையே சேரவேண்டும் என்பதற்காகத்தான்.

பொதுவாக சினிமா என்பது தனிமனித மூளை ஒன்றின் தனிப்படைப்புச் செயலோ தயாரிப்புப் பண்டமோ அல்ல, அதன் முன்னோடிக் கலையான அரங்கக் கலை *(Theatre)* யைப் போலவே கூட்டுக்கலை; அல்லது கூட்டுத் தயாரிப்பு *(Ensemble)* தான் என்றாலும், அதன் ஒட்டுமொத்தப் பொறுப்பும் இயக்குநர்களையேச் சாரும் என்பது ஒரு பொதுநியதி. ஆனால் தமிழ், இந்திய சினிமாக்கள் அதனைப் பெரும்பாலும் மீறியே உள்ளன. பெரும்பாலும் நடிகர்களின் படங்களாகவே அறியப்படுகின்றன. திட்டமிடும் தயாரிப்பு நிறுவனத்தின் படம் என்றால், இயக்குநரின் இடம் மூன்றாவது இடத்திற்குக் கூடப் போய்விடுகிறது. ஆனால் ஐரோப்பியப் படங்களில் இயக்குநரே ஆதாரம்; மையம்.

தமிழ் பார்வையாளர்களுக்கு ஏராளமான காதல் படங்கள் பார்க்கக் கிடைத்துள்ளன. தமிழில் வந்துள்ள புராண, வரலாறு, துப்பறியும் படங்களைத்தாண்டி சமூகப் படங்களின் மையக்கரு காதலாகவே இருந்து வந்துள்ளது. ஆண் - பெண் காதல் பிரச்சினைகள் தீர்க்கப்பட்டு, யுவதிகளும் யுவன்களும் காதல் திருமணங்கள் செய்து கொள்ளும் சமூகமாகத் தமிழ்ச் சமூகம் மாறிவிட்டால், தமிழர்களின் பிரச்சினைகள் எல்லாம் தீர்ந்துவிடும் என்கிற அளவுக்குத் தமிழில் காதல் பற்றிய படங்கள் வந்துள்ளன. இதுவரை வெவ்வேறு வகையான ஜோடிகளைக் காதல் படங்களில் சேர்ந்து வைத்த இயக்குநர்களின் லட்சியம், திருமணம் நடத்திப் பார்த்துவிட வேண்டும் என்பது மட்டும்தான். அந்த இணைகளின் திருமணத்திற்குப் பிந்திய ஒருவருட வாழ்க்கையைப் படமாக எடுங்கள் என்றால் தீர்மானமின்றி அலைபாயத் தொடங்கி விடுவார்கள்.

திரைப்படம் ஒன்றில் சரத்குமார் ஏற்ற கதாபாத்திரம் முழுவதும் வேட்டிகட்டிய கதாபாத்திரமாகவே வருகிறது. குடும்பத்தை - குடும்பத்தின் உறவுகளை - பாசப்பிணைப்பைக் கட்டிக் காக்கும் அந்தக் கதாபாத்திரத்திற்கேற்ற மனைவியும் கிடைக்கிறாள். அண்ணனின் தம்பிகளும் அவர்களின் அன்பிற்குரிய தங்கையும் முழு ஒப்புதல் தந்து ஏற்பட்ட பந்தம் அவர்களின் திருமணம் (சமுத்திரம், சரத்குமார் - அபிராமி இணை). அந்தக் கதாபாத்திரங்களின் மனவெளிக்குள் இருப்பதெல்லாம் கிராமம், வயல், வேட்டி, சேலை, மரம், வீடு, பாசம், சமையல் கட்டு, கொல்லைப்புறம் என்பனதான். ஆனால், ஒரேயொரு பாடலில் மட்டும் பதினைந்து தடவை உடை மாற்றிக்கொண்டு, விதவிதமான ஆடை வடிவங்களுடன், அவர்கள் பேசிய ஒழுக்க விதிகளுக்கு மாறாக ஆடுகின்றனர். இது எப்படி....? மனவெளிக்குள் இல்லாதவை எல்லாம் கனவாக வந்துவிட வாய்ப்புகளுண்டா...?

நாயகனைச் சுற்றி கடப்பாரை, கத்தி, சைக்கிள் செயின், குண்டாந்தடி எனக் கையில் வைத்துக்கொண்டு அடியாட்கள் நிற்கும்போது ஒரே தாவாகத் தாவிச் செல்லும் நாயகனின் பாதையில் ஒழுங்காக அடுக்கப்பட்ட மண்பாண்டங்கள் அல்லது பிளாஸ்டிக் குடங்கள், பழக்குலைகள் என்பன வந்துகொண்டே இருக்கின்றன. அடிபட்ட அடியாட்கள் திரும்பத் திரும்ப எழுந்து

வந்து தாக்குகின்றனர்; ஆனால், சுற்றி நிற்கும் மனிதர்கள் மட்டும் சண்டையில் பங்கேற்கவும் செய்யாமல், பயந்து ஓடவும் செய்யாமல் வேடிக்கை பார்த்தபடியே நிற்கின்றனர்.

மிகச் சமீபத்தில் வந்த யூத் படத்தில் ஒரு பாடல். பிரபல நாயகியான சிம்ரன், படத்தின் நாயகனுடன் ஆடும் பாடல். அந்த ஒரு பாடலுக்கு மட்டுமே அந்தப் பெண்ணுடன் ஆடுகிறான் நாயகன். படத்தில் கதாநாயகியாக உள்ள பெண்ணுடன் வேறுவிதமாக நடித்துள்ளார். அரங்குகளில் சிம்ரனுடன் ஆடும் பாடல் காட்சி பல ஊர்களில் "ஒன்ஸ்மோர்" கேட்கப்படுகிறது. படச்சுருள் திருப்பி இழுக்கப்பட்டு திரும்பவும் அப்பாடல் காட்சி ஓட்டப் படுகிறது. திரும்பவும் ஒன்ஸ்மோர் கேட்கப்படுகிறது. ஜெமினி படத்தில் ஒன்ஸ்மோர் கேட்காமலேயே "ஓ.... போடு" பாடல் மூன்று தடவை இடம் பெறுகிறது. ஒன்ஸ்மோர் கேட்பதற்கென்றே ஒவ்வொரு படத்திலும் கதாநாயகிகளாக இருப்பவர்கள் தாராள மனத்துடனும் உடலுடனும் ஒரு பாடலுக்கு மட்டும் ஆடிவிட்டுப் போகிறார்கள்.

மத்தியதர வர்க்கத்தைச் சேர்ந்த அல்லது உயர் மத்தியதர வர்க்கத்தைச் சேர்ந்த நாயகனுக்கு எல்லாப் படங்களிலும் சேரியிலிருந்தோ குப்பத்திலிருந்தோ கட்டாயம் ஒரு நண்பன் இருக்கிறான். அவனது துயரத்தைப் போக்க அவனை அங்கே அழைத்துப் போகிறான். அவனுக்கு அங்கே "கானாப் பாடலின்" கட்டற்ற வாழ்க்கை நியதிகள் போதனைகளாகக் கிடைக்கின்றன. எண்பதுகள் வரை நாயகனின் நண்பனாகவோ, வில்லன்களின் கூட்டாளிகளில் ஒரு அசடனாகவோ இடம்பெற்ற கோமாளிகள், இன்றைய படங்களில், தனித்த ஒரு பாதையில் இணையாகப் பயணம் செய்கின்றனரே அது எப்படி...? அதேபோல் எண்பதுவரை தவறாமல் இடம் பெற்று வந்த நெருக்கம் மிகுந்த முதலிரவுக் காட்சிகள் காணாமல் போய்விட்டனவே, அதன் காரணம் வலிமை மிக்க நெருக்கத்தை உறுதி செய்த நடன அசைவுகள்தானா... இப்படி ஏராளமான கேள்விகள் தமிழ் சினிமா மீது கேட்பதற்கு உள்ளன. இக்கேள்விகளுக்கெல்லாம் தர்க்கபூர்வமான பதில்கள் அதனிடம் இல்லையென்றாலும், தமிழர்களின் வாழ்க்கையை மாயமாய் நகர்த்திக்கொண்டிருக்கும் ஒன்று; என்ற அளவில் சில பதில்கள் கூற முடியும்.

தமிழ் சினிமாவின் தயாரிப்பு நோக்கம், "என்னவாக இருந்தது...? என இக்கேள்வியை வரலாற்று நோக்கிலும் கேட்கலாம். இல்லையென்றால் "என்னவாக இருக்கிறது?" என நேர் கேள்வியாகவும் கேட்டுப் பதில் பெறலாம். அந்தப் பதிலை அடைவதற்கு முன்னால்... சினிமாவின் தொடக்கப் புள்ளிகளுக்குச் செல்லலாம்.

"சினிமா" அதன் கண்டுபிடிப்பு நடந்தபோது ஓர் அறிவியல் சாதனை. வெளியுலகைப் புற உலகைப் பிம்பங்களாகப் பிடித்து நிறுத்திய நிழற்படத்திலிருந்து நகரும் படங்களாக மாற்றி, அதனையே பேச வைத்து பிம்பங்களைப் பெரிதாக்கியும் சிறிதாக்கியும் மாய உலகத்தை உருவாக்கிடத் துணைநின்ற ஒரு கண்டுபிடிப்பு. இந்தக் கண்டுபிடிப்பும் ஒரே நாளில் நடந்த ஒன்றல்ல. ஒன்றன்பின் ஒன்றாக சலனப்படம், ஊமைப்படம், பேசும் படம், பேசுவதிலும் பல தன்மைகள் எனப் பல பரிமாணங்களில் வளர்ந்துள்ள கண்டுபிடிப்பு. அதேபோல் பதிவு நிலையிலும் வண்ணங்கள் அல்லா வண்ணங்களில் கறுப்பு வெள்ளை தொடங்கி, ஒற்றை வண்ணம், இரட்டை வண்ணம் பல வண்ணம் என மாற்றி இயற்கையின் எல்லா வண்ணங்களும் எனப் பல பரிணாமங்களையும் கொண்ட கண்டுபிடிப்பு. இந்தக் கண்டுபிடிப்பு எதிலும் பங்கேற்காத தமிழ்ச் சமூகம், அதனைப் பயன்படுத்துவதில் தொடர்ந்து பங்கேற்று வருகிறது. அதிக அக்கறை செலுத்தியும் வருகிறது.

எந்த ஒரு கண்டுபிடிப்புக்குமே ஆரம்ப நோக்கமும் தொடர் நோக்கங்களும் ஒன்றாக இருந்துவிடுவதில்லை. அதேபோல் தொடக்க வெளியின் தேவைகள் போலவே, பரவிய வெளிகளின் தேவைகளும் இருக்க வேண்டும் என்ற அவசியமும் இல்லை. இந்தப் பொது நியதிகள் சினிமா எனும் கண்டுபிடிப்புக்குப் பொருந்தக்கூடியனவே. எடிசன், லூமியர் சகோதரர்கள் என்ற தொடக்கப் புள்ளிகள் நினைத்துக்கொண்ட நோக்கங்களிலிருந்து பலவித வேறுபட்ட நோக்கங்களோடு தமிழுக்குள் நுழைந்தது சினிமா. அதன் நுழைவுக் காலத்தில், அதன் முக்கிய நோக்கம் "பதிவு செய்து காட்டுவது" என்பதாகத்தான் உணரப்பட்டுள்ளது. நாட்டின் முக்கிய நிகழ்வுகளைப் பதிவு செய்து ஆவணமாக்குவதும் அதனைப் பார்க்காத திரள் மக்களுக்குத் திரும்பக் காட்டுவதும் என்பதான நோக்கம் முதன்மையானதாக நம்பப்பட்டிருக்கலாம்.

இந்த நம்பிக்கையின் ஊடாகவே இந்திய மேடை நாடகங்களும் அப்படியே பதிவு செய்யப்பட்டு, நேரடியாகப் பார்த்திட வாய்ப்பற்ற திரள் மக்களிடம் எடுத்துச் செல்லப்பட்ட நிகழ்வுகள் ஆயின.

உரையாடல்களாக, ஆடல்களாக, பாடல்களாக மேடையின் பின்னரங்கப் பொருட்களுடன், பாத்திர நுழைவு, வெளியேற்றம், இருப்பு என்ற அதன் இலக்கணங்களுடன் இருந்த நாடக மேடைகளே நமது தொடக்க காலத் தமிழ் மற்றும் இந்திய சினிமாக்கள். இத்தொடக்க கால சினிமாக்கள் பார்வையாளர்கள் அனைவரையும் மைய மண்டபப் பார்வையாளர்களாக மாற்றியது என்பது மட்டுமே அதன் கூடுதல் சிறப்பு அம்சம். நாடக அரங்கில் மையவரிசையில் அமர்ந்து பார்க்கும் வாய்ப்பைப் பெற்ற பார்வையாளனின் இடத்திலிருந்து, நாடகத்தைக் காமிராக்கள் படம்பிடித்துக் காட்டின. படம் பிடிக்கும்போது, திரைப்படக்கலையின் எந்த மொழிக்கூறையும், அவை உள்வாங்கிக் கொண்டனவாக வெளிப்பட்டிருக்கவில்லை என்றதும் நாம் அறிந்த செய்திகளே. அப்படியென்றால் திரைப்படத்தின் அடிப்படையான மொழிக்கூறு என்பது எது...? அது, நாடகத்தில் இல்லாத எந்த அம்சங்களைத் தனக்கேயானதாகக் கொண்டுள்ளது என அறிய வேண்டும்.

சினிமாவின் மொழி

கதை சொல்லும் ஒரு படைப்பின் மையப்புள்ளிகள், கதாபாத்திரங்கள்தாம். குறிப்பிட்ட கதாபாத்திரங்கள், குறிப்பிட்ட வெளியில், குறிப்பான காலப் பின்னணியில் செய்யும் வினைகளும் அதன் விளைவுகளுமே கதைகளாகின்றன. இப் பொது அம்சத்திலிருந்து, சிறுகதை தனக்கான எல்லையில் நின்றுகொள்ள, நாவல் வேறொன்றாக வடிவம் கொள்கின்றது. நாடகமோ, பாத்திரங்களின் முரண், புனைவு, வெளி, புனைவுக்காலம் என்ற மூன்றில் தன்னை வெளிப்படுத்திக்கொள்கிறது. சினிமாவும் கூடத் தனது அடிப்படையான அம்சமாக வெளியையும் காலத்தையுமே கொண்டுள்ளது என்றாலும், திரைப்படம் புனைவுவெளியையும் (Fictional Space) புனைவுக் காலத்தையும் (Fictional Time) உண்டாக்கப் பயன்படுத்தும் கருவிகளும் உத்திகளும் நாடகத்திலிருந்து வேறானவை.

சினிமாவிலும் சொல்லப்படுவதற்கு ஒரு கதை வேண்டும்தான். அந்தக் கதை நாவலில் சொல்லப்படுவதுபோல் அடுத்தடுத்த நிகழ்வுகளாக இருக்கவேண்டும் என்ற அவசியம் இல்லை (தற்போது வருகின்றன). சினிமா, அதற்கான காலத்தை உருவாக்க நகர்வுகளை *(Movements)*யும் ஒலி *(Sound)* யையும் பயன்படுத்துகிறது. அதேபோல் தனக்கான வெளியை பிம்பங்களின் *(Image)* மூலமும் ஒலியின் மூலமுமே உருவாக்கிக் கொள்கிறது.

சினிமாவின் காலத்தை உருவாக்கும் நகர்வு என்பது மூன்று தன்மையினால் ஆனவை.

அடுக்கு நிலை, காமிராவின் நகர்வுகள், காமிராவின் பார்வைக்குள் நடிக - நடிகர்களின், பொருட்களின் நகர்வுகள் என்பன. இவையும் மனித ஒலி அல்லது உரையாடல், இசைக்கோலங்கள், சத்தங்கள் என்ற மூன்று நிலைப்பட்ட ஒலியினங்களும் சேர்ந்தே படத்தின் காலப் பின்னணியை உருவாக்கித் தருகின்றன. அதேபோல், காட்சி *(Shot)* யின் அளவு, காமிராவின் கோணம், நிலப் பின்னணியின் வீச்சு அதற்குள் இடம் பெற்றுள்ள பொருட்கள் அடுக்கப்படும் முறை என்ற நான்குடன், இவற்றையெல்லாம் பதிவு செய்துகொள்ளும் படச்சுருள் வெட்டியும் ஒட்டியும் வரிசைப்படுத்தியும் ஒட்டப்படுவதன் மூலமாகவும், அந்தப் பிரதேசத்தில் உண்டாகக் கூடியதாக நம்பப்படும் பின்னணி ஒலிக் கோர்வைகளைச் சேர்ப்பதன் மூலமாகவும் ஒரு சினிமாவுக்கான வெளிப் பின்னணி உருவாக்கப்படுகின்றன.

இந்தத் தொழில்நுட்ப அறிவும் சினிமாவின் மொழி இலக்கணங்களும் கைவரப்பெற்ற திறமைசாலிகள், தமிழ்சினிமா உலகில் கணிசமாகவே உள்ளனர். என்றாலும், அவர்கள் அவற்றின் பார்வையாளர்களுக்குச் சொல்ல நினைப்பதும், உணர்த்த விரும்புவதும், உண்டாக்க முனைவதும் அத்திறமைகளின் ஒன்றிணைந்த வெளிப்பாடுகளை அல்ல! ஒரே படத்தில் ஒற்றை உணர்வையோ, காட்டுவதான நோக்கம் இல்லாமல் பலப்பலவான நோக்கங்கள் செயல்படுகின்றன. இந்த ஒன்று பல என்பதைப் புதிய சொல்லாடல்களின் வழி, ஒற்றைத் தளவெளிப்பாட்டிற்கு (வாசிப்புக்கு) மாறான, பலதள வெளிப்பாடு (பலதள வாசிப்பும்தான்) என்பதாகப் புரிந்துகொண்டுவிடக் கூடாது. இந்தப் பலப்பல என்பது எதிர்மறை அம்சங்கள் பலவற்றைத் தன்னிடம்

கொண்டதும், பார்வையாளனைச் சிந்திக்கும் மனித உயிரியாகக் கருதாமல், திளைப்பை மட்டுமே நோக்கமாகக் கொண்டு அலையும் உடல்களாகக் கருதி, அவற்றிற்கான போதை வஸ்துகளைச் சப்ளை செய்யும் அம்சங்களைக் கூடுதலாகக் கொண்டதும் ஆகும்.

போதை வஸ்துக்களின் வடிவங்கள்

தமிழ் சினிமா அதன் பார்வையாளர்களை மனமும் உடலும் சிந்தனையும் செயலும் நிரம்பிய உயிரியாகக் கருதாததன் விளைவாக, உடல் தினவுக்கான போதைகளாகப் பலவற்றை அதன் கலவையாகக் *(Increditants)* கொண்டுள்ளது. காதலும் வீரமும் தலையாய சங்க காலம் தொட்டு படைப்பில் கலக்கப்படும் கலவை. காதல் மட்டும் சங்க காலக் காதலாகவே இன்றும் தொடர, வீரம் வெவ்வேறு வடிவங்களில் மாறிவிட்டது. பண்ணையார்களுக்கெதிரான தொழிலாளியின் வீரமாக, சமுதாய விரோதிகளுக்கெதிரான அதிகாரிகளின் வீரமாக, தேசப்பற்றை வெளிப்படுத்தும் ராணுவவீரன், போலீஸ் அதிகாரி, புலன்விசாரணையாளனின் வீரமாக, திமிர்பிடித்த கும்பலுக்கெதிரான ஒற்றைத் தனிநபரின் வீரமாக வடிவம் பெற்று சண்டைக் காட்சிகளால் நிரம்பி வழிகின்றது. கட்டுமஸ்தான உடல்கள் தூக்கியெறிப்பட்டும், ரத்தம் பீறியடிக்கப்பட்டும் திரைகளைக் காணும் பார்வையாளனுக்கு அந்தக் காட்சிகளே வெற்றியடைந்த போதையை ஊட்டிவிடுகின்றன. எல்லாப் படங்களிலும் இடம்பெறும் சண்டைக்காட்சிகளில் வதைபடும் உடல்கள் ஒரே நேரத்தில் பயத்தையும் சுகத்தையும் பார்வையாளனுக்கு வழங்கும் விதமாகவே எடுக்கப்படுகின்றன. காட்சிக்குள் சிதறியடிக்கத் தயாராக வைக்கப்பட்டிருக்கும் தள்ளுவண்டிகள், மண்பாண்டங்கள், காய்கறிக் குவியல்கள், பிளாஸ்டிக் பொருட்கள் என்பன சண்டை நிஜமல்ல என்பதை உணர்த்திவிட உண்டாவது சுகம். ஆனால் கொப்பளிக்கும் ரத்த வண்ணம் உண்டாக்குவது பயம்.

சண்டைக்காட்சிகளில் ஒரே நேரத்தில் பயத்தையும் சுகத்தையும் தமிழ் சினிமா உருவாக்குகிறது என்றால், காதல் காட்சிகளில் ஒரே நேரத்தில் திளைப்பை இயலாமையை, ஏக்கத்தை ஏற்படுத்துகின்றன. நடப்பு வாழ்வில் காதல் வெளி என்பது தமிழ் யுவதிக்கும் தமிழ் இளைஞனுக்கும் தடை செய்யப்பட்ட வெளிகளாகும். இன்னும்

சொல்வதென்றால் கணவன் மனைவிக்கே திரைப்படத்தில் இடம்பெறும்விதமான நெருக்கமும் உரையாடல்களும் தடை செய்யப்பட்ட ஒன்றாகவே இருக்கிறது. இந்தியக் குடும்ப வாழ்வு என்பது முழுமையான நெருக்கமும் அந்தரங்கமும் அனுமதிக்கப்பட்ட வாழ்வு வெளி அல்ல. இதையெல்லாம் கவனத்தில் கொள்ளாமலேயே தமிழ் சினிமா காதல் வாழ்வையும் காம வாழ்வையும் பரிந்துரை செய்கிறது. கால் நூற்றாண்டுக்கு முன்பு - எம்.ஜி.ஆர்., சிவாஜி யுகத்தில் எடுக்கப்பட்ட படங்களில் தவறாது இடம்பெற்ற முதல் இரவுக் காட்சிகளைக் கொஞ்சம் நினைவுக்குக் கொண்டு வாருங்கள். ரிக்ஷா ஓட்டுபவனாக, ஆலைத்தொழிலாளியாக. விவசாயியாக, அலுவலகச் சிப்பந்தியாக, கண்டக்டராக, எடுபிடியாகப் பாத்திரமேற்றிருந்தாலும் நாயகனும் நாயகியும், திருமணத்திற்குப் பிந்திய முதல் இரவுக் கொண்டாட்டத்தை விவரிக்காமல் விடமாட்டார்கள். படத்தின் இயக்குநர்களுக்கு, ஆண் பெண் உடல்களின் நெருக்கத்தைக் காட்டுவதற்கு அதன் மூலம் பார்வையாளனுக்கு ஒரே நேரத்தில் திளைப்பையும் ஏக்கத்தையும் உருவாக்கித் தந்திட அதைவிடப் பொருத்தமான இடம் அந்தக் கால கட்டத்தில் வேறு ஒன்று இல்லை. இன்றோ அந்த இடத்தை எல்லாப் பாடல்களும் நிரப்பிக் கொண்டிருக்கின்றன. எல்லாப் பாடல்களிலும் ஒரே ஆண் - பெண் உடல்கள் அலுப்பைத் தந்துவிடும் என்பதற்காக இரண்டு நாயகிகள், நாயகன் நாயகிகளைச் சுற்றி இணை இணையாக ஆண் உடல்களும் பெண் உடல்களும் வளைவு கோடுகளையும் சிணுங்கல் ஒலிகளையும் எழுப்புகின்றன.

உடல்கள் அலுப்பூட்டுவது போல, உடைகளும் பின்னணிக் காட்சிகளும் அலுப்பூட்டிவிடக்கூடாது என்பதற்காக ஒரே பாடலில் பல வண்ண ஆடைகளும் பல்வேறு இடங்களும்கூட் மாற்றப்படுகின்றன. இதில் கைதேர்ந்த இயக்குநர்களாக சங்கர், மணிரத்னம், கே.எஸ். ரவிக்குமார் போன்றவர்கள் திகழ்கின்றனர். சங்கர் தனது முதல் படமான ஜென்டில்மேனில், ஐந்து பாடல்களைத் தமிழின் ஐந்துநிலப் பின்னணிகளில் குறிஞ்சி, முல்லை, மருதம், நெய்தல், பாலை என்ற பின்னணிகளில் எடுத்தவர். அந்தப் பார்வை, பின்வந்த படங்களில் உலக வரைபடத்தையே தனதாக்கிக் கொண்டது இவரது வெற்றி மற்ற இயக்குநர்களையும் தொற்றிக்கொண்டது. இந்த வியாதியின் உச்ச கட்டம்தான் இன்று

தமிழ் சினிமாவின் தயாரிப்பு முறையையே மாற்றிவிட்டது. இசையமைப்பாளரையும் பாடலாசிரியரையும் உட்காரவைத்துப் பாடலைப் பதிவு செய்து கொண்டு படப்பிடிப்புக்குச் செல்லத் தொடங்கிவிட்டனர். எடுக்கப்பட்ட பாடல் காட்சிகளை இணைப்பதற்கேற்பக் கதையையும் தாக்கங்களையும் பின்னர் உருவாக்கிக்கொள்கின்றனர். சண்டைக்காட்சிகளும் பாடல் காட்சிகளும் தனித்தனியே படமாக்கப்படுவது போலவே காமெடிக் கோர்வைகளும் கூட இலக்கின்றியேதான் எடுக்கப்படுகின்றன. பிரபலமாக இருக்கும் நகைச்சுவை நடிகர்களின் கால்ஷீட்டிற்கேற்ப எடுக்கப்படும் காட்சிகள் குறிப்பிட்ட இந்தப் படத்திற்குத்தான் என்று திட்டமிடப்படாமலேயேதான் எடுக்கப்பட்டு, பின்னர் தொடர்புபடுத்தப்படுகின்றன.

கதாநாயகனின் தோழனாகக் காட்டப்படும் காமெடியன்களும், அவர்களுக்கு இணையாக வரும் காமெடியன்களும் என, தவறாது தமிழ் சினிமா காமெடி கோர்வைகளைக் கொண்டிருக்கின்றன. சமூக விமர்சனம் நிறுவப்பட்ட அதிகாரத்தைக் கேலி செய்தல், லட்சிய வாழ்க்கைக்கு அவாவும் இளைஞனைக் கனவுலகிலிருந்து மீட்டு நிஜவாழ்க்கையை உணரும்படிச் செய்தல் என்ற நேர்மறை அம்சங்களைக் கொண்ட நகைச்சுவைக் கோர்வைகள் படம் முடியும்போது மறக்கடிக்கப்பட்டு, கதாநாயகனின் துயரத்தையோ வெற்றியையோ பார்வையாளனிடம் திணித்து அனுப்புகின்றன தமிழ் சினிமாக்கள்.

கவுண்டமணி செந்தில், வடிவேலு, சார்லி, மணிவண்ணன், மதன்பாபு, மயில்சாமி எனக் குரல்வழியும், உடல்வழியும் வேடிக்கைகள் காட்டும் நகைச்சுவை நடிகர்களின் உடல்கள் விரும்பத்தக்கனவாகச் சித்தரிக்கப்படுவன அல்ல. தற்கால யதார்த்தத்தைப் புத்திசாலித்தனமாகப் பயன்படுத்தும் விவேக்கின் "காமெடி" தனியாக விவாதிக்க வேண்டிய ஒன்று.

நகரம், கிராமம், இதில் பாதி அதில் பாதி, குறிப்பான வெளிகள் இல்லாமல் எனப் படம் எடுத்துத் தள்ளும் தமிழ் சினிமாவின் தயாரிப்பில் இந்த மூன்றும் காதல், சண்டை, காமெடி தவிர்க்க முடியாத கலவைகளாக இருக்கின்றன. இவை மூன்றுமே பார்வையாளனை உடல்களாகவே ஒரே விதமாகவே பார்க்கின்றன. இதற்குப் பிறகுதான் தியாகம், அன்பு, ஒழுக்கம், கடமை, வன்மம்,

கோபம், எரிச்சல் என்பதான உணர்வுகளை உருவாக்கும் கதை அம்சங்கள் நிகழ்வு கோர்வைகள் கவனத்தில் கொள்ளப்படுகின்றன. இதிலும் கூட அனைத்துவித உணர்வுகளும் வெளிப்படத்தக்கதான கதைப்பின்னல்களே தேர்வு செய்யப்படுகின்றன.

தந்தையின் பெருமையைக் காக்கும் தனயனின் தியாகம் மட்டுமே அல்ல, சூரியவம்சம். குடும்பப் பாரம்பரியம், அன்பான கணவன் - படித்திருந்தாலும் குடும்பத்திற்கேற்ற மனைவியாக இருத்தல், பணத்தை நாடும் இன்னொரு உறவுப் பெண், பங்காளிகளிடையே நிலவும் வன்மம், எனப் பலவிதக் கலவைகளின் சாரம்தான் அப்படம் தரும் உணர்வுகள், நாட்டிற்கான (முதல்வரை அடையாளம் காட்டுவதாகச் சொல்லும்) முதல்வன் எழுப்பும் உணர்வுகள் அது சார்ந்தன அல்ல! எளிமையான குடும்பம், அன்பான அம்மா, அழகான மனைவி ஏரிக்கரைப் பூங்காற்று என்ற குடும்பம் சார்ந்த உணர்வுகள்தான். இப்படியே எல்லாப் படங்களும் கலக்கித் தரும் உணர்வுகள் பலப்பல விதமானவை. குடும்பத்திற்காக உறவினர்களுக்காக காதலுக்காகத் தியாகம் செய்யும் நாயகர்களின் மறுபிறப்புகள் ஒவ்வொரு படத்திலும் கதைப்பின்னல்களாகத் தொடர்ந்துகொண்டே இருக்கின்றன.

உடலை வெறுக்கும் உடல்களாகப் பார்வையாளர்கள்!

150 நிமிடங்களுக்குக் குறையாமல் ஓடும் தமிழ் சினிமாவில் பார்வையாள உயிரியின் மனதைக் குறிவைக்கும் காட்சிகளும் வசனங்களும் எப்பொழுதும் பாதிக்கும் குறைவாகவே இருந்து வருகின்றன. சமீபத்திய படங்களில் அது 25 சதவீதமாகக் குறைந்து விட்டன. 75 சதவீதமும் பார்வையாளனை வெறும் திளைப்பை விரும்பும் உடல்களாகக் கருதும் காட்சிகளும் ஒலிக்கோர்வைகளும் பாடல் வரிகளும் மட்டுமே இடம் பிடிக்கின்றன. இவை ஒருவிதத்தில் பார்வையாளனின் உடலை முன் நிறுத்தி, அவனது உடலை அவனே வெறுக்கும்படித் தூண்டவும் செய்கின்றன.

திரையில் பார்க்கும் உடல்கள் பார்வையாளத் தமிழ் உடல்களி லிருந்து முற்றிலும் வேறுபட்டவை என்பதைக் கவனத்தில் கொள்ளவேண்டும். திரட்சியும், மழுமழுப்பும், மென்மையும் நிரம்பிய வெள்ளை நிற மஞ்சள் நிற சிவப்பு நிற நாயகிகளும்

நாயகன்களும் நிரம்பிய திரையில், பார்வையாளன் தன்னைப் பொருத்திக்கொள்வது என்பது சாத்தியப்படும் ஒன்றல்ல. சினிமாவில் உண்டாக்கும் திளைப்பும் களியாட்டமும் வீரமும் காதலும் அந்த உடல்களுக்கு மட்டுமே சாத்தியமானவை; தனது கறுப்பு உடல்களுக்கும் மண்சுமந்த தோள்களுக்கும் அல்ல எனத் தானே விலகிக்கொள்ளவும் செய்வான் பார்வையாளன்.

ஆண் பெண் உடலின் அதீத நெருக்கங்களைக் காட்சிக் கோர்வை களாக்கும் சமீபத்திய படங்களின் நாயகிகள் பெரும்பாலும் வடஇந்திய நகரங்களில் இருந்து வந்து, உடல் திரட்சியையும் தாராள ஆடைக் குறைப்பையும் மட்டும் மூலதனமாக்கும் பெண்களே! அந்தப் பெண்களின் வெற்றியும், குறுகிய காலத் திரையுலக வாழ்க்கையையும் பார்வையாளத் தமிழனுக்குத் தருவன என்ன..? ஏக்கம்... தவிப்பு... இயலாமை... அவன் உடல் மீதே அவனுக்கு உண்டாகும் வெறுப்பு என்பனதான்.

இதன் மறுதலையாகத் தன் சொந்த வெளியில் உலவும் குடும்பத்துப் பெண்களின் மீது வன்மமும் வெறுப்பும் உண்டாகும் சாத்தியங்கள் இல்லை என்று உளவியலாளர்கள் கூறமாட்டார்கள். காற்று நிரம்பிய வண்ண பலூன்களைத் தூக்கிப் போட்டு விளையாட முடியாத குழந்தை, தன் கைவசம் உள்ள விளையாட்டுப் பொம்மையை உடைத்துவிடும். இம்மனநிலை, குழந்தைகளுக்கு மட்டுமே உரியதல்ல, பெரியவர்களுக்கும் உரியதுதான்!

தமிழ் சினிமா, தனது பார்வையாளர்களுக்கு வழங்கிடும் போதைகள் இவைமட்டுமே அல்ல. அவற்றின் நோக்கம் வியாபார வெற்றி என்பதனால், அதனை அடைவதற்கான உத்திகள் எதுவாயிருந்தாலும் பின்பற்றத் தயங்குவதே இல்லை என்பதை மட்டும் இப்போதைக்குச் சொல்லி முடிக்கலாம்.

2. சீதாராமம், விருமன் :
நாடு தழுவிய சினிமாவும் ஊர் தாண்டாத சினிமாவும்

சீதாரா(ம)ம், விருமன் - இரண்டும் அடுத்தடுத்துப் பார்க்கக் கிடைத்த சினிமாக்கள். முன்புபோல் திரையரங்குகளுக்குப் போய்ப் படங்களைப் பார்க்கும் வாய்ப்புகள் குறைந்துவிட்ட சூழலில் இரு படங்களையும் இணையதளங்கள் வழியாகவே பார்க்க முடிந்தது.

இரண்டு படங்களையும் பார்த்து முடித்தபின் வெகுமக்கள் ரசனைக்கான சூத்திரங்களால் உருவாக்கப்பட்ட படங்கள் என்றே முதலில் தோன்றியது. 'மசாலா'ப் படச் சூத்திரங்களின் முதன்மைக் கூறுகளான "காதல் முரண், பாசமோதல், பகையின் வன்மக்குவியல், நேர்மை, தியாகம் நல்லொழுக்க முன்வைப்பு" போன்ற உரிப்பொருள் *(Content)*களில் ஒன்றைக் கொண்ட படங்கள் என்று தோன்றினாலும் அதனைத் தாண்டிச் சில தளங்களில் கூடுதல் அழுத்தம் இருப்பதாகவும் தோன்றியது. காட்சியின்பம் தரும் பாடல் காட்சிகளாலும், இடையிடையே திணிக்கப்பட்ட சண்டைக்காட்சிகளாலும், உணர்ச்சியூட்டும் வசனங்களால் உருவாக்கப்படும் மோதல் காட்சிகளாலும் அடுக்கப்பெற்ற மசாலா சினிமாக்கள் என்ற நினைப்போடு படத்தின் இயக்குநர்களின் கூடுதல் அக்கறைகள் வெளிப்பட்ட படங்கள் என்பதாகவும் இருந்தன. அதனாலேயே இரண்டு படங்களையும் நிகழ்கால இந்திய அரசியல் நகர்வுகளின் பின்னணியில் விவாதிக்கத்தோன்றியது.

வகைப்பாடென்னும் அறிதல் முறை

எந்தவொரு கலை இலக்கிய வெளிப்பாட்டையும் புரிந்துகொள்ளவும் விளக்கிப் பேசவும் விமரிசனப்படுத்தவும் உதவும் முதன்மையான அறிதல் முறைகளில் ஒன்று வகைப்பாடு. கலையியலுக்கும் இலக்கியவியலுக்கும் வரையறைகளையும் கோட்பாடுகளையும் உருவாக்கித் தந்த முன்னோடிகளான அரிஸ்டாடில், தொல்காப்பியர், பரதர் போன்றோர் வகைப்பாட்டை முக்கியமான அறிதல் முறையாக முன்வைத்துள்ளனர். கலை, இலக்கியங்களை வகைப்பாடு செய்வதற்கு வெவ்வேறு காலகட்டத்தில் வெவ்வேறு காரணங்களும் நோக்கங்களும் பின்பற்றப்பட்டுள்ளன. நவீனத் திறனாய்வு முறைகளும் கூடச் செவ்வியல், புனைவியல், இயற்பண்பியல், நடப்பியல், நடப்பியல் அல்லாத குறியீட்டியல், அபத்தவியல், மிகை நடப்பியல், இருத்தலியல் போன்ற வகைப்பாடுகளைப் பரிந்துரைக்கின்றன.

வகைப்பாடுகளின் காரணங்களாக உரிப்பொருள்களும் உணர்வெழுச்சிகளும் இருப்பதைப் போலவே நிகழ்வெளிகளும் காரணங்களாக இருந்துள்ளன; இருக்கின்றன. கவிதைகளைக் குறிஞ்சி, முல்லை, மருதம், நெய்தல், பாலையென வகைப்படுத்துதலில் இருந்த காரணம் நிகழ்வெளிகளே என்பது அனைவரும் அறிந்த ஒன்று. இப்போது வட்டார எழுத்துகள், நகரிய எழுத்துகள், புலம்பெயர் எழுத்துகள் எனப் பேசுவதின் பின்னால் வெளிகள் சார்ந்த காரணங்களே இருக்கின்றன. இந்தப் புரிதலோடு திரைக்கதையின் நிகழ்வு வெளிகளாகக் காட்சிப்படுத்தியதைக் கொண்டு ஒன்றைப் பெருவெளிப்படம் எனவும் இன்னொன்றைக் குறுவெளிப்படம் எனவும் வகைப்பாடு செய்யலாம். லண்டன், பெஷாவர், காஷ்மீர், ஹைதராபாத், சென்னை எனக் காட்சிப்படுத்தியுள்ள சீதாராமைப் பெருவெளிப்படம் எனவும், செக்கானூரணிக்குப் பக்கத்தில் உள்ள சிறு கிராமத்தில் மாசிப்பச்சைத் திருவிழாவோடு தொடங்கி, அதே ஊரில் முடிந்து போகும் விருமனைக் குறுவெளிப்படம் எனவும் வகைப்பாடு செய்வதில் சிக்கல் எதுவும் இல்லை. இனி இவ்வகைப்பாட்டின் வழியாக அப்படங்கள் உருவாக்க நினைக்கும் உணர்வெழுச்சிகளையும் அரசியல் சொல்லாடல்களையும் விளங்கிக்கொள்ள முயற்சிக்கலாம்.

பெருவெளி சினிமா என்னும் கருத்துரு

அண்மைக் காலத்தில் இந்திய சினிமாவைப் பற்றிய பேச்சுகளில் மேலெழும்பி வரும் சொல்லாடலாக இருப்பது பெருவெளி(MACRO SPACE). சினிமாக்கள் சினிமாவின் காட்சிகளுக்கான வெளிகளை அடையாளப்படுத்தும் சொல்லாடலாக அது நிலைபெற்றுக் கொண்டிருக்கிறது. ஆங்கிலத்தில் 'பேன் இண்டியன் சினிமா' (PAN INDIAN CINEMA) எனச் சொல்லப்படும் இவ்வகை சினிமாக்கள் இந்திய நாட்டின் வெவ்வேறு மாநில எல்லைகளைத் தாண்டிய அல்லது ஊடாகப் பயணிக்கும் நிகழ்வுகளைக் கொண்டனவாகக் காட்சிகளை அமைக்கின்றன. அதற்கேற்ற புனைவையோ, தொன்மத்தையோ, வரலாற்றுப் புனைவையோ கதைப் பின்னலாகவும் திரைக்கதையாகவும் ஆக்குகின்றன.

இதன் பின்னணியில் பெரும் முதலீட்டில் தயாரிக்கப்படும் படங்களைப் பெரும் சந்தையில் இறக்கிச் சந்தைப்படுத்தும் வியாபார உத்தி வேலை செய்கிறது என்பதையும், ஒரு மொழி அடையாளம் கொண்ட மாநில எல்லையைத் தாண்டி, இந்தியச் சந்தைக்குள் விற்பனை செய்யும் முதலாளிய நோக்கம் இருக்கிறது என்பதையும் மறுத்துவிட முடியாது. அதற்காக மொழி அடையாளம் தாண்டி, மாநில எல்லைகளைத் தாண்டி நடிப்புக் கலைஞர்களும் பின்னணித் தொழில்நுட்பப் பணியாளர்களும் உள்வாங்கப்பட்டுத் தேசிய அடையாளத்தை உருவாக்கும் வேலை நடக்கிறது. அப்படியானவொரு போக்கை முதலில் தொடங்கி வைத்தவர் தமிழின் முதன்மை இயக்குநர்களில் ஒருவரான மணிரத்னம் என்பதை இந்த இடத்தில் நினைவுபடுத்திக் கொள்ளலாம்.

தென் தமிழ்நாட்டுக் கிராமங்களிலிருந்து வட இந்திய நகரங்களுக்குப் பெயர்ந்து போன பாத்திரங்களின் வழியாகத் தேசியச் சந்தைக்குள் நுழைந்தார் மணிரத்னம். அவரது 'ரோஜா' படத்தில் தமிழ்ப் பாத்திரங்களும் தமிழ் நடிகர்களுமே முதன்மையாக இருந்தார்கள். ஆனால் தொடர்ந்து இயக்கிய 'பம்பாய்', 'அலைபாயுதே', 'உயிரே' போன்ற படங்களில் இந்திய நடிப்புக் கலைஞர்களோடு கவனமாக நகர்ந்தார். மாநில அடையாளம் தாண்டிய தேசிய அடையாள உருவாக்கத்தில் மணிரத்னத்திடம் அப்போது வியாபார நோக்கம் மட்டுமே இருந்தது. ஆனால், இப்போது வரும் பெருவெளிப் படங்களில் வியாபார நோக்கத்தைத் தாண்டிக் கருத்தியல் உருவாக்கமும் அரசியல் தெரிவுகளும் கூடுதலாகச் சேர்ந்துள்ளன.

சீதாராமம்: திரைக்கதையின் செய்நேர்த்தி

வைஜெயந்தி மூவிஸ் - சுவப்னா சினிமா நிறுவனம் தயாரித்துள்ள 'சீதா ராமம்' படத்தை லைகா தயாரிப்பகம் விநியோகம் செய்துள்ளது. அதில் துல்கர் சல்மான் (மலையாளம்), மிருணாள் தாக்கூர் (வங்காளம்), ராஷ்மிகா மந்தண்ணா (தெலுங்கு), ஆகியோர் முதன்மைப் பாத்திரத்தில் தோன்றுகிறார்கள். இவர்கள் அல்லாமல் படத்தில் இந்திய சினிமாவின் பல்வேறு மொழிகளில் அறியப்பட்ட நடிப்புக் கலைஞர்கள் பங்கேற்றுள்ளனர். தமிழிலும் கன்னடத்திலும் முக்கிய நடிகராக விளங்கும் பிரகாஷ்ராஜ் கூட நடித்துள்ளார். படத்தின் இயக்குநர் ஹனு ராகவபுடி, முதன்மையாகத் தெலுங்குப்பட இயக்குநர்; அவரால் தெலுங்கில் தான் தயாரிக்கப்பட்டுள்ளது. அதன் பிறகே இந்திய மொழிகள் பலவற்றிலும் மொழிமாற்றம் செய்யப்பட்டுள்ளது. இந்த ஒரு காரணத்தினாலேயே சீதாராமம் படத்தைப் பெருவெளி சினிமாவுக்கான எடுத்துக்காட்டு எனச் சொல்லவில்லை.

காஷ்மீர் மாநிலப் பிரிவினை அரசியலின் பின்னணியில் காஷ்மீர், ஹைதராபாத், சென்னை எனக் காட்சிகள் அமைக்கப்பட்டுள்ளன. அத்தோடு லண்டனிலிருந்து கிளம்பி வரும் பாகிஸ்தான் இளம்பெண் எனக் கதையின் தொடக்கம் இருப்பதால் திரைப்படத்தின் காட்சிகள் லண்டன் நகரத்திலும் பாகிஸ்தானிலும் நடப்பதாகக் காட்சிப்படுத்தப்பட்டுள்ளன. இயக்குநர் ஹனு ராகவபுடியின் முதன்மை நோக்கம் சீதாராமம் முதன்மையாக ஒரு காதல் சினிமா என்பதுதான். ஆனால் நிகழ்வுகளின் பின்னணி வெளிகள், திரைக்கதை அமைப்பு, சொல்முறை ஆகியவற்றால் அதுவொரு அரசியல் சினிமாவாக மாற்றப்பட்டுள்ளது.

நாட்டுப் பற்றும் மக்களின் மீது அன்பும் கொண்ட சாதாரண மனிதன் மீது இந்தியப் பெண்ணொருத்தி, நேரில் சந்தித்துக்கொள்ளாமலேயே கொண்ட காதலின் தீவிரத்தைச் சொல்கிறது படம். ராமன் என்னும் ராணுவ வீரன் பாத்திரத்தைக் குடும்பமே இல்லாத அனாதை என முன்வைத்துவிட்டு, ராணுவ வீரனுக்குள்ளும் உயிர்காக்கும் நேசமும் அன்பும் கருணையும் கொண்ட ஒருவன் இருக்கிறான் என்பதின் அடையாளமாக உருவாக்கி மக்களிடம் பரப்பப் படுகிறது. வானொலி வழியாகக் கேள்விப்பட்டு இந்தியாவின் பல்வேறு மாநிலத்து மனிதர்களும், அவனது நாட்டுப்பற்றையும்

மனிதாபிமானத்தையும் கொண்டாடுவதாகக் கதைப்பின்னல் உருவாக்கப்பட்டுள்ளது. "யாருமற்ற அனாதையல்ல நீ; உன்னை மகனாகவும், சகோதரனாகவும் பாவிக்கும் பல்லாயிரக்கணக்கான குடும்பங்கள் இந்திய நாடு முழுவதும் பரவியுள்ளன" என்பதை உணர்த்திக் கடிதங்கள் எழுதப்படுகின்றன. அவற்றில் உச்சமாக ஒரு காதல் கடிதம் வருகிறது. அவள் அவனைக் காதல் என்ற நிலையைத் தாண்டி கணவனாகவே வரித்துக்கொள்ளத் தயாராக இருப்பவள் என்கிறது அந்தக் கடிதம். முகவரியற்ற அந்தக் கடிதத்தில் அவளது பெயர் சீதா மகாலெட்சுமி எனச் சுட்டப்பட்டுள்ளது. ராமனுக்கான சீதையாகத் தன்னைச் சொன்ன அவளைத்தேடும் ராமனின் தேடலும் ஆர்வமும் படத்தின் அழகியல் காட்சிகளாக விரிக்கப்பட்டுள்ளன.

சீதா மகாலெட்சுமி என்ற பெயரில் மறைந்திருக்கும் அந்தப் பெண் ஹைதராபாத் இளவரசி நூர்ஜஹான் என்பது திரைக்கதையின் ஆகப்பெரும் முடிச்சு. அவளைச் சந்தித்து இருவரும் காதலைப் பரிமாறியபின் திரும்பவும் வருவான்; அரசகுடும்பப்பின்னணியையும் மீறி ராமனை மணந்த சீதாவாக ஆகமுடியும் என்ற நினைப்பும் நம்பிக்கையும் உருவாக்கப்படுகிறது. நூர்ஜஹான் என்ற பெயரை சீதா மகாலட்சுமியாக மாற்றிக்கொண்டு அவள் எழுதும் காதல் கடிதங்கள் வழியாக உருவாகும் காதல் உணர்வையும், அவளைச் சந்திக்க ராம் எடுக்கும் முயற்சிகளையும், நல்திறக் கட்டமைப்பு நாடகங்களில் உருவாக்கப்படும் ரகசியங்கள், முடிச்சுகள், விடுவிப்புகள் என அடுத்தடுத்துக் கச்சிதமாக உருவாக்கப்பட்ட திரைக்கதைப் பின்னலால் கவித்துவமிக்க காதல் படமாக மாற்றியுள்ளார் சீதாராமம் படத்தின் இயக்குநர். ஆனால் காஷ்மீரில் நடக்கும் பாகிஸ்தான் தீவிரவாதிகளின் செயல்பாடுகளால் திரும்பி வரமுடியாத - சந்தித்துக்கொள்ள முடியாத நிலை உருவாகிறது. முதலில் தேசப்பற்றுக் கொண்டவன் எனப் பாராட்டப்பட்ட ராமன் ஒரு கட்டத்தில் தேசவிரோதியாகச் சித்திரிக்கப்படுகிறான். ஆனால் தன்னை விளக்கித் தன் காதலிக்கு எழுதிய கடிதத்தை அனுப்பும் பொறுப்பை, காஷ்மீரில் அவனால் காப்பாற்றப்பட்ட சிறுமியின் தாத்தாவிடம் ஒப்படைக்கிறான். அப்பொறுப்பு தடைபட்ட நிலையில், அந்தப் பொறுப்பை நிறைவேற்றினால் தான் தனது சொத்தில் பங்கு கிடைக்கும் எனத் தாத்தாவின் உறுதியை ஏற்றுக் கிளம்புகிறாள் பேத்தி. ராமன் எழுதிய கடிதத்தைக்

கொண்டு சேர்க்க அலையும் இன்னொரு பெண்ணின் தேடலின் சுவாரசியங்களும் திருப்பங்களும் கொண்ட நிகழ்காலக் கதை கூடுதல் திரைக்கதைப் பின்னல். நூர்ஜஹான் - ராம் என்ற முற்காலக் கதையையும், இந்தியா மீது வெறுப்புடன் இருக்கும் நிகழ்காலப் பாகிஸ்தான் பெண்ணொருத்தியின் -அப்ரீனின் இந்திய நகரங்களுக்குள்ளான பயணம் என்ற நிகழ்காலத் தேடலையும் இணைத்து இருதளக் கதைப்பின்னலை உருவாக்கியிருப்பது திரைப்படத்திற்கு வலுவான முடிச்சுகளை உருவாக்கித்தந்துள்ளது. பார்வையாளர்களுக்கு ஆர்வமூட்டும் திருப்பங்கள் கிடைக்க இந்த முடிச்சுகள் காரணமாகின்றன.

விவாத முடிச்சுகள்

வலுவான - செய்நேர்த்தி கொண்ட திரைக்கதைப்பின்னலால் அதிகாரமும் செல்வமும் தீர்மான சக்தியாக இருக்கும் வர்க்க பேதங்களையும். பண்பாட்டு அடையாளங்களைத் தீர்மானிக்கும் சமயப்பிரிவுகளையும் தாண்டிய ஒன்று காதல் என்பதை முன்னிறுத்தியுள்ளது சீதாராம். இந்திய வெளிகளையும் தாண்டிப் பன்னாட்டு வெளிகளைக் காட்சிப்படுத்தி உணர்ச்சிகரமான மோதல்களாலும் ரகசியங்களாலும் மதங்களின் கட்டுப்பாடுகளைத் தாண்டிய காதல் படமாக முன் வைத்துள்ளார் இயக்குநர், அதே நேரம் 'இந்தியாவுக்கும் பாகிஸ்தானுக்கும் இடையே தீர்க்கப்படாத சிக்கலைக் கொண்ட காஷ்மீர் என்னும் நிலப்பரப்பைப் படத்திற்கான முதன்மை நிலவெளியாக ஆக்கியிருப்பதின் மூலம் தனது படத்திற்கு அரசியல் விவாதம் ஒன்றை உருவாக்க நினைத்துள்ளார். அது அவரது சார்பையும் தன்னிலை வெளிப்பாட்டையும் காட்டுகிறது.

இந்தியாவிற்கும் பாகிஸ்தானிற்கும் இடையே நீண்ட காலமாகத் தீர்க்கப்படாமல் இருக்கும் காஷ்மீரின் அரசியல் சிக்கலையும் அதற்குள் செயல்படும் இருநாட்டு ராணுவ ஆக்கிரமிப்புகளையும் மோதல்களையும் அவற்றிற்குப் பின்னால் இயங்கும் தீவிரவாதச் செயல்பாடுகளையும் நுட்பமான சார்புடன் காட்சிப்படுத்தியுள்ளார் இயக்குநர். காட்சிகள் உருவாக்கம், காட்சிப்படுத்தலில் வைக்கப்படும் காமிராவின் பார்வை, பாத்திரங்களின் உரையாடல் மொழி

என ஒவ்வொன்றிலும் தனது இந்தியத் தன்னிலையைக் காட்ட அவர் மறைக்கவில்லை. ஒரு இந்திய இயக்குநரின் தன்னிலை வெளிப்பாடு என்பது இந்திய நோக்குநிலையில் வெளிப்படும் என்பதைத் தனியாகச் சொல்ல வேண்டியதில்லை. இந்திய நோக்குநிலை என்பது தேசியப்பார்வை என்பதைத் தாண்டி இந்துப் பெரும்பான்மை மனநிலை என்பதாகப் பார்க்கப்படும் வாய்ப்பு இப்போதைய சூழலில் நிலவுகிறது என்பதும் தவிர்க்க முடியாதது.

இந்து பெரும்பான்மை வாதத்தின் முதன்மை இலச்சினைப் பாத்திரமாகக் கட்டமைக்கப்பட்ட புராணப்பாத்திரம் ராமன். முதன்மைப் பாத்திரத்தின் பெயராக ஆக்கப்பட்டிருப்பதே சார்பைச் சொல்லிவிடும் ஒன்றாக இருக்கிறது. அவனை அடைய விரும்பும் நூர்ஜஹான் வரித்துக்கொள்ள வேண்டிய பாத்திரம் சீதா மகாலெட்சுமி என்பது அதனை மேலும் வலுவாக்கியுள்ளது. இவையல்லாமல், லண்டனில் படிக்கும் பாகிஸ்தானிய மாணவி இந்தியர் ஒருவரின் காரைக் கொளுத்தும் வன்மத்தோடு வெளிப்படுவது, இந்திய ராணுவத்தைக் காஷ்மீரிலிருந்து வெளியேற்றுவதற்காக உருவாக்கப்பட்ட பயங்கரவாதிகள் பாகிஸ்தானிலிருந்து ஊடுருவுவது, இந்திய ராணுவ வீரர்கள், போர்க்களம் தாண்டி மனிதாபிமானத்தோடு வெளிப்படுவது என அரசியல் நிகழ்வுகளும் படத்தில் காட்சிப்படுத்தப்பட்டுள்ளன. அவை ஒவ்வொன்றிலும் இந்திய நோக்குநிலையே இந்திய அரசின் நோக்குநிலையே காட்டப்பட்டுள்ளன. ஆனால் எதிர்த்தரப்பு சார்ந்த காட்சிகள் ஒவ்வொன்றும் இசுலாமியத் தன்னிலையாக முன்வைக்கப்படுகிறது.

இந்தியத் தன்னிலையையும் இசுலாமியத் தன்னிலையும் எதிரெதிராக மற்றமைகளாக முன்வைப்பதின் வழியாக உருவாகும் கருத்தியலாக்கமும் அரசியல் நோக்கமும் இப்போதைய சூழலில் எத்தகைய விளைவுகளை உண்டாக்கும் என்பதைத் தனியாக விவாதிக்கவேண்டும். அவ்விவாதம் சினிமாவைத் தாண்டிய விவாதம். ஆனால் இந்திய சினிமாவைப் பெருவெளிப் படமாக ஆக்கிக் காட்ட இந்துப் பெரும்பான்மை, இசுலாமியச் சிறுபான்மை என்ற சமய எதிர்வுச் சொல்லாடலே சரியான ஒன்றாக இருக்கிறது என்பதை மட்டும் இங்கே கவனித்துக்கொள்ளலாம்.

குறுவெளிப் படங்களின் கதைப்பின்னல்

பெருவெளிப்படங்களின் மறுதலையாகக் குறிப்பிட்ட வட்டாரப் பின்னணியில் அதிலும் குறிப்பான ஊர்களைப் பெயரோடு குறிப்பிட்டு எடுக்கப்படும் குறுவெளிப் (LITTLE SPACE) படங்களின் நிகழ்கால மாதிரியாக இயக்குநர் முத்தையாவின் விருமன் வந்துள்ளது. தனது அதிகாரம், தனது சம்பாத்தியம் தனது விருப்பப்படியான வாழ்க்கை என வாழும் ஒருவரின் தந்தைமையைக் கேள்வி கேட்கும் மகன் என்ற நேர்மறையான கருத்தியல் விவாதம் போல உருவாக்கப்பட்டுள்ள விருமன் படத்தின் கதைப்பின்னல் வெளிப்பார்வைக்கு நேர்மறையான சினிமாவாகத் தோன்றுவதைத் தவிர்க்கமுடியாது. அதனைப் பலப்படுத்தும் விதமாக லஞ்சம் வாங்கிச் சொத்து சேர்த்து தன்னகங்காரத்துடன் வாழும் தகப்பனாக (தாசில்தார் முனியசாமி/ பிரகாஷ்ராஜ்) பாத்திரம் உருவாக்கப்பட்டுள்ளது. ஆனால் அவரை எதிர்த்து நிற்கும் மகன் விருமனின் போராட்டம் என்பது பொதுவெளி நியாயங்களுக்கான போராட்டமாக இல்லாமல் குடும்ப உறவுகள் சார்ந்த உள்முரணில் நீளும் திரைக்கதை அமைப்பு கொண்டது. அக்கதைப்பின்னலில் இடம் பெறும் பாத்திரங்கள் பெரும்பாலும் அக்குடும்பத்தின் உறுப்பினர்களாகவும் அக்குடும்பத்தோடு ரத்த உறவு வழியாகத் தொடர்புகொண்ட உறவினர்களாகவுமே உள்ளனர்.

தாய்மாமன் உறவு வழியாகக் கொண்டும் கொடுத்தும் பாரம்பரியத்தைப் பேணும் ஒரு சாதியப் பண்பாட்டைச் சுற்றிச்சுற்றி வரும் கதைப்பின்னல். இத்தகைய கதைப்பின்னல்கள் தனிநபர்களின் அதிகாரத்தைக் கேள்வி கேட்குமே ஒழிய, சாதிய அதிகாரத்தைக் கேள்வி கேட்கும் பக்கம் எப்போதும் நகர்வதில்லை. நகரவேண்டும் என்ற விருப்பமே இத்தகைய படங்களின் இயக்குநர்களுக்கு இருப்பதில்லை. படத்தில் இடம் பெறும் சாதிக்குள் ஏற்பட்டுள்ள மாற்றங்களையும் சாதிப்பெருமைகளைக் கைவிடும் மனப்போக்கையும் கவனப்படுத்தாமல், சாதிய அடையாளங்களையே முதன்மைப்படுத்துகின்றன.

இயக்குநர் முத்தையா இயக்கி இப்போது வந்துள்ள அவரது விருமன் (2022)மட்டுமல்ல, அவர் எழுதி இயக்கிய எல்லாப்படங்களிலும் இந்தக் கூறுகளே மேலோங்கியுள்ளன. படங்களை இங்கே நினைவு

படுத்துவதன் வழியாக இதனை உறுதி செய்துகொள்ளலாம். குட்டிப்புலி (2013), கொம்பன் (2015) மருது (2016) கொடிவீரன் (2017) தேவராட்டம் (2019) புலிக்குத்திப்பாண்டி (2021). படத்திற்குப் பெயர் வைப்பதில் தொடங்கிப் பாத்திரங்களின் பெயர்கள், நிகழ்வெளிகள், உருவாக்கப்படும் முரண்கள், என ஒவ்வொன்றிலும் தமிழ்நாட்டின் பெரும்பான்மைச் சாதியொன்றின் அடையாளங்களோடு வெளிப்படுகின்றன அவரது படத்தின் காட்சிகள். குடும்ப வெளிக்குள் நடக்கும் பிறப்பு, பூப்பு நிகழ்வு, தாய்மாமன் உறவு, திருமணக்காட்சிகள், இறப்புச்சடங்குகள், அவற்றில் கட்டாயமாக இடம் பெறும் செய்முறைக் காட்சி என விலாவாரியாகக் காட்சிப்படுத்துவது அவரது அடையாளம். குடும்பவெளியைத் தாண்டிக் கிராமத் திருவிழா, குலதெய்வக் கொண்டாட்ட நிகழ்வுகள், சாராயம் காய்ச்சுதல், டாஸ்மாக் ஏலம் போன்றனவும் அவற்றில் தவறாமல் இடம் பெறும் கூறுகள். இவற்றை இயல்புநெறிப் பண்போடு சித்திரிப்பது அவரது திரைப்பட மொழியாக இருக்கின்றன. அவர் தெரிவு செய்யும் கிராமங்களில் குறிப்பிட்ட ஒரு சாதி மட்டுமே இருப்பது போலவும் அவர்களுக்குள்ளேயே முரண்பாடுகளும் சண்டைகளும் நிகழ்கின்றன என்பதாகவும் காட்சிப்படுத்துவதன் வழியாக அந்தச் சாதியின் அனைத்துக்கூறுகளையும் அதன் பண்பாட்டு நடவடிக்கைகளையும் தொடர்ந்து ஆவணப்படுத்திக் காட்டுவதையே தனது கலைக்கோட்பாடாக வைத்துள்ளார். உரையாடல்களில் வெளிப்படும் வட்டார மொழியும் கூட அக்குறிப்பிட்ட சாதியின் சமுதாயக் கிளைமொழியாகவே இருக்கிறது.

இந்த ஊரில் அல்லது இந்த இடத்தில் எனக் குறிப்பாகக் காட்சிகளுக்கு இடப்பின்னணியைத் தருவதின் மூலம் அவை உண்மையில் நடந்தவை; நடப்பவை என்று நம்பச்செய்துவிடும் தன்மையை உருவாக்கிக்கொள்கிறது. அத்தன்மைகள் அப்படியே வழிவழியாக வருபவை; இயல்பானவை; இயற்கையாக நடப்பவை எனக் காட்டுவதின் மூலம் கலையின் ஒரு பாணியாகத் தன்னை முன்னிறுத்தும் நோக்கத்தில் வெற்றிபெறுபவை. இப்படி அடுக்கப்படும் தரவுச் சேகரிப்புக்காக (details) பாராட்டுகளைப் பெற்றுவிடக்கூடியவையும் கூட. அதிலும் இந்தப் பண்பாட்டு நடவடிக்கைகள் மண்ணின் மரபு, உழைக்கும் மக்களின் பண்பாடு எனச் சொல்லாடல்களை உருவாக்குபவர்களால் கொண்டாடப்

படக் கூடியவையும்கூட. முத்தையாவின் படங்கள் மட்டுமல்ல; இதுபோன்ற தரவுச்சேகரிப்பும் அடுக்குதலும் கொண்ட கிராமியப்படங்கள் பலவும் வெற்றிகரமான சினிமாவாகத் திரள் மக்களால் பார்க்கப்பட்டுள்ளன; வணிக வெற்றியடைந்துள்ளன. சிலவகையான ஆய்வாளர்களின் பாராட்டையும் பெற்றுள்ளன.

தொடர்ந்து இயக்குநர் முத்தையாவால் முன்னெடுக்கப்படும் இயற்பண்பு நெறி என்னும் அழகியலின் முன்னோடியாகப் பாரதிராஜாவைச் சொல்லலாம் என்றாலும் அவரது தொடக்க காலப்படங்கள் சாதிய அடையாளத்தோடு எடுக்கப்பட்டவை அல்ல. வேதம் புதிது போன்ற படங்களில் சாதி அடையாளத்தைக் கேள்விக்குட்படுத்திய காட்சிகளைக் கூட முதன்மைப் படுத்தியிருக்கிறார். ஆனால் பசும்பொன் என்ற சினிமாவிற்குப் பின் முழுமையாக அந்த அடையாளத்திற்குள் அவர் நகர்ந்து விட்டார்.

சாதிய எல்லைக்குள் முரண்களைக் கட்டமைக்காமல் வட்டாரத் தன்மையையும் சாதியச் சிக்கலையும் விவாதப்பொருளாக்கிய சினிமாக்கள் கமல்ஹாசனின் தேவர் மகனும் விருமாண்டியும். ஆனால் அவ்விரு படங்களிலும் ஒரு குறிப்பிட்ட சாதியின் குடும்பவெளி அடையாளங்களும் கிராம வெளி அடையாளங்களும் ஆவணத் தன்மையோடு குறுவெளி அடையாளத்தோடு படமாக்கப் பட்டதால், எதிர்மறை விளைவுகளை உண்டாக்கிய திரைப் படங்களாக மாறிப்போனவை. இச்சிக்கலை இயக்குநர்களின் சிக்கலே எனக் குறிப்பிட்டுக் காட்டினாலும் அவை முதன்மையாகக் கிராமம் என்னும் 'குறுவெளிப்பின்னணி'யின் சிக்கல் என விவாதிக்கப்பட வேண்டியவை. கிராமிய வெளிகளில் உருவாக்கப்படும் காட்சிகள் தன்னியல்பாகவே சாதிய அடையாளத்தை அக்கிராமத்தின் ஆதிக்க சாதி அடையாளத்தைத் தனதாக்கிக் கொள்பவை. இதிலிருந்து மறுதலையாகக் காட்சிகளை உருவாக்குகிறார் பா.ரஞ்சித். அது தனியாகப் பேசவேண்டியது.

இந்தியப் பொதுப்புத்தியில் சாதியும், மதமும் அவைசார்ந்த சடங்குகளும் இயல்பானவை என்று நம்பிக்கைகள் உள்ளன. இந்துத்துவப் பெரும்பான்மை வாதம் அந்தச் சடங்குகளை விமரிசனத்திற்கு அப்பாற்பட்டவையெனக் கட்டமைக்கின்றது. தனிமனிதர்களுக்குச் சாதியும் மதமுமே பாதுகாப்பானவை எனப்

பரப்புரையை மேற்கொள்கின்றன. இதனோடு ஒத்துப்போகும் விதமாகவே குறுவெளிகளைப் படைப்புக் களனாகக் கொண்ட விருமன் போன்ற வட்டார சினிமாக்கள் / ஒற்றையூர்களைக் கதைவெளிகளாகக் கொண்ட இயல் பண்புவாத சினிமாக்களும் இணைந்துகொள்கின்றன.

பொதுப்புத்தியின் மேல் விசாரணைகளை எழுப்பாமல், திரள் மக்களின் நம்பிக்கைகளைக் கூடுதலாக்கிப் பழைமைக்குள் இருத்திவைக்கும் நோக்கம் கொண்ட இந்த சினிமாக்கள் வெளிப்பார்வைக்கு நேர்மறைத் தன்மையோடு இருப்பன போலத் தோன்றினாலும், அவை அறிவொளிக்காலச் சிந்தனை மரபை மறுத்துப் பின்னோக்கிய அரசியலை முன்னெடுப்பவை என்பதை உணரவேண்டும். அந்த வகையில் அவையும் பெரும்பான்மைவாத அரசியலுக்கு உதவும் நோக்கம் கொண்டவையே. அந்த வகையில் பெருவெளிப்படங்களும் குறுவெளிப்படங்களும் ஒன்றுக்கொன்று முரண்பட்ட சினிமாக்கள் போலத் தோன்றினாலும் இவ்விருவகைப் படங்களும் சந்திக்கும் புள்ளி ஒன்றுதான். ஒன்றில் மதமாக இருக்கிறது; இன்னொன்றில் சாதியாக இருக்கிறது. இரண்டும் ஒன்றுக்குள் ஒன்று என்பது புரிந்தால் இரண்டும் பெரும்பான்மை அரசியலின் அச்சாணிகள் என்பதும் புரியவரும்.

- 2022

3. நடிகர் விஜயின் சர்கார் : கலைத்துவம் கலைக்கும் அலை

பத்துப்பத்து நாட்கள் இடைவெளியில் புதுவரவு சினிமாக்களைப் பார்க்கும் வாய்ப்பை உருவாக்கிக்கொள்ள நேர்ந்துள்ளது. நேர்ந்துள்ளது என்பதைவிட, நெருக்கடி உருவாக்கப்பட்டுள்ளது என்றே சொல்லவேண்டும். தானாக உருவாகவில்லை; தமிழ் சினிமாவின் பரப்பு வெவ்வேறு சங்கங்களின் வழியாகத் தன்னை வடிவமைத்துக்கொள்ளத் தொடங்கியிருப்பதின் பின்னணியில் இந்த நெருக்கடி உருவாகியிருக்கிறது. எந்தவொரு சினிமாவையும் 'பார்க்க வேண்டிய சினிமா' என்ற எண்ணத்தை உருவாக்கிக்கொள்வதன் பின்னணியில் பல காரணிகள் இருக்கின்றன. அக்காரணிகள் அனைவருக்கும் பொதுவானதாக இருக்க வேண்டும் என்பதும் இல்லை. ஒவ்வொருவருக்கும் வெவ்வேறாக இருக்கின்றன.

உச்ச நடிகரின் விசிறிகள்

உச்சநிலை நடிகரின் விசிறியாக இருக்கும் ஒருவருக்கு அவரின் ஒவ்வொரு படத்தையும் முதல் நாள் முதல் காட்சி பார்க்கவேண்டும் என்ற விருப்பம் இருக்கிறது. இதற்கு முன்பு பார்த்த சினிமாவை விடவும் கூடுதலான தடவை பார்க்கவேண்டும் என்று ஆசை இருக்கிறது. அப்படிப் பார்க்கத் தூண்டும் காட்சிகள் புதிய படத்தில் இருக்கவேண்டும் என்ற வேண்டுதலும் இருக்கிறது. விருப்பம், ஆசை,

வேண்டுதல் எனத் தொடரும் நடிகரின் விசிறி, சினிமாவிற்குச் சூட்டப்படும் பெயரிலிருந்தே உற்சாகம் கொள்கிறார். அந்தப் பெயரைத் தனது வேண்டுதலுக்குரிய நடிகர் எவ்வாறு உச்சரிக்கிறார் என்பதைக் காணும் ஆவலோடு முதல் நாள் முதற்காட்சிக்குத் தயாராகிறார். அவ்வாறே தானும் உச்சரித்து, நடித்துப் பார்க்க நினைக்கிறார். சர்காரின் வரவும் ரசிகர்களின் ஈடுபாடும் அதிலிருந்து விலகியதில்லை. சினிமா தயாராகும் நிலையிலிருந்து கிடைக்கும் தகவல்கள் அடிப்படையில், அந்தப் படம் வரும்போது பார்க்கவேண்டும் என்ற எண்ணம் உருவாகிவிடுகிறது என்பதுதான் கடந்தகால அனுபவம். ஆனால் அண்மைக்காலத்தில் முகநூலில் எழுதப்படும் முதற்காட்சி வர்ணனைகள் ஒரு சினிமாவைப் பார்க்கும்படித் தூண்டுகின்றன என்பதையும் மறுப்பதற்கில்லை. சர்கார் படம் வெளியானதும் உருவான அரசியல் சர்ச்சைகளின் பின்னணியில் ஏ.ஆர். முருகதாஸ் உருவாக்கிய காட்சிகளும், காட்சிகளில் இடம்பெற்ற வசனங்களும் காரணங்களாக இருந்தன என்பதைப் பார்த்தவர்களின் கூற்றுகள் உறுதிசெய்தன. இத்தகைய வசனங்களுக்குப் பொறுப்பானவராக எழுத்தாளர் ஜெயமோகனே இருக்கக் கூடும் என்பதால் சர்காரையும் பார்க்க நேர்ந்தது.

சர்கார்: சொல்லாடலின் அரசியல்

அரசாங்கம், அரசு என்ற சொல்லாட்சிகள்தான் தமிழர்கள் பயன்படுத்த வேண்டிய சொல்லாட்சி என நிலைநிறுத்தப் பெற்றுள்ளது. அந்நிலைநிறுத்தல் வரலாற்றில் தமிழ்நாட்டிலிருந்து விரட்டப்பெற்ற ஒரு சொல் சர்கார். இந்தி ஒழிக (அதன் மூலமான சம்ஸ்க்ருதமும்) எனப் பரப்புரைசெய்து விரட்டப்பட்ட ஒரு சொல்லாட்சியைத் திரும்பவும் நிலைநிறுத்தும் நோக்கத்தோடு வைக்கப்பட்ட பெயர் 'சர்கார்'. அந்தச் சொல்லை நாயகன் சொல்லப்போகும் காட்சியை முன்னோட்டமாக்கித் தந்த இயக்குநருக்கு என்ன நோக்கம் என்ற கேள்வியோடு அந்தப் படத்தைப் பார்க்கும் ஆசை எனக்குள் உருவானது. இந்தி எதிர்ப்பு, சம்ஸ்க்ருத எதிர்ப்பு என்ற நிலைப்பாட்டில் உருவான திராவிட இயக்க அரசுகளை நீக்கிவிட்டுத் திரும்பவும் இவ்விரு மொழிகளையும் ஆதரிக்கப்போகும் 'சர்கார்' ஒன்றை உருவாக்கும் நோக்கம் இப்படத்தோடு தொடர்புடைய தயாரிப்பு நிறுவனம்

(சன் பிக்சர்ஸ்), இயக்குநர் (ஏ.ஆர்.முருகதாஸ்),நடிகர்(விஜய்) ஆகியவர்களுக்கு உண்டு? என்ற கேள்விக்கு உடனடியாகப் பதில் கொடுக்க, தக்க சான்றுகள் எதுவும் இல்லை.

படத்தின் நாயக நடிகர் விஜய்க்கு முதல் அமைச்சராகும் ஆசை இருக்கிறது என்பதைவிட அவரது தந்தை எஸ்.ஏ. சந்திரசேகருக்குத் தன் மகனை முதல்வர் ஆக்கிப் பார்ப்பதற்கு ஆசையிருக்கிறது என்பது வெளிப்படை. ஆனால் அவர் உருவாக்க நினைக்கும் அரசு, இப்போதுள்ள 'அரசுக்குப் பதிலாக "சர்கார்" ஆக இருக்கும் என்ற குறிப்புகள் எதுவும் இதுவரை வெளிப்படவில்லை. படத்தை இயக்கிய ஏ.ஆர். முருகதாஸ் 'சர்கார்வகை'ப்பட்ட சினிமாவை இப்போதுதான் இயக்கும் புதிய இயக்குநர் அல்ல. விஜயகாந்தை நடிக்க வைத்து 'ரமணா'வை இயக்கியதிலிருந்து இவ்வகைச் சூத்திரத்தைத் தனது வெற்றிச் சூத்திரமாக்கிக் கொண்டவர். படத்தைத் தயாரித்துள்ள சன் பிக்சர்ஸுக்கு 'சர்கார்' வேண்டும் 'அரசு' வேண்டாம் என்ற நிலைப்பாடு இருக்குமா? என்பது மிகப்பெரிய கேள்வி.

தமிழின் பெயரால் அரசை உருவாக்கி சன் குழுமத்தைத் தமிழ்த் தேசிய முதலாளித்துவக் குழுமங்களில் முதன்மையான ஒன்றாக்கிய திராவிட இயக்க அரசு வேண்டாம்; இந்தியத் தனத்தோடு கூடிய சர்கார் தான் வேண்டும் என்று நினைக்கிறார்கள் என்று இப்போது உறுதியாகச் சொல்ல முடியவில்லை. ஆனால் பணம் தான் எல்லாம் என நம்புபவர்கள் அந்நிறுவனத்தின் முதலாளிகள். அவர்களை வளர்த்தெடுத்த தமிழ்மொழி, அம்மொழி பேசுபவர்களின் தனித்த சிந்தனை, பண்பாட்டுத் தொகுதிகள், அவற்றில் ஏற்பன ஏற்றுத் தள்ளுவன தள்ளும் நவீனத்துவக் கொள்கை, ஏற்பு போன்ற எல்லாம் பணம் சேர்ப்பதற்குப் பயன்படாது என்றால் கைவிட்டுவிட்டு நகர்ந்துவிடலாம் என்பதைச் செயல்மூலம் செயல்பாடுகளின் வழி காட்டிக்கொண்டிருக்கும் அந்நிறுவனம் 'சர்கார்' என்ற வடமொழிச் சொல்லாட்சியைக் கொண்ட அரசை விரும்பினாலும் ஆச்சரியமில்லை. இந்த மூன்று பேரும்- நடிகர் விஜய், இயக்குநர் முருகதாஸ், தயாரிப்பாளர் கலாநிதி மாறன்- ஆகிய மூவரும் 'சர்கார்' தான் வேண்டும் என்ற விருப்பத்தை நேரடியாகக் காட்டிக்கொள்ளாதவர்கள். ஆனால் வசனம் எழுதிய ஜெயமோகன் நேரடியாக வெளிப்படையாக இந்தியத் தன்மைகொண்ட 'சர்கார்' என்ற சொல்லாடலை முழு அர்த்தத்தோடு தேவை

எனச் சொல்பவர். அதே நேரத்தில் அந்தச் சொல்லின் தமிழ் வயச்சொல்லான சர்க்காருக்காகவும் வாதாடுபவர் என்பதும் உண்மை. இந்தியத்தனத்திற்குள் தமிழ்த்தனம் பேணப்படவேண்டும் என்பது அவரது நிலைப்பாடு என்பதை அவரது எழுத்துகளின் வழி அறிய முடியும்.

திரைப்பட வெளியீடு அல்லது திரையிடல் சார்ந்து உருவாகியுள்ள நெருக்கடி முழுமையும் வணிகம் சார்ந்த நெருக்கடி. சினிமாவின் உருவாக்கம், கருத்தியல் மற்றும் கலையியல் சார்ந்த முன்னெடுப்புகள், சினிமாவில் பங்காற்றும் படைப்பாக்கக் குழுவினர், தொழில் நுட்பத்துறையினர், உடல் உழைப்புத் தொழிலாளர் ஊதியப் பிரச்சினை போன்றவற்றிற்காக வரைமுறைகளை உருவாக்கிக் கொள்ளாமல், சினிமாவைப் பார்வையாளர்களுக்குக் கொண்டுபோய்ச் சேர்க்கும் 'வெளியீடுகள் / திரையிடல்கள்' என்ற அளவில் ஒருவித வரைமுறைகளை உருவாக்கிக்கொண்டிருக்கிறது. அதன்மூலம் வாரந்தோறும் குறிப்பிட்ட எண்ணிக்கையில் படங்களை வெளியிடும் ஒழுங்கைக் கொண்டு வந்திருக்கிறது. இதன் வழியாகத் திரையரங்குகளுக்கும் பார்வையாளர்களுக்கும் ஒருவித நெருக்கடிகள் உருவாகியிருக்கின்றன. இவ்வகையான நெருக்கடிகள், வரன்முறைகளை உருவாக்கிச் சந்தைப்படுத்தும் எல்லாவகையான வணிகங்களிலும் இருக்கும் நெருக்கடிதான். இந்த நெருக்கடி மூலம் சினிமா தனது கலைத்துவக் கூறுகளைத் துறந்து வணிகநிலையை நோக்கி இன்னொரு பாய்ச்சலைச் செய்கிறது என்றே புரிந்து கொள்ள வேண்டும். நான் அப்படியே புரிந்து கொள்கிறேன். அது குறித்துத் தனியாக விவாதிக்கலாம். இப்போது அண்மையில் பார்த்த சினிமாக்களின் கலைத்துவத்தைக் கலைக்கும் சர்காரின் வருகை குறித்துப் பேசலாம்.

கலைத்துவத் தேடலின் வெளிப்பாடுகள்

அடுத்தடுத்துப் பார்த்த ஐந்து படங்களில் கடைசியாகப் பார்த்த சினிமா சர்கார். ஏ.ஆர். முருகதாஸ் இயக்கத்தில் விஜய் நடித்து வெளிவந்த அந்தப் படத்திற்கு எழுத்தாளர் ஜெயமோகன் வசனம் எழுதியுள்ளார். சர்காருக்கு முன்பு பார்த்த சினிமாவின் பெயர் இயக்குநர் வெற்றிமாறனின் 'வடசென்னை'. வடசென்னைக்கு முன்னால் பார்த்த படம் '96'. ப்ரவீன்குமார் என்ற புதியவரின்

இயக்கத்தில் த்ரிஷா - விஜய்சேதுபதி நடித்த படம். அதற்கு முன்பு மாரி செல்வராஜ் இயக்கத்தில் வந்த 'பரியேறும் பெருமாள்.' அதிகமும் பிரபலமாகாத நடிக, நடிகையர்கள் நடித்த படம். இந்தத் தொடர்ச்சியின் முதல் புள்ளியான 'மேற்குத்தொடர்ச்சி மலை'யும் பிரபலமாகாத புதுமுகங்கள் நடித்த படமே.

'சர்கார்' அல்லாத - 'மேற்குத்தொடர்ச்சி மலை', 'பரியேறும் பெருமாள்', '96', 'வடசென்னை' ஆகிய நான்கும் வெவ்வேறு பார்வையோடு வெவ்வேறு வகைப்பாட்டுத் தன்மையோடு வெளிப்பட்ட சினிமாக்கள். இந்நான்குக்கும் தமிழ் சினிமாவில் முன்மாதிரிகளே இல்லையென்று சொல்ல முடியாவிட்டாலும் முழுமையான போலச்செய்தல் படங்கள் அல்ல. கலைத்தன்மையை உருவாக்க நினைத்துக் குறிப்பான வெளி அல்லது குறிப்பான காலம் என்பதைக் கட்டமைத்துக்கொண்டு நிகழ்வுகளின் சூழலை விவாதிக்கவும், பாத்திரங்களின் உணர்வுகளையும் மனப் போராட்டங்களையும் உருவாக்கிக் காட்டவும் முயன்ற படங்கள் அவை. தனித்துவமான உருவாக்க முறைமைகள், குறிப்பான சூழலில் வெளிப்படக்கூடிய உணர்ச்சிக் கோர்வைத் தொகுதிகளின் ஓர்மைகள், அவ்வோர்மைகளின் புறநிலைப் பொருத்தங்கள் ஆகியனவெல்லாம் சேர்ந்து அந்நான்கு படங்களுக்கான இலக்குப் பார்வையாளர்களையும், அவர்களிடம் உருவாக்க நினைத்த தாக்கத்தையும் முதன்மையாக முன்வைத்துள்ளன. அப்படங்கள் ஒவ்வொன்றும் முன்வைத்த உலகம் குறித்த வாழ்க்கை குறித்த -பார்வை ஏதோ ஒருவிதத்தில் புறநிலையில் இருக்கும் சமூக நடப்போடு இணைந்து நிற்பன; அதனால் நிகழ்காலம் மீது விமரிசனங்களை எழுப்பவல்லன. ஆனால் சர்கார் அப்படியான ஒன்றாக இல்லாமல் நடப்பு சமூகத்தை அப்படியே தொடரும் எண்ணங்களுக்குத் துணைபோகும் தன்மையோடு இருக்கின்றது.

'சர்கார்' என்னும் சகலகலாவல்லவன்

மையக் கதாபாத்திரம் பேசும் வசனங்களின் வழித் தீவிரமான அரசியல் விமரிசனத்தையும் மாற்று அரசியலை உருவாக்கப்போகும் தலைவர் ஒருவரின் வருகையை முன்னறிவிக்கும் படமாகவும் பேசப்பட்ட சர்கார் படம், இருப்பைத் தக்கவைக்கும் படம் எனச் சொல்வது விதண்டாவாதமாகத் தோன்றலாம். ஆனால் அதன்

உருவாக்க முறைமையும், விவாதப்பொருளும் இருப்பை நீட்டிக்கும் எண்ணம் கொண்டவை என்பதை உறுதியாகச் சொல்லமுடியும். அதில் பின்பற்றப்பட்டுள்ள பார்வையாளர் கோட்பாட்டு உத்தி ஒன்று இதனைச் செய்கிறது.

தமிழ் சினிமாவிற்குள் இயங்கும் முதல் வரிசை உச்ச நடிகர்களுள் ஒருவரான விஜய் நடித்து வெளிவந்துள்ள சர்கார் வெகுமக்கள் ரசனைக்கான படம். அவ்வகைப்படங்கள் ஒவ்வொரு நடிகரின் ரசிகர்களால் முண்டியடித்துப் பார்க்கப்படும் என்பது தமிழ் / இந்திய சினிமாக்களின் இயங்குநிலை. சர்கார் படத்தையும் விஜயின் ரசிகர்கள் ஒன்றுக்கு மேற்பட்ட தடவை பார்க்கவே செய்கிறார்கள். இந்தப் படத்தைப் பார்த்தது போலவே அவரது முந்தைய படங்களான மெர்சலை, துப்பாக்கியை, கத்தியை, கில்லியைக் கடந்த 10 ஆண்டுகளாகப் பார்த்துக்கொண்டுதான் இருக்கிறார்கள். அவரது படங்களைப் பார்ப்பதுபோல ரஜினிகாந்தின் படங்களைப் பார்க்கவும், அஜித்குமாரின் படங்களைப் பார்க்கவும், கமல்ஹாசன் படங்களைப் பார்க்கவும் தனித்தனியாக விசிறிகள் கூட்டம் தமிழ்நாட்டில் இருக்கவே செய்கின்றன. இந்நால்வரைத் தவிர தனுஷுக்கும் சூர்யாவிற்கும் விக்ரமிற்கும் கூட்டங்கள் இருக்கவே செய்கின்றன. இவ்வகையான கூட்டத்திற்கான கலவையைக் கொண்டு இந்த நடிகர்களை வைத்து இயக்கிட இயக்குநர்களும் தொடர்ந்து வேலை செய்து கொண்டே இருப்பதும் தமிழ் சினிமாவின் வணிகப் பரப்பிற்குள்ளும் தயாரிப்புப் பரப்பிற்குள்ளும் படைப்பாக்க நடைமுறைகளுக்குள்ளும் நடந்து கொண்டே தான் இருக்கிறது. அதன் நீண்ட கால வரலாற்றின் முழு இயக்கமும் அதுதான். ஆனால் சில நேரங்களில் அதற்குள் நுழையும் சிலரால் இப்போக்குக்கு எதிரான பயணங்களும் முன்னெடுக்கப்பட்டுள்ளன. அம்முன்னெடுப்புகளைச் செய்தவர்கள் பெரும்பாலும் இயக்குநர்களாகவே இருந்தார்கள்; இருக்கிறார்கள். சகலகலா வல்லவன் என்னும் வணிகத் திருப்புமுனைப் படத்தின் வருகைக்கு முன்பு மகேந்திரன், பாலுமகேந்திரா, ருத்ரையா, தொடக்ககாலப் பாரதிராஜா போன்றவர்களின் முயற்சிகள் தமிழில் ஒரு புதிய அலையாகப் பெரும் லாப நோக்கத்தைக் கொண்ட வெகுமக்கள் திரளின் ரசனையைத் திசைதிருப்பிய சினிமாக்களைத் தந்ததை இப்போது நினைவுபடுத்திக்கொள்ள வேண்டும். அதுபோன்றதொரு அலையைச் சர்கார் வருவதற்கு

முன்பு வந்த சில படங்கள் உருவாக்கியுள்ளன என்பதையும் இணைத்துப் பார்க்கவேண்டும்.

உச்சநிலையை நோக்கி நகரும் நடிகர்கள், அவர்களை வைத்து வணிக வெற்றியை நோக்கிப் படம் எடுக்கும் இந்தக் கூட்டத்தினரால், பரியேறும் பெருமாள் போன்ற இந்திய சமூக அமைப்பின் சரித்திரத்தின் ஆறாத காயமாகவும் சிலநேரங்களில் வடுவாகவும் தோன்றும் சாதீய விமரிசனப் படத்தைத் தரமுடியாது. குறிப்பான நிலவெளியில் குறிப்பிட்ட தொழில் செய்யும் மீனவர்களின் உள்முரணையும் புறநெருக்கடிகளையும் விவாதிக்கும் வடசென்னை போன்ற நிகழ்காலச் சிக்கலைப் பேசும் ஒரு சினிமாவை நினைத்துப் பார்க்கமுடியாது. பள்ளிப்பருவக் காதலை அதன் நினைவலைகளைச் சுமக்கும் தனிமனிதர்களின் துயரார்ந்த மனப் பதிவுகளின் சுவடுகளை வரிசைப்படுத்தித் தரமான வெளிப்பாடாகத் தரமுடியாது. நிகழ்காலப் பொருளியல் முறையினால் சுரண்டப்படும் ஓர் அப்பாவியின் சிதைக்கப்படும் கனவை -அவனது வாழ்நிலையின் சூழலோடு சேர்த்து விவாதிக்கும் மேற்குத்தொடர்ச்சி மலை போன்ற ஒரு சினிமாவைக் கற்பனை செய்து பார்க்கவும் தயாராக இருக்க மாட்டார்கள் வணிக சினிமாவின் இயக்குநர்களும் உச்சநடிகர்களும்.

ஏ.ஆர். முருகதாஸ் + விஜய் கூட்டணியில் ஏற்கெனவே எடுக்கப்பட்ட படங்களின் இன்னொரு நகலே சர்கார் என்றாலும் இந்தப் படத்தில் எழுத்தாளர் ஜெயமோகனின் இருப்பும் வசனங்களும் கூடுதலான கவனத்தைப் பெற்றுள்ளது என்பதை மறுப்பதற்கில்லை. அவரது இருப்பினால் சில வித்தியாசங்கள் உருவாக்கப்பட்டுள்ளன. முதல் வித்தியாசம் நிகழ்கால அரசியலோடு நேரடித் தொடர்புடைய காட்சிகளையும் வசனங்களையும் பாத்திரங்களையும் கொண்டதாக அமைக்கப்பட்டிருக்கிறது. இதற்கு முந்திய மெர்சல், கத்தி, துப்பாக்கி படங்களில் சமூகத்தின் ஏதோ ஒரு தரப்பு மனிதன் தனது வாழ்க்கைச் சூழலில் பாதிக்கப்படும்போது கிளம்பும் ஆத்திரத்தில் அல்லது மகிழ்ச்சியில் சொல்லும் கோப வசனமாகவோ, நகைச்சுவைத் துணுக்காகவோ அரசியல் வசனங்கள் இடம்பெற்றன. ஆனால் இப்படத்தின் அரசியல் வசனங்கள் அரசியல் பேசவேண்டிய பாத்திரங்களின் வழி முழுப் புரிதலுடன் பேசவைக்கப்பட்டுள்ளன.

இந்திய / தமிழகத் தேர்தல் அரசியலில் வாக்களிக்கும் முறையில் இருக்கும் - வாக்காளர்களின் இடத்தைத் திருடிவிடும் ஒற்றைக் கூறொன்றை - கள்ள வோட்டுப் போடுதலைக் கதைசொல்வதற்குரிய முன்வைப்பாக எடுத்துக்கொண்டு மொத்தப் படமும் கட்டமைக்கப்பட்டுள்ளது. நடைமுறையில் இதுவெல்லாம் சாத்தியமா? என்ற கேள்வியை எழுப்பிப் பதிலைத் தேடவிடாமல் விறுவிறுப்பான காட்சிகளைச் சுட்டுக்களின் வழியாகவும், நிரல்படுத்துதலின் வழியாகவும் புனைவுக்காட்சிகள் உருவாக்கப்பட்டுள்ளன. இந்த வேகமும் விறுவிறுப்பும் உண்டாகக் காரணமாக இருப்பது படத்தின் மிகக்குறைவான நாட்கணக்கிலான நிகழ்வுக்காலம் என்றுகூடச் சொல்லலாம்.

மாறிமாறித் தமிழகத்தின் ஆளுங்கட்சிகளாக இருக்கும் தி.மு.க., அ.இ.அ.தி.மு.க., இரண்டிலிருந்தும் நபர்களின் செயல்பாடுகள் மற்றும் உருவ அடையாளங்களைப் பிசைந்து உருவாக்கப்பட்டுள்ள பாத்திரங்களை எதிரிணையாக வைத்துக்கொண்டு நாயகன் மோதிச் சிதைக்கிறான். அந்தச் சிதைவுக்குப் பின் அவன் உருவாக்க நினைக்கும் சர்கார் இப்போதுள்ள தேர்தல் அரசியல் வழியில் நினைவளவில்கூடச் சாத்தியமற்ற ஒன்று. என் ஜி ஓ. அரசியல் என்று வரையறை செய்யப்படும் அதன் இயங்கியல் தன்மையிலேயும் அளவிலேயும் நிகழ்கால அரசுகளுக்கெதிரானது. பேரமைப்புக்கெதிராகச் செயல்படும் நபர்களைக் கொண்டு உருவாக்கப்படும் சர்கார் என்பதைப் படம் முன்வைக்கிறது. இந்தக் கருத்தியல் இயக்குநர் முருகதாஸின் சிந்தனையில் உருவானதாக இருக்கலாம். வசனகர்த்தா ஜெயமோகனுக்கு உடன்பாடானது எனச் சொல்ல முடியாது. ஆனால் அவருக்கு உடன்பாடான வேறு சில காட்சிகளும், அவரது வசனங்களைப் பேசும் விதமான பாத்திரங்களும் உருவாக்கப்பட்டுள்ளன. அவரும் இணைந்தே உருவாக்கியிருக்கிறார் என்றும் சொல்லலாம். இந்த இடத்தில் முன்னர் குறிப்பிட்ட விலக்கல் உத்தி செயல்பட்டுள்ள விதத்தை விலக்கிவிடலாம்.

உருவாக்கிச் சிதைக்கும் உத்தி

கனடாவிலிருந்து வாக்களிப்பதற்காகத் திருவல்லிக்கேணி பள்ளிக்கூடத்திற்கு நேரடியாக வரும் சுந்தர்ராமசாமியின் கார்பரேட்

கிரிமினல்தனமான புத்திசாலித்தனத்தைச் சொல்ல அவரோடு நேரடியான தொடர்பற்றவர்கள் வந்துபோகும் பாத்திரங்களாக உருவாக்கப்பட்டிருக்கிறார்கள். அவரது பிடிவாதம், காதல் ஈடுபாடு போன்றவற்றைச் சொல்ல அவரது குடும்பத்தினரின் கூற்றுகள் பயன்படுத்தப்பட்டுள்ளன. ஆனால் அவரது படிப்பு, அறிவு, ஏழ்மையான பழைய வாழ்க்கை மற்றும் முன்னேற்றம் போன்றன உரையாடல்களாலும் தனிமொழிப் பேச்சுகளாலும் நிகழ்த்தப்படுகின்றன. தக்காளிக்குப் பின்னால் இருக்கும் கிரிமினல் கதையை உரையாடலாக அவரே சொல்கிறார். ஆனால் மீனவக்குடும்பத்தில் பிறந்தது தந்தையை இழந்து, குடும்பத்தினரின் சுமையைச் சுமந்து படித்து முன்னேறிய பழைய கதையை உணர்ச்சிச் செறிவுமிக்க ஓர் தனிமொழியாகப் பெருங்கூட்டத்தின் முன் நிகழ்த்துகிறார். தனிமொழியின் வழியாக உருவாக்கப்படும் துயரமும் வலியும் சரி, பெருமிதக் கொந்தளிப்பும்சரி முன்னால் உள்ள கூட்டத்தைச் செயல்படத்தூண்டும் இயல்புடையன. உலக அளவில் சிறந்த பேச்சாளர்களாக அறியப்படும் தனிநபர்களும் அரசியல் ஆளுமைகளும் இவ்வுத்தியைக் கவனமாகப் பயன்படுத்துவர். இந்தப் படத்திலும் ஆங்காங்கே கண்களில் கண்ணீரை வரவழைக்கும் தனிமொழிகள் சொந்த வாழ்க்கையின் தனிமொழியாக இல்லாமல் சமூக நடப்பின் வழியாகப் பாதிப்புக்குள்ளான ஒரு கூட்டத்தின் உறுப்பினன் ஒருவனின் பாதிப்பாக நிகழ்த்தப்படுகிறது.

இந்தியப் பெருங்கடலில் அந்நியப்படைகளால் கொல்லப்படும் மீனவக்குடும்ப உறுப்பினனாக - நாயகனாக - நிறுத்திக் கண்ணீரை வரவழைக்கும் காட்சிக்கு இணையாக இன்னொரு காட்சி உருவாக்கப்பட்டுள்ளது. ஆட்சியர் அலுவலகத்தில் கந்து வட்டியைக் கட்ட முடியாமல் குடும்பத்தோடு தீவைத்துக் கொளுத்திக் கொண்ட குடும்பம் குறித்த நடப்பு நிகழ்வு சித்திரிக்கப்படுகிறது. அந்நிகழ்வு கூட்டத்தினரிடம் கண்ணீர் வரவழைப்பதாக அமைக்கப்படாமல் நாயகனின் கண்களின் வழியும் கண்ணீர் வழியாக அவனது இரக்கக்குணம் முன்வைக்கப்படுகிறது. இவ்வகைக் காட்சிகள் எல்லாம் படத்திற்குள் இருக்கும் கூட்டத்தினரிடம் உண்டாக்கும் உணர்வுக்கு இணையாக சினிமாவைப் பார்க்கும் பார்வையாளத்திரளைப் படத்தோடு ஒன்றிணையச் செய்யும் நோக்கம் கொண்டன. காட்சியில் உருவாக்கப்படும் சோகத்தையும் துயரத்தையும் பார்வையாளத்திரளுக்குக் கடத்திச் செயல்படத்

தூண்டும் என்பதையும் மறுக்கமுடியாது. ஆனால் ஏ.ஆர். முருகதாஸ் இவ்வுணர்வுக் கொந்தளிப்புகளை உருவாக்கி உடனடியாக உடைத்து எதிர்நிலைக்குள் தள்ளிவிடுகிறார். உணர்ச்சிமயமான ஒரு சொற்பொழிவுக்குப் பின்னால் அர்த்தமில்லாத சொற்களைக் கொண்டு உருவாக்கப்பட்ட பாடலும் அதற்கான ஆட்டமும் உருவாக்கப்பட்ட துயர மனநிலையிலிருந்து விலக்கிக் களிப்பு மனநிலைக்குள் தள்ளுகிறது.

ஆளுங்கட்சி நடத்தும் சதியாலோசனைகளையும் அதிகார மீறல்களையும் விலக்கிப் பேசிவிட்டுப் பெருங்கூட்டமாக மோட்டார் சைக்கிள்களில் செல்லும் இளைஞர்களை நிழலாக நிறுத்திவிட்டுத் தான் மட்டும் மேடையேறிக் கலாய்த்துப் பேசும் காட்சிகளில் வெளிப்படும் வசனங்களில் வெளிப்படும் எள்ளல் தொனி பார்வையாளர்களைக் காட்சியிலிருந்து விலக்கிவைத்து நடிகர் விஜயின் உடல் மொழியை ரசிக்கும் ரசிக மனநிலைக்குள் தள்ளிவிடுகிறது. இத்தகைய காட்சிகள் படம் முழுக்க நிரல்படுத்தப்பட்டுள்ளன. ஒவ்வொன்றும் பார்வையாளர்களைப் படத்தோடு இணைத்துவிட்டு உடனடியாக விலக்கியும் விடுகின்றன. இந்த உத்தியை இயக்குநர் ஏ.ஆர். முருகதாஸ் திட்டமிட்டே செய்கிறார். அதன் மூலம் தனது சினிமா கொண்டாட்டமும் களியாட்டமும் ஆடலும் பாடலும் ரத்தம் தெறிக்கும் சண்டைக் காட்சிகளும் தூக்கலாகக் கலந்து தரும் வெகுமக்கள் சினிமா ரசனைக்குள் இருக்கும் ஒன்று என்பதாகவே தரவிரும்புகிறார். படத்தின் ஆங்காங்கே உருவாக்கப்படும் துன்பியலின் மிதப்புகள் உடைந்துபோகும் குமிழிகளாக மட்டுமே இருக்கவேண்டும் என்பது வெகுமக்கள் சினிமா சூத்திரங்களில் ஒன்று. அதனையும் சரியாகவே செய்திருக்கிறார் முருகதாஸ். இதன் மூலம் புறநிலை அரசியல் மீதோ, சமூக நடப்புகளின் மீதோ படம் எழுப்பும் விமரிசனங்களை ஏற்றுப் பார்வையாளர்கள் செயல்பட வேண்டும் என்பதற்குப் பதிலாகப் படத்தைப் பார்த்துவிட்டுக் களிப்புடன் போனால் போதும் என்பதே அவரது எதிர்பார்ப்பு. இருப்பைப் பேசுவதென்பது மாற்றுவதற்கல்ல; பொழுதுபோக்குகளில் ஒன்றாக விற்பனைச் சரக்குகளில் ஒன்றாக மாற்றுவது மட்டுமே அவரது நோக்கம். இதற்கு ஜெயமோகனின் புத்திசாலித்தனமான வசனங்களும் பயன்பட்டுள்ளன.

பொதுவாகத் தமிழ் சினிமாவை வணிகப்பண்டமாக மட்டுமே பார்ப்பவர்கள் முழுப் படத்தின் வடிவத்தையும் எழுதி முடித்துக் கொண்டு படப்பிடிப்பைத் தொடங்குவதில்லை. முழுவடிவத்தை எழுதி முடிப்பவர்கள்கூட அதனை உதவி இயக்குநர்களிடமோ, நடிக்கும் நடிகர்களிடமோ காண்பித்து விவாதிப்பதில்லை. அனைவரும் பங்கேற்று உருவாக்கும் கூட்டு உருவாக்கத்தில் நம்பிக்கை கிடையாது. இயக்குநரின் முழுச்சொத்தாக மட்டுமே படத்தின் ஆக்கம் நினைக்கப்படுகிறது. சில இயக்குநர்கள் படத்திற்குத் தேவையான காட்சிகளைத் தாண்டியும் எடுத்துக் கொண்டுவந்து படக்கோர்பு (எடிட்டிங்) நிலையில் தங்கள் திரைக்கதையை உருவாக்கவும் செய்கிறார்கள். இதற்குப் பின்னால் இயக்குநர்களின் வேலைப்பாணி இருப்பதோடு "ரகசியம் காத்தல்" என்ற கூறும் உள்ளது. படத்தை இயக்கியுள்ள ஏ.ஆர். முருகதாஸ் உருவாக்கும் காட்சிகளை அப்படத்தில் இணைந்து வேலை செய்யும் உதவி இயக்குநருக்கோ, நடிகர்களுக்கோ சொல்லியிருக்க வாய்ப்பில்லை என்பதை அப்படத்தில் பணியாற்றிய பலரது நேர்காணலில் (பழ.கருப்பையாவின் தொலைக்காட்சி நேர்காணல்) காணமுடிந்தது. படம் எழுப்பும் உணர்வுகள் இப்படிச் சிதைக்கப்படும்; திசைதிருப்பப்படும் என்பதைப் படத்திற்கு வசனம் எழுதும் எழுத்தாளர்களுக்கு இயக்குநர்கள் சொல்வதும் இல்லை. அது தெரிந்திருந்தால் ஒருவேளை அவர்கள் இத்தகைய படங்களில் வேலை செய்யாமல் விலகிக்கொள்ளவும் கூடும். ஏனென்றால் இதுவரை வணிக சினிமாவிற்கு வசனம் எழுதியுள்ள நவீன எழுத்தாளர்களான எஸ். ராமகிருஷ்ணன், ஜெயமோகன், நாஞ்சில் நாடன் போன்றவர்கள் அவர்களின் புனைவெழுத்துகளில் இத்தகைய உத்திகளையும் எழுத்து முறைகளையும் மேற்கொண்டவர்கள் அல்ல. ஆனால் எழுத்தாளர் சுஜாதாவின் புனைவெழுத்துகள் உடன்பட்டுப் போகும் புனைவெழுத்துப் பாணி. அவர் அறிந்தே தமிழ் சினிமாவின் வணிகத்திற்கு உதவினார். மற்றவர்கள் எழுத்திற்கு ஒரு முகத்தையும் சினிமாவிற்கு வேறொரு முகத்தையும் தயாரித்து வைத்துள்ளனர்.

- 2018

4. கொடிவீரன் : கைவிடப்படவேண்டிய கலைக்கோட்பாடு

அண்மையில் வந்த கொடிவீரன் என்ற சினிமாவை இயற்பண்புவாத சினிமாவாக வகைப்படுத்தி விமரிசனம் செய்யலாம். இந்தப் படம் மட்டுமல்ல; இயக்குநர் முத்தையாவின் இயக்கத்தில் கார்த்தி நடித்த கொம்பனும் சசிகுமார் நடித்த குட்டிப் புலியும் கூட இயற்பண்புவாத*(Naturalism)*க் கலைக்கோட்பாட்டோடு பொருந்தும் சினிமாக்கள்தான். ஒரு குறிப்பிட்ட வட்டாரத்தை வெளிப்படையாக அறிவித்துக்கொண்ட வெளியாகக் கொண்டு நிகழ்ச்சிகளைக் காட்சிகளாக உருவாக்கும் இயற்பண்புவாதப் படங்கள் நுட்பமான தரவுகளை அடுக்கிக்காட்டும் இயல்புடையன. திருவிழா, விளையாட்டு, போட்டிகள், கண்மாயழிப்பு போன்ற பொதுவெளி நிகழ்ச்சிகளையும் குடும்பச்சடங்கு நிகழ்வுகளான குழந்தை பிறப்பு, காதுகுத்து, கல்யாணம், தொடங்கிச் சாவுவீடு வரை உள்ளவற்றில் சிலவற்றைத் தேர்ந்தெடுத்து அடுக்குவதின் மூலம் பண்பாட்டு ஆவணமாகத் தோற்றத்தை உண்டாக்கும் தன்மையை இத்தகைய படங்களில் காணலாம்.

இந்த ஊரில் அல்லது இந்த இடத்தில் எனக் குறிப்பாகக் காட்சிகளுக்கு இடப்பின்னணியைத் தருவதின் மூலம் அவை உண்மையில் நடந்தவை; நடப்பவை என்று நம்பச்செய்துவிடும் தன்மையை உருவாக்கிக்கொள்கிறது. அத்தன்மைகள் அப்படியே வழிவழியாக வருபவை; இயல்பானவை; இயற்கையாக நடப்பவை எனக் காட்டுவதின் மூலம் கலையின் ஒரு பாணியாகத் தன்னை

முன்னிறுத்தும் நோக்கத்தில் வெற்றிபெறுபவை. இப்படி அடுக்கப்படும் தரவுச் சேகரிப்புக்காக (details) பாராட்டுகளைப் பெற்றுவிடக்கூடியவையும் கூட. அதிலும் இந்தப் பண்பாட்டு நடவடிக்கைகள் மண்ணின் மரபு, உழைக்கும் மக்களின் பண்பாடு எனச் சொல்லாடல்களை உருவாக்குபவர்களால் கொண்டாடப் படக் கூடியவையும்கூட. முத்தையாவின் இந்த மூன்று படங்கள் மட்டுமல்ல; இதுபோன்ற தரவுச்சேகரிப்பும் அடுக்குதலும் கொண்ட கிராமியப்படங்கள் பலவும் வெற்றிகரமான சினிமாவாகத் திரள் மக்களால் பார்க்கப்பட்டுள்ளன; வணிக வெற்றியடைந்துள்ளன. சிலவகையான ஆய்வாளர்களின் பாராட்டையும் பெற்றுள்ளன.

இந்தியப் பொதுப்புத்தியில் சாதியும், மதமும் அவைசார்ந்த சடங்குகளும் இயல்பானவை என்று நம்பிக்கை உள்ளது. அந்தச் சடங்குகள் விமரிசனத்திற்கு அப்பாற்பட்டவையெனவும் கட்டமைக்கப்படுகின்றன. இத்தகைய பொதுப்புத்தியின் மேல் விசாரணைகளை எழுப்பாமல், திரள் மக்களின் நம்பிக்கைகளைக் கூடுதலாக்கிப் பழைமைக்குள் இருத்திவைக்கும் நோக்கம் கொண்டவை என்பதை உணரவேண்டும். அறிவொளிக்கால மரபை மறுத்துப் பின்னோக்கிய அரசியலை முன்னெடுக்கும் காலகட்டத்தில் பெரும்பான்மைவாத அரசியலுக்கு உதவும் நோக்கம் கொண்டவை என்பதை உணரவேண்டும்.

1990-கள் தொடங்கிச் சாதியடையாளத்தையும் வட்டார அடையாளத்தையும் காட்டி வணிக வெற்றிபெற்ற படங்களை நினைவுக்குக் கொண்டுவந்தால் சில உண்மைகள் புரியவரலாம். இத்தகைய படங்களுக்குப் பின்னணி அடையாளத்தைத் தந்த கொங்கு வட்டாரமும் தென் தமிழகப் பகுதிகளான மதுரை, திருநெல்வேலி, ராமநாதபுரம் மாவட்டங்களும் நிலம் சார்ந்த வட்டாரங்கள் மட்டுமல்ல. பெரும்பான்மைச் சாதிகளின் ஆதிக்கம் நிரம்பிய இடங்களும்கூட. ஆர்.வி. உதயகுமார், ரவிக்குமார் போன்ற இயக்குநர்கள் திரட்டி நிரப்பித் தந்த அடையாளங்கள் கொங்குவேளாளர்களின் அடையாளங்களாகவே இருந்தன. தேவர் மகனில் தொடங்கி, பாரதிராஜாவின் பசும்பொன் வழியாக கொம்பன், குட்டிப்புலி, கொடிவீரன் வரை நீளும் படங்கள் திரட்டித் தரும் அடையாளங்கள் தேவரினம் எனப்படும் முக்குலத்தோர்களின் குடும்ப நிகழ்வுகளாகவே இருக்கின்றன என்பதை விரிவாக விளக்கிச் சொல்ல வேண்டியதில்லை.

இவ்விரண்டு சாதிகளுமே கடந்த இருபதாண்டுத் தமிழக அரசியலையும் திரைப்படத்தயாரிப்புகளையும், வெளிப்படையற்ற பொருளியல் நடவடிக்கைகளையும் தீர்மானிக்கும் சாதிகளாகவும் இருக்கின்றன என்பதையும் தற்செயல் நிகழ்வுகளாகவும் சொல்லமுடியாது.

பெரும்பான்மைவாதத்தின் மூலம் அரசியல் அதிகாரத்தைக் கைப்பற்றியுள்ள இந்த இரண்டு சாதிகளும் இரண்டு வட்டாரங்களின் சிறு அடையாளங்களையெல்லாம் ஒதுக்கித் தள்ளித் தங்களது பண்பாட்டு நடவடிக்கைகளேயே வட்டார நடவடிக்கைகளாக ஆக்கிவருகின்றன என்பதும்கூட களஉண்மைகளே. இந்த வட்டாரங்களில் பொதுநிகழ்ச்சிகளுக்காகவும் அரசியல் நிகழ்ச்சிகளுக்காகவும் அச்சிட்டு நிறுத்தப்படும் வண்ணச்சுவரொட்டிகள் தொடங்கிக் குடும்பச் சடங்குகளுக்காக அச்சிடப்படும் அழைப்பிதழ்கள் வரை எழுத்துச் சான்றுகளாக இருக்கின்றன. அவை உண்டாக்கியுள்ள செய்ம்முறை வடிவங்களும் அதை உறுதிசெய்கின்றன.

கலைகளைப் பார்வைக் கலைகளாகவும் கேட்புக்கலைகளாகவும் வாசிப்புக் கலைகளாகவும் பிரித்துப் பேசியதோடு அவற்றில் காணப்படும் பாணிகளுக்கும் பெயரிட்டுச் சொல்லாடல்களை உருவாக்கியது மேற்கத்தியத் திறனாய்வு மரபு. நடப்பியல் அல்லாத பல்வேறு வகைப் பாணிகளின் கலவையாக மாறிவிட்ட நவீனத்துவ, பின் - நவீனத்துவக் காலத்திற்கு முந்திய மரபுக் காலத்தில் தோன்றிய கலைப்பாணிகளைச் செவ்வியல், புனைவியல், இயற்பண்பியல், நடப்பியல் என வகைப்படுத்தியும் காட்டினர். இந்நான்கில் செவ்வியல், புனைவியல், நடப்பியல் அளவுக்கு இல்லாமல் மிகக்குறைவான காலமே செல்வாக்குப் பெற்ற கலைப்பாணி இயற்பண்புவாதம் ஓவியமாயினும் சிற்பமாயினும் அதன் இருப்பின் அளவில் - இயல்பை மாற்றாமல் உருவாக்கவேண்டும் என்ற வாதத்தை முன்வைத்த பாணி அது. நீளம், அகலம், பருமன் என முப்பரிமாணத்திலும் ஓவியத்தையும் சிற்பத்தையும் உருவாக்குவதில் ஆர்வம் காட்டிய கலைஞர் போலச்செய்வதில் என்ன இருக்கிறது எனத்தோன்றிய சலிப்பு மனநிலையில் அதனை விரைவாகவே கைவிட்டனர். அவர்களுக்கு அந்தச் சலிப்பை உண்டாக்கியவர்கள் அரங்கவியலாளர்கள் என்று கூடச் சொல்லலாம். ஒரு வெட்டுக்காயத்தை மேடையில்

காட்டுவதற்காக நடிகர்களின் உடலை வெட்டிக்காட்டிய ஆபத்தெல்லாம் ஐரோப்பிய நகரங்களின் மேடைகள் நடந்தன. அதன் காரணமாகவே இயற்பண்பியல்வாதத்தின் மீது கடுமையான விமரிசனங்களும் எழுந்தன.

இயற்பண்பியல் வாதத்திற்கு இப்படியொரு எதிர்மறைக்குணம் உண்டென்றாலும், ஒரு கலைஞனின் நுட்பமான கவனிப்பையும் அதனை உள்வாங்கி வெளிப்படுத்தும் நுணுக்கமான வெளிப்பாட்டுமுறையும் அதன் உடன்பாட்டுத் தன்மை என்பதையும் மறுப்பதற்கில்லை. தமிழ் சினிமா இயக்குநர்களும் தயாரிப்பாளர்களும் இயற்பண்புவாதத்தின் உடன்பாட்டுத் தன்மையைக் கைக்கொள்வதாகக் கருதிக்கொண்டு எதிர்மறைக்கூறுகளுக்குள் பயணம் செய்கின்றனர். சடங்குகள் பண்பாட்டு அடையாளம் எனச் சொல்ல நினைத்து 'சாதி'யே பண்பாட்டுக் கூறு எனச் சொல்லும் நிலையை உண்டாக்கிவிட்டனர். சாதி இயற்கையானது எனக் கூறுவதின் தொடர்ச்சியாகச் சில சாதிகளின் குத்து, வெட்டு, கொலை, திருட்டு, கள்ளச்சாராய வியாபாரம், கட்டப்பஞ்சாயத்து போன்ற சட்டமீறல்களும் இயல்பானது; இயற்கையானது எனக்காட்டுவதில் நிறைவுகொள்கிறார்கள். கல்விபெற்றதின் வழியாகத் தன்னிலையை உணர்ந்தவளாக மாறிய பெண்களைத் திரும்பவும் மரபான சடங்குகளைப் பேணவேண்டியவளாகச் சித்திரிக்கின்றன. மீறும் பெண்களைக் கௌரவக்கொலைகள் செய்வதையும் ஆதரிக்கின்றன.

இயற்பண்புவாதத்தின் ஆபத்தைப் புரிந்துகொண்ட மேற்கத்திய அரங்கியலாளர்கள் மிகக் குறுகிய காலத்திலேயே அதனைக் கைவிட்டுவிட்டு நடப்பியல் பாணிக்கு நகர்ந்தனர். காரணம் கலையின் மூலம் விழிப்புணர்வையும் முற்போக்கு மனநிலையையும் உருவாக்க வேண்டுமென்ற நோக்கம் அவர்களுக்கிருந்தது. ஆனால் தமிழ் சினிமாக்காரர்களுக்கு அதில் செயல்படும் இயக்குநர்களுக்கு அப்படியொரு நிலைப்பாடு இருக்கிறதா என்று தெரியவில்லை. இருந்தால் தொடர்ச்சியாக இப்படியான படங்களை எடுத்துத்தள்ள மாட்டார்கள். கைவிடப்பட்ட கலைக் கோட்பாடு என்று தெரிந்தபின்பும் அதையே தொடர்பவர்களின் நோக்கம் நல்ல நோக்கமாக இருக்க வாய்ப்பில்லை.

- 2018

5. ஷங்கரின் அந்நியன்: வன்முறை மோகம்

"கேப்பையில் நெய் வடியுதுன்னு சொன்னா கேட்பவனுக்கு மதியெங்க போச்சு" என்பது தமிழ் நாட்டுக் கிராமங்களில் சொல்லப்படும் பழமொழி. இந்தப் பழமொழி ஷங்கரின் 'அந்நியன்' படத்துக்குப் பொருத்தமானது என்றுதான் நினைக்கிறேன். ஆனால், ஷங்கர் தமிழ்நாட்டில் கிராமங்கள் இருக்கிறதா? கிராமத்திலும் மனிதர்கள்தான் வாழுகிறார்களா? என்று கேட்கக்கூடும். நோய்க் கூறுகள் நிரம்பிய சுதந்திர இந்தியாவின் இன்னும் குறிப்பாகச் சொல்வதானால் தமிழ்நாட்டின் நிகழ்காலச் சீர்கேடுகளுக்கான காரணங்களைப் பற்றிப் பேசும் அவரது படங்கள்-'ஜென்டில்மேனில்' தொடங்கி 'இந்தியன்', 'முதல்வன்' வரை நீண்ட சமூகப் பொருளாதார அரசியல் விமரிசனப் படங்கள் எதிலுமே தமிழ்நாட்டுக் கிராமங்களைப் பற்றிய நினைவு வெளிப்பட்டதில்லை. நாயகனும் நாயகியும் மலை, அருவி, ஓடைகள், வயல், மணல் திட்டுக்கள், சந்தைத்திடல் எனக் கிராமத்துப் பரப்புகளில் பாடியபடியே தொப்புள் உறிஞ்சும் பாடல் காட்சிகளில் வலம் வந்திருக்கிறார்கள். இவையெல்லாம் கிராமம் பற்றிய பிரக்ஞை அல்ல என்பதை விளக்கவேண்டியதில்லை. அந்த வரிசையில் ஒரு புதுப்படமாக இல்லாமல் அவற்றின் தொடர்ச்சியாக வந்துள்ள 'அந்நியன்' முற்ற முழுதாகக் கிராமத்தை மறந்த கிராமத்தை மறுத்துள்ள ஒரு படம். ஷங்கருக்கும் ஷங்கரைப் போன்ற சென்னையைச் சேர்ந்த மேல்தட்டுப் படைப்பாளிக்கும்

(வியாபாரிகளுக்கும்கூட தமிழ்நாட்டுக் கிராமங்கள் நினைவில் இல்லாமல் போவதற்கு, வாழ்ந்து பார்த்த அனுபவம் இல்லை என்பது மட்டுமே காரணம் அல்ல; வேறு சில வரலாற்றுக் காரணங்களும் தப்பித்தல் காரணங்களும் உள்ளன. இந்தப் படைப்புகளோடு தொடர்புடையவைகள்தான் என்றாலும் அதைப் பற்றித் தனியாகப் பேசிக்கொள்ளலாம். இப்பொழுது 'அந்நியன்' சினிமாவைப் பற்றிப் பேசலாம்

புத்திசாலித்தனமான வணிகச் சூத்திரம்

ஒரு மனிதனுக்குள் இருக்கும் ஒழுங்கற்ற பலநிலை ஆளுமைத்தன்மை (Multiple Personality Disorder) என்பது மனநோயின் வெளிப்பாடு என்கிறது மேற்கத்திய மருத்துவ விஞ்ஞானம். இந்த உலகத்தில் மனிதனாக வாழும்போது செய்யும் குற்றங்களுக்கேற்ப நரகத்தில் தண்டனைகள் உண்டு என்கிறது கருட புராணம். இந்து மதம் சார்ந்த கருட புராண நம்பிக்கையையும் மனநோய்க் கூறின் பலநிலை வெளிப்பாடுகள் என்னும் மருத்துவ விஞ்ஞானத்தையும் அறிந்து கொண்ட திருவல்லிக்கேணி பார்த்தசாரதி அய்யங்கார் மகன் ராமானுஜம் அய்யங்காரின் சாகசங்கள்தான் 'அந்நியன்'.

அம்மாஞ்சியாகப் பின்கட்டுக் குடுமியுடன் வளையவரும் அம்பியாகிய ராமானுஜம் (விக்ரம்) ஜனநாயகத்தின் சட்டவிதிகளில் நம்பிக்கை கொண்ட வக்கீல். சின்னச்சின்னத் தவறுகள் தட்டிக் கேட்கப்படாததால்தான் பெரியபெரிய குற்றங்கள் இஷ்டம்போல் நடக்கின்றன என்று உணர்ந்த பொறுப்புள்ள அக்கிரஹாரத்து இளைஞன். அதே அக்கிரஹாரத்தில் இருக்கும் நந்தினி (சதா) மீது கொண்ட காதலை ஏழு ஆண்டுகளாகச் சொல்லாமல் வைத்திருந்து பயோடேட்டாவுடன் கல்யாண விண்ணப்பத்தைப் பெண்ணின் தாயார் வழியாக அனுப்பி, பதிலுக்குக் காத்திருப்பவன். நந்தினியின் மனதில் இருப்பது அம்பிதான்; ஆனால் அந்தக் குடுமியுடன் கூடிய நடைமுறையைப் புரிந்துகொள்ளாத அம்பி அல்ல. இன்றைய நவீன வாழ்க்கைக்குத் தேவையான ஆங்கிலத்தையும் மேற்கத்திய சங்கீதத்தையும் அறிந்து வைத்திருக்கக் கூடிய ரேமோவைப் போன்ற அம்பி. சமூக அவலங்களைக் கண்டு அந்நியனாக மாறக்கூடிய வித்தை தெரிந்த அல்லது நோய்க் கூறு நிரம்பிய அம்பி ரேமோவாக மாறி அவள் மனதிற்குள்ளும் குடிபுகுந்துகொள்கிறான். சமூக

அவலங்களைக் கண்டு அந்நியனாக மாறிக் கொலைகள் செய்யத் தொடங்கிய அம்பி, தனது காதலியே சட்டத்தை ஏமாற்றி உண்மை மதிப்பைக் குறைத்துப் பத்திரப் பதிவுசெய்யும்போது அவளையே கொலை செய்யத் தயாராகிறான். ஆனால் அவளைக் கொலை செய்யவில்லை. அதுதான் படத்தின் உச்சகட்டத் திருப்பம்.

அம்பிக்கு விநோதமான நோய் இருப்பதாக டாக்டர் (நாசர்) கூறுகிறார். அந்த நோய் வந்தபோது என்னவெல்லாம் செய்தான் எனக் கண்டுபிடிக்கிறார். அந்நியனாக மாறிக் கொலைகள் செய்ததாகச் சொல்ல, அப்படியான நோயின் மூலகாரணமும் அன்புத் தங்கையின் மரணம் கண்டறியப்படுகிறது. அவனது பத்து வயதுத் தங்கையின் மரணத்துக்குக் காரணம், மின்சார வாரியத்தில் பணியாற்றிய அரசு ஊழியர் ஒருவரின் அலட்சிய மனோபாவம். அது முதல் எல்லாத் தவறுகளும் மனிதர்களின் பொறுப்பின்மையின் விளைவுகளே என நம்புகிறான். பொறுப்பற்ற மனிதர்களைத் தண்டிப்பது தனது கடமை என அவனது ஆழ்மனது சொல்ல, அந்நியனாக மாறிக் கொலைகள் செய்கிறான். ரகசியப் பிரிவு போலீசார் (பிரகாஷ் ராஜுவும் விவேக்கும்) கொலைகாரனைத் தேடிக் கொண்டே இருக்கிறார்கள். கைது செய்யப்பட்டவனுக்குத் தண்டனை வழங்காமல் நோய்க்கான மருத்துவ உதவி வழங்கும்படி நீதித்துறை பரிந்துரைக்கிறது. நோயிலிருந்து விடுபட்டவனாக நடித்த அம்பி வன்முறையைக் கைவிடாமல் நாசுக்காக மறைக்கக் கற்றுக்கொண்டு நந்தினியுடன் புதிய திருமண வாழ்க்கையைத் தொடர்கிறான். அந்நியனாக மாறி அம்பி செய்யும் கொலைகளின் காரணங்களும் கொலை செய்யும் முறைகளும் வித்தியாசமாக இருந்தாலும் இவை அனைத்தும் கருட புராணத்தில் சொல்லப்பட்டுள்ள முறைகள் தான். பாவிகளுக்கு நரகத்தில் கிடைக்கப்போகும் தண்டனையை இங்கேயே தருபவன் தான் அந்நியன்.

அந்நியனாக மாறி அம்பி செய்யும் மூன்று கொலைகளை விரிவாகக் காட்டுகிறார் இயக்குநர் ஷங்கர். எருமைக் கூட்டத்தைக்கொண்டு மிதித்துக் கொலை செய்யப்படும் முதல் நபர். ஒரு மனிதனின் உயிரைவிடத் தன் புதுக்காரின் வண்ணமும் அதன் சுத்தமும் முக்கியம் எனக் கருதி, காரை நிறுத்தாமல் போன மனிதாபிமானமற்ற பணக்காரன். இரண்டாவது நபர், வாங்கும் பணத்திற்குத் தரமான சாப்பாட்டை வழங்காமல்

ஏமாற்றும் ரயில்வே கேண்டீன் ஒப்பந்தக்காரர். அவரது உடல் எண்ணெய்க் கொப்பரையில் போட்டு வறுத்து எடுக்கப்படுகிறது. அப்புறம் தனது இரு சக்கர வாகனத்திற்குத் தரமற்ற பிரேக் வயரைத் தயாரித்துத் தந்த தொழிற்சாலை முதலாளி. போலிப் பொருட்களைத் தயாரித்து நடுத்தர வர்க்கத்து மனிதர்களின் பணத்தைச் சுரண்டிய அவரது ரத்தத்தை அட்டைகளைக்கொண்டு குடிக்கச் செய்து கொலை செய்கிறான்.

இந்தக் கதைப்பின்னலும் காட்சிக் கோர்வைகளும் இடையிடையே வெளிநாட்டுப் பின்புலத்திலும் பிரம்மாண்டமான அரங்க அமைப்பிலும் ஆடிப்பாடும் பாடல் காட்சிகளும்; ஒரு பாட்டுக்கு மட்டும் உலக அளவில் அறியப்பட்டுள்ள யானா குப்தாவுடன் நாயகன் ஆடும் மேற்கத்திய நடனமும், விவேக்கின் நகைச்சுவை வசனங்களும் சேர்ந்து வெற்றிப்படச் சூத்திரமாக மாறிவிடும் என்ற கணக்கு ஷங்கருடையது மட்டுமல்ல; தமிழ் சினிமாவின் வியாபாரக் கணக்கும்தான். அந்நியன் படத்தில் ஷங்கரின் இந்தக் கணக்குத் தப்பிப் போவதற்கு இரண்டு முக்கியக் காரணங்கள் உள்ளன. ஒன்று சினிமா என்னும் கலைச் சாதனத்தின் இயக்க விதிகளை முற்றிலும் வணிக விதிகளோடு இணைத்து யோசித்துள்ளது. இன்னொன்று அவரது படம் செய்யும் அப்பட்டமான அரசியல் பிரசாரம்.

கைவிட்ட சூத்திரம்

"தமிழ் சினிமா வர்த்தகப் பாதையில் நன்கு முன்னேறுகிறது. வர்த்தகம் மட்டுமே வளர்ச்சி அல்ல. காரணம் வர்த்தகர்கள் சினிமாவைக் கண்டுபிடிக்கவில்லை. விஞ்ஞானமும் கலையும் சேர்ந்து பெற்ற குழந்தை சினிமா. அதன் வளர்ச்சியே முழுமையான வளர்ச்சி." (ஆனந்தவிகடன், 29.05.2005).

இப்படிச் சொன்னது வேறு யாரும் இல்லை, நடிகர் கமல்ஹாசன்தான். தமிழ் சினிமாவில் கலையின் கூறுகள் காணாமல் போய்விட்டன என்பதற்கு மிகச்சிறந்த உதாரணமாக 'அந்நிய'னைத்தான் சொல்ல வேண்டும். சினிமாவுக்கான கதைக்களன், காலப் பின்னணி சார்ந்த சாத்தியங்கள், அதில் உலவும் கதாபாத்திரங்களின் செயல்பாடுகள், அச்செயல்பாடுகளின்போது வெளிப்பட

வேண்டிய உணர்வுகள், அவற்றைக் கொண்டுவர முயலும் நடிகர்களின் வலியோடு கூடிய ஈடுபட்ட நடிப்பு, அதற்கு உதவும் இசை மற்றும் ஓசை, காமிராவின் கோணம் மற்றும் நகர்வுகள், இவற்றையெல்லாம் ஒருங்கிணைத்துத் தனக்கான எடுத்துரைப்பு முறை (Narrative Method) ஒன்றின் மூலம் சொல்ல வேண்டிய இயக்குநரின் பணி என ஒன்றொடொன்று தொடர்புடையது திரைப்படக் கலை. இப்படிச் சொல்வது கலைப்படம் சார்ந்த பேச்சு அல்ல; வெகுமக்களுக்கான படங்களை எடுப்பதாக நம்பிய பாரதிராஜா, பாலுமகேந்திரா, பாலசந்தர், மகேந்திரன், மணிரத்னம் போன்றவர்களின் வேலைகளே - சிந்தனைகளே இப்படித்தான் இருந்துள்ளது.

இன்று வரும் இயக்குநர்களின் சிந்தனை அப்படிப்பட்டதாக இல்லை. பார்வையாளனை அந்தக் கணத்தில் எப்படி மெய்மறக்கச் செய்வது என்று மட்டுமே யோசிக்கிறார்கள். அரங்கிற்கு வரச் செய்வதற்கான அம்சங்களாகப் பாடல் காட்சிகளை விதவிதமான பின்னணிகளில் எடுத்துத் தொலைக் காட்சிகளில் ஒளிபரப்பி, விதம்விதமான உடைகளில், நடிகையென்றால் உடை குறைவாகக் காட்டுவதன் மூலம் திரையரங்கை நோக்கிப் பார்வையாள இளைஞனையும் யுவதிகளையும் இழுத்துவிட முடியும் என்பது கணக்கு. அன்றாட வாழ்வில் தனிமனிதர்கள் சந்திக்கும் அவலமான நடைமுறைகளின் மீது கோபம் கொப்பளிக்கும் வசனங்களைப் பேசும் நாயகனைக் காட்டிவிட்டால் நடுத்தரவர்க்கக் குடும்பத்தினரைப் பார்வையாளர்களாக்கி விடலாம் என்பது ஷங்கர் போன்ற திறமைசாலிகளின் கணக்கு. நம்பகத்தன்மை என்ற எல்லையைத் தவற விடுகின்றபோது இந்தக் கணக்குகள் எல்லாம் தப்புக் கணக்குகளாகி விடுகின்றன. பிரபலமான நடிகனின் படமானாலும் சரி, இயக்குநரின் படமானாலும் சரி பார்வையாளனின் அறிதல் புலம் சார்ந்த நம்பகத் தன்மையை இழந்துவிடும் நிலையில் அப்படத்தைப் பார்த்தாக வேண்டும் என்று விரும்புவதில்லை. திறமையான இயக்குநர் எனப் பெயர் பெற்ற ஷங்கரும் இந்திய அளவில் சிறந்த நடிகர் என்ற பாராட்டைப் பெற்ற விக்ரமும் இணைந்து இருந்தபோதும் 'அந்நியன்' அந்த நம்பகத்தன்மையின் எல்லையைத் தவறவிட்டுள்ளது.

ஷங்கரின் பரப்புரை

அந்நியனில் நம்பகத்தன்மையின் எல்லை தவறியதற்கு அப்படம் செய்ய விரும்பிய சமூக அரசியல் பரப்புரைதான் காரணம். படத்தில் மூன்று கொலைகளையும் செய்தவன் ஒருவன்தான் என போலீஸ் துப்பறிந்து தேடுவதாகக் காட்டிய இயக்குநர் விரிவாகக் காட்டாத கொலை ஒன்றும் படத்தில் உள்ளது. அதற்குப் பதிலாக ஆயிரக்கணக்கான மக்கள் முன் நேரடியாகத் தோன்றி தன் தரப்பு நியாயங்களையும் தான் செய்த கொலைகளுக்கான காரணங்களையும் கூறும்போது, அந்தக் கொலைதான் தனது முதல் கொலை என்று கூறுகிறான் அந்நியன். கூலி வேலை செய்து வாழும் அப்பாவிப் பெற்றோரின் உழைப்பில் சாராயம் குடித்து விட்டுப் படுத்துத் தூங்கும் சோம்பேறி இளைஞன் (சார்லி) அவன்; அவனைக் கொன்றது எப்படித் தவறாகும் என நீதி கேட்கிறான். மக்கள் கூட்டமும் அந்தக் கொலை சரியானதுதான் என நீதி வழங்குகிறது. சட்டம் நீதிமன்ற நடைமுறைகளை முற்ற முழுதாக ஏற்று நம்பும் அம்பி, அந்நியனாக மாறி நீதி கேட்பது என்பது சுவையான முரண்பாடாகத் தோன்றலாம். ஆனால் அந்தச் சுவையான முரண்பாட்டிற்குப் பின்னால் சோகமான வரலாறு ஒன்று இருக்கிறது என்பது அம்பியின் வாதம் மட்டுமல்ல; அம்பியின் கதாபாத்திரத்தை உருவாக்கிய ஷங்கரின் வாதமும்கூட.

சோம்பேறி இளைஞன்தான் படத்தின் தொடக்கத்தில் அம்பியின் முகத்தில் எச்சிலை உமிழ்ந்துவிட்டு அவனது பின்கட்டுக் குடுமியைக் கேலி செய்து விட்டுப் போனவன் என்று காட்டுவது கவனித்திருக்க வேண்டிய ஒன்று. திராவிட இயக்கம் செய்த தீவிர எதிர்ப்புப் பிரசாரத்தால் பிராமணர்களின் அடையாளங்களான பூணூலும் பஞ்சகச்சமும் பின்கட்டுக் குடுமியும் கேவலமான அடையாளங்களாகப் பேசப்பட்டதும், தயிர்சாதமும் ஊறுகாயும் கேலிக்குரிய உணவுப் பொருட்காளகச் சித்திரிக்கப்பட்டதும் (அடிவாங்கும் போது தன்னுடைய உடம்பு தயிர்சாதம் சாப்பிட்ட உடம்பு; அடியைத் தாங்கும் வலிமை அதற்கு இல்லை என்று அம்பி கூறுவதைக் கவனித்துக்கொள்ள வேண்டும்) சென்ற நூற்றாண்டின் தமிழக வரலாற்றுக் காட்சிகள். இந்த வரலாற்றுச் சொல்லாடல்களின் போது பிராமணர்கள் இந்த மண்ணுக்கு உரியவர்கள் அல்ல; வடநாட்டிலிருந்து வந்தேறிய குடிகள்;

இன்னும் சொல்வதானால் இந்திய நாட்டிற்கே அவர்கள் அந்நியர்கள்தான் என்றெல்லாம் வாதங்கள் நடந்தன என்பதும் நினைவுகூரத் தக்கன. இந்தப் பின்னணியில் ஷங்கரின் படத்தைப் பார்க்கத் தொடங்கினால் 'அந்நியன்' என்ற சாதாரண வணிக சினிமாவுக்குள் இருக்கும் அரசியல் அர்த்தங்கள் வேறுவிதமாக விரியத் தொடங்கிவிடும். அப்பாவிப் பிராமணர்களை வகை மாதிரிக் கதாபாத்திரங்களாக்கி (Typed Character) ஒட்டுமொத்த பிராமணர்களையும் காப்பாற்ற நினைக்கும் அந்த அரசியல் நுண் அரசியல் அல்லாமல் வேறல்ல.

அம்மாஞ்சிகளாக இருந்த அம்பிகளின் அடையாளங்கள் மார்கழி மாதப் பஜனையாகவும் திருவையாற்று பஞ்சரத்தின கீர்த்தனையில் பங்கேற்பதாகவும் இருந்தன. அவர்கள்தான் இன்று கம்யூட்டர் மென்பொருட்களைத் தயாரிக்கத் தெரிந்த புத்திசாலிகளாகவும் மேற்கத்திய அறிவையும் தொழில் நுட்பத்தையும் இந்தியாவிற்குள் கொண்டு வந்து சேர்த்தவர்கள் என்பதும் நிகழ்கால உண்மை. அத்துடன் இந்தியப் பாரம்பரிய அறிவின் மீதும் கலைகளின் மீதும் பற்றுக் கொண்ட தேசப்பற்றாளர்கள்; ஜனநாயக நடைமுறைகளின் மீது நம்பிக்கை கொண்ட பொறுப்பான இந்திய மற்றும் தமிழகப் பிரஜைகள். இந்த உண்கைள் ஏற்றுக்கொள்ளப்படாத நிலையில் - தங்களை இந்த மண்ணில் அந்நியர்களாகக் கருதும் போக்கு தொடரும் நிலையில் அவர்களின் அடிமனம் வன்முறையை நாடுகிறது என்கிறது படம். நோய்க் கூறு போல இருக்கும் இந்த அடிமன விருப்பம் வெறுக்கத்தக்கதல்ல; விரும்பத்தக்கது; தக்க வைத்துக் கொள்ள வேண்டியது என்றும் படம் பேசுகிறது. நீதிமன்ற ஆலோசனைப்படி அந்த உணர்வு வெளிப்படாமல் இருந்தால்தான் வெளிப்படையான வாழ்க்கைக்குத் திரும்ப முடியும் என்பதை டாக்டரின் வழி அறிந்துகொண்ட அந்நியன் நடப்பு உண்மைகளை ஏற்றுக் கொண்டவனாக மாறிவிட்டது உண்மை அல்ல. அது வெறும் நடிப்பு. அவனிடம் அந்த வன்மம் - அந்நியனாக மாறிக் கொலைகளைச் செய்துவிடும் வன்முறை - இப்பொழுது இயல்பாக மாறிவிட்டது என்பதுதான் படம் சொல்லும் எச்சரிக்கை. இந்த எச்சரிக்கை யாரை நோக்கி என்பது மட்டுமே படத்தில் தெளிவுபடுத்தப்படவில்லை. எச்சரிக்கை தன்னைச் சார்ந்தவர்களுக்கும் இருக்கலாம்; தனக்கு எதிரானவர்களுக்கும் இருக்கலாம்.

6. ரஜினிகாந்த் : வணிக சினிமாவின் திருமுகம்

'பாபா' படத்தின் மூலமாகச் சறுக்கலைச் சந்தித்தபோது அவர் அப்படியே சினிமாவுக்கு முழுக்குப் போட்டுவிடுவார் என்று பலர் எதிர்பார்த்தார்கள். இந்த எதிர்பார்ப்பு திரைப்படத் துறையினரிடமிருந்து வந்தது என்பதைவிட அதற்கு வெளியே இருந்தவர்களிடமிருந்தே வந்தது. அவரால் மட்டுமல்ல; தனது வாழ்க்கையின் சரிபாதிக் காலத்தை ஒரு துறைக்கு ஒப்புக்கொடுத்த யாராலும் அந்தத் துறையைவிட்டு ஒதுங்கிவிட முடியாது.

மூன்றுமுகம் ரஜினி மூன்று வேடங்களில் நடித்த வெற்றிப்படம். இன்றைய ரஜினி தனது சொந்த வாழ்க்கையில் விரும்பி ஏற்றுக் கொண்ட மூன்று முகங்கள் அதிலிருந்து வேறுபட்டவை. ஆன்மீகம், அரசியல், நடிகன் ஆகியவைதான் அந்த முகங்கள். ஆன்மீக முகம் அந்தரங்கமானது. தனிமனிதர்களின் வாழ்க்கையில் அடியோட்டமாக இருக்கும் அந்த அடையாளம் எப்படிப்பட்டது என்பதை மற்றவர்களுக்குக் காட்ட வேண்டிய அவசியம் இல்லாதது. ஆனால், அரசியல் முகம் அப்படிப்பட்டதில்லை. பெருந்திரளை ஒன்றுதிரட்டுவதையும், வழிநடத்துவதையும் பற்றி வெளிப்படையாகப் பேசவேண்டியது. அந்தரங்கத்தையும் வெளிப்படைத் தன்மையையும் ஒருசேரக் கொண்டிருப்பது நடிகன் என்ற அடையாளம். ரஜினியைப் பொறுத்தவரையில் நடிகன் என்பது அடையாளமே அல்ல. அன்றாட நிகழ்வு; தொழில்;

வாழ்க்கை. இப்படியான இன்னும் பல. அந்தப் புரிதல்தான் பாபா என்ற சறுக்கலை அடுத்துச் சந்திரமுகி என்ற உச்சத்தைச் சாதித்தது.

திரைப்படத்துறை எப்பொழுதும் லாபம் ஈட்டக்கூடிய வணிகத்தின் கூறுகளோடுதான் இருந்துவருகிறது. என்றாலும் அதன் வழியாகப் பார்வையாளர்களிடம் கருத்துகளை உற்பத்திசெய்ய முடியும் என்பதும், விவாதங்களை ஏற்படுத்தமுடியும் என்பதும், மாற்றங்களை முன்னெடுக்க முடியும் என்பதும் அதன் கூடுதல் பலன்கள். இந்தப்பலன்கள்தான் சினிமாவைக் கலையாகவும் வெகுமக்களுக்கான ஊடகமாகவும் கணிக்க வைக்கிறது. பேசவேண்டியது. லாபம், அதிக லாபம், மேலும் லாபம் என அது ஒன்றுமட்டுமே நோக்கமாக ஆகும்போதுதான் சினிமா, கலை என்ற நுட்பக் குணத்தையும் ஊடகம் என்ற புறவடிவக்கூறுகளையும் ஒதுக்கித் தள்ளுகிறது. ரஜினி போன்ற அனுபவம் மிக்க நடிகர்களுக்கு இந்த வேறுபாடுகள் தெரிந்தேதான் இருக்கிறது.

நடிகர் ரஜினி நடிகராக நுழைந்தபோது இந்த வேறுபாடுகளை யெல்லாம் தெரிந்து கொண்டே நுழைந்தார் என்று சொல்வதற்கில்லை. ஆனால் அவரை இயக்கிய இயக்குநர்கள் இதையெல்லாம் தெளிவாகத் தெரிந்தவர்கள். அறிமுகப்படுத்திய பாலசந்தரும் அவருக்குள் இருந்த நடிப்பின் சாத்தியங்களைப் பயன்படுத்திக்கொண்ட மகேந்திரனும் ரஜினியின் உருமாற்றங்களைச் சரியாகக் கணிக்காமல் தொடக்க வெற்றியையும் பிந்தைய தோல்வியையும் அடைந்த பாரதிராஜாவும் சினிமாவின் குணாம்சங்களை முழுமையாக அறிந்தவர்கள். கலையாகவும் தொடர்புச் சாதனமாகவும் புரிந்துகொண்டதால் இரண்டிற்கும் இடையில் நின்று சாகசங்கள் புரியமுடியும் என்று நம்பியவர்கள். ஆனால், ரஜினியை நட்சத்திர நாயகனாக ஆக்கிய எஸ். பி.முத்துராமன், ஏ.வி.எம். பட நிறுவனம் போன்றவர்கள் அத்தகைய நம்பிக்கையிலிருந்து மாறுபட்டவர்கள். தொடர்புசாதன வடிவத்தை வணிகத்தின் விதிகளுக்குள் கொண்டுபோய்ச் சேர்க்க முயன்றவர்கள்.

ரஜினி நடித்து வெளிவந்த முதல் படம் கே.பாலசந்தரின் அபூர்வ ராகங்கள். முக்கிய கதாபாத்திரமாக இல்லாவிட்டாலும் படத்தில் அவர் இருப்பதைப் பலரிடமும் சொல்லிக்கொள்ளும்விதமாக நடித்த படம். ஆனால், அடுத்த ஆண்டு அவர் நடித்த படம்

மூன்று முடிச்சு அப்படிப்பட்டதாக இருக்கவில்லை. ஏறத்தாழ படத்தின் வில்லன் அவர்தான். முதல் இரண்டு ஆண்டுகளில் இரண்டே படங்கள். இரண்டு படங்களையும் இயக்கிய பாலசந்தரே மூன்றாவது படத்திலும் வாய்ப்புக் கொடுத்தபோது அவருக்குள் இருந்த நடிகன், அவனுக்கான வடிவத்தைத் தேடிக்கொண்டான் என்றுதான் சொல்லவேண்டும். நடிப்புக்கலைக்கு அதிகம் பயன்படும் உடல் உறுப்புக்களான கைகளையும் கால்களையும் தனக்கேயான பாணியில் பயன்படுத்தும் விதத்தையும் ஏற்ற பாத்திரங்களுக்கான முரட்டுத்தனத்தைக் கண்களின் வழியாக வெளிப்படுத்தும் நுட்பத்தையும் உறுதியாகப் பற்றிக்கொண்டதை அடுத்தடுத்து வந்த படங்களில் காணமுடிந்தது.

பாலசந்தரின் இயக்கத்தில் நடித்த மூன்றாவது படம் 'அவர்கள்'. வெளிவந்த ஆண்டு 1977. அந்த வருடத்தில் மட்டும் ரஜினி நடித்து 15 படங்கள் வெளிவந்தன. தமிழ்ப் படங்கள் - 8. கன்னடப் படங்கள் - 4. தெலுங்கு - 3. மூன்றாவது ஆண்டிலிருந்து அதிகரிக்கத் தொடங்கிய படங்களின் எண்ணிக்கை அடுத்த பத்தாண்டுகளுக்குக் குறையவே இல்லை. பதினொராவது ஆண்டின் முடிவில், அதாவது 1986இல் சராசரியாக ஆண்டுக்குப் பத்து என்ற கணக்கில் 110 படங்களை நடித்து முடித்திருக்கிறார். 1987-இல் தொடங்கி 1996 முடிய அடுத்த பத்தாண்டுகளில் 38 படங்கள். மூன்றாவது பத்தாண்டுகளில் (1997-2007) மொத்தம் ஐந்தே படங்கள். 'சிவாஜி' படத்தையும் சேர்த்து ரஜினி நடித்த படங்களின் எண்ணிக்கை 153. ரஜினியின் தமிழ்ப் படங்களில் சிவாஜி 100 வது படம் என ஒரு புள்ளிவிவரம் சொல்கிறது. அவரது தாய்மொழியான கன்னடத்தில் 11 மட்டுமல்லாமல், மலையாளம் 2, தெலுங்கு 16, ஹிந்தி 22 எனப் பிற மொழிகளிலும் அவர் நடித்த படங்கள் வெளியாகியுள்ளன. அவரது பெரும்பாலான படங்கள் தமிழ்ப்படங்களே. பிறமொழிகளில் வந்தவை தமிழ்ப்படங்களின் மொழிமாற்றுப்படங்களாகவும் தழுவல்களாகவும்தான் உள்ளன. முதல் பத்தாண்டுகளில் நடிகனாகத் தன்னைத் தக்கவைத்துக் கொள்வதற்கான போராட்டமும் நட்சத்திர அந்தஸ்தை நோக்கிய நகர்வும் இருந்தன. இரண்டாவது பத்தாண்டுகளில் நட்சத்திர அந்தஸ்திலிருந்து உச்சநட்சத்திர நிலையை நோக்கிய வேகம், மூன்றாவது பத்தாண்டுகளில் அசைக்க முடியாத ஆசனத்தில் உச்சத்தில் மிதப்பு.

தொடக்கப்படங்களைத் தாண்டிப் பாலசந்தரிடம் ரஜினி நடித்த படங்களில் குறிப்பிட்டுச் சொல்லவேண்டிய படம் தப்புத்தாளங்கள். சமூகத்தின் பொது நியதிகளைப் பின்பற்ற முடியாத வாழ்க்கைக்குள் இருக்கும் ஒரு திருடனை (ரஜினி)யும் பாலியல் தொழிலாளி(சரிதா) யையும் மையப்பாத்திரங்களாக்கியிருந்த அந்தப் படம், அந்தக் காலகட்டத்தில் வந்த முக்கியமான படமும்கூட. அந்தப் படத்தைத் தவிர, ரஜினி நடித்த மற்ற படங்கள் எல்லாம் பாலசந்தரிடம் நடிப்பு கற்றுக் கொண்ட படங்கள் என்றே சொல்லலாம். 'நினைத்தாலே இனிக்கும்' படத்தில் அவ்வப்போது வெளிப்பட்ட நகைச்சுவை நடிப்பு பாலசந்தர் இயக்கிய 'தில்லுமுல்லு' படத்தில் முழுமையான நகைச்சுவையின் பேச்சுமொழி மற்றும் உடல் மொழியுடன் வெளிப்பட்டது

தமிழின் மிகச்சிறந்த இயக்குநர்களில் ஒருவரான மகேந்திரனிடம் ரஜினி வெளிப்பட்ட விதத்தைக் குறிப்பிட சரியான சொல் எது? என்று கேட்டால் இயக்குநர் நடிகர் என்ற சொல்லைத் தான் கூறவேண்டும் 'முள்ளும் மலரும்', 'ஜானி', 'கை கொடுக்கும் கை' ஆகிய படங்களில் வெவ்வேறு பாத்திரங்களை ஏற்று நடித்தார் ரஜினிகாந்த். உமாச்சந்திரனின் நாவலை அடிப்படையாகக் கொண்டு உருவாக்கப்பட்ட 'முள்ளும் மலரும்' படத்தில் ஏற்ற அந்தப் பாத்திரத்தின் கொந்தளிப்பு மனநிலையைத் துல்லியமாக மகேந்திரன் கொண்டு வந்திருந்தார் அதை அடுத்து மனித உறவுகளில் வினோத மனநிலையை ஜானியில் வெளிப்படுத்தினார் என்று சொல்லலாம்.

பாரதிராஜாவின் முதல் படமான '16 வயதினிலே'வில் அதுவரை தமிழ் சினிமா சந்தித்திராத வில்லனாக வெளிப்பட்டார் ரஜினி. நாயக மையம் என்பதை ஓரளவு தவிர்த்துவிட்டு ஒன்றுக்கு மேற்பட்ட பாத்திரங்களை முக்கிய பாத்திரங்களாக்கிய மணிரத்னத்தின் தளபதி படத்தில் ரஜினியும் ஒரு முக்கிய கதாபாத்திரம். குழந்தைகளிடம் அன்பு காட்டும் ஒரு மனிதனாகவும் ஒரு நடிகனாகவும் தோன்றி குழந்தைகளிடமும் அவரது ரசிகர் வட்டாரத்தை விரிக்கக் காரணமாக இருந்த அன்புள்ள ரஜினிகாந்தையும் சேர்த்து நினைக்கும்போது ரஜினிகாந்த் என்ற நடிகனின் பயணம் கலைக்கும் தொடர்பு ஊடகம் என்ற வெகுமக்கள் சாதனத்திற்கும் இடையில் ஆரவாரமின்றி தொடர்ந்து கொண்டிருந்ததைப் புரிந்து கொள்ளலாம்.

இந்தப் பயணத்தில் திருப்பத்தை ஏற்படுத்திய படம் இதுதான் என்று சொல்ல முடியவில்லை என்றாலும் அவ்வகைப்படங்களின் குணங்கள் இவை எனச் சொல்லலாம். குடும்பப் பொறுப்புகளை ஏற்று வழிநடத்த வேண்டிய தந்தை இல்லாத ஒரு குடும்பத்தில் மூத்த மகன் ஒருவனின் கதையைப் படமாக எடுப்பதாக வைத்துக்கொள்ளலாம் அப்போது படத்தில் காட்சிகள் அவனின் குடும்ப பொறுப்பு, உறவு, பாசம், பெரியவர்களுக்கு காட்டும் மரியாதை, காதல் வாழ்க்கை எதிரிகளின் சதி, அதிலிருந்து விடுபட்டு அடையும் வெற்றி எனப் பிள்ளைகளாகப் போட்டு நிகழ்வுகளை உருவாக்குகிறது. இந்த நிகழ்வுகள் கிராமம் சார்ந்து அமையும் எனில் அதற்கு ஏற்ற உணர்வுகளையும் மொழியையும் பயன்படுத்தினால் போதும் ஜனரஞ்சகப் படமாக ஆகிவிடும். அத்தோடு பார்வையாளர்களுக்கு தற்காலிக விடுவிப்பு சுகத்தை தரும் பாடல்களையும் அவற்றிற்கான ஆட்டங்களையும் உருவாக்கிவிட்டால் அனேகமாக வெற்றிப்பட ஃபார்முலா தயார். கிராமப் பின்னணியில் எடுக்கப்பட்டால் முரட்டுக்காளையாகவும் நகரப் பின்னணியில் எடுக்கப்பட்டால் அண்ணாமலையாகவும் ஆகிவிடும் இயல்புடையது இந்தப் ஃபார்முலா.

இப்படியான வெற்றி ஃபார்முலாவில் தமிழில் எல்லா நடிகர்களும் ஒன்றுக்கு மேற்பட்ட படங்களில் நடிக்கத் தான் செய்திருக்கிறார்கள். அவற்றைத் தமிழர்கள் சளைக்காமல் பார்க்கவும் செய்கிறார்கள். ஆனால் எல்லாப் படங்களுமே ஏவிஎம் தயாரித்த முரட்டுக்காளை போல வெற்றி பெற்றதில்லை. அந்தப் படத்தில் நடித்த ரஜினியைப் போல நாயக நிலையில் உச்சத்திற்குப் போனதுமில்லை. முரட்டுக்காளை வந்த அதே காலகட்டத்தில் வந்த ஏ.வி.எம். மின் இன்னொரு படம் சகலகலா வல்லவன். அந்தப் படத்தில் மைய கதாபாத்திரத்தில் நடித்தவர் கமல்ஹாசன். இந்த இரண்டு படங்களின் பெயர்கள் படக்கதையில் பெயர்களாக மட்டும் நிற்காமல் அந்தப் படங்களின் மையப் பாத்திரங்களை ஏற்ற நடிகர்களின் அடையாளங்களாகவும் வளமையுடன் இருந்தன என்பதுதான் இவற்றில் சிறப்பு.

முரட்டுக்காளை என்ற பெயரும் படமும் நடிகர் ரஜினியின் அடையாள உருவாக்கத்தில் முக்கியப் பங்கு வகித்த படம் அந்தப் படம் வருவதற்கு முன்பே ரஜினியின் முக்கிய அடையாளமாக

முரட்டுத்தனம் உருவாக்கப்பட்டிருந்தது. குப்பத்து ராஜா, காளி, பில்லா, நான் போட்ட சவால், தர்மயுத்தம், பொல்லாதவன் போன்ற படங்களின் வழி உருவாக்கப்பட்ட அந்த அடையாளம் முரட்டுக்காளையில் வேறுசில அடையாளங்களோடு சேர்த்துத் தரப்பட்டது. அந்தப் படத்தில் அவர் ஏற்று நடித்த காளையன் பாத்திரத்தில் பல்வேறு கூறுகள் தனித்தனியாகப் பிரிக்கப்பட்டு ரஜினியின் தனிப்போக்குகளாக உறுதிசெய்யப்பட்டன. அதே நேரத்தில் முரட்டுத்தனம் என்ற குணத்தை வெளிப்படுத்தும் படங்களாக கழுகு, தீ, தனிக்காட்டுராஜா, போக்கிரி, ரங்கா, துடிக்கும் கரங்கள், சிவப்பு சூரியன், நான் மகான் அல்ல, நான் சிகப்பு மனிதன் என்ற பெயர்களில் பின்னரும் தொடரத்தான் செய்தன. பொது ஒழுங்கு *x* தனிமனித நியாயங்கள் என்ற எதிர்வுக்குள் செயல்படும் கதைப்பின்னல்கள் கொண்ட இந்தப் படங்கள் பெரும்பாலும் தனிமனிதனின் செயல்பாடுகளைச் சரி என வாதிட்ட படங்கள். எதிர்மறையாக நாயகப் பாத்திரத்தை முன்மொழிந்த இந்தப் படங்கள் கேள்விகளற்று ஏற்றுக்கொள்ளப்பட்டன.

பாசம், பொறுப்பு ஆகியவற்றுடன் தியாகம், கடும் உழைப்பு ஆகிய குணங்களையும் தாங்கிய ரஜினியை முன்னிறுத்தும் படங்களாக ராணுவ வீரன், உன் கண்ணில் நீர் வடிந்தால், படிக்காதவன், ஊர்க்காவலன், பணக்காரன், தர்மதுரை, எஜமான், பாபா எனப் பல படங்களாக வந்தன, குடும்ப வெளிக்குள் தனிமனிதன் சந்திக்கும் சிக்கல்களை மிகையுணர்ச்சி ததும்பக் காட்டிய இந்த படங்களின் சாரம், நடிகர் ரஜினிக்கு தந்த அடையாளங்கள் அவரது ரசிகப் பரப்பை பரவலாக்கிய அடையாளங்கள் என்று கூடச் சொல்லலாம். கோபக்கார இளைஞன் என்ற அடையாளம் நோக்கிவந்த இளைஞர்கள் ரசிகர்களாக வந்தது போல இந்தப் படங்களின் வழியாகக் குடும்ப அமைப்பிற்குள் தங்கையாக, மனைவியாக, மனைவியாக இருக்கும் பெண்களும் அவர்களின் வழிநடத்தலில் சினிமாவின் பார்வையாளர்களாகச் செல்லும் குழந்தைகளும் ரஜினியின் ரசிக எல்லைக்குள் வந்தனர்.

தமிழில் ஆயிரத்து தொள்ளாயிரத்து எழுபதுகளின் இறுதிவரை பொதுநிலைப் பார்வையாளர்களை நோக்கிப் படம் எடுப்பதே முக்கியமான பாணியாக இருந்தது. 1990 களில் ஏறத்தாழ அந்தப்

பாணி மிகச்சிறிய அளவிலேயே இருந்தது. பொதுநிலைப் பார்வையாளர்களைக் கைவிட்டு இலக்குகளை நோக்கி நகரத் தொடங்கிய காலகட்டத்தில்தான் ரஜினியின் திரைப்பிரவேசம் இருந்தது என்பது நினைவில்கொள்ளவேண்டிய ஒன்று.

நடிகர் ரஜினி, நட்சத்திர நடிகராக ஆவதற்கு உதவியவர்கள் எல்லாவகைப் பார்வையாளர்களும் அல்ல. வயதில் இளையோர்களாகவும் பணியாற்றும் நிலையில் உதிரித் தொழிலாளிகளாகவும் சமூக அடையாளத்தில் தலித் மற்றும் பிற்பட்ட சாதிக் குழுக்களாகவும் இருந்த இலக்கு பார்வையாளர்களே அவரை நட்சத்திர நடிகர் என்ற நிலைக்கு உயர்த்தியவர்கள். மொத்தத் தமிழ்ச் சமூகத்தில் இத்திரள் குறிப்பிடத்தக்க பெருந்திரள்;கூட்டம். பெருந்திரளான கூட்டம் ஏற்றுக்கொள்ளும் கலைஞர்களையும் அரசியல்வாதிகளையும் மற்ற குழுக்களும் மெல்ல மெல்ல ஏற்றுக்கொள்ளத் தொடங்கும் என்பது சமூக உளவியலில் ஒரு கூறு. ரஜினி ஒட்டுமொத்தத் தமிழ் சமூகத்தின் ஈர்ப்புக்கும் உரியவராக ஆனதில் பின்னணியில் அந்த உளவியல் செயல்பட்டது என்பதை வலியுறுத்திச் சொல்லவேண்டியதில்லை. அதை உணர்ந்த நிலையில்தான் ரஜினி பொதுநிலைப் பார்வையாளர்களை நோக்கிப் படம் எடுக்க வேண்டும் என்ற நெருக்கடிக்குள் தள்ளப்பட்டார்.

1990- களுக்குப் பின்னர் நிறையப் படங்களில் அவர் நடிக்கவில்லை 2016 வரை ஆண்டுக்கு ஒன்று வீதம் 16 படங்களில் நடித்துள்ளார். இந்தப் படங்களில் பெரும்பாலானவை இலக்கு பார்வையாளர்களைத் தவிர்த்துவிட்டு பொதுநிலை பார்வையாளர்களைக் குறிவைத்தன என்பது கவனிக்க வேண்டிய ஒன்று. நாட்டுக்கொரு நல்லவன்-1991, மன்னன், அண்ணாமலை -1992, எஜமான், உழைப்பாளி - 1993, வீரா - 1994 பாட்ஷா, முத்து - 1995, அருணாச்சலம் - 1997, படையப்பா- 1999 எனப் பெயரிட்டு கொண்டுவந்த இந்தப் படங்களில் ரஜினி ஏற்ற பாத்திரங்களின் பெரிய அளவில் மாற்றம் பெற்றன. எதிர்மறை நாயகன் என்ற அடையாளம் மெல்ல மெல்ல மறையும்படி உருவாக்கப்பட்டன. இந்த மாற்றத்திற்கு ஒட்டுமொத்தத் தமிழ்ச் சமூகத்தின் ஏற்பு கிடைத்துவிட்டதாக நம்பியபோது தான் அவருக்குள் தமிழ்ச் சமூகத்திற்கு நன்றி செலுத்த வேண்டும்

என்ற உணர்வும், வழிகாட்ட வேண்டும் என்ற உந்துதலும் கூட உண்டாயிற்று எனலாம். ஆனால் எவ்வாறு நன்றி செலுத்துவது? எந்த வழியைக் காட்டுவது? இதற்கான முடிவை திரைப்படக் கதை உருவாக்கத்தில் எடுப்பதுபோல எளிதாக எடுத்துவிட முடியாது. அந்த உண்மையை 'பாபா' படத்தின் சறுக்கலும் 'சந்திரமுகி' படத்தின் உச்சபட்ச வெற்றியும் திரும்பவும் உணர்த்திக்காட்டின.

7. தவமாய் தவமிருந்து, சண்டைக்கோழி: நாணயத்தின் இரண்டு பக்கங்கள்

தமிழ் சினிமாவில் தமிழின் அடையாளங்கள் வெளிப்படுவதில்லை என்பது பொதுவாக வைக்கப்படும் குற்றச்சாட்டு அல்லது நிலவும் விமரிசனம். விமரிசனம் செய்பவர்களிடம் பலநேரம் வெளிப்படுவது கோபமாக இருக்கிறது. இல்லையென்றால் கவலையாக இருக்கிறது. கோபப்படுகிறவர்களுக்குத் தேவை சாந்தப்படுத்துதல்; கவலைப்படுகிறவர்களுக்குத் தேவை ஆறுதல். தேவையானவர்களுக்கு தேவையானவற்றைத் தருவது நமது தமிழ் சினிமா இயக்குநர்களின் பணியும் கடமையும். அடுத்தடுத்து இரண்டு இயக்குநர்கள் இந்த முயற்சியில் இறங்கியுள்ளனர். இயக்குநர் சேரன் தனது 'தவமாய் தவமிருந்து' மூலம் தருவது சாந்தம்; லிங்குசாமியின் 'சண்டைக்கோழி' தர நினைப்பதோ ஆறுதல். ஆனால் ஆபத்துக்களுடன்.

தமிழ் சினிமாவில் இயக்குநர்களாகச் செயல்படும் ஒவ்வொருவருக்கும் அவ்வாறு செயல்படுவதற்குப் பலவிதமான காரணங்கள் இருக்கக்கூடும். முதன்மையான காரணம் பணம். ஆனால் பணம் சேர்ப்பது என்ற ஒற்றைக் காரணம் மட்டுமே இருக்கிறது என்ற செயல்பாடுதான் ஆபத்தானது; கண்டிக்கத்தக்கது.

சேரனும் லிங்குசாமியும் அப்படிப் பணம் ஒன்றை மட்டுமே குறியாகச் செயல்படுகிறவர்கள் இல்லை என்பதை அவர்கள் இயக்கிய படங்களும் பத்திரிகைகளில் அவர்கள் தருகின்ற நேர்காணல்களும் சொல்கின்றன.

நிகழ்காலத்தைக் கறுப்பு- வெள்ளையிலும் (தந்தையின் உடல் நலமின்மையெனும் சோகம்), கடந்த கால நினைவுகளை வண்ணக் கலவைகளிலும் படம் பிடித்துள்ள சேரன் செந்நிறச்சாயலுடன் (காரைக்குடி பகுதி) படத்தைத் தந்துள்ளது கவனிக்கத்தக்க ஒன்று. தவிப்பும் தகிப்பும் கொண்ட மகனின் நினைவலைகளைச் சொல்ல இந்தச் செம்மண் நிறம் பொருத்தமானதும் கூட. படப்பிடிப்பின் நிலப்பின்னணியே ஒரு திரைப்படத்திற்கு மண்சார்ந்த அடையாளத்தைத் தந்துவிடாது. அங்கு வாழ்வதாகக் காட்டப்படும் மனிதர்களுக்கு இடையே நிலவும் உறவுகள் குடும்ப, சமூகப் பொருளாதார உறவுகளும் முரண்களும் முக்கியமானவை. அது சார்ந்த சிக்கல்களும் அச்சிக்கல்களைச் சந்திக்கின்றபோது வெளிப்படுத்தும் உணர்வுகளும், அவ்வுணர்வுகளின்பால் ஏற்படும் நம்பகத்தன்மையுமே, குறிப்பிட்ட பரப்பு சார்ந்த அடையாளத்தைத் தரவல்லன. இந்தப் புரிதலுடன் செயல்படும் சேரன், இப்படத்தின் வழியாக ஒரு மனிதனின் நீண்ட நெடிய வாழ்க்கையை விவரிக்க முன்வந்துள்ளார்.

'பொறுப்பான மனிதர்கள்' என்ற விவாதப் புள்ளியைக் கதையின் மைய அச்சாகக் கொண்டு அமைக்கப்பட்டுள்ள திரைக்கதை, "பொறுப்பான தந்தையின் துயரங்களும் அவரது துயரங்களை உணர்ந்துகொண்ட தனயனின் பொறுப்புணர்வும்" என்ற எல்லையுடன் நின்றிருக்கலாம். அந்த எல்லையே இயக்குநரின் நோக்கத்தை நிறைவேற்றத்தான் செய்யும். மூன்று தலைமுறைகளின் பொறுப்புணர்வையும் காட்டிவிட முனைகின்றபோது, பார்வையாளர்களுக்குத் தோன்றுவது அலுப்பு மட்டுமல்ல; நம்பகத் தன்மையின் மீது எழும் சந்தேகங்களும்தான். நேரடி அனுபவம் சார்ந்து தந்தையின் துயரம், மகனுக்குப் புரிவது ஏற்றுக்கொள்ளத்தக்கதே. ஆனால் மாறிவிட்ட வாழ்க்கைச் சூழலில் - அடுக்குமாடிக் குடியிருப்புகளில் வசித்துக் கொண்டு அவசர அவசரமாக இருவரும் வேலைக்குப் பறக்கும் பெற்றோர்களைப் பார்க்கும் பிள்ளைகள் தாத்தாவின் கஷ்டங்களைப் போற்றிப்

பாடலாகப் பாட வேண்டும் என நினைப்பதும் காட்டுவதும் அதிகப்படியான ஆசையுங்கூட.

தான் ஏற்று நடிக்கும் கதாபாத்திரத்தின் (சேரன் ராமலிங்கம்) கோணத்திலிருந்து கதையைச் சொல்வது என்று முடிவெடுத்துவிட்ட இயக்குநர் சேரன், கதாசிரியராகச் சில முழுமைகளையும் இயக்குநராகச் சில பின்னடைவுகளையும் சந்தித்துள்ளார் என்றே தோன்றுகிறது. துயரம் மிகுந்த அச்சக உரிமையாளரின் (ராஜ்கிரண்) குடும்பக் கதையில் இயல்பும் தமிழ் வாழ்வின் நடப்பும் கொண்ட கதாபாத்திரங்களாகத் தாய், அண்ணன், அண்ணனின் மனைவி, தந்தையுடன் வேலைபார்க்கும் நபர் எனத் திட்டமிட்டுக் கதாபாத்திரங்களை எழுதியுள்ளார் சேரன், அதற்குப் பொருத்தமான நடிகர்களைத் தேர்வுசெய்து நடிக்கச் செய்த வகையில் இயக்குநராகவும் தன்னை உறுதி செய்கிறார். கதாசிரியராக அவர் கவனம் செலுத்தாத ஒரே கதாபாத்திரம் ராமலிங்கத்தின் மனைவிதான். அவளது மனவுணர்வுகளும் குடும்பப் பின்புலங்களும் இணை நிலையில் காட்டப்படாமலும் தவிர்க்கப்பட்டுள்ளன, இத்தவிர்ப்பு, இயக்குநர் சேரனை ஆண்களின் வழியாக எல்லாவற்றையும் நினைக்கும் மனிதராகவே முன்னிறுத்தும். தந்தை, தாய் என்ற இருநிலைக்குள்கூட அவரது பயணம் தந்தைவழிப் பயணம்தான். ஆண் தலைமைத்துவ - தந்தைவழிச் சமூகத்தின் உறவுகளில் ஈடுபாடுள்ள மனிதர் சேரன் என்பது இவரது முந்தைய படங்களான 'பாண்டவர் பூமி', 'பாரதி கண்ணம்மா', 'வெற்றிக்கொடி கட்டு' போன்றவற்றிலும் வெளிப்பட்டுள்ளது. அவருக்குப் புகழைச் சேர்த்த ஆட்டோகிராப் படமும் ஓர் ஆண்மைய சினிமாவே.

சேரன் ஏற்றுள்ள ராமலிங்கம், அவனது மனைவி என்ற இரு பாத்திரங்களும் மற்ற பாத்திரங்களைப் போலப் பன்முகத்தன்மைகளுடன் படைக்கப்படவில்லை. பொருத்தமான நடிகர்களும் தேர்வு செய்யப்படவில்லை. கதாசிரியராகத் தந்தையின் துயரங்களைப் புரிந்துகொண்ட இளைய மகன் x புரிந்துகொள்ளாத மூத்த மகன் என்ற எதிர்வு போலவே, எதிர்நிலைக் குணம் கொண்ட இரண்டு மருமகள் என்பதாக நினைப்பது வாழ்க்கையின் முழுமையான பதிவு அல்ல. கதாசிரியனின் கட்டமைப்பு. ஆனால் தமிழ் வாழ்வில் மூத்த

மகனும் மருமகளும்தான் யதார்த்தம். யதார்த்தங்களிலிருந்து விலகி, முன்மாதிரிகளைப் பார்வையாளர்களுக்குத் தருவது கலைஞனின் வேலைதான். அந்த வேலையைச் சந்தேகத்திற்கிடமில்லாமல் செய்வதில்தான் தேர்ந்த கலைஞனின் திறமை இருக்கிறது. சேரன் தேர்ந்தெடுத்த கலைஞராக வெளிப்பட வேண்டும் என்பது அவரது விருப்பம் மட்டுமல்ல; தமிழ்ப் பார்வையாளர்களின் விருப்பமாகவும் ஆகக்கூடியது.

'ஆட்டோகிராப்' பில் எல்லாவற்றையும் காட்சி ரூபமாகவே விரியச் செய்ததற்கு மாறாக, இப்படத்தில் வார்த்தைகளை நம்பியது ஏனென்று தெரியவில்லை. வார்த்தைகள் சார்ந்து இயங்கும்போது தனிநபரின் பிம்ப உருவாக்கத்திற்குள் சிக்கிக்கொள்வது தவிர்க்க இயலாதது. ராமலிங்கத்தின் வார்த்தைகள் அவனைப் பற்றிய விமரிசனத்திற்குள் செல்லாமல், பாசமிகு தனயன் என்ற பிம்பத்தையே உருவாக்கத் துணை நின்றுள்ளன. சினிமாவாய் ஒரு நாவலை எழுத நினைத்ததனால் இவ்வாறு நேர்ந்திருக்கலாம். ஆனால் அவர் எழுத நினைத்த நாவல் இரண்டாயிரத்துக்குப் பிந்திய தமிழ் நாவலின் வடிவமும் உள்ளடக்கமும் அல்ல; 1970 களில் எழுதப்பட்ட நாவல்களின் வடிவம்.

சேரனின் படங்கள் குறித்துச் சொல்லப்பட்ட இக்கருத்துகள் அனைத்தும் அவரது நோக்கம், சமூக அக்கறை கொண்ட சினிமாக்காரரின் நோக்கம் என்பதன் பேரில் சொல்லப்பட்ட கருத்துகள்தான். பார்வையாளனை மலிவான உணர்வுகளுக்குள் திருப்பிவிடும் குத்துப்பாடல், தொப்புள் நடனம், நகைச்சுவைக் காட்சிகள் போன்றவற்றைத் தவிர்த்துவிட்டு வாழ்க்கையின் சில அடுக்குகளை விசாரிக்கிற படங்களைத் தர வேண்டும் என்று நினைக்கிற நினைப்புதான் படைப்பாளியின் சமூக அக்கறை. அதன் தொடர்ச்சியாகத் தனது படைப்பின் வழியாகப் பார்வையாளர்களின் மனதிற்குள் அசைவுகளை ஏற்படுத்தும் அடுத்தகட்டப் பணிக்குள் நுழைவது இயங்கியல். தமிழ்ச் சமூக இயங்கியலின் சில கண்ணிகளைத் தொடும் சேரனின் பயணத்தோடு பார்வையாளர்களும் இணைந்து பயணம் செய்யலாம். தடைகள் பல இருந்தாலும் ஆபத்துகள் இல்லாத பயணமாக இருக்கும் என்றே தோன்றுகிறது.

இன்னொரு இயக்குநரான லிங்குசாமி, தனது பார்வையாளர்களுக்குக்

காட்டும் பாதையும் விரிக்கும் காட்சிகளும் அப்பபடிப்பட்டவை அல்ல. அதிலும் 'சண்டைக்கோழி'யில் அவர் விரித்துள்ள காட்சிகள் ஆனந்தமானவையானாலும் ஆபத்துக்கள் நிரம்பியன; அதிர்ச்சி அளிக்கவல்லன. சேரனைப் போலவே லிங்குசாமி படம் பிடித்துள்ள பகுதியும் ரத்தச் சிவப்பு நிறம் கொண்ட செம்மண் பரப்புதான். சென்னை, சிதம்பரம் எனத் தொடங்கி மதுரையைத் தாண்டி தேனி லட்சுமிபுரத்திற்குள் விரிகின்றன காட்சிகள். வீச்சரிவாள், வேல்காம்பு எனத் தங்களின் குலதெய்வங்களாக ஆயுதங்களை வணங்கும் அசல் (?) தமிழர்கள் நிரம்பிய கிராமம் அது. அங்கிருந்து சென்னைக்குப் படிக்க வந்தாலும், தந்தைக்குப் பொருத்தமான அவரது பாரம்பரியத்தைக் காப்பாற்றும் வாரிசு என்கிற உணர்வைத் தனக்குள் வைத்திருக்கும் ஒரு மகனின் கதைதான். 'சண்டைக்கோழி'. பார்வையாளனுக்கு எந்தக் கணத்திலும் அலுப்பைத் தந்துவிடக் கூடாது என உறுதியுடன் (அதுமட்டும்தான் அவரிடம் உள்ளதா?) திட்டமிடுபவர் லிங்குசாமி. அதற்கு அவரது முந்திய படமான 'ரன்' ஒரு நல்ல சாட்சி. இப்படத்திலும் அது தெளிவாகவே வெளிப்பட்டுளளது. ஆனால் அலுப்பின்றி விரிந்து முடியும் காட்சிகள் பார்வையாளனுக்குள் நுழைத்து விடுவன எவை? என்று பார்த்தால், அதிர்ச்சி அளிக்கக்கூடியனவாக உள்ளன.

கலகலப்பான மாணவன், அவனது நண்பன், அந்த நண்பனுக்கு ஒரு தங்கை அவளோ கலகலப்பின் உச்சம் எனத் தொடக்கக் காட்சிகள் விரியும் பொழுது பார்வையாளர்களுக்குத் தோன்றுவது காதல் சண்டை என்பதாகத் தான். கலகலப்பான நகரத்துப் பெண்ணுடன் (பெட்டைக் கோழியுடன்) மோதப்போகும் துடிப்பான கிராமத்து இளைஞனின் (சேவலின்) சண்டையை எதிர்பார்த்த பார்வையாளர்களுக்குக் கிடைப்பதோ திடீர் திருப்பம். நண்பன் வசிக்கும் சிதம்பரம் நகரத்தில் அடாவடித்தனம் செய்யும் தாதாவை (காசி) அனாயாசமாக அடித்துப் போட்டுவிட்டுச் சொந்த ஊருக்கு வந்துவிடும் பாலு (நாயகன் விஷால்) பெருந்தனக்காரராகச் சுற்றுப்பட்டிக் கிராமங்களிலும் அதிகாரம் செலுத்தும் நபரின் மகன், துரை என்றும் அய்யா என்றும் அழைக்கப்படும் அவரின் அதிகாரம் நிலவுடைமை சார்ந்த பணத்தாலும் சாதி சார்ந்த வன்முறையாலும் ஆதிக்கக் கருத்தியல் தரும் மனோபாவத்தினாலும் கைவரப்பெற்ற அதிகாரம். அவரது ரத்தம், அவரது படித்த

மகனின் உடலிலும் அதே அதிகாரத்தோடு ஓடுகிறது என்பதைச் சொல்ல லிங்குசாமி அடுக்கும் காட்சிகள் ஒவ்வொன்றும் வேகமும் பதற்றமும் கொண்டவைகளாகவே உள்ளன. நாயகன் (விஷால்) நாயகி (மீரா ஜாஸ்மின்) இடம்பெறும் காட்சிகளில் வெளிப்படும் மகிழ்ச்சியையும் துள்ளலையும் ஒட்டுமொத்தமாக மறக்கச் செய்கின்றன வில்லனும் (காசி) நாயகனின் தந்தையும் (ராஜ்கிரணும்) இடம்பெறும் காட்சிகள்.

கிராமத்துப் பண்ணையார்களின் சுயசாதிப் பகைகளும் வேற்றுசாதி முரண்களும் தமிழக கிராமங்களில் விதைத்துவிட்டிருப்பது அரிவாள் பண்பாடுதான். அந்தப் பண்பாடு பாரம்பரியம் - நினைத்துப் பெருமைப்பட்டுக்கொள்ளத் தக்கது அல்ல. வெறுத்து ஒதுக்கப்பட வேண்டியது உண்மையில் அவை பண்பாட்டின் அடையாளங்களே அல்ல; நேர்கோட்டின் வெளிப்பாடுகள். இன்று அடையாள அரசியல் பேசும் அறிவாளிகளும் படைப்பாளிகளும் புரிந்துகொள்ள வேண்டிய முக்கியமான அம்சம். 'சண்டைக்கோழி'யின் இயக்குநர் லிங்குசாமிக்கு வேண்டுமானால் தெரியாமல் இருக்கலாம். ஆனால் அதன் வசனகர்த்தா தமிழின் நவீன எழுத்தாளர் எஸ். ராமகிருஷ்ணனுக்கு அது அத்துப்படியானதுதான். ஆனால் அவரும் கனவான்களின் பெருமைகளுக்கு வார்த்தைகளை வழங்கி இருக்கிறார். அவ்வளவுதான்.

நீளநீளமான வீச்சரிவாள் சகிதம் அலையும் கிராமத்து மனிதர்களும் ரத்தக் கறைகளும் இன்றைய கிராமங்களின் யதார்த்தம் என லிங்குசாமி நினைத்திருந்தால், அவற்றை அங்கிருந்து அப்புறப்படுத்துவது எப்படி என்று படம் பிடித்திருக்க வேண்டும். அதைத் தவிர்த்துவிட்டு, படித்துவிட்டு வந்தாலும் 'அப்பனின் ஆவேசம் மகனுக்கும் இருக்கும்' எனக் காட்டுவது சேரனின் மொழியில் சொல்வதானால் பொறுப்பற்ற மனிதனின் செயல் என்பதுதான். இந்த நேரத்தில் கமலஹாசனின் 'தேவர் மகனும்' 'விருமாண்டி'யும் தவிர்க்க முடியாமல் நினைவில் வருகின்றன. அவ்விரு படங்களும் எடுக்கப்பட்ட நோக்கங்களுக்கு எதிராக விளைவுகளை ஏற்படுத்திய படங்கள். ஆனால் சாதி சார்ந்த வன்முறையின் கொடுமைகள் தொடரக் கூடாது; நாகரிக உலகத்திற்கேற்ப ஆதிக்கக் கருத்தியல் கொண்டவர்கள் மாற வேண்டும் என்ற பாடத்தை உள்ளீடாக வைத்திருந்த படங்கள். அவையே எதிர்மறை விளைவுகளை உண்டாக்கியபோது,

விமரிசனங்களற்ற சித்திரிப்பைக் கொண்டுள்ள 'சண்டைக்கோழி' உண்டாக்கும் விளைவு என்னவாக இருக்கும்? என்பதைச் சொல்ல வேண்டியதில்லை.

'தவமாய் தவமிருந்து', 'சண்டைக்கோழி' என்ற இரண்டு படங்களையும் அடுத்தடுத்துப் பார்த்தபோது சேரன் எழுப்பிய அதிர்வுகளின் வழி ஆறுதலும் லிங்குசாமி காட்டிய காட்சிகளின் வழி அதிர்ச்சியும் தோன்றின என்பது உண்மை. காரணம் இருவரும் திரைப்படக்கலையின் மொழியைப் பார்வையாளர்களுக்குக் கடத்தும் வித்தையைச் சரியாகச் செய்திருக்கிறார்கள் என்பதுதான். ஒரு மனிதனை எதிரெதிர் குணங்களோடு சந்திக்கும்படிச் செய்திருக்கிறார்கள். இரண்டு படங்களிலும் நாயக நடிகர்களின் மையக் கதாபாத்திரங்களின் தந்தையாக ராஜ்கிரண் நடிக்க நேர்ந்தது தற்செயல் நிகழ்வாகக்கூட இருக்கலாம். என்றாலும் இத்தகைய தற்செயல் நிகழ்வுகள் தொடர வேண்டும். ஏனென்றால், ராஜ்கிரண் என்ற நடிகனின் நடிப்புச் சாத்தியம் இரண்டு படங்களிலும் மெச்சத்தக்கது. ஒன்றில் இயலாமையில் வெளிப்படும் வைராக்கியத்தையும் இன்னொன்றில் அதிகாரத்தில் வெளிப்படும் நிதானத்தையும் முன்னணி நடிகர்களுக்குப் பாடம் நடத்திக் காட்டியிருக்கிறார்.

இரண்டு படங்களின் இயக்குநர்களான சேரனும் லிங்குசாமியும் முக்கியமான ஒரு சமூக நிகழ்வை எளிமையாகப் புறமொதுக்கியிருக்கிறார்கள். அவ்வளவு சுலபமாக நிலம் சார்ந்த கிராமத்துத் தமிழ்ச் சமூகம் விட்டுக்கொடுக்கக் கூடியதாக மாறிவிடவில்லை என்பதுதான் யதார்த்தம். தனது புதல்வர்கள் வேற்று சாதிப் பெண்களைக் காதலிகளாகவும் பின்னர் மனைவிகளாகவும் ஏற்க நினைக்கும்போது எந்தவித எதிர்ப்பும் இல்லாமல் அந்தத் தந்தைகள் ஏற்றுக்கொள்வார்கள் என்று காட்டுவது அந்தக் கதாபாத்திரங்களைப் பற்றிய உயர்வான கருத்துகளை உருவாக்கப் பயன்படுமே ஒழிய, உண்மையைச் சொன்னதாக ஆகாது. என்றாலும் ராஜ்கிரணின் நடிப்புச் சாத்தியங்களுக்காக அவரையும், அவரது கதாபாத்திரங்களை உருவாக்கிய சேரனையும் லிங்குசாமியையும் கட்டித் தழுவலாம்; கைகுலுக்கலாம். ஆனால் அவர் ஏற்றுக்கொண்ட தந்தையர் பாத்திரங்களில் இரண்டையும் ஏற்க முடியாது. ராமலிங்கத்தின் தந்தை முத்தையாவோடு (தவமாய் தவமிருந்து) நெருங்கி

உட்கார்ந்து பார்வையாளர்கள் உரையாடலாம். அதற்கு மாறாக ('சண்டைக்கோழி') துரையிடமிருந்தும் அவரது மகன் பாலுவிடமிருந்தும் பார்வையாளர்கள் விலகிச் சென்று விடுவதே நல்லது. அரிவாள் அல்லது அதற்கீடாகக் கைகள் மட்டுமே வைத்திருப்பவர்களிடம் வார்த்தைகளை வைத்துக்கொண்டு உரையாடுவது எப்படி....?

- திரை, பிப்ரவரி 2006

8. நம்பிக்கை அளித்த திரைப்படங்கள்

சினிமா வியாபாரமும் மாற்று முயற்சியும்

தமிழ் சினிமாவில் ஆச்சரியங்கள் நிகழப்போவதாகப் பேச்சுகளும் விவாதங்களும் உருவாக்கப்பட்டு வருகின்றன. அத்தகைய பேச்சுக்களுக்கும் விவாதங்களுக்கும் பின்னணியில் சமீபத்தில் வந்த சில திரைப்படங்கள் காரணங்களாக இருந்துள்ளன. குறிப்பாக வசந்த பாலன் இயக்கத்தில் வந்த வெயில், அமீர் இயக்கத்தில் வந்த பருத்தி வீரன் என்ற இரண்டு படங்கள் உருவாக்கிவிட்ட அந்தப் பேச்சுக்களை ராமின் கற்றது தமிழ் அதிகமாக்கியது. தங்கர் பச்சானின் ஒன்பது ரூபாய் நோட்டு இந்த நம்பிக்கையை இன்னும் கூடுதலாக்கக் கூடும்.

ரசிகப் பட்டாளத்தை உருவாக்கி அவர்களைத் திருப்திப் படுத்துவதற்காகவே படங்கள் எடுத்துக் கொண்டிருக்கும் தமிழ்த் திரை உலகத்திற்குள் புதிய தடங்கள் போடப்படுவதைக் கவனிப்பதும் வரவேற்றுப் பாராட்டுவதும் அவசியமான ஒன்று. ஒன்பது ரூபாய் நோட்டுத் திரைப்படத்தை மூன்று நாள் கழித்து, தியேட்டருக்குச் சென்று பார்த்தேன். அரங்கம் நிரம்பி வழியவில்லை. பின்னிரவுக் காட்சிக்கு இந்த அளவுக்குக் கூடப் பார்வையாளர்கள் இருப்பார்கள் என்று சொல்ல முடியாது. படம் வெளியிடப்பட்ட பத்து நாட்கள் படத்தை இலவசமாகப்

பார்க்கும் வாய்ப்பும் கிடைத்தது. தமிழ்நாட்டில் இருக்கும் 100 தியேட்டர்களில் காலை 11.30 மணிக்காட்சியில் இலவசமாகப் பார்க்கலாம் என்ற அறிவிப்பைச் செய்தித் தாள்களில் படித்திருக்கலாம். இந்த மாதிரியான அறிவிப்பைச் செய்த முதல் தமிழ்ப் படம் ‘ஒன்பது ரூபாய் நோட்டு’ என்றே நினைக்கிறேன். இலவசம் என்று சொல்லப்பட்டதை அப்படியே எடுத்துக்கொள்ள வேண்டியதில்லை; படம் பார்த்தபின்பு ஒருவர் விரும்பினால் விரும்பும் அளவுக்கு உண்டியலில் பணம் போடலாம் என்றும் அந்த அறிவிப்பு சொன்னது.

ஒன்பது ரூபாய் நோட்டுப் படத்தைப் பார்ப்பவர்கள் ஒவ்வொருவரும் இலவசமாக இந்தப் படத்தைப் பார்க்கக்கூடாது; ஏதாவது ஒரு தொகையை உண்டியலில் போடவேண்டும் என்று கருதும் வாய்ப்புகள் உண்டு. அத்துடன் படம் பார்த்த ஒவ்வொருவரும் கட்டாயம் இன்னும் சிலரைப் பார்க்கும் படித் தூண்டுவார்கள் என்பதும் கூட உறுதிதான். பத்திரிகை விமரிசனங்களில் ‘பார்க்க வேண்டிய படம்’ என்ற குறிப்பைப் பார்த்துவிட்டு, தியேட்டர்களுக்கு வருபவர்களைப் போலவே பார்த்தவர்கள் சொல்லும் வாய்வழிக் கருத்தினை மதித்துப் படம் பார்ப்பவர்களும் நிறையப் பேர் இருக்கிறார்கள் என்பதைத் தமிழ்ப் படத்துறையினர் அறிந்தவர்கள்தான். அவர்களைத் திரை அரங்கிற்கு வரவைக்க இந்த இலவசக் காட்சி உத்தி பயன்படும் என்ற வகையில் அதுவும் ஒரு விளம்பரம்தான். அதே நேரத்தில் இலவசம் என்று சொல்வதற்கும் ஒரு மனது வேண்டும். அந்த மனம் தனது படம் உண்டாக்கும் உணர்வின் மீதும், படத்தைப் பார்த்தவர்களிடம் தீவிரமான தாக்கத்தைத் தனது படம் உண்டாக்குவது நிச்சயம் என்ற அசைக்க முடியாத நம்பிக்கையின் மேலும் உண்டானது. அந்த நம்பிக்கைக்காகத் தங்கர்பச்சானையும் அவருக்குத் துணையாக இருந்த சாய்ராம் குருப்பையும் பாராட்ட வேண்டும். இதற்காக மட்டும் அல்ல. தான் ஒரு கலை இலக்கியக் கொள்கை சார்ந்து இயங்கும் இயக்குநர் என்று நம்புவதற்காகவும் தங்கர் பச்சான் பாராட்டலாம். அந்த நம்பிக்கைதான் படத்திற்கு வெளியேயும் அவரை அதிகம் பேச வைக்கிறது .

தாங்கள் எடுக்கும் படங்கள் வணிக வெற்றி அடைவதைத் தங்கள் பேச்சுக்களும் எழுத்துக்களும் கெடுத்துவிடக்கூடும் எனக் கருதிப்

பல இயக்குநர்கள் பேச வேண்டியதைக் கூடப் பேசாமல் தவிர்த்து விடும் நிலை இங்கு நிலவுகிறது. அதற்கு மாறாகத் தங்கர் பேசுகிறார். தனது பேச்சும் செயலும் வேறாக இல்லை என்ற நம்பிக்கையில் வெளிப்படுவன அவரது பேச்சுக்கள். நம்பிக்கைகள்தான் மனித வாழ்க்கைப் பயணத்தின் அடிப்படைகள். இருக்கும் நபர்கள் மீதோ, இல்லாப் பொருட்களின் மீதோ ஏற்படுகின்ற சின்னச் சின்ன ஆச்சரியங்கள் அல்லது வித்தியாசங்கள்தான் நம்பிக்கைகளின் ஊற்றுக் கண்கள். தனிமனிதர்களின் செயல்பாடுகளுக்குப் பொருந்தும் இந்த விதி, தமிழ்த் திரைப்பட உலகத்துக்கும் பொருந்தக்கூடியதுதான். மந்தைத் தனமாக ஏதாவது ஒரு படம் வெற்றி பெற்றால் அதையே மாதிரியாக வைத்துப் படங்களைத் தயாரிப்பது தமிழ் சினிமாத் துறையினரின் தொற்று வியாதி. அந்த வியாதியிலிருந்து விலகி ஏதாவது ஒரு திரைப்படம் வரும்போது அதில் உள்ள குறைகளைக் கவனிக்காமல் ஆதரிப்பது என்பது மாற்றங்களை விரும்புபவர்களின் செயல்பாடு மட்டும் அல்ல; பொதுப்புத்தியின் ரசிப்பு மனோபாவமாகவும் கூட. பொதுப்புத்தி சார்ந்த இந்த மனோபாவம் மட்டுமே பருத்தி வீரனையும் வெயிலையும் வசூலில் வெற்றி பெறச் செய்தன என நான் வாதிட விரும்பவில்லை. அதே நேரத்தில் அதுவும் ஒரு காரணம் என்பதை மறுத்து விட முடியாது. ஆனால் ஒன்பது ரூபாய் நோட்டை அந்த மனோபாவம் வெற்றிப் படமாக ஆக்கும் என்பதற்கு எந்த உத்தரவாதமும் இல்லை.

ஒன்பது ரூபாய் நோட்டு

பத்து ஆண்டுகளுக்கு முன்பு தான் எழுதிய நாவலைப் படமாக்குவது என்று முடிவு செய்து அதில் இடம் பெறும் பாத்திரங்களுக்குப் பொருத்தமான நடிகர்களைத் தேர்வு செய்து நடிக்கவும் வைத்துள்ளார் இயக்குநர் தங்கர் பச்சான்.

நாவலின் மையக்கதாபாத்திரங்களான மாதவப் படையாச்சி (சத்யராஜ்), அவரது மனைவி வேலாயி (அர்ச்சனா), மாதவப் படையாச்சியின் உதவியைப் பெற்றும் சொந்தக் கிராமத்தில் வியாபாரம் செய்து பிழைக்க முடியாமல் ஆம்பூருக்குச் சென்று தோல் வியாபாரம் செய்து பணக்காரராக வாழும் கரீம்பாய் (நாசர்), அவரது மனைவி கமீலா (ரோகிணி) ஆகியோரைச்

சுற்றிக் கதை பின்னப்பட்டுள்ளது. நாசர், அர்ச்சனா, ரோகிணி போன்ற கலைஞர்கள் தங்களின் நடிப்புத் திறனைப் பல தடவை நிரூபித்தவர்கள். இந்தப் படத்திலும் அவர்களுக்கு வழங்கப் பட்ட பாத்திரங்களைப் பார்வையாளர்கள் ஏற்கும்படி நடித்துத் திரும்பவும் அதை உறுதிப்படுத்தியுள்ளனர். ஆனால் முதன்மைக் கதாபாத்திரமான மாதவப் படையாச்சி பாத்திரத்தை ஏற்றுள்ள சத்யராஜ் அவ்வாறு செய்ய முடியாமல் தவித்துள்ளார்.

பத்திரக்கோட்டைக் கிராமத்தில் உழைப்புக்காகவும், மனிதநேயத்திற்காகவும் மதிக்கப்படும் விவசாயியாக வாழும் மாதவப் படையாச்சியின் வயது மாற்றங்களுக்கேற்ப மாற்றம் இல்லாமல் வெளிப்பட்டுள்ளது. தொடர்ச்சியற்ற தன்மையுடன் காணப்படுவதோடு பல நேரங்களில் அவரது உடல் பாத்திரத்தோடு ஒத்துழைக்கவில்லை. வழக்கமான அவரது குரலை மறந்து மாதவப் படையாச்சிக்கான குரலைக் கண்டுபிடித்து வெளிப் படுத்தியிருக்க வேண்டும். முழுமையாக அது நிறைவேறவில்லை. என்றாலும் கிராமத்துக் கூட்டுக் குடும்பத்தின் அதிகாரக் கண்ணிகள் இழையோடும் மாமனார்- மாமியார் பாத்திரத்தில் பொருந்திப் போகும் தருணங்களில் சத்யராஜ்- அர்ச்சனா ஆகியோரின் நடிப்பும் பாராட்டுக்குரியவை.

உருவாக்கப்பட்டுள்ள கதைப்பின்னல் சொந்த சாதி மற்றும் ரத்த உறவுகளின் பகைமுரணையும் வேற்று மதத்தவர்களிடம் காணப்பட்ட நட்பின் மேன்மையையும் சொல்லும் விதமாக உருவாக்கப்பட்டுள்ளது. அதனாலேயே பெரும்பாலான நிகழ்ச்சிகளும் காட்சிகளும் அந்த நான்கு கதாபாத்திரங் களைச் சுற்றியே நிகழ்கின்றன. ஆனால், படத்திற்குத் தரப்படும் பத்திரக்கோட்டை, மற்றும் ஆம்பூர் என்ற வெளிசார்ந்த பின்னணிகளும் மாதவப் படையாச்சியின் கூட்டுக் குடும்பப் பின்னணியும் சேர்ந்து படத்தைத் தமிழ் வாழ்வின் நடப்பியல் சித்திரிப்புக்குள் நகர்த்துகின்றன. சொந்தக் குழந்தையில்லாததால் உறவினர் பிள்ளைகளைத் தங்கள் பிள்ளைகளாகக் கருதி வியாபாரத்தில் ஈடுபடுத்தி வளர்த்தெடுக்கும் கரீம் பாய்-கமீலா வாழ்க்கையும் இந்தச் சித்திரிப்பைக் கூடுதல் அர்த்தம் கொள்ளச் செய்கின்றன. இப்படியான நடப்பியல் தளத்திற்குள் நுழையும் போது மையக் கதாபாத்திரங்களுக்குச் சமமாகத் துணைக் கதாபாத்திரங்களும் முக்கியத்துவம் பெறும் வாய்ப்புகள் உண்டு.

ஆனால் மாதவப் படையாச்சியின் மகன்கள், மருமகள்கள், கரீம்பாயின் வளர்ப்புப் பையன்கள் போன்ற துணைக் கதாபாத்திரங்களை ஏற்று நடிக்கத் தேர்ந்த நடிகர்கள் தேர்வு செய்யப்படாததால், அவை அழுத்தம் பெறாமல்போய்விட்டன.

எல்லாம் முடிந்த பின்பு சொந்த மண்ணில் போய்க் கட்டையைச் சாய்த்து விட வேண்டும் என்ற வைராக்கியத்துடன் ஊர் திரும்பும் மாதவப் படையாச்சியின் நினைவுகளாக விரிந்து செல்லும் காட்சிகளால் கதை சொல்லப்படுகிறது. சின்ன வயதில் அவரது அன்பான கண்டிப்பால் மனம் திருந்திப் பள்ளிக் கூடம் போன ஒரு இளைஞனின் உதவியால் ஊருக்குத் திரும்பும் மாதவப் படையாச்சியின் முந்தைய வாழ்க்கையைச் சென்னையிலிருந்து பத்திரக் கோட்டைக்கு பஸ் போய்ச் சேரும் நேரத்திற்குள் சொல்லி முடிக்கிறார் இயக்குநர். இடைப்பட்ட பஸ் நிறுத்தத்தின் இடையீடுகளால் வெட்டி வெட்டிச் சொல்லப்படும் படையாச்சியின் வாழ்க்கையின் தொடக்கம் கிராமீய வாழ்வு சார்ந்த இன்பங்களும் தோழமையும் சின்னச் சின்ன உரசல்களும் கொண்டதாகக் காட்டப்படுகிறது.

முந்திரிக் காடும் பலாத்தோப்பையும் உடைமையாகக் கொண்ட அவரின் பெருந்தன்மைகளும் சொல்லப்பட்டு வளர்கிறது. தனது கடைசி மகன் அக்கிராமத்தின் சேவைசாதிகளுள் ஒன்றான வண்ணாரச் சாதிப் பெண்ணைக் காதலிப்பது தெரிந்து மனம் உடைந்து நிற்கும் நிலையில், மற்ற பிள்ளைகளும் மருமகள்களும் அவரது கஞ்சத்தனத்தையும் தங்களைக் கண்டு கொள்ளாமல் இருப்பது குறித்தும் எதிர்ப்புகளைத் தெரிவிக்கின்றனர். மற்ற குடும்பங்களில் நடந்த காதல் / கலப்புத் திருமணங்களை முன் நின்று நடத்தி வைத்தவர் மாதவப் படையாச்சி. தனது மகனின் காதலை ஏற்க முடியாமல் புலம்பிக் கொண்டிருக்கும் மனைவியைச் சமாதானப்படுத்தி ஏற்கச் செய்யும் முயற்சி அவரிடம் இல்லை; அதற்கான மனத் தயாரிப்பில் கூட இறங்கவில்லை. அதே நேரத்தில் தனது குடும்ப வெளிக்குள் அதுவரை கேள்விக்கப்பாற்பட்டதாக இருந்த தந்தை ஆதிக்கம் கேள்விக்குட்படுத்தப்பட்டதும் கலங்கிப் போகிறார். வெளியில் தெரிந்த இந்தக் காரணத்திற்காகவும் மனதிற்குள் புழுங்கும் மற்றொரு காரணத்திற்காகவும் (வண்ணாத்தியை மருமகளாக ஏற்க முடியாதநிலை) கிராமத்தை விட்டு வெளியேறி விடுகின்றனர் தம்பதிகள்.

திசை தெரியாமல் அலைந்து பட்ட கஷ்டத்தை அவரிடம் உதவி பெற்று பெரிய வியாபாரியாக இருக்கும் கரீம்பாய்-கமீலாவிடம் போய்ச் சொல்லி ஆறுதலையும் வாழ்க்கையையும் பெறுகின்றனர். அயராத உழைப்பிற்கும் பிடிவாதத்திற்கும் சொந்தக்காரர்களான அந்தத் தம்பதியினர் ஆடுகளை மேய்த்துக்கொண்டு ஒரு மலையடிவாரத்தில் வாழ்ந்துகொண்டிருக்கின்றனர். அனாதை வாழ்விலும் அவரது பிடிவாதம் தொலையவில்லை என்பதற்கு எடுத்துக்காட்டு அந்த ஊருக்கு ஆட்டு வியாபாரியுடன் வந்த சின்ன மகனைப் பார்க்காமல் தவிர்ப்பதைச் சொல்லலாம். அதைக் கேள்விப்பட்டு மனைவி கொள்ளும் ஆவேசத்தை எல்லாம் அடக்கி விடும் மாதவர் ஆடிப் போகும் விதமாக அவரது மனைவி வேலாயி பாம்பு கடித்து செத்துப் போகிறாள். அந்த உடலை எடுத்துக் கொண்டு பத்திரக் கோட்டைக்குப் போகலாம் என்ற நண்பரின் யோசனையைக் கூட அவரால் ஏற்றுக் கொள்ள முடியவில்லை. ஆனால் அவளின் சாம்பலையாவது சொந்தகிராமத்து நீரில் கரைத்து விட வேண்டும் என்ற பிடிவாதத்தில் கிளம்பி வந்தவரை அவரது குடும்பத்து உறுப்பினர்களின் வறுமை நிலை அதிர்ச்சியாகத் தாக்குகிறது. அதிலிருந்து மீள முடியாத நிலையில் ஒரு பலாமரத்தின் அடியில் செத்துக் கிடக்கிறார். ஊர் கூடி, சொந்த பந்தங்கள் சேர்ந்து பழைய மரியாதையுடன் அடக்கம் செய்யப்படுகின்றார்.

வாழ்ந்து கெட்ட பெரிய மனிதரின் கதையைச் சொல்லும் ஒன்பது ரூபாய் நோட்டு அதனளவில் எழுப்ப வேண்டிய உணர்வுகளுடனும் தாக்கத்துடனும் சொல்லி முடித்திருக்கிறது. உலகம் முழுக்கப் பிரபலமாக இருக்கும் இந்தக் கதை முடிச்சு, செவ்வியல் இலக்கியங்களின் கதை முடிச்சு, சேக்ஸ்பியரின் பிரபலமான கிங் லியர் நாடகத்தின் கதைப் பின்னலும் உணர்வும் மையக் கதாபாத்திரத்தின் அவல முடிவின் மீது கட்டியெழுப்பப் பட்ட நிகழ்வுகளைக் கொண்டது. ஒன்பது ரூபாய் நோட்டில் மூன்று மகன்கள் என்றால் லியரில் மூன்று மகள்கள். கடைசி மகள் வேண்டாத மகள். இங்கே கடைசி மகன் விரும்பாத காரியத்தைச் செய்த மகன். லியர் நாடகம் எழுதப்பட்டு மேடை ஏற்றப்படும்போது லியர் அரசனின் அவல முடிவு துயரத்தின் உச்சத்தைத் தொடும் விதமாக வெளிப்பட்டாலும் அவனது அப்பாவித்தனத்தின் மீதும், அதிகாரத்துவத்தின் மீதும் விமரிசனங்களும் உண்டாக்கப்படுவதாக அமைக்கப்பட்டிருக்கும். தனது பாத்திரங்களின் மீது அபிமானமும்

அதே நேரத்தில் விலகி நின்று விமரிசனத்தையும் முன் வைப்பது தேர்ந்த படைப்பாளிகளின் நுட்பமாக இருக்கிறது. அந்த வகையில் தான் அவர்கள் தங்கள் படைப்பை எல்லாக் காலத்திற்கும் பொருத்தமானதாக ஆக்குகின்றனர். ஆனால் நமது திரையுலகப் படைப்பாளிகள் தங்களின் படைப்பில் இடம் பெறும் மையக் கதாபாத்திரத்தை நியாயப்படுத்தி நாயகத்தனம் நிரம்பியவர்களாக ஆக்குவதிலேயே கவனம் செலுத்துகின்றனர். (இங்கு நாயகத்தனம் என்றால் சண்டை இட்டு காதலியைக் கைபிடிக்கும் நாயகத்தனம் என்று மட்டும் கருத வேண்டியதில்லை) படத்தின் முடிவில் மையக் கதாபாத்திரத்தை ஏற்கும்படிச் செய்யும் நோக்கம் கொண்ட எந்தப் படமும் நாயக பிம்பத்தைத் தான் முன்னிறுத்தும். ஒன்பது ரூபாய் நோட்டும் அதைத் தான் செய்திருக்கிறது.

இடைநிலைச் சாதி நிலக்கிழாரின் பெருந்தன்மையையும் புத்திசாலித் தனத்தையும் வெளிப்படுத்தும் மாதவப் படையாச்சி, தந்தை ஆதிக்கச் சமூகத்தின் மாதிரி வடிவம் என்ற விமரிசனத்திற்குள் நுழையாமல், பெருந்தனக்காரர் ஒருவரின் அவல முடிவாகக் காட்ட விரும்பிய தங்கர் தொடர்ந்து அக் கதாபாத்திரம் பட்ட துயரங்களையும் மனவலியையும் அடுக்கிக்கொண்டே போகிறார். மாதவப் படையாச்சி பத்திரக்கோட்டையை விட்டு வெளி யேறிக் காரணம், மகன்களின் குறிப்பாகக் கடைசிப் பையனின் காதல் சார்ந்து அக் குடும்ப உறவிலும், அக் குடும்பத்தோடு கிராமம் கொள்ளக்கூடிய உறவிலும் எழும் முரண்கள் விளக்கப்பட வில்லை. அப்படியான ஒரு விவாதத்திற்குள் நுழைந்திருந்தால் தமிழ்ச் சமூகம் சார்ந்த கிராமிய வாழ்க்கையில் பல ஆயிரம் வருடங்களாக விவாதிக்கப்படாமல் இருக்கும் சிக்கல் ஒன்றுக்குள் நுழைந்த பெருமையைப் பெற்றிருக்கும். அந்த வாய்ப்பைத் தவற விட்டு விட்டது துரதிர்ஷ்டம் என்றுதான் சொல்ல வேண்டும்.

தனது படத்தைப் பிரக்ஞையுடன் நிகழ்காலத்திற்கு நகர்த்த வேண்டும் என்று நினைத்திருந்தால் இயக்குநரின் பார்வை இத்தகைய கோணத்தில் வெளிப்பட்டிருக்கக் கூடும். ஒன்பது ரூபாய் நோட்டு தலைமைக் கதாபாத்திரம் சந்தித்த அவல முடிவின் துயரத்தை மட்டுமே பார்வையாளர்களுக்குக் கடத்திவிட முயன்றுள்ளது. மாதவரின் பிடிவாதமும், தந்தை ஆதிக்கக் குணமும் போதிய அளவு விமரிசனத்திற்கு உள்ளாக்கப் படவில்லை. அத்துடன் இந்தப் படம் ஒரு காலக்குழப்பத்தையும்

உடன் கொண்டு வந்துள்ளது. நாவலிலும் திரைப்படத்திலும் இடம் பெறும் பத்திரக் கோட்டையும், அந்தக் கிராமத்தின் விவசாயிகளின் வாழ்வும், முரண்பாடுகளும் நிகழ்காலத்தைச் சார்ந்தவை அல்ல. 2000 க்குப் பிந்திய தமிழ்க் கிராமங்களின் பிரச்சினைகளும் பாடுகளும் முரண்களும் 1970-க்கு முந்திய கிராமங்களைப் போன்றன அல்ல. நாவலிலும் திரைப்படத்திலும் இடம் பெறும் மாதவப் படையாச்சி எழுபதுகளின் மனிதர்.

அவரைப் பாராட்டிப் படம் எடுக்கக் கூடாது என்பதில்லை. அப்படி எடுக்கப்படும் படம் நிகழ்காலத்தைத் தொடாமல் அவர் மறைந்த காலத்திலேயே நிறைவடையும் வரலாற்றுப் புனைவுப் படமாக *(Period film)* எடுக்கப் படுவதே சரியாக இருக்க முடியும். ஆனால் 'இப்போல்லாம் இந்தக் கட்சிதான் - மஞ்சள் நீல வண்ணங்களைக் கொடியில் தாங்கிய பாட்டாளி மக்கள் கட்சி தான் நம்ம பகுதியிலே பெரிய கட்சி' என்று வசனத்தைச் சொல்வதன் மூலமாகத் திரைப்படத்தை நிகழ்காலத்திற்கு - 2007க்கு நகர்த்திக்கொண்டு வருகிறார். ஆனால் 2007 இன் தமிழகக் கிராமங்கள் அகத்திலும் புறத்திலும் இவ்வாறு இல்லை என்பதைக் கிராமத்து மனிதர்களும், கிராமங்களை நன்கு அறிந்தவர்களும் சொல்லிவிடுவார்கள்.

வெயிலும் பருத்திவீரனும்

கடந்த காலத்தை - முப்பது அல்லது நாற்பதாண்டுகளுக்கு முந்திய காலத்தை நிகழ்காலமாகக் காட்டும் குறைபாடு தங்கர் பச்சானிடம் மட்டுமே வெளிப்பட்டுள்ளது என்று சொல்வதற்கில்லை. வெயில் படத்திலும் பருத்தி வீரனிலும் கூட இந்தக் காலக் குழப்பம் இருக்கத்தான் செய்கிறது. ஒரு திரைப்படத்திற்கு நடப்பியல் சார்ந்த நம்பகத்தன்மையை உண்டாக்க முதலில் உதவுவது வெளி சார்ந்த பின்னணி. அடுத்தது காலப் பின்னணி. காலத்தை நிகழ்காலமாகக் காட்டிய வசந்த பாலனும், அமீரும் தங்களின் சின்ன வயது நினைவுகளையே - கிராமத்து வாழ்க்கையையே இப்போதைய வாழ்க்கையாகக் காட்டியுள்ளனர். அந்த வகையில் பருத்திவீரனும் வெயிலும் மட்டும் அல்ல; ராமின் கற்றது தமிழும் கூடக் காலப்பிழைகள் கொண்ட படம் தான். காலப் பிழைகள் மட்டும் அல்ல; தமிழ் வாழ்வில் ஏற்பட்டுள்ள மாற்றங்கள் பற்றிய

அக்கறைகளும் கவனமும் இல்லாமல்தான் இந்த நம்பிக்கையூட்டும் படங்கள் எடுக்கப்பட்டுப் பாராட்டைப் பெற்றுள்ளன.

வெயிலின் மையக் கதாபாத்திரத்திற்கு 'வயது ஆகிறது; மாற்றம் நடக்கிறது' எனக் காட்டுவதில் அக்கறை காட்டிய வசந்தபாலன், தமிழ் நாட்டின் கிராமங்களிலும், சிறு நகரங்களிலும் நிலவும் முரண்பாடுகள் எவ்வாறு மாறியிருக்கின்றன என்பதைச் சொல்வதில் கவனம் செலுத்தவே இல்லை. வெயிலின் களமான விருதுநகரும் அதைச் சுற்றியுள்ள கிராமங்களும் அடைந்துள்ள அக மாற்றத்தையும் புற மாற்றத்தையும் பதிவு செய்ய வேண்டும் என நினைக்கவே இல்லை. ஒரு மகன் சின்ன வயதில் செய்யும் சிறு சிறு தவறுகளுக்குத் தண்டனை அளிக்கும் தந்தையின் மீது விசாரணையை எழுப்பிய வசந்தபாலனுக்கு, 'காதலித்தாள்' என்பதற்காகக் கட்டித் தூக்கில் தொங்க விடும் அப்பனை குற்றவாளியாக்கி விசாரிக்கும் நோக்கம் மூன்றாம் பட்சமாக இருக்கிறது. மையக் கதாபாத்திரத்தை மட்டுமே செதுக்கிக் காட்டி - ஆண் மையத்தை மட்டுமே உருவாக்கிக் கைதட்டல் வாங்கும் ஒற்றைப் பரிமாணம் பருத்தி வீரனை இயக்கிய அமீரிடம் சற்றுக் குறைவாக இருக்கிறது என்றாலும் அவரும் ஓர் ஆண் மையவாதியாகத்தான் வெளிப்பட்டுள்ளார்.

பருத்தி வீரனின் முடிவு எந்த விதத்திலும் ஏற்கத்தக்க முடிவாக இல்லை. நான் இருமுறை வெவ்வேறு ஊர்களில் படம் பார்க்கச் சென்றேன். இருமுறையும் அந்த உச்சக் காட்சியின் போது ஒரு நூறு பேராவது எழுந்து வெளியேறினார்கள். ஒரு படத்தின் கதைப் பின்னலுக்குள் பொருத்தமான ஆரம்பம், முரண், உச்சம், முடிவு அமைய வேண்டும். அப்படி அமையாவிட்டால், பார்வையாளர்கள் சுலபமாகத் தள்ளிவிடுவார்கள் என்பதற்கு அந்த வெளியேற்றங்கள் உதாரணங்களாக இருந்தன. பொது ஒழுங்கு எதனையும் கடைப்பிடிக்காத பருத்தி வீரனை முத்தழகு காதலிக்க படத்தில் சொல்லப்படும் காரணம், அறியாப் பருவத்தில் அவன் விளையாட்டாகத் தந்த முத்தமும் மறைமுகமாக இருக்கும் ரத்த உறவும் தான். மாமன் மகள் என்ற உறவின் மேல் எழுந்த ஈர்ப்பில் அவன் தந்த முத்தம் வாழ்நாள் காதலாகத் தொடர்வதை அமீர், காவியக் காதலாகக் காட்டுவது நடப்பியல் சார்ந்ததுமல்ல; சமூக மாற்றத்தை முன்னெடுக்கும் கருத்தியலுக்கு எதிரானதும் கூட.

ஓர் அசல் கிராமத்தின் எல்லைக்குள்ளேயே நின்று படத்தை முடித்துள்ள அமீரின் நோக்கமும் சமூகப் புரிதலும் கேள்விக் குரியன. தான் தோன்றித் தனமாகத் திரியும் சண்டியரை அந்தக் கிராமத்தின் வீரன் என முன்னிறுத்தும் அமீரின் நோக்கமும், படமாக்கியுள்ள விதமும் மாறிக்கொண்டிருக்கும் தமிழ் வாழ்வைப் படம் பிடிப்பதாக இல்லை. ஆதிக்க சாதியின் கருத்துகளை எந்த விதத்திலும் கேள்விக்குட்படுத்தாமல் தவிர்த்துவிட்டு, அந்தப் பின்னணியை மட்டும் பயன்படுத்தும் அமீரின் நோக்கம், தமிழ் வாழ்வின் மீதான - தமிழ் அடையாளத்தின் மீதான கவனம் எனச் சொல்லிக்கொள்ளலாம். அந்தக் கவனம், கடந்த காலத்திலிருந்து நிகழ்காலத்தை நோக்கிய பயணத்தின் ஊடான கவனமாக இல்லாமல் இருக்கிறது என்பதைச் சுட்டிச் சொல்வது அவசியம்.

நையாண்டி மேளம், ராஜாராணி ஆட்டம், ஆகியவற்றால் உருவாக்கிக் காட்டும் பருத்தியூர், நிகழ்காலத் தமிழகத்தில் இருக்கும் ஒரு கிராமம் அல்ல. தொலைந்து போன கடந்த காலக் கிராமம் அது. கெட்டிதட்டிப் போன சாதி ஆதிக்கமும் பெண் ஒடுக்குமுறையும் அப்படியே இன்றைய கிராமங்களில் இல்லை என்பதைப் படைப்பாளியாக விரும்பும் அமீரும் வசந்தபாலனும் புரிந்துகொள்ள முயலவேண்டும். அந்த முயற்சியின் முதல் கட்டமாக சினிமாக்காரர்கள் என்ற கவசத்தைக் களைந்து விட்டுத் தமிழ்நாட்டுக் கிராமங்களின் இப்போதைய நிலையைப் படிக்க வேண்டும். பயணம் செய்ய வேண்டும்.

கற்றது தமிழ்

ஆண்மைய நாயக பிம்பம் வெயிலிலும் பருத்தி வீரனிலும் உருவாக்கப்பட்ட விதத்திலிருந்து விலகி வேறொரு பின்னணியில் நாயக பிம்பத்தைக் கட்டமைக்கிறது ராமின் கற்றது தமிழ். படத்தின் மையக் கதாபாத்திரமான பிரபாகரன் தமிழ் முதுகலை பயின்றவன் என்ற குறிப்பு தொடக்கத்தில் தகவலாகத் தரப்படுகிறது. படத்தின் முடிவில் இருபதுக்கும் மேற்பட்ட கொலைகளைச் செய்தவன் அவன் என்ற விவரங்கள் பார்வையாளர்களுக்குக் கிடைக்கிறது. காவல் துறையின் விதிகளுக்குப் புறம்பான செயல்களில் தொடர்ந்து ஈடுபட்டதால் தேடப்படும் குற்றவாளி என அவனைக் காட்டியபின்பு அத்தகவல் திரும்பத் திரும்ப

அழுத்தமாகச் சொல்லப்படுகிறது. அப்படிச் சொல்வதன் மூலம் அவன் செய்த தான்தோன்றித்தனமான வாழ்க்கைப் பயணங்களுக்கும் பொறுப்புணர்வற்ற முடிவுகளுக்கும் தமிழ்க் கல்விதான் காரணமோ என நினைக்கும்படி படத்தின் கதை அமைப்பும் கட்டமைப்பும் உருவாக்கப்பட்டுள்ளது. இதைக் கூடப் பொழுதுபோக்கு சினிமாத் துறையினர் பொறுப்பற்ற செயல்பாடு என ஒதுக்கிவிடலாம். ஆனால் இருபதுக்கும் மேற்பட்ட கொலை களுக்கும் படத்தின் முடிவில் காதலியுடன் ரயில் முன் பாய்ந்து தற்கொலை செய்து கொள்வதற்கும் தமிழ் எம்.ஏ. படித்ததுதான் காரணம் என வாதங்களை முன்வைக்கும் ஒரு திரைப்படத்தை அவ்வாறு ஒதுக்குவது ஆபத்தான ஒன்று.

நடிகன் நட்சத்திர நடிகனாக ஆவதற்குப் பாடுபடுவதைப் போலப் புதிதாக வரும் இயக்குநர்களும் புதுமைகள் சிலவற்றைச் செய்து வெற்றிப் பட இயக்குநராக வேண்டும் என்பதான முயற்சிகளில் ஈடுபடுகிறார்கள். உலகப் படங்கள் பலவற்றைப் பார்த்துத் தொழில் நுட்ப அறிவை வளர்த்துக்கொள்ளும் இவர்கள் திரைப்படத்தின் மொழியைக் கற்றுக்கொண்டு இயக்குநர் ஆகிறார்கள் என்பது ஓரளவு உண்மைதான். 'கற்றது தமிழ்' படத்தின் இயக்குநர் ராமிற்கு இதுதான் முதல் படம். அவரும் தொழில்நுட்ப அறிவை முறையாகக் கற்றுக்கொண்டே இயக்குநராக ஆகியிருக்கிறார் என்பது படத்தைப் பார்க்கும்போது புலனாகிறது. அத்துடன் வழக்கமான மசாலா சினிமா இயக்குநர்களிடமிருந்து மாறுபட்ட சினிமாவைத் தரவேண்டும் என்ற விருப்பம் கூட அவருக்கு இருந்துள்ளதும் புரிந்துள்ளது.

இதற்கு- ஒரு மொழியில் திரைப்படக் கலைஞனாக, அதுவும் இயக்குநராகச் செயல்படுவதற்கு - திரைப்படக் கலையின் தொழில் நுட்ப அறிவு மட்டுமே போதுமா...? என்பது அடிப்படையாக எழுப்ப வேண்டிய கேள்வியாக இருக்கிறது. நேர்கோடற்ற கூற்று முறையில் கதைசொல்லுதல், அதிகமான கதாபாத்திரங்களை உருவாக்கிக்கொள்ளாமல் மையக் கதாபாத்திரத்தோடு நெருங்கிய தொடர்புடையதாகக் கருதும் பாத்திரங்களை மட்டும் அழுத்தமாக உருவாக்குதல் போன்ற தெளிவுகளுடன் வேறு சில சிறப்பம்சங்களையும் 'கற்றது தமிழ்' படத்தில் காண முடிகிறது. கதை நிகழ்வின் களன்கள் மாறும்போது தேவைப்படும் வண்ண மாற்றமும், அக்களன்களின் வெப்பநிலை மாற்றத்தை

உணர்த்தும் வகையிலான ஒளியமைப்பும் கூடக் கவனமாகச் செய்யப்பட்டுள்ளது. பாத்திரங்களை ஏற்று நடிக்கத் தேர்வு செய்யப் பட்டுள்ள நடிகர்களிடமும் தேவையான நடிப்பைக் கொண்டுவர முயன்று வெற்றியும் பெற்றுள்ளார். இவை எல்லாம் இருந்தும் ‘கற்றது தமிழ்’ ஒரு நல்ல சினிமா என்ற தகுதியைப் பெறாமல் போவதற்குக் காரணம் வாழ்க்கை குறித்தும், நிகழ்கால அரசியல் போக்கு குறித்தும் போதிய பார்வையின்றி அதற்குள் நுழைந்து விவாதித்ததுதான்.

கற்றது தமிழ் எனப் பெயரை மாற்றி வெளியிட்டாலும் முதலில் வைத்த ‘தமிழ் எம்.ஏ.’ என்கிற தலைப்பு தரும் உணர்வும் எழுப்பும் கருத்தோட்டமும் முக்கியம் என இயக்குநர் கருதியுள்ளார். தமிழ் கற்றவன் மென்மையான உணர்வுகளோடு அடிப்படையான அறங்களைப் பின்பற்றுகிறவனாகவும், மனிதநேயம் கொண்டவனாகவும் இருப்பான். அதற்காகப் பல நேரங்களில் உணர்ச்சிவசப்பட்டு முடிவுகளை எடுப்பதும் உண்டு என்பதான காட்சிகளை அதிகம் வைத்துள்ள இயக்குநர் திடீரென்று அவனை நிகழ்கால அரசியல் பொருளாதார வெளியில் தள்ளிவிட்டு கொலைகாரனாகவும் - பொறுக்கித்தனமான (லும்பனாக) வும் காட்டத் தொடங்கும்போது தடுமாற்றம் அடைகிறார். ஒரு பத்துப் பதினைந்து நிமிட வாக்குமூலமும் அதனைத் தொடர்ந்து அவன் செய்யும் கொலைகளும் நிகழ்காலத் தமிழகத்தில் நடைபெற்றுக் கொண்டிருக்கும் தாராளமயப் பொருளாதார வாழ்வின் நெருக்கடியை விசாரணை செய்யத் தயாராகிறது.

மரபான கல்வியைக் கற்றவன் ஒதுக்கப்படுவதையும் ,தமிழ் வாழ்வின் பண்பாட்டுக் கூறுகள் மீறப்படுவதையும் ஆவேசத்தோடு கேள்வி கேட்டு தண்டனைகளை வழங்குகிறது. அமெரிக்கக் கம்பெனிகளில் வேலை பார்க்கும் தொழில் நுட்பக் கல்வியாளர்களை எதிரிகளாகவும் துரோகிகளாகவும் சித்திரித்து அவர்களை மிரட்டுகிறான் நாயகன், தனக்கு இருபத்தாறு வயது வரை பாலியல் சார்ந்த விருப்பம் ஈடேறவில்லை என்பதற்காகக் கடற்கரையில் காற்று வாங்கியபடி உட்கார்ந்திருக்கும் ஜோடிகளை எல்லாம் கூடக் கொலை செய்யத் தொடங்குகிறான். மொத்தப் படத்தின் ஓர்மையில் இவை இடம் பெறுவதற்கான பொருத்தம் எதுவும் இல்லை. அத்துடன் இவையெல்லாம் தமிழ் எம்.ஏ. படித்தவர்களின் பிரச்சினைகள் மட்டும் அல்ல. கல்வியை ஞானத்தின் தேடல் என்று கருதிக் கற்றுக்

கொண்டவர்களின்- கற்பிப்பவர்களின் பிரச்சினைகள். இந்தியாவில் / தமிழகத்தில் நிலவும் வறுமைக்கும் வேலை வாய்ப்பின்மைக்கும், ஏழை- பணக்காரர்கள் இடையே நிலவும் பாரதூரமான வேறுபாடுகளுக்கும், கிராமங்கள் சிதைக்கப்பட்டுக் காணாமல் போவதற்கும் காரணங்கள் இந்தப் பத்துப் பதினைந்தாண்டுப் பொருளாதார மாற்றங்கள்தான் எனச் சொல்வது அறியாமையின் விளைவு. சுதந்திர இந்தியாவின் தலைவர்கள் அடுத்தடுத்து எடுத்துக் கொண்டிருக்கும் முடிவுகளின் தொடர்ச்சிகள் எல்லாவற்றுக்கும் அதில் பங்கு உண்டு. அதை மாற்றுவதற்கு அரசியல் ரீதியான போராட்டங்களையும் மாற்றுச் சிந்தனைகளையும் முன்வைக்கத் தக்க படங்களை எடுக்க வேண்டும். அப்படிச் செய்யாமல் எம்.சி.ஏ. படித்ததால் நாற்பதாயிரம் சம்பளம் வாங்கிக்கொண்டு காரில் செல்லும் ஒருவனை நிறுத்திக் காயப்படுத்தி அனுப்புவதாகப் படம் எடுப்பதும், காதலியைத் தேடி அடைந்த பின்பு திருந்தி வாழலாம் என நினைப்பதும், அதுவும் தடுக்கப்படும் நிலையில் தற்கொலை செய்து கொள்வதாகக் காட்டுவதும் அரசியல் படமாகாது. இவற்றையெல்லாம் பற்றிப் படம் எடுக்க வேண்டும் என்றால் வெறும் திரைப்படத்தொழில் நுட்ப அறிவு மட்டும் போதாது. தொழில் நுட்ப அறிவுக்குச் சமமாகத் தமிழ் வாழ்வின் வரலாற்றையும் நிகழ்காலத் தமிழ்ச் சமூகத்தின் நெருக்கடிகளையும், அரசியல் கோமாளித் தனங்களுக்குள் சிக்கித் தவிக்கும் தமிழர்களின் மனப் போக்கையும் புரிந்துகொள்வதற்கான கல்வியையும் கற்றாக வேண்டும். அத்தகைய அறிவைப் பெறுவதற்கும் புரிந்து கொள்வதற்கும் நமது இளம் இயக்குநர்கள் - குறிப்பாக நம்பிக்கை ஊட்டும் படங்களைத் தர விரும்புபவர்கள் முயற்சிகள் செய்த தாகத் தெரியவில்லை.

பல தளங்களிலும் விவாதிக்கத்தக்க, விமரிசனத்தைச் சந்தித்த, பாராட்டப்பட்ட, வெற்றிப்படம் 'காதல்'. காதலை இயக்கிய பாலாஜி சக்திவேல்தான் 'கல்லூரி' என்றொரு படத்தையும் இயக்கியுள்ளார் என்ற நிலையில் வேறென்ன சொல்ல முடியும்.

9. ராஜமௌலியின் பாகுபலி காட்சி : இன்பத்தின் பொருளாதாரம்

முதலில் அதற்குப் பெயர் டாக்கி *(Talkie)*; மாறிய பெயர் சினிமா *(Cinema)*. பேச்சை முதன்மையாகக் கொண்ட கலை, காட்சியை முதன்மையாகக் கொண்ட கலைவடிவமாக மாறியதன் விளைவு இந்தப் பெயர் மாற்றம். காட்சிக் கலையாக சினிமா மாறிவிட்டதாக நம்பினாலும் பேச்சை அது கைவிட்டுவிடவில்லை. இன்றளவும் பேச்சின் வழியாகவே சினிமா தனது காட்சியடுக்குகளைப் பெருந்திரளுக்குப் புரியவைக்கிறது; நம்பவைக்கிறது. அதிலும் இந்திய சினிமா பேச்சின் இன்னொரு வடிவமான பாடலையும் விட்டுவிடாமல் தக்கவைத்துக்கொண்டே மாறிக்கொண்டிருக்கிறது.

அண்மையில் வந்து வெற்றிகரமாகப் பார்வையாளர்களைத் தன்வசப்படுத்திக்கொண்டுள்ளது ராஜமௌலியின் பாகுபலி. சென்னை, மதுரை, திருநெல்வேலி எனப் பெரும்பாலான நகரங்களில் ஒன்றுக்கும் மேற்பட்ட திரையரங்குகளில் பார்வையாளர்கள் நிரம்பிய காட்சிகளாக ஓடிக் கொண்டிருக்கிறது. பார்த்துக்கொண்டிருக்கும் ஒவ்வொருவருக்குள்ளும் இது தமிழ்ச்சினிமாவா? அல்லது தெலுங்கு சினிமாவா? என்ற சந்தேகம் ஏற்படுவதையும் தாண்டி தமிழ்ப் பார்வையாளர்களைக் கவர்ந்த படமாகப் பார்க்கப்படுகிறது. கடந்த ஓராண்டில் வேறெந்தப் படத்திற்கும் இத்தகைய வரவேற்பு இல்லை. கலைப்படம்,

வணிகப்படம் எனப் பிரித்துப்பேசுபவர்களுக்கும்கூடப் பாகுபலி நெருக்கடியை உண்டாக்கியிருக்கிறது. இரண்டிற்குள்ளும் அடங்காத படமாக- இரண்டின் சாயலையும் கொண்ட படமாகவும் தோற்றம் தருகிறது.

இந்த நிலையில் பாகுபலியைப் பற்றிப் பேசுவதற்கான சொல்லாடலை எதிலிருந்து உருவாக்குவது? 100 ஆண்டுகளைக் கடந்து வளர்ந்துள்ள தமிழ் சினிமாவின் அல்லது இந்திய சினிமாவின் அனைத்து வளர்ச்சிகளையும் உள்வாங்கிய சினிமாவா பாகுபலி? நவீனத்துவ வாழ்க்கையைத் தாண்டிப் பின்நவீனத்துவக் குழப்பங்களுக்குள் நுழையும் பார்வையாளத் திரளுக்கு இந்தப் படம் ஏதாவது செய்தியைத் தருகிறதா? தருகிறது என்றால் என்ன செய்தி? அந்தச் செய்தி எதன் வழியாகப் பார்வையாளர்களை வந்தடைகிறது? இந்தக்கேள்விகளுக்கான விடைகளைக் காணும் நோக்கத்தில், முதலில் இப்படம் எழுப்பும் உணர்வுகள் அல்லது நினைவுகளைத் தொகுத்துக் கொள்ளலாம்.

பாகுபலி தரும் நினைவலைகளும் உணர்வுகளும்:

படம் வெளியான நாள் தொடங்கி அச்சு மற்றும் சமூக ஊடகங்களில் பாகுபலி பற்றி வரும் விமரிசனங்களையும் பாராட்டுகளையும் வாசித்தாலே அதற்கான தொகுப்பு கிடைத்துவிடும். எழுப்பப்படும் கேள்விகளும் கிடைக்கும் பதில்களின் பரப்பும் விரிந்துகொண்டே இருக்கின்றன. அவைகளை வாசிக்கும்போது இவை விமரிசனங்கள் என்பதைவிட உணர்வுகளின் அலைப்பரப்பு என்றே சொல்லத்தோன்றுகிறது. அவை பாகுபலி படத்தைப் பற்றிப் பலவற்றை உணர்வலைகளாக முன்வைக்கின்றன.

'பிரம்மாண்டம்' என்ற சொல்லால் அனைவரையும் அழைக்கச் செய்த இந்தப் படம், எம்ஜிஆர் - ஜெயலலிதா நடித்த அடிமைப்பெண் தான் என்பது ஓரலை. இவ்விருவரும் நடித்த ஆயிரத்தில் ஒருவனையும், அதே பெயரில் செல்வராகவன் இயக்கத்தில் வந்த இன்னொரு ஆயிரத்தில் ஒருவனையும் சிலருக்கு நினைவூட்டுகிறது. தர்க்கம் மற்றும் கற்பனையின் எல்லைக்குள் வசப்படாத படங்களைப் பார்க்கத் தந்த விட்டலாச்சார்யாவின்

படங்களோடு ஒப்பிட்டுப் பார்த்து அதைவிடக் கூடுதல் காட்சியின்பம் இருப்பதாகப் பொதுப்பார்வையாளர்களின் உணர்கிறார்கள்; ரசிக்கிறார்கள். இந்த அளவுக்குக் கவனத்தைக் கவராமல் போன ராஜராஜசோழன் போன்ற படங்களோடு சிலர் ஒப்பிட்டுப் பேசுகிறார்கள். சிலரோ, இதுபோன்ற படத்திற்குரிய கதையாகக் கல்கியின் பொன்னியின் செல்வனை முன்வைத்துக் கனவுகாண்கிறார்கள்.

எல்லாத்துறைகளையும்போலப் பலவிதமான வகைப்பாடுகள் கொண்ட ஒரு துறை - சினிமா என நம்புபவர்கள் ‘உலக’ வயப்பட்ட பார்வைகொண்டவர்களாக இருப்பார்கள். அது சிறுகூட்டமென்றாலும் அதற்கான தேடலைக் கைவிடாமல் தேடிக்கொண்டே இருக்கும் அச்சிறுகூட்டம். பெரும்பாலும் தரத்தை மையப்படுத்திச் சொல்லாடல்களில் இறங்கும் ‘உலகத்தரத்தினர்’ பாகுபலியைப் பார்த்தவுடன் நினைவுக்கு வரக்கூடிய படங்களாகப் பென்ஹர், டென் கமாண்ட்மெண்ட்ஸ், மெக்னாஸ் கோல்டு, கிளாடியேட்டர், ஓமர் முக்தார் போன்ற பெயர்களை உதிர்த்துவிட்டு, இவைபோலப் பாகுபலி இல்லையென ஒதுக்கிவிட்டுப் போகிறார்கள். அக்கூட்டம் எப்போதும் எது உலகத்தரம் எதுவென் எடுத்துக்காட்டிப் பேசுவதில்லை என்பது கவனிக்க வேண்டிய ஒன்று. சினிமாவில் மட்டுமல்ல;எந்தத்துறையிலும் பேசுவதில்லை. என்றாலும் அறிவுத்துறை ஒவ்வொன்றிலுமே இத்தகைய கூட்டம் இருந்துகொண்டே இருக்கிறது. சினிமாவைப்பற்றியும் அதே வயமான பார்வையில் பேசவே விரும்புவார்கள். தமிழில்/ இந்தியாவில் எடுக்கப்படும் ஒவ்வொரு வகை சினிமாவுக்கும் உலகமாதிரியொன்றைக் கற்பிதம் செய்துகொண்டு பேசுவது அவர்களின் வாடிக்கை. அத்தகையவர்களுக்கும் பாகுபலி சில நினைவலைகளை எழுப்பவே செய்திருக்கிறது. ஆக, ஒவ்வொருவகைப் பார்வையாளர்களிடமும் அவரவர் மன அமைப்புக்கேற்பச் சில நினைவுகளை - ஞாபகங்களை- தொன்ம அடுக்கைத் தூண்டவே செய்துள்ளது இந்தப் படம்.

வெகுமக்கள் ரசனையும் பாகுபலியின் உருவாக்கமும்

வெகுமக்கள் ரசனை என்பதே நினைவுத் தூண்டுதலின் வழியாகவே உருவாக்கப்படுகிறது. வெகுமக்களின் மனப்பாங்கையும்

ரசனையையும் கட்டமைப்பதில் முக்கியமான இடம் இருப்பின் தொடர்ச்சியை முன்னெடுப்பதற்கு உண்டு. வாழ்தலுக்கான அறம் அல்லது வாழ்க்கை முறை என்பதில் புதிதான கருத்துகளையோ, மாற்றங்களையோ முன்வைக்காத வாழ்க்கைமுறையைப் பெரும்பான்மைப் பொதுமனம் ஏற்றுக்கொள்ளும்; கொண்டாடும். அதேபோல ஏற்கெனவே ரசித்த- மெய்மறந்த பொருட்களைப் புதுக்கிப்புதுக்கிப் புத்தம் புதிதாக ஆக்கித் தரும் கலைஞர்களையும் ஏற்றுக்கொள்ளும்; கலைகளையும் கொண்டாடும். இவ்விரண்டையும் பாகுபலி கச்சிதமாகச் செய்திருக்கிறது.

வெகுமக்கள் கலைக்கான இப்பொதுநிலையோடு, வெகுமக்கள் சினிமாவில் செயல்படுகிறவர்கள் இன்னொன்றையும் செய்கிறார்கள். தங்களின் படைப்பு அல்லது உருவாக்கம் பற்றிப் பேசுவதற்கான சொல்லாடல்களையும் சூழலையும், மொழியையும்கூட அவர்களே உருவாக்கித்தருகிறார்கள். விமரிசகர்கள் அவற்றை அந்த இயக்குநர்களின் படைப்படையாளம் எனச் சொல்லிப் பேசிக்கொண்டிருக்கக்கூடும், படைப்படையாளம் என்ற கலைச்சொல்லே கூட விமரிசனத்திற்காக, வெகுமக்கள் கலையில் வேலை செய்பவர்கள் உருவாக்கித்தரும் சொல்லாடல்கள் என்பதைப் புரிந்துகொள்ள வேண்டும்.

ராஜமௌலி தரும் சொல்லாடல்கள்

"250 கோடி ரூபாய் முதலீடு; 3 ஆண்டுகள் தயாரிப்புக்காலம், தமிழ் - தெலுங்கு நட்சத்திரங்களின் ஈடுபாட்டோடு கூடிய நடிப்பு, அதன் வழி உருவாக்கப்பட்ட பிரம்மாண்ட பிம்ப அடுக்கின் நகர்வு" என்பதே இயக்குநர் ராஜமௌலி தனது ரசிகர்களுக்கும் விமரிசகர்களுக்குத் தரும் சொல்லாடல்கள். இந்தச் சொல்லாடல்களைக் கொண்டே எனது தயாரிப்பைப் பார்வையாளர்கள் ரசிக்கவேண்டும்; விமரிசகர்கள் விமரிசிக்க வேண்டும் என்னும் நெருக்கடியை உண்டாக்கிவிடுகிறார். அந்தச் சட்டகத்திற்குள் இருந்தே நாம் அதைப் பேச முடியும்; பேசவேண்டும். அதைவிட்டுவிட்டு நம் விருப்பப்படி சத்யஜித்ரேயின் 'ஜனசத்ரு', மகேந்திரனின் 'உதிரிப்பூக்கள்', அடூரின் 'எலிப்பத்தாயம்' போன்ற சினிமாக்களை பாகுபலிக்குப் பக்கத்தில் வைத்துப் பேசமுடியாது; பேசக்கூடாது. விமரிசகர்கள் அப்படிப் பேசிக்

கொண்டிருந்தாலும் வெகுமக்கள் திரள் அப்படி யோசித்துப் படம் பார்க்கச் செல்வதில்லை. அவர்களின் ரசனைக்கான விதிகள் எப்போதும் வேறானவையே. அவர்கள் அவர்களுக்குத் தரப்படும் பண்டங்களுக்குள்ளேயே அவற்றின் ருசியைத் தேடுகிறார்கள்; கண்டுணர்கிறார்கள்; திருப்திகொள்கிறார்கள்.

பாகுபலிக்கான ருசியைப் படத்திற்குள்ளேயே வைத்திருப்பதாகவே பார்வையாளத்திரள் நம்புகிறது; ஏற்றுக்கொள்கிறது. ராஜமௌலி இதற்கு முந்திய படங்களிலேயே அவரைப் பற்றிப்பேசவேண்டிய சொல்லாடல்களை உருவாக்கித்தந்திருக்கிறார். அதன் மையச் சொல் கற்பனைக் கதை *(Fantacy)*. கற்பனைக்கதைகளே ராஜமௌலியின் விளையாட்டுக்களம். அந்தக் களத்தில் அவர் விளையாடுவதை ரசிக்கமுடிகின்றவர்களுக்காக மட்டுமே அவர் விளையாடுகிறார். மெஹதீரா தொடங்கி நான் ஈ வழியாகப் பாகுபலியில் தனது விளையாட்டுப் பரப்பையும், அதனைப் பார்ப்பதற்கான பார்வையாளத் திரளையும் தொடர்ந்து அதிகரித்துக்கொண்டே வந்திருக்கிறார். பாகுபலி இப்போதைய உச்சம். இதற்கு முன்பு தமிழில் அத்தகையதொரு உச்சம் ஷங்கர் - ரஜினியின் கூட்டணியில் உருவான எந்திரன்.

கற்பனைக் கதையைச் சினிமாவாக ஆக்குவது என்பது பெரும்பாலும் கலையின் விளையாட்டாக இருப்பதில்லை. அது எப்போதும் பொருளாதாரத்தின் விளையாட்டு. புராணக் கற்பனைகளைச் சினிமாவாக்கியவர்களின் இடத்தைத் தொலைக்காட்சி அலைவரிசைகள் தனதாக்கிக் கொண்டுவிட்டன. புராணக் கற்பனைத் தொலைக் காட்சிகளுக்காகக் கையளித்துவிட்ட சினிமா வரலாற்றுக் கற்பனைக்குள்ளும் அறிவியல் புனைவுக்குள்ளும் அவ்வப்போது நுழைகின்றது. உலகச் சினிமாவின் உற்பத்திக்கேந்திரமான ஹாலிவுட்டிலும் இதுதான் நடக்கிறது. இப்போது ஹாலிவுட்டின் கச்சிதத்துடன் எந்திரனும் பாகுபலியும் இந்திய சினிமாவை உலக வணிகச்சினிமா வரைபடத்திற்குள் நகர்த்தியுள்ளன. அந்த நகர்வுக்குப் பின்னணியாக - காரணமாக- இருப்பது பெரும்பணம். தேர்ந்த நடிப்புக்கலைஞர்கள், திட்டமிட்ட ஒத்திகைகள், கவனமாக உருவாக்கப்பட்ட வரைபடங்கள், நீண்டகாலப் படப்பிடிப்பு, வரையப்பட்ட காட்சிக்கோர்வைகள், அவற்றை உண்மையென நம்பவைக்கும் தொழில்நுட்பப்பயன்பாடு என எல்லாம் சேர்ந்து இயைந்து சினிமாவாக மாறுவதற்கு -

இயக்குநரின் சினிமாவாக மாறுவதற்குத் தேவை பெரும் முதலீடு என்னும் பொருளாதாரம். அதனைக் கொண்டே ராஜமௌலி இதனைச் சாத்தியமாக்கியிருக்கிறார்.

அழகியலும் கலைக் கூறும்

பாகுபலியின் தொடக்கத்தில் வரும் வரைபடம் தரும் நாடுகள், குழுக்கள், அவற்றின் இயல்புகள், அதனைத் தலைமையேற்கும் நபர்கள் பற்றிய தகவல் புத்தம் புதிதானவை அல்ல. அதே நேரத்தில் அவை இந்தியப் பரப்பில் எங்காவது - எந்த நூற்றாண்டிலாவது இருந்தவை பற்றிய குறிப்புகளா? என்றால் அதுவும் உண்மையல்ல. வரலாறுபோலச் சொல்லப்படும் கற்பனை. புராணக்கதையா என்றால் இல்லை. சில நூற்றாண்டுகளுக்கு முன்னால், ஆங்கிலேயர்கள் வருவதற்கு முன்னால் இருந்த சிறுசிறு தேசக்குழுக்களுக்கிடையிலான போர்களும், சதிகளுமடங்கிய கற்பனைக்கதை. நாடு பிடிப்பதைவிடக் கொள்ளையடிப்பதையே நோக்கமாகக் கொண்ட தீமையான கூட்டம் ஒன்றைக் கற்பனையாக உருவாக்கிக் கொண்ட புனைவுருவாக்கக் கதை இது. இத்தகைய கதைகளால் நிரம்பியது இந்தியப் பொதுச்செவிகள். ஆங்கிலேயர்கள் வருவதற்கு முன்னால் சில நூறு அரசர்களும், அவர்களின் வாரிசுகளும், பங்காளிகளும் நடத்திய உள்நாட்டுப் போர்களைப் பற்றியும் பக்கத்து நாடுகளோடு கொண்ட பகைமுரண்கள் பற்றியும் கதைப்பாடல்களாகவும், நாட்டார் நாடகங்களாகவும் கேட்ட கதைகளின் ஒரு வடிவமே இந்தப் பாகுபலி.

தமிழ்நாட்டில் ஒரு பகுதியை ஆண்ட அல்லியரசாணியை அடக்கி மணமுடிக்க அர்ஜுனன் வந்தான் என்ற கதையைக் கதாகாலட்சேபமாகவும், வில்லுப்பாட்டாகவும், கூத்தாகவும் பார்த்துப்பழகிய குழு மனம் இந்தியப் பொதுமனம். அவர்களுக்கு அதுமாதிரியான ஒருகதையைக் காட்சிப் பிரம்மாண்டங்களோடு விரிக்கின்றபோது லயித்துப் போகாமல் விலகி நின்றால்தான் ஆச்சரியம். எளிய - தெரிந்த கதையை சுவாரசியமாகச் சொன்னாலே கேட்பவர்கள், காட்சிப்படுத்துதலில் இருக்கும் ஆச்சரியத்தை நிச்சயம் ரசிக்கவே செய்வார்கள்.

எ்ளிய - தெரிந்த கதையொன்றை வரலாற்றின் மீதான

விமரிசனமாகவோ, நிகழ்கால அரசமைப்போடு முரண்படும் விதமான மறுவிளக்கமோ, படத்தை இயக்கியிருந்தால் கூட பாகுபலி இவ்வளவு தூரம் வசூல் வெற்றி அடைந்திருக்க வாய்ப்பில்லை. ஏனென்றால் இந்திய வெகுமக்கள் மனதிற்குள் உறையும் அதிகாரம் பற்றிய கனவுகள் பெரும்பாலும் நிலமானியகாலக் கனவுகளே. மாற்றத்தை நோக்கிய நகர்வில் வேகம் காட்டாத இயக்கம் அவர்களுடையது. தனிநபராகச் சக்தியும் அதை அடைவதற்கான பக்தியும், எதிரிகளை வெல்வதற்கான உத்திகளும் தந்திரங்களும் நிரம்பிய தலைவனே தேசத்தின் தலைமைப்பொறுப்பை ஏற்க வேண்டியவன் என்ற நம்பிக்கையில் திளைப்பவர்கள். இதை - இந்திய வெகுமக்கள் திரளின் அரசியல் சமூக உளவியலை- சரியாகவே கணித்துள்ள இயக்குநர் ராஜமௌலி அவர்களுக்கான காட்சி அடுக்குகளைப் பெரும்பொருள் செலவில், புதிய தொழில்நுட்பத்தின் உதவியோடு, 'உருவாக்கப்பட்டவை' என்ற நினைப்பு தோன்றாத வண்ணம் உருவாக்கித் தந்துள்ளார்.

ஜனநாயகத்தின் பெயரால் ஆட்சி நடக்கும் இந்தியாவில் ஒவ்வொரு மாநிலத்திலும் சில குடும்பங்களின் அதிகாரச் செல்வாக்கு நிலைபெற்ற ஒன்றாக இருப்பது நிதர்சனமான உண்மை. அதற்கான காரணங்களை அறியவோ, அவற்றை நீக்கவோ நிகழ்கால அரசியல் அறிவு எத்தனிக்கவில்லை. இருப்பு தொடர்வது சிக்கலற்றது என நம்பும் பொதுமனப்போக்குதான் இதற்கு முதன்மையான காரணம். அதேபோல் பெரும்பான்மை மக்களால் தேர்ந்தெடுக்கப்பட்டு பிரதமரானவர்கூடத் தனக்குக் கிடைத்த அதிகாரத்தை முழுமையாக நம்பாமல், யானை வீசிய மாலையால் அரசியானவளின் நடவடிக்கைபோல - தேநீர் விற்றவர் பிரதமராகும் அதிசயம் நடக்கும் தேசமாகக் கற்பனை செய்வதும்- இங்குதான் உண்மையாக இருக்கிறது. நிதானமாக யோசித்துப் பார்த்தால், நிகழ்கால அரசியலின் கற்பனைக் கதைகளையொத்த ஒரு கதையாகவே பாகுபலி திரைப்படமும் நம்முன் விரிவதை உணரலாம்.

கதைசார்ந்த செய்தியைக் காட்சி அடுக்குகளாக்கியுள்ள பாகுபலியின் இயக்குநர் ரசனைக்கான நுட்பத்தைத் தொடர்ச்சியாக ஒரேயொரு கேள்வியைப் பல்வேறு கேள்விகளாக மாற்றிக் கேட்டுக்கொண்டே இருக்கும்படி நகர்த்தியுள்ளார். அந்த ஒரு கேள்விக்கு எந்த

இடத்திலும் பதிலைச் சொல்ல முயலவில்லை. கேள்விகளைக் கேள்விகளாக மட்டுமே அடுக்கியிருப்பதே இப்படத்தின் அழகியல் மற்றும் கலையியல் தன்மை.

அப்படிக் கேட்கப்படும் ஒற்றைக் கேள்வி "எப்படி இது?" என்பதுதான். கொட்டும் மழையால் புரண்டுவிழும் அருவித் திரட்சியில் விழும் அந்தப் பெண்ணின் உயர்த்திய கையில் இருந்த குழந்தை - சிறுவன் மஹாவீர பாகுபலி இருப்பவன் - தப்பியது எப்படி? என்பதில் தொடங்கும் அந்தக் கேள்விக்கு எங்கேயும் பதிலே இல்லை. காப்பாற்றப்பட்டான்; வளர்க்கப்பட்டான்; பெரியவனானான் என்பனவெல்லாம் கேள்விகளே இல்லாமல் தொடர்கின்றன. மனிதர்களால் ஏற முடியாத அந்தப் பாறைகளில் அவன் ஏறியது எப்படி? அடுத்த கேள்வி. அதற்கும் பதில் இல்லை. சிவலிங்கத்தைப் பெயர்த்தெடுத்தது எப்படி என்பது அடுத்த கேள்வி. தனியொருவளாக அடிமைப்பட்டுக் கிடக்கும் ராஜமாதாவை மீட்கும் திறமைகொண்ட அவந்திகாவைக் காதல் வயப்படுத்தியது எப்படி? என்பது அடுத்த கேள்வி. காட்டெருமையோடு எதிர்நிலைக் கதாநாயகன் மோதி வென்றது எப்படி? நடுவீதியில் ராஜகுலத்துப் பெண் அடிமைச்சங்கிலியால் பிணைக்கப்பட்டு காத்திருப்பது எப்படி?

இப்படிக் கேள்விகளால் அடுக்கப்பட்ட கதைப்பின்னல் வழியாக ஆர்வத் தூண்டல் உருவாக்கப்பட்டு விடை கிடைக்கும் முன்பே அடுத்ததொரு ஆர்வத்தூண்டலுக்குள் பார்வையாளர்கள் தள்ளப்படுகிறார்கள். வாளிப்பான உடலும் நடன அசைவுகளில் தேர்ச்சியும் கொண்ட அனுஷ்கா அசையாமல் முதியதொரு பெண்ணாக நிற்கும் பாத்திரத்தில் நடிப்பதற்கும், மென்மையே தனது உடலின் - நடிப்பின் -அடையாளம் என இதுவரை நிரூபித்து வந்த தமன்னா, அதற்கு மாறாக தசைகளை முறுக்கும் வன்மையான காட்சிகளில் நடித்திருப்பது கூட 'எப்படி?' என்ற கேள்விகளின் நீட்சியாகவே இருக்கின்றன. புரட்சிகரமான செயலில் இறங்க இருந்தவளைக் காதல்வயப்படுத்திக் காமத்தின் வயமான பெண்ணாக ஆக்கியது எப்படி என்ற கேள்விக்கும்கூடப் படத்தில் பதில் இல்லை.

சதித்திட்டம் தீட்டும் அமைச்சரும் (நாசர்) அவரது மகனும் (ராணா) அரசகுழந்தையை வளர்க்கும் பொறுப்பை ஏற்ற

அந்தப் பெண்ணின் (ரம்யாகிருஷ்ணன்) உத்தரவுகளை மீறாமல் பொறுமையாக ஏற்றுக் கொள்வதும் கூட எப்படி என்று கேள்வியும் பதிலற்ற கேள்விதான். சத்தியராஜின் கட்டப்பன் பாத்திரம் எடுக்கும் முடிவுகளுக்காகவே நாலைந்து எப்படி? கேள்விகளைப் பார்வையாளர்களின் மனம் கேட்கவே செய்யும்.

கொட்டும் மழை, பனித்தூறல், அருவித்திரட்சி, புரளும் ஆறு, விரியும் மணல் பரப்பு, உயர்ந்து நிற்கும் கோட்டை கொத்தளங்கள், ஆயிரக்கணக்கான மனிதர்களின் ஒழுங்கியக்கம், திட்டமிடும் வியூகங்கள் மோதிக்கொள்ளும் யுத்தக்காட்சிகள், ரத்தக்களறிகள், எனப் பிரம்மாண்டங்களைத் திளைக்கத் திளைக்க அடுக்கும் பாகுபலி பெண்களை உடலையும் காண்பதற்குரிய திளைப்பாகக் காட்டுகிறது. குறிப்பாகத் தமன்னாவின் பாத்திர உருவாக்கத்தில் இடம்பெற்றுள்ள திருப்புமுனை இந்திய மனங்களுக்குள் பெண்கள் பற்றிய எண்ணத்தை மறு உருவாக்கம் செய்யக்கூடிய ஒன்று. பெண்மையின் அடையாளம் காமத்தின் இருப்பிடம் என்பதாக உருவாக்கி நிறுவியிருக்கிறது. இதுவும் வெகுமக்கள் திரளின் மன இருப்பின் போக்கை அறிந்த ஒருவரின் சித்திரிப்பு என்பதில் ஐயமில்லை.

படத்தின் ஆரம்பம் முதல் இறுதிவரை ஏராளமான எப்படிக் கேள்விகளைக் கேட்டாலும் கிடைக்கக்கூடிய ஒரே பதில் ‘அது அப்படித்தான்’ என்பது மட்டுமே. இந்தப் பதிலின் வழியாகத் தர்க்கங்களுக்கு அப்பாற்பட்ட கற்பனைக்கதை என்ற எண்ணத்தைப் பார்வையாளர்களிடம் உருவாக்கிக் கொண்டு, காட்சி இன்பத்தை மட்டும் கண்டுகளித்துவிட்டுப் போ என்பதாகப் படம் பதில் சொல்கிறது. அந்தப் பதிலைக் கேட்டுக்கொண்ட பார்வையாளர்கள் திருப்தியோடு திரும்பிவருகிறார்கள். திரும்பவும் அதன் தொடர்ச்சியைப் பார்க்கவேண்டும் என்ற எண்ணமும் அவர்களிடம் தங்கியுள்ளது. அந்தவகையிலும் ராஜமௌலி தனது அடையாளத்தை - கலைக்கொள்கையை நீட்டித்துக் கொண்டிருக்கிறார்.

- 2015

10. நம்பிக்கைகள், தொன்மங்கள், வரலாறுகள் – புனைவுகளாகும் போது...

அண்மையில் அந்தப் படத்தைப் பார்த்துக் கொண்டிருந்தபோது நினைவில் வரவில்லை. ஆனால் பார்த்து முடித்தவுடன் திரும்பத் திரும்ப நினைவில் வந்ததைத் தள்ளவும் முடியவில்லை. பார்த்து முடித்த படம் ஏ.ஆர்.முருகதாஸ், உதயநிதி ஸ்டாலின், சூர்யா கூட்டணியில் வந்த 7-ஆம் அறிவு. நினைவுக்கு வந்த படம் 15 வருடங்களுக்கு முன்னால் நடிகர் நாசரின் இயக்கத்தில் வந்த தேவதை.

நாசரின் தேவதை சில காரணங்களுக்காக என் நினைவில் இருந்து கொண்டிருக்கும் படம். அதற்கு முன்பே சில படங்களுக்காக எனது முகம் சினிமாக் காமிராவினால் படம் பிடிக்கப்பட்டிருந்தாலும் தேவதைதான் திரையில் என்னைக் காட்டிய முதல் படம். என்னைத் திரையில் காட்டிய தேவதை ஒரு வாரத்துக்குள் முடங்கிய படம் என்றால், அதற்கு முன்பு நான் நடித்த சில படங்கள் திரைக்கு வராமலேயே முடங்கிப் போய்விட்டன. நடிகனாக வேண்டும் என்ற வெறியெல்லாம் இல்லாததால் தேவதைக்குப் பின் அந்த முயற்சியைக் கைவிட்ட சொந்தக் கதையை இத்தோடு நிறுத்திக்கொள்ளலாம்.

இரண்டாவது காரணம் இளையராஜாவின் இசை. தினசரி கேட்டுக் கொண்டிருக்கும் இளையராஜாவின் இனிய கீதங்கள் தொகுப்பில்

தேவதை படத்தில் இடம் பெற்ற “தீபங்கள் பேசும் இது கார்த்திகை மாசம்” பாடல் மட்டுமல்ல, நாசரின் அவதாரம் படத்தில் இடம் பெற்ற ‘அரிதாரத்தப் பூசிக் கொள்ள ஆசை’, ‘தென்றல் வந்து தீண்டும் போது என்ன வண்ணமோ?’ என்ற பாடல்களும் உள்ளன. தன்னையே தனது இசைக்குள் கரைத்துக் கொண்டு இளையராஜா இசையமைத்த படங்களின் வரிசையில் நாசர் இயக்கத்தில் வந்த அவதாரத்துக்கும் தேவதைக்கும் இடமுண்டு என்பது எனது கணிப்பு. எளிமையின் அற்புதத்தை இசையில் மட்டுமல்லாமல், காட்சிப் படுத்தலிலும் காண விரும்பினால் நீங்கள் தேவதையையும் அவதாரத்தையும் தேடித்தான் போக வேண்டும்.

★★★

ஒருவனின் அறிவும் திறமையும் மரபணுக்கள் வழியாகப் பல நூறு ஆண்டுகளுக்குப் பின்னரும் அவனது சந்ததியினரிடம் வெளிப்படக்கூடும் என்ற அறிவியல் கூற்றினை ஆதாரமாகக் கொண்டு நாயகன் *X* வில்லன் மோதல் படமாக 7 ஆம் அறிவு படத்தை உருவாக்கியிருக்கிறார் அதன் இயக்குநர் முருகதாஸ். நிகழ்கால உலக அரசியல் போட்டியில் சீனா *X* இந்தியா மோதல் இருப்பதாகவும், மரபணு யுத்தம் செய்ய விரும்பும் சீனாவின் ஆதிக்கத்தைப் போதி தர்மனின் வாரிசு தடுத்து விடக்கூடும் என நினைத்து அவனைக் கொல்ல வில்லனை அந்நாட்டு விஞ்ஞானிகள் அனுப்பி வைப்பதாகவும் ஒரு புனைவுக் கதையைப் பார்வையாளர்களுக்குச் சொல்கிறார் இயக்குநர். இந்தப் புனைவுக் கதையை அவர் அறிவியல் புனைவாகக் கருதுகிறார் என்பதைப் படத்துக்குப் பின் தந்த பேட்டிகளில் வெளிப்படுத்தியிருந்தார்.

விதிவிலக்குகளைக் கொண்டு அறிவியல் உண்மைகள் உருவாவதில்லை. மரபணு சார்ந்த இந்தக் கருத்தியல் எல்லாருக்கும் பொருந்தக் கூடிய அறிவியல் விதி அல்ல. விதி விலக்குகளை முன்வைத்துச் சொல்லப்படும் முன் வரைவு *(Hypothesis)*அதை “நான் புனைவாக ஆக்கியிருக்கிறேன்” என்றால் ஒரு இயக்குநரின் நேர்மையைப் பாராட்டலாம். ஆனால் தனது படத்தின் வியாபார வெற்றிக்காக அதனை அறிவியல் உண்மையாகவும், அதுவும் தமிழர்களின் பேரறிவு எனச் சொல்வதும், தொலைத்து விட்ட அந்த அறிவைத்தேடிக் காக்க வேண்டும் என்ற விழிப்புணர்வைத்

தரும் படம் எனவும் பேசும் இயக்குநரும் தயாரிப்பாளரும் துணைபோகும் நடிகர் சூர்யாவும் செய்வது மூன்றாம் தரமான வியாபாரம் எனச் சொல்வது எனது நோக்கம் அல்ல. இத்தகைய படங்கள் தொன்மையைப் புனைவாக்கும் சினிமாக்கள் என்ற வகைப்பாட்டை விளக்குவதுதான் எனது நோக்கம்.

பன்னெடுங்காலத்துக்கு முன்பு காஞ்சியில் வாழ்ந்த போதிதர்மன், அவனிடமிருந்த வர்மக்கலை, தமிழ்நாட்டு மக்களை மட்டுமல்லாமல் சீனர்களையும் காப்பாற்றிய மருத்துவ அறிவு எனப் பார்வையாளர்களைத் தொன்மைக்காலத்திற்குள் நகர்த்திப் போக இயக்குநர் ஏ.ஆர். முருகதாஸ் கம்ப்யூட்டர் வரைகலையை நம்பியிருக்கிறார். ஆனால் தேவதை படத்தில் நாசர் நவீன நாடக நடிகர்களின் உடல் மொழியின் மீது நம்பிக்கை வந்து அதனை நிறைவேற்றினார். குறிப்பிட்ட கால அடையாளம் சொல்லாமல் ஒரு ராஜாவுக்கு தேவதை மாதிரி ஒரு மகள் இருந்தால் எனத் தொடங்கி, அவள் பெரிய மனுசி ஆனதைக் கொண்டாடும் காட்சிகளும், அந்த நாளில் அவளைப் பார்த்து அவளது பேரழகில் மயங்கிய ஒருவனின் காதலும், மகளைக் கொன்றவனின் தேசத்துக்கும் குலத்துக்கும் வம்சப் பாவம் வந்து சேரும் என்ற சாபமும் என முதல் அரை மணிக் கதையை அமைத்துக் காட்டினார் நாசர். கடந்த காலம் என்னும் புனைவுக்குள் செல்ல முருகதாஸ் வரைகலை உத்தியைப் பயன்படுத்தியது போல நாசர் தொழில் நுட்ப உத்திகளை நாடவில்லை. அதற்குப் பதிலாக வேறுபட்ட உடல் மற்றும் குரல்மொழியின் மூலம் நடிப்பதே நவீன நாடகம் என நம்பியவர்களைப் பயன்படுத்தினார். நவீன நாடகம் என்னும் கருத்தியல் நிகழ்வு தோன்றி வளர்ந்த தொண்ணூறுகளில் அதற்குள் செயல்பட்ட பலரின் உடல்கள் அந்தப் படத்தின் முதல் அரைமணி நேரத்தில் வந்து போவதை இப்போது கூட நீங்கள் பார்க்கலாம். அப்படியான ஒரு உடலாகத்தான் எனது உடலும் வந்து போனது. தேவதை படத்தில் நவீன நாடக நடிகர்கள் எல்லாம் வெறும் உடல்கள் தான்; பாத்திரங்கள் அல்ல. கடந்த காலம் என்னும் தொன்மப்புனைவுக்குத் தேவை பாத்திரங்கள் அல்ல வித்தியாசமான நடிப்பு மொழியைக் கொண்ட உடல்கள் என்பது நாசரின் எண்ணமாக இருந்தது.

மரபணுக்களில் பொதிந்துள்ள அறிவும் திறமையும் 21 நூறாண்டுகள் தாண்டியும் வெளிப்படும் என்னும் தொன்ம

(நம்பிக்கை)ப் புனைவைப் போலவே காதலால் கொலையுண்டவனின் மனக்குழியில் பதிந்த காதலின் தீராத பயணம் 20 ஆம் நூற்றாண்டு வரை தேவதை படத்தில் தொடர்ந்தது. நூற்றாண்டுகளைத் தாண்டி மட்டுமல்ல தேசம் விட்டுத் தேசம் கூடக் கடந்து காதலின் ஆழ் மனம் தேடிப் போனது எனத் தொன்மத்தைப் புனைவாக்கி துபாய் நகரத்திலெல்லாம் படமாக்கினார் நாசர். தர்க்க அறிவுக்குக் கட்டுப்படாதது தொன்மங்கள் என்பதால், தொன்மத்தைப் புனைவாக்கும் போது இவையெல்லாம் சாத்தியம் தான். ஆனால் நமது இயக்குநர்கள் "நான், தொன்மத்தைப் புனைவாக்குகிறேன்" என்பதைச் சொல்லாமல் ஒரு யதார்த்தப் படத்தை உங்கள் முன் வைக்கிறேன் என்ற நம்பிக்கையை விதைக்கப் பார்க்கிறார்கள் என்பதுதான் அடிப்படைச் சிக்கல். அங்கே தான் அவர்களின் போதாமை வெளிப்பட்டு அபத்தம் நேர்கிறது.

குறிப்பிட்ட சமூகக்குழுக்களுக்கும் குறிப்பிட்ட வகைத் திறமைக்கும் அறிவுக்கும் தொடர்பு இருப்பதாக ஒரு கருத்தியல் ஏற்படுத்தப்பட்டு நம்பச் செய்யப்பட்ட கடந்த காலத்தை விமரிசனப் பார்வை கொண்டு பார்க்காமல் அப்படியே ஏற்றுக் கொண்டு பேசும் ஏழாம் அறிவு, நிகழ்கால அரசியலில் போராடிப் பெற்ற இட ஒதுக்கீட்டை போகிற போக்கில் விமரிசனம் செய்கிறது. நிகழ்காலத்தின் மீது விமரிசனம் செய்யக் கூடாது என்பதில்லை. நிகழ்காலத்தை விமரிசனம் செய்யும் ஒரு படைப்பாளிக்குக் கடந்தகாலத்தின் மீதும் சரியான விமரிசனப் பார்வையும், அதனைப் புனைவாக்கும் போது செயல்பட வேண்டிய முறையியலும் முக்கியம் என்பதையே வலியுறுத்த விரும்புகிறேன். பிரம்மாண்டக் காட்சி அமைப்புகளாக மட்டும் தொன்மைத்தையோ வரலாற்றையோ பயன்படுத்திக் கொண்டு பழம் பெருமை பேசுவது எந்தப் பயனையும் விளைவிக்காது என்பதையும் கவனத்தில் கொள்ள வேண்டும்.

இந்த இடத்தில் இன்னொன்றையும் சுட்டிக் காட்ட வேண்டும். மசாலா சினிமாவின் விதிகளையும் கதைசொல்லல் முறைகளையும் யதார்த்த சினிமாவின் கதைசொல்லல் முறையோ, தர்க்கவிதிகளோ ஏற்றுக் கொள்ளாது. அதைப் போலவே யதார்த்த சினிமாவின் தர்க்கங்களையும் சொல் முறையையும் புனைவுக் கதைகள் ஏற்றுக் கொள்வதில்லை என்பதை நமது இயக்குநர்கள் உணர வேண்டும். உணர்ந்திருக்கிறார்களா? என்ற சந்தேகம் 7ஆம் அறிவைப் பார்த்தபோது உண்டானதை விட செல்வராகவனின்

ஆயிரத்தில் ஒருவனைப் பார்த்தபோது அதிகமாக ஏற்பட்டது.. பி.ஆர். பந்துலுவின் இயக்கத்தில் எம்.ஜி.ராமச்சந்திரன் ஜெ. ஜெயலலிதா (1965) நடித்து வெளிவந்த ஆயிரத்தில் ஒருவனைப் படத்தின் பெயராக மட்டுமல்லாமல் கதைப்போக்கிலும் காட்சி அமைப்புகளிலும் பின்பற்றிய படம் செல்வராகவனின் படம். ஆனால் பி.ஆர். பந்துலுவிடம் வெளிப்பட்ட ஒரு தெளிவைத் தவறவிட்ட படம்.

பி.ஆர் பந்துலு அந்தப் படத்தின் நிகழ்வுகளைச் சமகாலத் தமிழகத்தின் வாழ்வோடோ, கடந்த காலத்தின் ஒரு பகுதியாகவோ காட்டிவிடவேண்டும் என்று நினைக்கவில்லை என்பதைப் படமாக்கிய முறையின் மூலமும், பாத்திரங்களுக்கு வழங்கிய உடை ஒப்பனை மூலம் தெளிவு படுத்தியிருப்பார். கடற்கொள்ளையர்கள் பற்றிய உலகக் கதைகளின் அடிப்படையில் உருவாக்கப்பட்ட புனைவு என்பதில் தெளிவோடு இருந்த பந்துலு, வரலாற்றுப் படம் எடுப்பதாகக் காட்டிக் கொள்ள நினைக்கவில்லை. அதனால் தான் தமிழ்நாட்டின் நிலப்பரப்பிலோ, வரலாற்றிலோ நிகழ்ந்ததாகக் காட்டும் முயற்சியைச் செய்யவில்லை. அதற்குப் பதிலாக மொத்தக் கதைநிகழ்வுகளும் கடற்பரப்பிலும் கடலுக்குள் இருக்கும் தீவுகளிலும் நடப்பதாக அமைத்துப் புனைவுப் படத்தை - பொழுது போக்குப் படத்திற்கான அனைத்துக் கூறுகளையும் கொண்ட - ஒரு புனைவுப் படத்தைத் தந்திருந்தார். அதனால் தான் அந்த ஆயிரத்தில் ஒருவன் இப்போதும் கூடத் திரளான பார்வையாளர்களுக்குப் பிடித்தமான படமாக இருக்கிறது. ஆனால் செல்வராகவனின் ஆயிரத்தில் ஒருவன் புத்தம் புதிதாகவே பார்வையாளர்களை ஈர்க்கவில்லை.

செல்வராகவனின் ஆயிரத்தில் ஒருவன் பார்வையாளர்களைச் சென்று சேராததற்குப் புறக்காரணங்கள் பல இருந்தாலும் அகக் காரணமாக இருந்தது ஒரு புனைவை கடற்கொள்ளையர்களை மையமிட்ட கதையைத் தமிழக வரலாற்றின் பின்னணியில் உண்மையான வரலாற்று நிகழ்வாக மாற்றிக் காட்ட நினைத்ததும், அந்த நிகழ்வோடு நிகழ்காலத் தமிழர்களில் ஒரு சிலர் தங்களோடு அடையாளப்படுத்திக்கொள்ள நினைத்தார்கள் எனக் காட்டியதும் தான் எனச் சொல்லலாம். கடல் தீவுகளுக்குள் சாகசப் பயணம் மேற்கொள்ளும் கூட்டம் பற்றிய புனைவுப்படம் போலத் தொடங்கி நகரும் படத்தில், பார்த்திபன் ஏற்றுள்ள காணாமல்போன

சோழமன்னனின் கதை முகிழ்க்கும் போது புனைவுத் தன்மை காணாமல் போய் யதார்த்தத்தின் கூறுகளாக விரியத்தொடங்கி விடுகின்றன. சாகசப் பயணத்திற்குத் தடையாக இருக்கும் ஒரு தீவுக்குச் சொந்தக்காரர்களுக்கும் அந்நியர்களுக்குமான யுத்தமாக அமைந்திருக்க வேண்டிய சண்டைக் காட்சிகள், கடந்த காலச் சோழ *X* பாண்டியர்களின் பரம்பரையினர்களுக்கிடையேயான யுத்தமாகக் கட்டமைக்கப்படும் போது வரலாற்றுப் படமாக மாறி விடுகிறது. ஒரு புனைவுப் படத்தின் வித்தியாசமான பின்னணிக்காட்சிகளாக நின்று காட்சி இன்பத்தைத் தர வேண்டியவை உரிமைப் போராட்டத்தின் தகவல்களாக மாறிவிடுகின்றன.

பாண்டியர் *X* சோழர் முரண்பாடுகள் தமிழக வரலாற்றில் பல கட்டங்களில் இருந்தன என்றாலும் செல்வராகவன் படத்தில் இடம்பெறும் காட்சிகளின்படி கதை நிகழ்வது பிற்காலச் சோழர்களின் வீழ்ச்சிக் காலமான 13 ஆம் நூற்றாண்டு எனக் கொள்ள வரலாறும் திரைக்கதையும் ஆதாரமாக இருக்கின்றன. அதற்குப் பின்னரும் பாண்டியர்களின் ஆட்சி தென் தமிழகத்தில் மதுரையிலும் தென்காசியிலும் இருந்தது. 700 ஆண்டுகளுக்கு முந்திய பாண்டிய சோழ முரண்பாட்டின் ஆழ்மனக் குறியீடுகளைத் தாங்கிய பாத்திரங்களாகவே செல்வராகவன் தனது மூன்று முக்கிய பாத்திரங்களையும் உருவாக்கியுள்ளார், கூலிக்காரர்களின் தலைவனாக வரும் பாத்திரம் (கார்த்தி ஏற்றுள்ள பாத்திரம்) சோழ வம்சாவளியின் நிகழ்காலப் பிரதிநிதி. சோழர்களிடம் தங்கியிருக்கும் தங்கள் குலக்குறி அடையாளத்தைக் கண்டுபிடித்து, அதற்கு நேர்ந்த அவமானத்துக்கு உடல் ரீதியாக- புணர்ச்சியின் வழியாகப் பழி தீர்த்துக்கொள்ள விரும்பும் பாண்டியர்களின் வம்சாவளிப் பெண்ணாக-தொல்லியல் ஆய்வாள அதிகாரியாக வரும் ரீமா சென் பாத்திரம் உருவாக்கப்பட்டுள்ளது. அவ்விருவருக்கும் இடையில் அல்லாடும் பாத்திரமும் (ஆண்ட்ரியா) கூட சோழ வம்சாவளியின் நீட்சிதான். காணாமல் போன அவளது தந்தை கூட நடுநிலையான தொல்லியல் ஆய்வாளர் அல்ல. தனது மூதாதையரைத் தேடிய- நினைவைத் தாங்கிய மனம்கொண்டவர் தான் (பிரதாப் போத்தன்), அவர்களைக் கண்டுபிடித்துத் திரும்பவும் தஞ்சை மண்ணுக்குக் கொண்டு வந்து கொண்டாட வேண்டும் என்ற நினைப்பு கொண்டவர். அதே நினைப்பும் மனநிலையும்

தனக்குள் இருப்பதை வெளிப்படுத்தாதவர் அவரது மகள்.

தான் உருவாக்கிய முக்கியப் பாத்திரங்கள் எல்லாவற்றுக்கும் வரலாற்றின் குறியீடுகளைத் தர முடிந்த செல்வராகவனுக்கு வரலாற்றின் மீதும், மன்னராட்சிக் காலத்தில் மக்கள் மீது அவர்கள் செலுத்திய அதிகாரம் மற்றும் வன்முறை சார்ந்தோ, இரக்கம், கொடை, அருள்பாலித்தல் போன்றவை சார்ந்த நற்குணங்கள் சார்ந்தோ விமரிசனங்களுக்கோ செல்லத்தோன்றவில்லை. ஒரேமொழி பேசியவர்களாக இருந்த போதிலும் தங்களுக்குள் சின்னச் சின்னக் காரணங்களுக்காகப் போரிட்டு மடிந்த மன்னர்கள் மீது வைக்க வேண்டிய விமரிசனப் பார்வை இல்லாமல் போனதால் செல்வராகவனின் படம் பழிவாங்கும் கதையின் நகலாகவே முடிந்தது. வரலாற்றுப் படமாகத் தருவதா? வரலாற்றுப் புனைவாகத் தருவதா? என்பதில் ஏற்பட்ட குழப்பத்தால் ரெண்டுங்கெட்டான் படமாகவே தந்தார். சோழர்களின் வீழ்ச்சியை இரங்கத்தக்க உணர்வோடு காட்சிப்படுத்திய ஆயிரத்தில் ஒருவன், பாண்டியர்களின் பழிவாங்கும் உணர்வும் குலப்பெருமை காக்கும் வீரமும் இன்னமும் தொடர்கிறது எனக் காட்டுவதற்கான நியாயங்களைச் செய்யவில்லை. அதற்கான காட்சி அமைப்புகளையோ, வரலாற்றுக் காரணங்களையோ பேசவில்லை. வெறும் புனைவுப் படம் என்பதாக மட்டுமே என்ற தெளிவோடு பி. ஆர். பந்துலுவிடம் வெளிப்பட்ட தெளிவோடு எடுக்கப்பட்டிருந்தால் இந்தக் கேள்விகள் எல்லாம் எழுப்புவது அபத்தமாகிவிடும் என்பதை நானறிவேன். அதற்கு மாறாக இது ஒரு வரலாறு; நிகழ்ந்த நிகழ்வுகள் எனச் சொல்ல முனையும் போதுதான் இத்தகைய கேள்விகள் எழுகின்றன.

தொன்மம் ஆயினும் வரலாறாயினும் நம்பிக்கையாயினும் அடிப்படையில் கடந்த காலத்தோடு தொடர்புடையன. அவற்றின் மீது நிகழ்காலத்தில் இருக்கும் சாதாரண மனிதர்களுக்குச் சில விதமான உறவுகள் இருக்கக்கூடும். ஒரு மனிதன் கடந்த காலத்தைப் பொன்னே போல் போற்றிப் பின்பற்றத்தக்கதாக நினைக்கலாம். அது திரும்ப வராதா? என ஏக்கம் கொள்ளலாம். அல்லது எதற்கும் உதவாத குப்பை எனத் தூற்றித் தூரப் போடலாம். இந்த இரட்டை எதிர்வுகளுக்குப் பதிலாகக் கரிசனமான பார்வைகளை வெளிப்படுத்தி கடந்த காலத்தை நிகழ்காலத்தோடு பொருத்திப் பார்த்துச் சிந்திக்கச் செய்யும்

வேலையைப் படைப்பாளிகளால் - கலைஞர்களால் செய்ய முடியும். அதிலும் தான் உருவாக்கும் புனைவின் வழியாகக் கடந்த காலத்திற்குள் பார்வையாளனை அல்லது வாசகனை அழைத்துச் செல்லும் படைப்பாளி மிகுந்த பொறுப்போடு செயல்பட வேண்டும். தனது புனைவின் வழியாகக் கடந்த காலத்தின் மீது எத்தகைய அபிப்பிராயத்தை உருவாக்கப் போகிறோம் என்பதில் தெளிவில்லாமல், அதனையும் வியாபாரத்திற்கான சரக்காக நினைத்தால் பல ஆபத்துகளே ஏற்படும். ஏ.ஆர்.முருகதாஸிடம் ஏற்பட்ட ஆபத்து பெரும்பான்மைக்கெதிரான கருத்தியல் ஆபத்து என்றால், செல்வராகவனிடம் ஏற்பட்டது வரலாற்றுக் குழப்பம்.

செல்வராகவனிடம் வரலாறு பட்டபாடும், முருகதாஸிடம் தொன்மம் பட்டபாடும் தெரியாமல் வரலாற்றையும் தொன்மத்தையும் நிகழ்காலத்தோடு தொடர்புபடுத்திப் பார்வையாளர்களுக்குக் காட்சி இன்பத்தையும் கருத்துச் செறிவையும் தந்த ஒரு புனைவுப் படம்- தமிழ்ப் படம்- இல்லையே என்று வருத்தப்பட வேண்டியதில்லை. அப்படியொரு படம் தமிழில் வந்தது. அந்தப் படத்தைத் தந்தவர் சிம்புத்தேவன். படம் இம்சை அரசன் 23 ஆம் புலிகேசி. அந்தப் படத்தைப் பார்த்தவர்கள், சரித்திரகாலப் படத்தைப் பார்த்த திருப்தியுடன் தான் வீடு திரும்பினார்கள். தமிழகப் பரப்படங்கிய இந்திய வரலாற்றில் இப்படியொரு அரசன் இருந்தான் என்பதற்கான எந்தக் குறிப்பும் வரலாற்றுப் புத்தகங்களில் இருந்ததில்லை. வாய்மொழிக் கதையாகக் கூடக் கேட்டதில்லை. புலிகேசி என்ற அரச பரம்பரை தமிழ் நிலப்பரப்பிற்கு வெளியே இருந்ததாக ஒரு வேளை வாசித்திருக்கலாம். அந்தப் பரம்பரைக்கும் ஆங்கிலேயர்கள் இந்தியாவிற்குள் வந்த காலத்திற்கும் எந்தத் தொடர்பும் இல்லை. இந்த உண்மை படத்தைப் பார்த்த பலருக்கும் தெரியும். படத்தின் இயக்குநர் சிம்புத்தேவனுக்கும் தயாரித்த ஷங்கருக்கும் கூட நன்றாகவே தெரியும்.

வரலாறு சார்ந்த நிகழ்வு ஆதாரம் இல்லாமலேயே அந்த அரசனின் சாயல் கொண்ட குறுநில மன்னர்கள் இந்தியாவில் இருந்திருக்க வாய்ப்புண்டு; ஆங்கிலேயர்கள் இந்தியாவை ஆண்ட காலப் பகுதியில் இருந்த பாளையக்காரர்களில் பலரும் இத்தகைய வர்களே என்பதாக நம்பச் செய்யும் விதமாகப் படத்தின்

கதைப்போக்கு அமைக்கப்பட்டிருந்தது. அப்படி நம்பச்செய்தாலும் இந்தியாவில் அல்லது தமிழகப் பரப்பில் எந்தப் பகுதியை அந்த அரசர்கள் ஆண்டார்கள் என்ற கேள்வி எழுப்பப்படும் என்பதால் குறிப்பான வெளி எதுவும் சுட்டப்படாமல் மிகுந்த எச்சரிக்கையுடன் அப்படம் ஒரு வரலாற்றுப்புனைவு என்பதை இயக்குநர் சொல்லியிருந்தார். புனைவை வரலாறாகக் காட்டுவது என்ற முடிவுடன், வெளிப்பாட்டு முறையை அங்கதபாணி எனத் திட்டமிட்டுக் கொண்டு படத்தை உருவாக்கியிருந்தார். எனக்குத் தெரிய கச்சிதமாகத் திட்டமிட்டு வரலாற்றைப் புனைவாக்கிய தமிழ்ப் படங்களில் இம்சை அரசன் 23 ஆம் புலிகேசியே ஆகச் சிறந்தது எனச் சொல்வேன். அந்தக் கச்சிதத்தன்மை தான் நாயக நடிகர்கள் இல்லாமலேயே ஆகச் சிறந்த வெற்றிப்படமாக அதை ஆக்கியது.

நன்றி:ஹலோ தமிழ் சினிமா 16.01.2012

11. கனவான்களின் பொதுப்புத்தி

"திறமைகளை மதிக்காத சமூகம் கிரிமினல்களை உருவாக்குகிறது" தத்துவார்த்தச் சொல்லாடல்களில் ஒன்று. மாவட்ட அளவில் முதலிரண்டு இடங்களைப் பெற்ற மாணவர்கள் விரும்பிய துறையில் ஈடுபட முடியாத நிலையில் (இன்றைய சூழ்நிலையில் மாவட்ட அளவில் முதல் இரண்டு இடங்களுக்கு உரிய இடம் மறுக்கப்படுவதில்லை) ஒருவன் தற்கொலை செய்து கொள்கிறான். தாய் தன் உயிரைப் பணயம் வைத்து லஞ்சம் கொடுத்தும், மருத்துவக் கல்லூரியில் இடம் கிடைக்காதபோது இன்னொருவன் கிரிமினலாகிறான். கிரிமினலானது எல்லாருக்குமான கல்விச் சாலையை உருவாக்கத்தான் (திறமையானவர்களுக்கு முன்னுரிமை கொடுக்க அல்ல) இது 'ஜென்டில்மேன்' படத்தின் கதை.

கொள்ளை - போலீஸிடமிருந்து தப்பித்தல் அப்பாவிக் கிச்சாவாக மாறி அப்பளக்கடை நடத்துதல் அப்பளக்கடையில் வேலை பார்க்கும் பெண் நினைத்து ஏங்கும் ஆணாக இருத்தல். திரும்பவும் அதே வரிசை - கொள்ளை - தப்பித்தல் - அப்பாவி - கனவு. இன்னொரு முறை வரிசையில் சில மாற்றங்கள். ஆட்டம் பாட்டு ஈடுபடுபவர்கள் ரயில் பயணிகள் - அப்பாவி பிம்பம் கேள்விக்குள்ளாதல். அடுத்த முறை - அவனே இன்னொரு பெண்ணுக்கு (சுபாஸ்ரீ) ஏங்கும் ஆணாக இருக்கும்படி வரிசை. கடைசியில் ஃப்ளாஸ்பேக். (திருப்புக்காட்சி) தியாகம் செய்யும்

(இந்தியத்) தாய் பிம்பம் முன்னிறுத்தப்படுதல். கிரிமினலானதை நியாயப்படுத்திவிட்டுத் தண்டனையை ஏற்றுக் கொள்ளும் முடிவு இது "ஜென்டில்மேனின் திரைக்கதை."

இனி இன்னொரு திரைக்கதை சின்னக் கவுண்டர், நீதிமான் சின்ன கவுண்டர் - நீதி சொல்லுதல், அதனால் பாதிக்கப்படும் குடும்பம் கோபம் கொள்ளுதல்.

சின்னக் கவுண்டரின் குணங்களை வெளிப்படுத்துதல். தாய் சொல் தட்டாதவர். ஏழைகளுக்கு இரங்குபவர். உடல் உழைப்பை நேசிப்பவர். பெண்களை ஏறிட்டும் பார்க்காதவர், அதே நேரத்தில் வம்பிழுக்கும் பெண்ணை வாயடைக்கச் செய்யும் ஆண்மையுடையவர். எதிர்க்குடும்பத்தின் குணங்களைச் சொல்லுதல்; ஊர்ச்சொத்தைக் கொள்ளை அடிப்பவர் - கூத்தியாள் வைத்துள்ளவர் - வெளியாள் சொல்கேட்டு மகளை அடக்கி வைப்பவர் - திமிர் பிடித்தவர் - சூழ்ச்சிகள் செய்து கொண்டே இருப்பவர். அவரது சூழ்ச்சிக்கு விதை போடுபவள், அவரது வைப்பாட்டி.

சின்னக் கவுண்டரின் ஆண்மையை வம்புக்கிழுத்த பெண் மீது அவருக்குக் காதல் இருந்தபோதும், கல்யாணம் செய்து கொண்டது அவளின் ஏழ்மையையும் நிர்க்கதியையும் போக்கத்தான்.

உடல் உழைப்பை நேசிக்காத படித்த ஒருவனுக்கு உதவுதல் - அவனே சின்னக் கவுண்டருக்கு எதிராக எதிரிகளுடன் சேர்ந்து (பணம் வாங்கிக்கொண்டு) சதியில் ஈடுபடுதல் - அவன் சின்னக்கவுண்டரின் கொழுந்தியாளை ஏமாற்றிக் கர்ப்பமுறச் செய்தவனும் கூட. எதிரிகளின் சதியில் சிக்கிய சின்னக்கவுண்டரின் உயிரை அவரது மனைவி, ஒரு கொலை செய்து காப்பாற்றிவிட்டு ஜெயிலுக்குப் போதல் - கொழுந்தியாள் மானம் காக்கத் தன் மானத்தை இழக்கத் தயாராகி, கருவிலுள்ள குழந்தைக்குக் காரணம் நானே எனச் சொல்லுதல். சதிகளின் பின்னணி விலகத் தொடங்கும்போது சின்னக் கவுண்டரின் உதவியைப் பெற்றவன் மனம் மாறுகிறான். எதிர்நிலைக் குடும்பம் தண்டனை பெறுகிறது.

இந்தச் சின்னக் கவுண்டரின் திரைக்கதையை "பதினெட்டுப் பட்டியிலிருக்கும் நீதிமானாகிய பெரிய கவுண்டரின் மகன் சின்னக்கவுண்டர், தன் குடும்பப் பெருமையை மரியாதையைக்

காப்பாற்றுவதற்காக நடுநிலை தவறாமல் நீதி வழங்கினார். அதனால் பல இன்னல்களைச் சந்தித்தார். அதில் அவரது மானம் கூடப் பறி போனது. ஆனாலும் நீதி வழுவவில்லை" என்ற "கதை" யாகச் சொல்லலாம். அதன் தத்துவார்த்த சொல்லாடல், "கெட்டாலும் மேன்மக்கள் மேன்மக்களே, சங்கு சுட்டாலும் வெண்மை தரும்" என்பது.

"நிகழ்காலம் உடல் வலிமையின் காலம் அல்ல; புத்தி உபயோகத்தின் காலம்" என்ற தத்துவார்த்த சொல்லாடல்,

"தென் தமிழ்நாட்டில் உடல் வலிமையிலும் மூர்க்கத்தனத்திலும் பெருமை பெற்ற தேவர் இனத்தைச் சேர்ந்த சக்திவேல், வெளிநாடு சென்று கல்வி அறிவு பெற்றுத் திரும்பினான். ஆனால், சாதிப் பெருமையைக் காக்க வேண்டும் என்ற நிலைக்குத் தன்னை உட்படுத்திக் கொண்டதால், வன்முறை, மூர்க்கத்தனம் ஆகியவற்றின் வழியிலேயே செல்ல வேண்டியதாகிவிட்டது. ஆனாலும் முடிவில் தன் சாதிக்கு அறிவு கல்வியறிவும் சட்டத்துக்குக் கட்டுப்படும் ஒழுக்கமும் அவசியம் என்பதை உணர்த்திவிட்டுச் சிறைக்குச் செல்கிறான்" என்று தேவர் மகனின் கதையாக விரிந்துள்ளது. இன்னும் சில வெற்றிப் படங்களின் பின்னிருக்கும் ஒருவரித் தத்துவச் சொல்லாடல்கள் இதோ:

"புதுப்பணக்காரர்கள் சூழ்ச்சி நிரம்பியவர்கள்; பழைய பணக்காரர்கள் மனித நேயம் நிரம்பியவர்கள்" – எஜமான்

"கடுமையான உழைப்பு, சமூகத்தின் உச்சிக்கே இட்டுச் செல்லும்" – அண்ணாமலை

"நட்புக்காக உயிரையும் உறவையும் விட்டு விடத் தயாராவது சத்திரிய குணம்"– தளபதி

"நாட்டிற்காற்றும் கடமை உயிரினும் மேலானது" – சூரியன்

"நகரத்தவர்கள் பெண்களை மதிப்பதில்லை. நம்பிக்கைக்குரிய வர்களில்லை. கிராமத்தவர்கள் படிப்பில்லாவிட்டாலும் நேர்மையும் ஒழுக்கமும் உடையவர்கள்" – வள்ளி, பொன்னுமணி

இப்படியான ஒருவரித் தத்துவச் சொல்லாடல்கள், கதையாகும் போது நாயகனின் நாயகியின் சூழல்களை உருவாக்கிக் கொள்கிறது. அவன் அவளுக்கெதிரான, ஆதரவான நபர்கள் நிறுவனங்கள் முன்னிறுத்தப்படுகின்றன.

தத்துவச் சொல்லாடலை மட்டும் கதையாகவும், திரைக்கதையாகவும் மாற்றுவது மட்டும் சினிமாவுக்குப் போதும் என்றால், அந்தப் படம் கலைப்படம் என ஒதுக்கப்பட்டுவிடும் என்கின்றனர் சினிமாக்காரர்கள். இத்தனைக்கும் இந்த ஒருவரிச் சொல்லாடல்கள் சரியான அர்த்தத்தில் தத்துவார்த்த அம்சங்களும் நிலைப்பாடுகளும் கொண்டவைதானா? என்றால் அதுவும் இல்லை. அவை பொதுப்புத்தி சார்ந்த தத்துவார்த்த சொல்லாடல்கள்தான். நிரூபணம் அற்று, வெகுமக்கள் மனத்தில் நின்றுவிட்ட நம்பிக்கைகள்தான். எனவே, திரைக்கதையாக மாற்றப்பட்டு நின்றுவிட்ட நம்பிக்கைகள். ஆகவே கதை, திரைக்கதையாக மாற்றப்படுமானால் கலைப்படம் எனத் தள்ளப்படும் என்பதும் உண்மையில்லை.

ஒரு சினிமா வெற்றியடைய வேறு சில அம்சங்கள் வேண்டும் என்கின்றனர். நாயகன் நாயகியை நினைத்துக் கொண்டிருக்கிற நாயகி- நாயகன் வேண்டும். அவர்களோடு போட்டியிட இன்னொரு நபரும் இருந்தால் நல்லது. ஜென்டில்மேன் மதுபாலா, சுபாஸ்ரீ; தேவர் மகன் கவுதமி, ரேவதி; சின்னக்கவுண்டர் சுகன்யா, அவரது தங்கையாக நடிக்கும் நடிகை; பொன்னுமணி கற்பழித்தவன், கார்த்திக், வள்ளி - உடல் சுகத்திற்காகக் காதலிப்பதாக நடித்தவன், மாமன் மகன்.

இப்படி இரண்டு பெண்கள் இருப்பதன் மூலம் குறைந்தது இரண்டு பாடல்கள் வைக்கமுடியும். இவர்களோடு சேர்ந்து ஆடக் குழுவினர் வேண்டும். குழுவினருக்குத் தனியான ஆடைகள் (70 எம். எம். திரையில் இரண்டு பேர் மட்டும் ஆடுவது போதாது; என்ற நிர்ப்பந்தமும் குழுவினரின் தேவையை உணர்த்தியுள்ளது)

அடுத்து காமெடி டிராக் அதன் மூலம் இரட்டை அர்த்த வசனங்கள். இதற்கு பெரும்பாலும் உடல் உழைப்பில் ஈடுபடும் பாத்திரங்களே பயன்படுகின்றனர். அப்பாவிகளாகவும் புத்தியற்றவர்களாகவும் படைக்கப்படும் பெண்களும் வேலைக்காரர்களும் அவர்களது உடல் குறைகளும், பேச்சுத் தொனிகளும் (சில நேரங்களில் வட்டார மொழி) காமெடிக்கும் இரட்டை அர்த்தம் பாலியல் கிளர்ச்சிக்கும் பயன்படுகின்றன.

கனவுப் பிரதேசமாகப் பெண்களின் உடலை மாற்றுதல், நடிகைகளின் உடல் பிம்பங்கள், நடிகனின் கனவுப் பிரதேசமாகக்

காமிரா மூலம் காட்டப்படும்போது. பார்வையாளனும், அவளின் உடலைத் தனது கனவுப் பிரதேசமாக மாற்றிக் கொள்கிறான். பார்வையாளப் பெண், தன் உடம்பைக் கனவுப் பிரதேசம் போல் மாற்றிக்கொள்ளும்படித் தூண்டப்படுகிறாள். ஆண்களின் விருப்பப் பதுமையாக மாறத் தயாராக்கப்படுகிறாள். இவையெல்லாம் வியாபார சினிமா அல்லது திரள்மக்கள் சினிமா வகுத்துக்கொண்டுள்ள விதிகள்.

இவையெல்லாம் அவற்றில் நிச்சயம் இருக்கும். இவை போன்று வேறு பலவும் இருக்கக்கூடும். இவ்விதிகளே ஜனரஞ்சகமாகப் படத்தை மாற்றும் காரணிகளாகக் கருதப்படுகின்றன. இதைச் சுருக்கமாக இப்படிப் புரிந்து கொள்ளலாம். ஒருவரிச் சொல்லாடல், கதையாகும்போது தத்துவத்தை பொதுப்புத்தி சார்ந்த தத்துவத்தைப் முதன்மைப்படுத்துகிறது. திரைக்கதையாகும் போது பொதுப்புத்திக்கு - பொதுப் புத்திச் சார்ந்த உணர்வுகளுக்கு முக்கியத்துவம் கொடுக்கிறது. ஆனால், தத்துவத் தலைமையை விரும்புகிறவர்களும் நம்புகிறவர்களும், கேள்விக்குள்ளாக்குபவர்களும் அடையாளமற்ற கதாபாத்திரங்களையோ, கிண்டலுக்குள்ளாகும் பாத்திரங்களையோ படைக்காமல், எல்லாக் கதாபாத்திரங்களையும் அதன் தன் சூழலில் வைத்துப் படைப்பர். அதன் வாழ்க்கைக்கான தத்துவமும், தர்க்கமும் தவறாமல் தரப்படும். ஆனால், நபர்களால் வழி நடத்தப்பட வேண்டிய அல்லது அடிமைப்படுத்தப்பட வேண்டிய சமூகத்தை உருவாக்க விரும்பாதவர்களும் நம்புகிறவர்களும் கேள்விக் குள்ளாக்கப்படுவதை விரும்பாதவர்களும் தனி நபர்களை மட்டும் தத்துவார்த்தம் கொண்டவர்களாகப் படைக்கிறார்கள். மற்றவர்கள் எல்லாம் அந்தப் படைப்பில் அவரவர் அளவில் கூட கதாபாத்திரங்களாக இருப்பதில்லை. தத்துவம் சார்ந்த தலைமைப் பாத்திரங்களுக்குத் துணை செய்வதே அவர்களின் வாழ்க்கை லட்சியம்.

திறமைகளை மதிக்காத சமூகத்தை - அதன் காரணிகளைக் கிரிமினல் தனமான காரியங்களைச் செய்து பழிவாங்கும் லட்சியம் கிச்சாவிற்கு உண்டு (ஜென்டில்மேனில் அர்ஜுன்) கிரிமினலை அடக்கிச் சட்டம் ஒழுங்கை நிலைநாட்டும் லட்சியம் அழகர் நம்பிக்கு (போலீஸ் அதிகாரி சரண்ராஜ்) உண்டு. ஜென்டில்மேனில் இவர்கள் இருவருமே லட்சியவாதிகள். இருவரைத் தவிர மற்றவர்கள் லட்சியங்கள் எதுவும் இல்லாதவர்கள். இந்தியத்தாய்

(லட்சியத்தாய்) பிம்பம் தரும் மனோரமாவிற்கு உள்ள லட்சியம் கூடத் தன் மகனின் லட்சியத்தோடு சேர்ந்துதான் (விதவை அம்மா பாத்திரத்திற்குரிய நடிகையாக மனோரமாவைத் தேர்ந்தெடுக்கும் போக்கு சின்னத்தம்பியிலிருந்து ஆரம்பம். படத்திற்கு வெளியேயும் அவர் விதவை; மகனை வளர்க்கச் சிரமப்பட்டவர் என்ற புனைவுகள் உண்டு) தனித்து அல்ல. நாயகிக்கு லட்சியம் இல்லை. டெல்லியிலிருந்து விடுமுறைக்கு வரும் பெண்ணுக்கு லட்சியம் இல்லை. அப்படியிருந்தாலும் அது, ஆண்மை ததும்பும் கண்நிறைந்த ஆடவனை லட்சியத்தோடு வாழ்பவனைக் கணவனாக அடைய வேண்டும் என்கிற சுயநலம் சார்ந்ததுதான். சமூகம் சார்ந்தது அன்று.

தேவர் மகனில் சக்திவேலுக்கும் (கமல்) அவனது காதலியாக வருபவளுக்கும் (கௌதமி) லட்சியங்கள் உண்டு. படிப்பறிவு - முதலாளிய அறிவு சார்ந்த வெளி என்பது எது என்பதைப் பற்றி - தெளிவாக இருப்பவர்கள் - தீர்மானம் செய்யக் கூடியவர்கள். பெரிய தேவருக்கும் அவரது பங்காளியின் மகனுக்கும் (நாசர்) லட்சியம் உண்டு. ஆனால் அது நிலப்பிரபுத்துவம் சார்ந்தது. அவை இன்றைக்குத் தேவையில்லை (செத்துப்போகிறார்கள்). மற்றவர்கள் யாருக்கும் லட்சியங்கள் கிடையாது. இசக்கி (வடிவேல்) கூடப் பெரிய தேவரின் லட்சியத்தோடு சார்ந்தவன்தான். சக்திவேலின் மனைவி, அண்ணன், அண்ணன் மனைவி, பங்காளிகள் என யாருக்கும் லட்சியங்கள் - தத்துவங்கள் கிடையாது.

அண்ணன் குடிகாரன், உதவாக்கரை. அண்ணி - அன்பும் பரிவும் அடக்கமும் நிறைந்தவள். மனைவி (ரேவதி) அண்ணியின் மறு உருவம். குடும்பம் அதன் ஒழுங்கும் காப்பாற்றப்படுகிறது. (வேற்று சாதிக்காரியான படித்த தீர்மானம் செய்யக்கூடிய லட்சியங்கள் கொண்ட பெண் (கௌதமி) மனைவியாக வந்திருந்தால் குடும்ப ஒழுங்கு சிதைந்து போயிருக்கும்) ஊர் மக்களுக்கோ சாதிய - சமூகப் பொருளாதார அடையாளங்களோ கிடையாது.

சின்னக்கவுண்டரிலும் அப்படியே! எஜமான், அண்ணாமலை போன்ற படங்களும், கதாநாயகர்களைச் சரியான தத்துவார்த்தம் கொண்டவர்களாகவும், அவர்களுக்கெதிரான கதாபாத்திரங்களை வெல்லப்பட வேண்டிய தத்துவார்த்தம் உடையவர்களாகவும் காட்டுகின்றன.

வள்ளியும் பொன்னுமணியும், நாயகிகளை லட்சியங்கள் கொண்டவர்களாகக் காட்டுகின்றன. வள்ளி, படித்தவள் நகர நாகரிகம், கலையார்வம் ஆகியவற்றில் மனம் செலுத்தியவள். ஆனால், அவளை ஏமாற்றுவது நகரத்தைச் சேர்ந்தவன். கலையில் வல்லவன், எனவே பெண்ணுக்குப் படிப்பு - கலை - ஆர்வம் அதுவெல்லாம் தேவையில்லாதவை எனச் சொல்வதற்காகப் படிப்பறிவற்ற, மனிதாபிமானம் நிரம்பிய கிராமத்தானை முன்னிறுத்துகிறது வள்ளி திரைப்படம் "பொன்னுமணி" சொல்லும் பாடமும் அதுதான்.

"ஜென்டில்மேன்" சிறப்பாக வெற்றிபெற்ற படம். அதன் தயாரிப்பாளரும், இயக்குநரும் "கதை" அதன் சமூகப்பொருத்தம், நிலவும் சமூகச் சூழல் போன்ற காரணங்களைப் பேட்டிகளில் சொல்கிறார்கள். ஆனால், விளம்பரத்தில் *Something Special* - என்று விளம்பரம் சொல்கிறார்கள். அந்தச் "சம்திங் ஸ்பெஷல்" என்ன என்று அலைபாயும் மக்கள் திரளுக்கு சரிவித உணவு திகட்டத் திகட்டத் தரப்படுகிறது படத்தில். பாலகுமாரன், ஷங்கர், ரகுமான், குஞ்சுமோன் முதலானவர்கள் "கனவான்களுக்கானதைக் கனவான்களுக்கும் பாமரமக்களுக்கானதைப் பாமரர்களுக்கும் வழங்கும் வித்தை கூடி வந்த மனிதர்கள்.

பொதுப்புத்திக்கான தீனி (சம்திங் ஸ்பெஷல்) யாக அவர்கள் புதுப்புது உத்திகளையும், தொழில் நுட்பத்தையும் பயன்படுத்தியிருக்கிறார்கள். கட்டுப்பெட்டித்தனமாக மறைத்து வைத்துப் பேசப்பட்டு வந்த பெண்ணின் உடல் பற்றிய பிரதி அதில் வேறுவிதமாக வாசிக்கப்பட்டுள்ளது. சில மீறல்கள் நிகழ்த்தப்படுகிறது. அதன் மூலம் "கட்டுப்பெட்டித்தனம்" சிதைக்கப்படுகிறதா என்றால் இல்லை! இன்பமூட்டுவதை (*Pleasure*) செய்துவிட்டு ஒழுங்குகள் முடக்கப்படுகின்றன. உடல் பற்றி வெளிப்படையாகப் பேசும் பெண் வெகுளி, அர்த்தம் தெரியாத நாகரிகத்தில் திளைப்பவள் என்று சொல்லி, கட்டுப் பெட்டியான பெண்ணை மனைவியாக்கிச் சேலையைச் சுற்றி விட்டுப் பொறுப்பு வாய்ந்த குடும்பத்தலைவி பிம்பம் உருவாக்கப்படுகிறது. அதன் மூலம் சொல்லப்படும் தத்துவம் கனவான்களுக்கும் கனவான்களின் சீமாட்டிகளுக்கும். (சுதந்திரமான எண்ணம் கொண்ட பெண்ணா, அவளை முரட்டுத்தனமான போலீஸ் அதிகாரிக்கு மனைவியாக்கு - எச்சரிக்கை) ஆனால், அவளது உடம்பைப் பொதுப்புத்திக்கான

தீனியாக்கி, புதுப்புது விளையாட்டுகளை (கப்ளிங், டிக்கலோனா) யும் விளையாடுகிறார்கள். காமிராவின் கோணங்களும், அதன் பின்னணியில் சொல்லப்படும் இரட்டை அர்த்தம் வசனங்களும் கூடுதல் பரிமாணங்களைத் தருகின்றன. இந்த விளையாட்டு பாமரர்களுக்கு, இந்தப் பொதுப்புத்தி விளையாட்டை கிச்சா விளையாடுவதில்லை. (ஆண்மைக்குச் சவால் விடப்பட்டால் மட்டும் விளையாடுவான்) அப்பளக்கடையில் உடல் உழைப்பில் ஈடுபடும் வேலைக்காரர்கள் (கவுண்டமணி, செந்தில் - லட்சியமற்றவர்கள்) தான் விளையாடுவார்கள். கிச்சா முதலாளி; மற்றவர்கள் தொழிலாளர்கள்.

சின்னக் கவுண்டர் சவாலில் வெற்றி பெற்று, பெண்ணின் தொப்புளில் பம்பரம் விடுவார். அவளும் சின்னக் கவுண்டரின் மோட்டாருக்குத்தான் குளிக்க வருவாள். தேவர் மகன் சக்திவேல் காதலியை ஊர் சுற்றிக் காட்டுவான். சகதியில் தள்ளிவிடுவான். ஆற்றில் முக்கித் தூக்குவான். விதம் விதமான “போஸ்”களில் புகைப்படம் எடுப்பான். வள்ளியில் “பால்காரியிடம் (பல்லவி) எல்லோரும் சேர்ந்து “ஜொள்ளு” வடிப்பார்கள். இடையிடையே வந்து அரசியல் விமரிசனங்களை உதிர்த்துவிட்டுப் போகும் கதாபாத்திரம் (ரஜினிகாந்த்), அல்லது வள்ளிக்காக வாழும் நாயகன் மட்டும் அவளை ஏறிட்டும் பார்ப்பதில்லை. கிச்சா - சின்னக் கவுண்டர் - எஜமான் -அண்ணாமலை - தத்துவார்த்தம் கொண்டவர்கள் - லட்சியவாதிகள் - முதலாளிகள். மற்றவர்கள் தொழிலாளர்கள் உடல் உழைப்பில் ஈடுபடுபவர்கள்; லட்சியங்கள் அற்றவர்கள் பாமரர்கள். கனவான்கள் லஞ்சம் வாங்கினாலும், கூத்தியாள் வைத்துக் கொண்டாலும், கொள்ளை அடித்தாலும் - லட்சியவாதிகள். தொண்டர்கள் அல்ப சந்தோசங்களுக்காக அலைபவர்கள். பெண்களோ எதுவும் தெரியாத உடல் சுகத்தையே பிரதானமாகக் கருதி ஏங்குபவர்கள்; ஆணுக்கு அடங்கிப்போக வேண்டியவர்கள்.

இப்படி ஒரு சிலரைப் பொதுப்புத்தி சார்ந்த தத்துவம் கொண்டவர்களாகவும், மற்றவர்களையெல்லாம் பொதுப்புத்தி சார்ந்த உணர்வுகள் கொண்டவர்களாகவும் காட்டும் படைப்புகளின் நோக்கம் என்னவாக இருக்க முடியும்? இவை மக்கள் திரளின் மனத்தில் என்ன வகையான கருத்தமைவுகளை உருவாக்கும்? இந்த மாதிரியான சிந்தனைகள் இந்தப் படங்களின்

பின்னணியில் இருக்கின்ற கலைஞர்களுக்கு - தொழில் நுட்பப் பயிற்சியாளர்களுக்கு - உண்டா என்ற கேள்விகள் எழக்கூடும்.

இந்தப் படங்களின் மையமான நோக்கம் தனிநபர் தலைமையை முன்னிறுத்துவதும், தக்க வைப்பதும்தான். எந்த விதமான "தனி நபர்" தலைமையையும் கேள்விக்குள்ளாக்கி நிறைகுறையை ஆய்வு செய்து மாற்றிப் பார்ப்பதும் கூட அவர்களுக்கு விருப்பமானது அல்ல, அந்தத் தத்துவத்தின் இடத்தில் இந்தத் தத்துவம் என்பதாக இல்லாமல் "அவன் இடத்தில் இவன்" என்கிற மாதிரியான மாற்றம் பற்றி இவை யோசிக்கின்றன.

வலியத் திணிக்கப்பட்ட சண்டைக்காட்சிகள், கவர்ச்சி நடனம், பாலியல் வல்லுறவுக் காட்சி, வாகனத் துரத்தல் போன்ற தர்க்கத்திற்குட்படாத அம்சங்களைத் தவிர்த்து கதையின் போக்கிலேயே அவற்றின் அம்சங்களைத் தாங்கி வந்துள்ள இந்தப் படங்களை நடுவாந்திரப் படங்கள் (Middle Cinema) என்றும் கெடுதல் விளைவிக்காதவை (Harmless) என்றும் பத்திரிகைகள் பாராட்டுகின்றன. பார்வையாளர்களும் திரும்பித்திரும்பிப் பார்ப்பதால் அதன் தயாரிப்பாளர்களும் மற்றவர்களும் பணத்தை வாரிச் சுருட்டுகின்றனர். அதற்குக் காரணம், பொதுப்புத்தியைத் தங்கள் "தத்துவங்களின்" விளையாட்டுக்களனாக மாற்றி, தனிநபர் தலைமையைத் தக்க வைக்கும் மந்திர வித்தையைச் சரிவரச் செய்வதுதான். தனிநபர்களை முன்னிறுத்தும் இப்படங்கள், ஒரே மாதிரியான நபர்களையே முன்னிறுத்துகின்றன என்றும் சொல்லிவிட முடியாது. படத் தயாரிப்பாளர்கள் அல்லது இயக்குநர்களின் சாதி - வர்க்கப் பின்னணிகளுக்கேற்ப முன்னிறுத்தப்படும் நபர்களின் சாதி வர்க்கக் குணாம்சங்களும் மாறுபடுகின்றன என்பதும் வெளிப்படையாக இருக்கின்றன.

தேவர்மகன் தொடங்கி ஜென்டில்மேன் வரையிலான படங்களுக்கோ நிலவுகின்ற முதலாளிய ஜனநாயக அரசுகளின் நடைமுறைகள் முக்கியம். அதற்குத் தகவான மனிதர்கள் உருவாக வேண்டும். கல்வியறிவு பெற்ற "தேவர் மகன்" களுக்காக அவை வாதாடும். சத்திரிய குணம் கொண்ட "தளபதி" சட்டத்திற்குட்பட்டாக வேண்டும் என்று கூறும். கடமையைச் செய்யும் போலீஸ் அதிகாரி சூரிய வம்சத்தைச் சேர்ந்தவன். (ராமனின் வம்சம்) என்றும் பாராட்டும், சட்டத்தை மதிப்பவனாகக் "கிரிமினல்" மாறிவிட்டால்

அப்புறம் அவன் "ஜென்டில்மேன்" (கனவான்) தான். இந்தப் படங்களில் பல மௌனங்கள் உண்டு. சட்டமும் அவை சார்ந்த நடைமுறைகளும் சாதாரண மனிதர்களுக்கெதிராக இருப்பதையோ, அதிகார கைவரப்பெற்ற கனவான்கள், அதனைச் சாதுர்யமாக வளைத்துக் கொண்டு முதலாளிகளாவதையோ இந்தப் படங்கள் பேசுவதில்லை; காட்டுவதில்லை. ஜனநாயக நடைமுறைகளுக்கு வக்காலத்து வாங்கும் இவற்றின் பின்னணியில், முதலாளிய நடைமுறைகளுக்கு மாறிவிட்ட, நகர்ப்புற உயர்வகுப்பு, உயர்சாதி பிராமணிய அறிவாளிகள் இருப்பதுதான் காரணங்கள்.

சின்னக்கவுண்டர், எஜமான் வகையறாப் படங்களுக்கோ நிலவுடைமைத் தலைமையும் நிலச்சுவான்தார்களின் நல்லியல்புகளும் ஒழுக்கங்களும் முக்கியம். இந்த நிலச்சுவான்தார்கள் காட்டும் சாதீய ஒடுக்குமுறைகளோ, கூலி விவசாயிகளுக்கு இழைக்கும் அநீதிகளோ, பெண்களை அடக்கியொடுக்குவதோ முக்கியமில்லை.

அரசு நிறுவனங்களையும் அதிகாரத்துவ மையங்களையும் தங்களுக்குச் சாதகமாக மாற்றிக்கொள்ளும் கிராமிய நாட்டாண்மையின் இன்னொரு பக்கத்தைப் பற்றி இந்தப் படங்கள் பேசாமல் மௌனம் சாதிக்கும். அதற்குக் காரணம், இந்த வகைப் படங்களின் கதாசிரியர்களும் இயக்குநர்களும் கிராமிய நாட்டாண்மைகளின் குடும்பங்களிலிருந்து வந்தவர்கள். நிலவுடைமை வர்க்கத்தினர், சாதிப் பட்டியலில் பிற்பட்ட வகுப்பில் இருப்பவர்கள்.

சாதியாலும், கடைப்பிடிக்கும் விழுமியங்களாலும் *(Values)* இவ்விரு வகைப்படங்களின் காரணகர்த்தாக்கள் வேறுபட்டாலும், வர்க்கத்தால் அவர்கள் செல்வந்தர்கள் - கனவான்கள். கனவான்கள் நலன், தனிநபர், தலைமையில் உள்ள அமைப்பில்தான் பாதுகாப்பானது.

ஆக......கனவான்களின் நோக்கம் புரிகிறது.

அப்படியானால்... பாமரர்களின் செயல்........?

- ஊடகம், 1994

இடைநிலை சினிமா

12. மணிரத்னத்தின் அரசியல் சினிமாக்கள்: விமரிசனமும் மாற்று அரசியலும்

தமிழ் சினிமா முற்றும் முழுதுமாக வியாபார சினிமாவாக மாறிவிட்டது மட்டுமல்ல, சினிமா பார்ப்பவர்களையும் வியாபார சினிமாவின் இன்பதுன்பங்களில் லாப நஷ்டங்களில் பங்கேற்க வேண்டியவர்களாகவும் மாற்ற முயல்கின்றன. சினிமா செய்திகளைத் தரும் பத்திரிகைகளின் பங்கும் அவற்றில் உண்டு. பெரும் முதலீட்டில் எடுக்கப்படும் சினிமா வியாபார ரீதியாக வெற்றியடைந்தே தீர வேண்டும் என்ற மனோபாவம் உண்டாக்கப்படுகிறது. மணிரத்னத்தின் "இருவர்" வியாபார ரீதியாகத் தோல்வியடைந்த போது வெளிப்படுத்தப்பட்ட வருத்தக் குரல்களின் உளவியல், சமூகவியல், பொருளியல் காரணிகள் ஆராயப்பட வேண்டியவை.

திரைப்படத் தயாரிப்பு, அது சார்ந்த திட்டமிடல், தொழில்நுட்பம், நடிகர், நடிகையர் தேர்வு, பிற துறைக் கலைஞர்களின் கூட்டு என்று எதிலும் அவரது பரபரப்பு படங்களான நாயகன், ரோஜா, பம்பாய் ஆகியவற்றிலிருந்து அதிகம் மாறுபடாத படம் இருவர். திரைக்கதையின் இயங்குவெளியிலும் அதில் கட்டியெழுப்பும் புனைவிலும் கூட மாற்றம் இல்லை. பரந்த அறிமுகம் உள்ள நபர்களின் நிகழ்வுகளின் சாயலில் புனைவுகளைப் பின்னும் அதே

சூத்திரம் இருவரிலும் உண்டு. ஆனால் "இருவர்" வெகுமக்களால் பார்க்கப்படவில்லை. இருவர் மூலம் என்ன சொல்ல வருகிறார் மணிரத்னம்? இது படம் பார்த்தவர்கள் பலரும் பத்திரிகைகளும் கூட எழுப்பிய கேள்வி. இக்கேள்விக்குப் "படம், எதையாவது சொல்லித்தான் ஆக வேண்டுமா?" என்று மணிரத்னம் திருப்பிக் கேட்கலாம். இதுவரை தனது படங்களில் எதையாவது ஒன்றைச் சொன்னவர், இதிலும் ஏதாவது ஒன்றைச் சொல்லியிருப்பார் என்ற எதிர்பார்ப்பு இக்கேள்வியின் பின்னால் உள்ளது என்பதை அவர் மறுக்க முடியாது. ஒரு திரைப்படத்திற்குரிய கருத்தியல் தளம் ஒன்று இருக்க வேண்டும்...

"இருவரின் கருத்தியல் தளம்தான் என்ன?"

"இருவர்" என்ற பெயரில் வெளிவந்த அப்படத்தின் தொடக்கப் பெயர் "ஆனந்தம்." ஆனந்தன் (நடிகர்), தமிழ்ச்செல்வம் (பாடலாசிரியர், வசனகர்த்தா) என்ற இருவரைப் பற்றிய படமாகப் பெயர் மாற்றம் பெற்றது. 1996 பொதுத் தேர்தலில் தி.மு.க வெற்றியடைந்து மு.கருணாநிதி முதல்வர் ஆன பின்னர். தி.மு.க. வெற்றியடையாமல் போயிருந்தால் "ஆனந்தம்" என்றே படம் வந்திருக்கக்கூடும். திரைக்கதையில், வசனகர்த்தாவான தமிழ்ச்செல்வத்திற்கு இவ்வளவு விரிவான இடம் தராமல் போயிருக்கலாம். நடிகரின் முதல் மனைவியின் சாயலில் இருக்கும் நடிகையின் (ஐஸ்வர்யா ராய், ஜெயலலிதாவை நினைவூட்டும்) பிடிவாதமும், சாதித்துவிடத் துடிக்கும் உள்நோக்கமும் தன் முனைப்பும் பட்டவர்த்தனமாக்கப்படாமல் போயிருக்கலாம். இவையெல்லாம் யூகங்கள்தான். இந்த யூகங்களுக்குக் காரணம் அப்படத்தைக் குறித்து உண்டாக்கப்பட்ட மர்மங்களே!

படம் "ஆனந்தமாக" இருந்தபோது பத்திரிகைகளில் ஒரேயொரு தகவல் மட்டுமே வெளிவந்தது. திராவிட இயக்கத் தலைவர்களான ஈ.வெ.ரா., சி.என்.அண்ணாதுரை, மு.கருணாநிதி, எம்.ஜி. ராமச்சந்திரன் போன்றவர்களின் சாயல்களில் கதாபாத்திரங்கள் உள்ளன என்பதே அந்தத் தகவல். இக்கதாபாத்திரங்களில் யார் யார் நடிக்கிறார்கள் என்பது ரகசியமாக்கப்பட்டது. அதன் மூலம் கிளம்பிய யூகங்கள் விளம்பரங்களாகி நின்றன. இப்பாத்திரங்களில் ஒன்றில் நடிக்க நடிகர் சரத்குமாரிடம் கேட்டு, அவர் மறுத்த

செய்தியும் கூடுதல் விளம்பரத்தை - மர்மத்தை உண்டாக்கியது. அதன் பின்னர் உலக அழகி ஐஸ்வர்யா ராய், மலையாள நடிகர் மோகன்லால், நாசர், பிரகாஷ்ராஜ் போன்றோர் நடிப்பதாகச் (இன்ன பாத்திரம் என்ற தகவல்கள் மறைக்கப்பட்டு) செய்திகள் வந்தன. இதன் மூலம் மேலும் மர்மங்கள் உருவாக்கப்பட்டன.

சமீப காலங்களில் ஆங்கில வார்த்தைகளின் உதவியால் பாடல் எழுதும் வைரமுத்துவும் வார்த்தைகளை அமுக்கிவிடும் ஓசைகளை இசையாக்கும் ஏ. ஆர். ரகுமானும் அதிலிருந்து மாறுபட்டதான ஒலி நாடாவைத் தந்ததும் மர்மங்கள் கூடுதலாயின. மேலும் மேலும் மர்மங்களை அதிகமாக்க "சென்சாரில் தடை வரும்", "திராவிட இயக்கங்கள் எதிர்த்துப் போராடும்", "கருணாநிதி பார்த்து ஓ.கே. சொல்லிவிட்டார்" என்று படம் வரும் முன்பு செய்தித் துணுக்குகள் வந்தவண்ணமிருந்தன. இவையெல்லாம் இயல்பான செய்திகளாகவும் இருக்கலாம். உண்டாக்கப்பட்ட செய்திகளாகவும் இருக்கலாம். உண்டாக்கப்படும்போது படத்தைப் பற்றிய மர்மத்தை அதிகமாக்கிப் பார்வையாளனைத் தியேட்டருக்குக் கொண்டு வரும் நோக்கம் இருந்தது எனச் சொல்வது தவறான ஒன்றல்ல. (முதல்வர் மு.கருணாநிதி "இருவர்" படத்தைப் பார்க்கவில்லையென அவரது அலுவலகம், தினமணி கதிரில் மறுப்பு வெளியிட்டது, நினைவுக்குக் கொண்டுவர வேண்டிய ஒன்று) படம் வெளிவந்த பின்பு தொடர்ச்சியாக ஆனந்தவிகடனில் வந்த பேட்டிகள் - ஐஸ்வர்யா ராய், மோகன்லால், மணிரத்னம் - கூட இருவர் படம் பற்றிய மர்மங்களை அதிகரிக்கவே முயன்றன.

படம் எடுப்பதில், அது பற்றிய தகவல்களைக் கசிய விடுவதில் ஒருவித மர்மம் நிலவவேண்டும் எனக் கருதிய மணிரத்னம் திரைக்கதையில் இருக்க வேண்டிய மர்மத்தைக் கருதாமல் விட்டது தான் ஆச்சரியம்! நாயகனின் வரதராஜ முதலியார், "ரோஜா"வின் காஷ்மீர் தீவிரவாதிகள், "பம்பாயி"ன் கலவரங்கள் எல்லாம் பார்வையாளர்களின் கருத்துத் தளத்தில் ஒருவிதத் தகவல்களாக இருந்தன. அத்தோடு இவையெல்லாம் அந்தப் படங்களின் பின்னணி மட்டுமே! வரதராஜ முதலியாரின் சாயலில் வேலுநாயக்கரின் பிம்பம் முன்னிறுத்தப்பட்டது நாயகனில். ரோஜாவில் காஷ்மீர் விடுதலைப் போராட்டத்தின் குறுக்காக, ஒரு கம்ப்யூட்டர் எஞ்ஜினீயரின் கல்யாண வாழ்க்கை இணைக்கப்பட்டது. மதத்தை மீறிய காதல், பம்பாய்க் கலவரங்களினூடாக முன்வைக்கப்பட்டது.

இந்தப் பின்னணிகள் பார்வையாளர்கள் ஏற்கெனவே தகவல்களாக அறிந்தவை மட்டுமல்ல, அவர்களுக்கென்று முடிவு எதுவும் செய்யாமல் விட்டு வைத்திருந்தவை. சில நேரங்களில் மணிரத்னம் எழுப்பிய கருத்துத் தளத்தோடு ஒத்துப்போகும் முடிவுகளைக் கூட வைத்திருந்திருக்கலாம். ஆனால் அப்படித்தான்! இதுதான் நியாயமானது என்றெல்லாம் நினைக்காமல் இருந்திருக்கலாம். அவர்களின் கருத்து ஒத்துப்போனபோது உவப்பாக நினைத்திருப்பர் முரண்பட்டதாக நினைத்திருந்தால் உரசிப் பார்த்துக்கொள்ள ஏதுவாகக் கருதியிருக்கக்கூடும்.

நாலுபேருக்கு நல்லது செய்ய கள்ளக் கடத்தல் செய்யலாம், கொள்ளை அடிக்கலாம், கொலைகளும் செய்யலாம். இது சரியா? தவறா? சரியாகவும் இருக்கலாம், தவறாகவும் கருதலாம். ஆனால் தண்டனை உண்டு என்பது நாயகன் படம் எழுப்பிய கருத்துத்தளம். மதம் சார்ந்த மத / தேசப்பிரிவினை, அச்சமூட்டும் மதக் கலவரங்கள் ஆகியவற்றின் முன்னால் தனிநபர்களின் குடும்ப வாழ்க்கையை மையப்படுத்திய கருத்துத்தளங்கள் "ரோஜா" விலும் பம்பாயிலும் உண்டாக்கப்பட்டன. "இருவர்" படத்தின் பின்னணி எது? கருத்துத்தளம் என்ன? திராவிட முன்னேற்றக் கழகம், அதன் நீட்சியான அ.இ.அ.தி.மு.க., அவற்றின் வரலாற்றுப் பின்னணி, அவற்றின் தலைவர்களின் வாழ்க்கைக் கருத்துத்தளம் எனக் கொள்ளலாமா? படத்தின் திரைக்கதையின்படி இப்படிப் பிரித்துச் சொல்ல இடம் உண்டு, ஆனால் அதே நேரத்தில் குழப்பங்களும் உண்டு.

மணிரத்னத்தின் இருவர், திராவிட இயக்கத் தலைவர்களின் இரண்டுபட்ட வாழ்க்கையைப் பற்றியே பேசுவதாகக் கருதுவதற்கான வாய்ப்புகள் நிறைய உள்ளன. ஒன்று அவர்களது பொது வெளி. *(Public Sphere)* இதில் அரசியல் வாழ்க்கையும் கலை வாழ்க்கையும் அடக்கம். இன்னொன்று தனி மனித வெளி *(Private Sphere)* இதில் அவர்களது குடும்ப வாழ்க்கையை அடக்கலாம். பொது வெளியையும் குடும்ப வெளியையும் குறுக்கும் நெடுக்குமாகப் பின்னுவதின் மூலம் இவ்விரண்டிற்கும் இடையேயிருந்த பெருத்த முரண்பாடுகளை முன்னிறுத்த விரும்புகின்றார் மணிரத்னம். சொந்த வாழ்க்கையை உணர்வுபூர்வமாகவும் அரசியல் வாழ்க்கையை அறிவுபூர்வமாகவும் திட்டமிடும் திராவிடத் தலைவர்கள், கட்சிக்காரனுக்கு இதன் எதிர்நிலையான

கொள்கைகளை - வாழ்க்கை முறையைப் பரிந்துரை செய்தார்கள் என்பதை அவரது விமரிசனத்தின் நீட்சியாகக் கொள்ளலாம். ஒரு கட்சித் தொண்டன், கட்சிக்காக - கட்சித் தலைவருக்காக உடல், பொருள், ஆவி, மனைவி, மக்கள் என அனைத்தையும் இழக்கத் தயாராக இருக்க வேண்டும் என முழங்கியவர்கள், கண்டதும் காதல், கட்டுப்பாடுகளற்ற மண உறவு என்பதாக வாழ்ந்தார்கள் எனக் காட்டுகிறது மணிரத்னத்தின் இருவர். உணர்வுபூர்வமாக மனைவிகளைத் தேடிக்கொண்ட தலைவர்கள், அவர்களைப் பராமரிப்பதில் குழந்தைகளை வளர்ந்தெடுப்பதில் கூட அறிவுநிலைப்பட்டவர்களாக இருந்ததில்லை எனப் பேசுகிறது மணிரத்னத்தின் படம்.

படத்திலிருந்து இரண்டு காட்சிகள்

கொண்ட கொள்கைக்காக ரயிலை மறித்து உயிர் விடத் தயாராகிறான் கவிஞன் தமிழ்ச்செல்வம். (கல்லக்குடியில் ரயில் தண்டவாளத்தில் படுத்து மறியலில் ஈடுபட்ட மு. கருணாநிதியின் வாழ்க்கையில் நடந்த நிகழ்வின் சாயல்). ஆனால், கைது செய்து வாகனத்தில் ஏற்றப்படுகிறான். அப்பொழுது பதற்றத்தோடு வருகிறார் ஒரு பெண் நிருபர். அந்த நிருபரின் கண்களைக் கனவுகளோடு ரொமாண்டிக் தனமாக சந்திக்கின்றன கவிஞனின் கண்கள். மெதுநகர்வில் இடம்பெறும் அக்காட்சி, அதற்கு முந்திய முழு நிகழ்வையும் ரொமாண்டிக் தனமானது என மாற்றிவிடுகிறது. அதன் மூலம், ரயில் மறியல் போராட்டமும் கூட "ரொமாண்டிக்" தனமானதே என்ற குறிப்பு தரப்படுகிறது. இது காட்சி ஒன்று.

இரண்டாவது காட்சி, தனது அடுத்த படத்திற்குக் கதாநாயகியைத் தேர்வு செய்யும் பொருட்டு ஒரு நடன நடிகையின் திறமையையும் உருவத்தையும் அறியும் பொருட்டு அவள் நடித்த படத்தின் நடனக் காட்சியைப் போட்டுப் பார்க்கிறான் நடிகர் ஆனந்தன். அவனது மனைவி, மானேஜர் ஆகியோர் அந்த நடிகையைக் கதாநாயகியாகப் பரிந்துரைக்கின்றனர். ஆனால் நடிகர் வேண்டாமென்கிறார். அதற்கு அவர் காரணம் எதுவும் சொல்வதில்லை. அந்த நடிகை அவனது இறந்துபோன முதல் மனைவியின் சாயலில் இருக்கிறாள். அதனால் தனது குடும்ப வாழ்க்கையில் பிரச்சினை வந்து விடும் என்பதுதான் அவனது தடுமாற்றத்திற்குக் காரணம். அவன் நினைப்பது போலவே நடக்கிறது (இக்காட்சியில்

எம்.ஜி.ஆர்., ஜானகி, ஆர்.எம்.வீரப்பன், ஜெயலலிதா ஆகியோர் நினைவில் வருவது தவிர்க்கவியலாதது). இதன் மூலம் அந்த நடிகருக்குச் சுயகட்டுப்பாடு இல்லை என்பதை அவனே ஒத்துக் கொள்வதாகப் படம் காட்டுகிறது. அதே நான், அந்த நடிகையின் இழப்புக்கும் புத்திசாலித்தனத்திற்கும் மயங்கிவிடும் நிகழ்வுகளாகப் (எம்.ஜி.ஆர். - ஜெயலலிதா மறைமுக உறவுகள்) படத்தில் பல காட்சிகள் உண்டு.

இரண்டு அல்லது மூன்று மனைவிகள், அதற்கும் மேல் வைப்பாட்டிகள் என வாழ்ந்த திராவிட இயக்கத் தலைவர்கள்தான் மேடைகளில் கடமை, கண்ணியம், கட்டுப்பாடு என்று தொண்டர்களுக்கு போதனைகள் தந்தார்கள் என்பது மணிரத்னத்தின் கூர்மையான, ஆனால் மறைமுகமான விமரிசனங்கள். ஆனால் அந்தக் கூர்மையான விமரிசனங்களை மையப்படுத்தாமல் போனதற்குக் காரணம், அவரது அச்சம். அந்த அச்சம் அரசியல் அதிகாரத்தைக் கண்டு பயந்ததாகவும் இருக்கலாம், வியாபாரத் தோல்வியை எதிர்கொள்ள விரும்பாத அச்சமாகவும் இருக்கலாம். அந்த அச்சத்தின் காரணமான குழப்பமே படத்தைத் தோல்விப்படமாக்கிவிட்டது என்பது எதிர்மறையான ஆச்சரியம்.

மர்மமாய்ப் படம் எடுப்பதில் கவனம் செலுத்திய மணிரத்னம், திராவிட இயக்கத் தலைவர்களின் குடும்ப வாழ்க்கையை மர்மங்கள் நிரம்பியதாகக் கணித்தது ஆச்சரியமான ஒன்று. திராவிட இயக்கத்தின் முதல்வரிசைத் தலைவர்கள் மட்டுமல்ல, இரண்டு, மூன்று, நான்காம் நிலைத் தலைவர்கள் (தலைவிகளும்தான்) கூடத் தங்கள் குடும்ப வாழ்க்கையை மர்மமாக வைத்திருக்க விரும்பியதில்லை. குறிப்பிட்ட கட்டத்தில் வெளிப்படையாக்கி, அங்கீகாரம் பெற்றதாகவே ஆக்கிக்கொண்டனர். சிறு நகரங்கள், கிராமங்கள் வரை இதுதான் யதார்த்தம். பொதுமக்களும் அவற்றை அங்கீகரிக்கத் தவறியதில்லை. அதிகாரபூர்வ மனைவிகளும், அதிகாரபூர்வமற்ற மனைவிகளும் சொத்து வாரிசுகளாகவும் அரசியல் வாரிசுகளாகவும் வலம் வருவதைத் தமிழக வாக்காளர்கள் நன்கு அறிவர். உள்ளாட்சித் தேர்தல்களில் வாக்களித்துத் தேர்ந்தெடுத்ததன் மூலம் அவர்கள் அதனை அங்கீகரிக்கவே செய்துள்ளனர். ஆகவே, மணிரத்னம், இருவர் மூலம் முன்வைத்த நிகழ்ச்சிகளும், கருத்தியல் தளமும் மர்மமானவை அல்ல,

ஏற்கெனவே கேள்விப்பட்டவை, அறிந்தவை, அங்கீகரித்தவை. ஆனால், திராவிட இயக்க அரசியலில் நிறைய மர்மங்களும் ஒரு வெற்றிப் படத்திற்கான திருப்பங்களும் உண்டு. கொள்கைகளை முன்னிறுத்தியதில், விட்டுக் கொடுத்ததில், வெற்றிகள் பெற்றதில், கட்சியைப் பிளந்ததில், அதனை நியாயப்படுத்தியதில், கூட்டணி அமைத்ததில், பிம்பங்களை முன்னிறுத்துவதில் ஏராளமான மர்மங்கள் உண்டு. அவையெல்லாம் அறிவுபூர்வமாகத் திட்டமிட்டு நிகழ்ந்தவை. அவற்றைப் படம் எடுப்பதில் மணிரத்னம் கவனம் செலுத்தியிருந்தால், அது மாபெரும் வெற்றிப் படமாகவும் அர்த்தமுள்ள அரசியல் விமரிசனப் படமாகவும் அமைந்திருக்கும். வெற்றி பெறாவிட்டாலும் அரசியல் விமரிசனப் படம் என்பதாகவாவது நின்றிருக்கும். இந்த "இருவர்" இதில் எதுவுமாக இல்லாமல் போய்விட்டது.

ஆய்த எழுத்து - மாற்று அரசியல்

"ஆய்த எழுத்தி"ன் கதை சொல்லும் உத்தி, கதையின் கட்டமைப்பு, கதாபாத்திரங்களின் உருவாக்கம், இவற்றில் உள்ள குறைகள், நிறைகள், கதாபாத்திரங்களை ஏற்று நடித்த நடிகை, நடிகர்களின் பொருத்தமான நடிப்புத்திறன், பாடல்கள், இசை, ஒளிப்பதிவு கூர்மை, ஒளிப்பதிவின் கவனமின்மை பற்றியெல்லாம் பத்திரிகைகளில் நிறைய விமரிசனங்கள் வந்து விட்டன. ஆனால், "ஆய்த எழுத்து" ஒரு திரைப்படம் என்கிற எல்லையையும் தாண்டி விவாதிக்கப்பட வேண்டிய படம். குறிப்பாக, அதன் அரசியல் பார்வை. இவ்விமரிசனம் அதில்தான் கவனம் செலுத்தப் போகிறது.

"ஆய்த எழுத்து" நீண்ட நாட்களாகத் தயாரிப்பில் இருந்த படம் அப்பொழுது நடந்து முடிந்த நாடாளுமன்றத் தேர்தலுக்கு முன்பாகவே நிறைவு பெற்று விட்டது. என்றாலும், திரையரங்கிற்கு அப்படம் வந்தபோது தேர்தல் முடிவுகள் வந்துவிட்டன. தமிழகத்தில், அகில இந்திய அண்ணா திராவிட முன்னேற்றக் கழகமும், மத்தியில் ஆட்சியிலிருந்த பாரதிய ஜனதா கட்சியும் இணைந்த கூட்டணி படுதோல்வியைச் சந்தித்துள்ளது. மு.கருணாநிதி அமைத்த திராவிட முன்னேற்றக் கழகத்தின் தலைமையிலான கூட்டணி நாற்பது இடங்களிலும் வெற்றி பெற்று, மைய அரசின் அதிகாரத்தில் பெரும்பங்கைப் பெற்றுள்ளது. "ஆய்த எழுத்து" படத்தைத் தயாரித்துள்ள மணிரத்னத்தின்

மெட்ராஸ் டாக்கீஸ் தயாரித்த "இருவர்" என்ற படம் 1996 இல் வெளியானபோதும் ஆட்சியிலிருந்த அ. இ. அ. தி. மு. க பெரும் தோல்வி அடைய, ஜெயலலிதா அதிகாரம் இழந்தார். மு. கருணாநிதி ஆட்சியைப் பிடித்தார். "இருவர்" படத்திற்கும் "ஆய்த எழுத்து" படத்திற்கும் ஒருவிதத்தில் நோக்கம் ஒன்றுதான். 1967 க்குப்பின் தமிழ் நாட்டின் ஆட்சியதிகாரத்தில் இருந்துவரும் திராவிட இயக்க அரசியலை விமரிசனம் செய்த, "இருவர்", திராவிட இயக்கம் அரசியல் தலைவர்களான அண்ணாதுரை, மு. கருணாநிதி, எம்.ஜி.ராமச்சந்திரன் போன்றோரின் இரட்டை நிலையை, அந்தரங்க வாழ்வு ஒன்றாகவும் அரசியல் வாழ்வு வேறாகவும் இருக்கிறது என நேரடியாகப் பேசியது. ஆய்த எழுத்தோ, திராவிட இயக்க அரசியல்வாதிகளின் அரசியலை, நடைமுறைகளை அதிகார வெறியை, பின்பற்றும் உத்திகளை, அவற்றில் உள்ள குரூரமான வன்முறைகளை மறைமுகமாக விமரிசனம் செய்கிறது. ஆனால், இவ்விரண்டு படங்களையுமே தமிழ் சினிமாவின் பார்வையாளன், அவனுக்கே உரிய வெறியுடன் அணுகவில்லை என்பது சுவாரசியமான முரண்பாடு. பொதுவாக மணிரத்னத்தின் படங்களை அளவுக்கதிகமாக ஆதரித்து எழுதும் பெரும்பத்திரிகைகளும் கூட ஆதரவைத் தந்ததில்லை.

மணிரத்னம் தனது நோக்கத்திலிருந்தே, சமூகம் எவ்வாறு மாறவேண்டும் என்ற விருப்பத்திலிருந்தே ஒருவரிக் கதையை உருவாக்குகிறார். அதன் பேரிலேயே தனது படங்களின் திரைக்கதையைக் கட்டமைக்கிறார். அவரது எல்லாப் படங்களிலும் தெளிவான ஒற்றை நோக்கம் ஒருவரிக் கதை இருக்கத்தான் செய்கிறது. அவரது படங்கள் பெரும்பாலும் நிகழ்காலச் சம்பவங்களின் பின்னணியில் அமைக்கப்படுவதால், சர்ச்சையை எழுப்பிக்கொள்ளும் தன்மையுடன் விரிகின்றன. ஆய்த எழுத்தின் தன்மையும் அதுதான். ஆய்த எழுத்தின் ஒருவரிக் கதை, "நிகழ்காலத் தேர்தல் அரசியலைக் கண்டு மாணவர்கள் ஒதுங்கிவிடக் கூடாது. பங்கேற்க வேண்டும். மாற்றம் கொண்டுவர முயலவேண்டும்" என்பது.

"படித்தவர்கள் அரசியலில் ஈடுபட்டால், சாக்கடையாகிவிட்ட இந்திய அரசியல் சுத்தம் செய்யப்பட்டுவிடும்" என்பது ஒரு பொதுப்புத்தி வாசகம். ஆனால், ஆய்த எழுத்து, "படித்தவர்கள்" என்று பொத்தாம் பொதுவாகச் சொல்லவில்லை என்பது

கவனிக்கப்பட வேண்டிய ஒன்று! நடைமுறை அரசியலில் எல்லாக் கட்சியிலும், குறிப்பாக, திராவிட இயக்க அரசியலில் ஈடுபட்டுள்ளவர்களில் பெரும்பாலோர் பட்டதாரிகளாகவும் முதுநிலைப் பட்டதாரிகளாகவும் சட்டம், பொறியியல், மருத்துவம் எனத் தொழிற்கல்வி கற்றவர்களாகவும் இருக்கிறார்கள். இந்நிலையில் "படித்தவர்கள்" என்று பொது நிலையில் சொல்வது அறியாமையின் வெளிப்பாடாகவே இருக்கும் என்பதால், "சிறப்பான தகுதியுடைய மாணவர்கள்" என்கிறது படம். இந்தச் சிறப்புத் தகுதிகள், அமெரிக்கப் பல்கலைக்கழகத்தின் நிதியுதவியைப் (ஸ்காலர்சிப்) பெறுவது, டெல்லி ஸ்கூல் ஆஃப் எகனாமிக்ஸில் கல்வி கற்பது, ஐ.ஏ.எஸ். அதிகாரிகளாகத் தேர்வு பெறும் ஆசையுள்ள அளவு மதிநுட்பம் அல்லது அமெரிக்கா கம்பெனிகளுக்கு சாஃப்ட்வேர் எழுதும் அறிவு, முதல் வகுப்பில் தேர்ச்சி பெற்று டாக்டர்களாகும், அல்லது ஐ.ஐ.டி., ஐ.ஐ.எம். போன்ற சிறப்பு நிலை நிறுவனங்களில் கல்வி கற்கும் தகுதியுடைய திறன் போன்றவைதான். இத்தகைய சிறப்பான மாணவர்கள் தேர்தல் அரசியல் ஈடுபடுவதன் மூலம் இப்போதுள்ள அதிகாரத்துவக் கட்சிகளை, அதன் தலைவர்களான முரட்டு மனிதர்களை அதிகாரத்திலிருந்து அகற்ற வேண்டும் எனக் கூறுகிறது படம். வெளியில் கறுப்புச் சட்டையுடனும் மனதில் சதித்திட்டங்களுடனும் அலையும் அரசியல்வாதிகள் அனைவரும் சட்டசபையில் வெள்ளைச் சட்டை, வெள்ளை வேட்டிக்காரர்களாகக் காட்சி தருகிறார்கள் அவர்களின் முகமூடிகளை அம்பலப்படுத்த ஜீன்ஸ் போட்டவர்களும் சல்வார் கம்மிஸ் பெண்களும் பல்வண்ண ஆயத்த ஆடை இளைஞர்களும் நுழைய வேண்டும் என்பது இயக்குநர் மணிரத்னத்தின் விருப்பம், நோக்கம்.

இந்த நோக்கம், விருப்பம் ஏற்புடைய ஒன்றுதான்! இப்போதுள்ள அரசியல்வாதிகளும் அவர்களின் கட்சிகளும் தமிழக அரசியல் அரங்கிலிருந்து அகற்றப்பட வேண்டியவர்கள் என்கிற முன்மொழிதல் நடுத்தரவர்க்கத்தின் படித்தவர்களின் விருப்பங்கள்தான். அவர்கள் அனைவரும் ஏற்றுக்கொள்ளும் கருத்து தான் "மாற்றம் வேண்டும், நாகரிகமான அரசியல் வேண்டும்" என்பது இதை யார்தான் மறுக்கப் போகிறார்கள்?

இப்போதுள்ள அரசியலுக்கு மாற்றாக பலரும் பலவிதமான முன்மொழிதல்களை, முன்மாதிரிகளைச் சொல்லிக்கொண்டு

இருக்கிறார்கள். பேரரசியல் நிலைப்பாடுகள் தொடர்ந்து தோல்விகளைத் தழுவிக்கொண்டும் அதற்கு மாறாக நுண் அரசியல் சாதி, மத, இனம் சார்ந்த அடையாள அரசியலாக வெற்றி பெற்றுக்கொண்டும் வரும் சூழலில், ஒட்டுமொத்த இந்தியாவுக்கும் ஏன் ஒட்டுமொத்தத் தமிழகத்திற்குமான அரசியலையும்கூட முன்வைக்க முடியாமல் தவிக்கின்றனர். சாதி, இன அரசியலுக்கு மாற்றாக "மதமும்" நிற்க முடியாமல் போகின்றபொழுது, யுக புருஷர்கள் முன் நிறுத்தப்படுவது ஓர் உத்தி. பாபா உருவத்தில் ரஜினிகாந்த் முன்னிறுத்தப்பட்டது அதன் வெளிப்பாடு. மணிரத்னம், "யுக புருஷர்கள் வேண்டாம், பிறவிப் புத்திசாலிகள் வேண்டும்" என்கிறார். அவர்களிடம் நேர்மையும், அச்சமின்மையும், எதிர்ப்புக் குணமும் ரத்தத்திலேயே ஊறியிருக்கும் என்கிறார். புத்திசாலிப் படிப்பாளிகளால் மாற்றம் தரமுடியும் என்னும் மணிரத்னத்தின் காட்சி விரிப்புகளுக்கு வசனம், சுஜாதா.

சென்னையின் துறைமுகப்பகுதியில் உள்ள நேப்பியர் பாலம், அரசு அதிகாரத்தின் குறியீடான தலைமைச் செயலகத்தையும் அறிவின் குறியீடான சென்னைப் பல்கலைக்கழகத்தையும் இணைக்கும் பாலம். அதன் அருகில், சென்னைத் தாதாக்களின் உறைவிடங்களான மீனவக் குப்பங்களும் உள்ளன. அந்தப் பாலத்திலிருந்து தனது படத்தைத் தொடங்கி விரித்துள்ளார் மணிரத்னம். ஒரு குறிப்பிட்ட நாளில் குறிப்பிட்ட நேரத்தில் ஒரே நேர்க்கோட்டில் வருகிறார்கள் மூன்று இளைஞர்கள். அந்த மூவரும் அதுவரை சந்தித்துக்கொண்டதில்லை.

காதலியை அவளது பணி இடத்தில் இறக்கி விட்டுவிட்டுத் திரும்புகிறான் மைக்கேல் (சூர்யா) அமெரிக்காவில் படிக்க உதவித் தொகைக் கிடைத்தும் இந்தியாவிலேயே தங்கி, இந்நாட்டு அரசியலை மாணவர்களைக் கொண்டு தூயதாக்கத் தயாராகவுள்ள அறிவுஜீவி அவன், காதல், காமம், குடும்பம், அன்பு, கலை, தேசம் பற்றியெல்லாம் மரபான சிந்தனைகளுக்கு மாற்றான சிந்தனையுடையவன். இவனைச் சுட்டுக் கொல்லும்படி அனுப்பப்பட்டவன் இன்பா (மாதவன்) கட்டிக்கொண்ட மனைவி (மீரா ஜாஸ்மின்)யின் மீது தீராக்காமமும் அடிதடி வன்முறைமீது ஆறாக்காதலும் கொண்ட குப்பத்து இளைஞன். இந்த இன்பசேகரனின் அண்ணன் குணா (சேகரன்) அமைச்சர்

செல்வநாயகத்தின் ஏவலாளி அமைச்சர் செல்வநாயகம் (பாரதிராஜா) கறுப்புச் சட்டை போட்டபடி வெளியில் உலவும் அரசியல்வாதி எதிலும் ஆழமான பிடிப்பின்றி, சவடால் மொழி மூலமே பொய்களைப் புனைவுகளாக்கி வீர உரையாற்றி, டெல்லி அரசியலுக்கு எதிராகத் தமிழ்த் திராவிட அரசியல் நடத்துபவர். மைக்கேலைக் கொல்லும்படி குணாவின் மூலம் இன்பாவை ஏவிவிட்டவர்.

இடையில் தனது தற்காலிகக் காதலை, நிரந்தரக் காதல் என நம்பும்படி வலியுறுத்தி உரையாடிச் செல்லும் இன்னொரு இளைஞன் அர்ஜுன் (சித்தார்த்) அவனது காதலி மீரா (த்ரிஷா) பைக்கில் வந்த மைக்கேலை, ஜீப்பில் வந்த இன்பா சுட்டுத்தள்ள, நடந்து வந்த அர்ஜுன் அதைப் பார்க்கிறான். தனக்கு லிஃப்ட் கொடுத்து உதவியவன் சுட்டுத் தள்ளப்பட, பார்த்தவன் என்ன செய்கிறான் என்பதை மூன்று திருப்புக் காட்சிகள் *(Flash Back)* மூலம் சொல்கிறார் இயக்குநர். அம்மூன்று இளைஞர்களின் கடந்த கால வாழ்வில், தமிழ்ச் சமூகத்தின் அரசியல் கண்ணிகள் எவ்வாறு ஊடும் பாவுமாக இழையோடுகின்றன என்பதையும் காட்டி விடுகிறார்.

இந்த ஆய்த எழுத்தின் பின்னணியில் நடப்பு அரசியலின் சுயநலமும், இலக்கற்ற வெற்றுக்கோஷங்களும், அதிகார வெறியும், விஷயங்களை மொண்ணையாகப் புரிந்து கொள்ளும் மௌடீகமும் உள்ளன என்பதைக் காட்டி அவை வென்றெடுக்கப்பட வேண்டியவை எனவும் முன்மொழிகிறார் இயக்குநர். மாற்றத்தைக் கொண்டு வரப்போவது "அதிபுத்திசாலித்தனம் நிரம்பிய மாணவர் தலைமைதான்" எனக் கைகாட்டுகிறார் மணிரத்னம். இந்தக் கைகாட்டுதல்தான் பார்வையாளர்களின் நம்பிக்கையைப் பெறத்தக்கதாக இல்லை.

நெய்க்காரன்பட்டிப் பஞ்சாயத்து இடைத் தேர்தலில் ஒரு பெண்ணை நிறுத்தி வெற்றிபெறச் செய்வது போலவே சட்டமன்ற நாடாளுமன்றத் தேர்தல்களையும் கணித்துச் செயல்படும் அப்பாவித்தனமான மாணவர்களை இந்தியாவின் தலைவிதியை மாற்றும் வல்லமை படைத்தவர்கள் எனக் கைகாட்டும் மணிரத்னமும் வசனகர்த்தா சுஜாதாவும் இவ்வளவு அப்பாவித்தனமாக யோசிப்பவர்கள் அல்ல என்பது அனைவருக்கும்

தெரிந்த ஒன்றுதான். அது தெரியாமல் இருந்தால், இவையெல்லாம் வெறும் சினிமா, பார்வையாளர்களைக் கவர்வதற்கான கதைப் பின்னல் மட்டும்தான் எனக் கருதிப் படத்தைப் பார்த்துவிட்டு வந்து விடலாம். ஆனால் அவ்வளவு சுலபமாக ஒதுக்கிவிட முடியாதபடி வேறொன்றையும் கலந்தே கொடுத்துள்ளது படம். அரசியல்வாதிகள்தான் எல்லாவற்றிற்கும் காரணம் எனச் சொல்லும், “அருள்” போன்ற பொத்தாம்பொதுவான படமாக இல்லாமல், அரசியல் விமரிசனத்தை வேறொரு வஸ்துவுடன் கலந்து தரவேண்டும் எனத் தீர்மானித்து எடுக்கப்பட்டுள்ள படம் ஆய்த எழுத்து. “மருந்தைக் கலந்து கொடுப்பதுபோல்” என்றொரு பழமொழி தமிழில் உண்டு. அரசியல் என்னும் மருந்தைத் தனக்குள் கொண்டுள்ள அந்தத் தேன், பாலியல் இன்பத்தைத் தூண்டும் காட்சிகள்தான். போதையில் தனது உடலை மிதக்கச் செய்ய விரும்பும் மனிதன் விரும்புவது மது அல்லது கஞ்சா, இந்த வஸ்துக்கள் மனித உடலைத் தற்காலிகமாக வேறொரு பிரக்ஞைக்குள் கொண்டு போய்விட்டுத் திரும்பவும் தன்னுணர்வுக்குத் திருப்பிவிடும் இயல்புடையன. அந்த உடலையே போதைப் பொருளாக்கி விட்டால் என்ன விளைவுகள் ஏற்படும்?

“தமிழ் நாட்டின் அரசியல் நடைமுறைகளும் செயல்பாடுகளும் மாற்றப்பட வேண்டுமென்று லட்சியம் பேசும் ஒரு படத்தில் ஆண் உடலும் பெண் உடலும் போதையின் களன்களாகக் காட்டப்படும் நோக்கம் என்னவாக இருக்க முடியும் என்று கேட்டுப் பாருங்கள். வெளியில் அடிதடியும் கோபமும் கொண்டவனாகக் காட்டப்படும் இன்பா, மனைவியிடம் காட்டுவதைக் காதல் என்றோ காமம் என்றோ வகைப்படுத்தி விட முடியாது. “முரட்டுத்தனமான காமம் என்றோ வகைப்படுத்திவிட முடியாது. “முரட்டுத்தனமான காமம்” என்று வகைப்படுத்திக்கொள்ள வேண்டும் என்பது இயக்குநரின் விருப்பம். த்ரிஷாவை சித்தார்த் சந்திக்கும் டிஸ்கொதே ஒரு மென்பொருள் என்றால், அவர்கள் இருவரும் கடற்கரையில் சந்தித்துக் கட்டிப் புரள்வது வன்பொருள் நிலைதான். மிகத்துல்லியமாக உடலில் ஒட்டியிருக்கும் ஒரு சிறு மணற்துளியையும் நீர்த் திவலையையும் தனித்துக் காட்டிவிடும் காமிராவின் கோணங்கள், பெண்ணுடலையும் ஆணுடலையும் தனித்தனியேயும் இணைத்தும் திரை முழுக்க விரிக்கும் போது பார்வையாளன், குறிப்பாக யுவதியாகவும் இளைஞனாகவும்

இருக்கும் பார்வையாளன் அடைவது தன்னை மறக்கும் நிலையாகத் தானே இருக்கமுடியும்? அரசியலைத் தூய்மையாக்கப் போவதாகச் சூளுரைக்கும் மைக்கேல் வசந்தும் கூடத் தனது காதலியின் மேலாடையைக் கிழித்துப் பார்வையாளர்களைக் கிறங்கடிக்கத் தவறவில்லை. அதிபுத்திசாலி மாணவர்களின் லட்சியப் பயணத்தில் யுவதிகளின் பணி தனது உடலின் மூலம் போதையேற்றுவது மட்டும்தான் போலும்! மணிரத்னம், உன்னதமான அரசியலை, காம மயக்கத்தில் ஆழ்த்திய நிலையில் ஆழ்மனதிற்குள் புகுத்திவிடும் முறையியலை இப்படத்தில் பரிசோதனை செய்திருக்கிறார் என்றே நினைக்கத் தோன்றுகிறது.

முடிவாகச் சில கேள்விகள்.......

கடந்த முப்பத்தைந்து ஆண்டுகளுக்கும் மேலாக ஆட்சியதிகாரத்தில் உள்ள திராவிட இயக்க அரசியலை வீழ்த்த நினைப்பவர்கள், நேரடியாகக் காட்சிகளை அமைத்துப் படம் எடுக்கத் தயங்குவதும், மறைத்து மறைத்துப் பேசுவதும் கலையியல் சார்ந்த சங்கதிகள்தானா அல்லது பயம் கலந்த தவிப்பா?

காமத்தின் வழியான பயணமோ, போதையின் வழியாக தேடலோ உன்னதத்தைத் தரும் என்பது தனிநபர் சார்ந்த சித்தாந்தம்தானே, அதனை அரசியல் போன்ற வெகுமக்கள் சார்ந்த நடைமுறைக்குப் பயன்படுத்த முடியுமா?

மாற்று அமைப்புகளையோ, இயக்க நடைமுறைகளையோ, அரசியல் தத்துவத்தையோ அடையாளங்காட்டாமல், புத்திசாலி மாணவர்கள் என்று அடையாளம் காட்டுவது திராவிட அரசியலுக்கு எதிராகப் பிராமணீய மறுஉயிர்ப்புதான் என்று சொல்ல வாய்ப்பிருக்கிறது என்பதை மணிரத்னம் அறியாதவரா? பிராமணீய மறுஉயிர்ப்பு இந்தியாவில் இனி சாத்தியம்தானா?

ஹார்டுவர்ட் பல்கலைக்கழகப் பட்டதாரியும் பேராசிரியருமான சுப்பிரமணிய சுவாமி அதிபுத்திசாலிதான் அவரது அரசியல் மாதிரியைத்தான் மணிரத்னம் பரிந்துரைக்கிறாரா?

- 2019

13. கமல்ஹாசன் : சாதி அடையாளங்களுடன் தமிழ் சினிமா

தேவர்மகனும் மகாநதியும்

கமல்ஹாசன் பல்வேறு விதமான கதாபாத்திரங்களை ஏற்று நடிக்கும் திறமை கொண்ட நடிகர். நல்ல சினிமா மீது பற்றும், தமிழ் சினிமாவின் சரியான வளர்ச்சியில் அக்கறையும் கொண்டவர். சினிமாவுக்கு வெறும் வியாபார நோக்கம் மட்டுமே இருக்க முடியாது; சமூகப் பொறுப்பும் உண்டு என நம்புகிறவர்.

கமல்ஹாசன் குறித்துப் பத்திரிகைகளில் வரும் தகவல்களும் அவரது பேட்டிகளும் இப்படியானதொரு பிம்பத்தைத் தந்து கொண்டிருக்கின்றன. சமீப ஆண்டுகளில் சிங்காரவேலன், கலைஞன், மகராசன் என வியாபார/மசாலாப் படங்களில் நடித்திருந்த போதிலும்! அவற்றில் எல்லாம் அவர் வெறும் நடிகன் மட்டும்! அவையெல்லாம். “கமல் படங்கள் அல்ல” ஆனால் குணா, தேவர்மகன், மகாநதி முதலியன “கமல் படங்கள்”. இவற்றில் அவர் நடிகர் மட்டுமல்ல. அவர்தான் கதாசிரியர்; திரைக்கதை அமைத்தது அவர்தான்; அவர்தான் நடிப்பு சொல்லித் தந்தார். இயக்கியதும் கூட அவர்தான். பெயருக்குத்தான் சந்தானபாரதி, பரதன், எல்லாம். (இவர்கள் கமல் இல்லாமலேயே வித்தியாசமான படங்கள் தந்த இயக்குநர்கள் என்பது தனிக்கதை) கமலின் உள்ளுறைந்து கிடக்கும் கலைஞன் வெளிப்படும் படங்கள் இவை.

மந்தைத்தனமான தமிழ் சினிமாவின் போக்கிலிருந்து விலகிய மாற்று சினிமாவை முன் மொழிபவராகக் கமல்ஹாசனைச் சித்திரிக்கும் போது மேலே சொன்ன பிம்பங்கள் தேவைப்படுகின்றன. அவரே கூட தேவர் மகனுக்கும் மகாநதிக்கும் பின்னால் தந்த நீளநீளமான பேட்டிகளில் கடந்த காலம் குறித்து ஒப்புதல் வாக்கு மூலங்கள் தந்து, பாவமன்னிப்புப் பெற்றுக்கொண்டு, தனது புதிய நிலைப்பாடுகளை முன் வைத்து வருகிறார் திரும்பவும் "பாவங்கள் செய்யமாட்டேன்" என்று உறுதி எதுவும் தரவில்லை. மசாலா சினிமாவில் பங்கேற்பது நல்ல சினிமாவிற்காகத்தான் என்ற வாதம் தமிழ் சினிமாக்காரர்களிடம் கேட்டுக்கேட்டு அலுத்துப் போன ஒரு வாதம்) "அறிவுஜீவிகளின் வெளி"யான சிறுபத்திரிகைகளும் கூட அவரை ஏற்றுக் கொண்டு, கமலின் படங்கள் தமிழ்ச் சமூகத்தின் அடியாழங்கள் எவற்றையெல்லாம் தொடுகின்றன என்று கட்டுரைகள் வெளியிட்டுவிட்டன. பண்பாட்டு மானுடவியல், இனவரைவியல், பின்னை அமைப்பியல், குறியியல் என எல்லாவித உபகரணங்களும் அவரது படங்களை ஆய்வு செய்யப் பயன்பட்டுவிட்டன. இனியும் பயன்படக்கூடும். இந்தப் புதிய பிம்பம்.

கமல்ஹாசனுக்குப் பொருந்தாது என்று சொல்வதோ கமல்ஹாசனின் அறிமுகம் கிடைப்பதற்காகச் சிறுபத்திரிகைகாரர்கள் இப்படி எழுதுகிறார்கள் என்று சொல்வதோ நோக்கமல்ல. அவரைப் பற்றித் தரப்படும் பிம்பங்களில் பெரும்பகுதி உண்மைகள் இருக்கலாம். என்றாலும் எழுகின்ற கேள்விகள் - சந்தேகங்கள் எல்லாம். கமல் படங்களாக முன்னிறுத்தப்படும் இம்மூன்று படங்களிலும் வெளிப்படும் கமல்ஹாசன் ஒரே கலைஞன் தானா? ஒரே மனிதனின் சமூகப் புரிதல்தான் இவற்றில் வெளிப்பட்டுள்ளனவா? அல்லது வியாபார சினிமாதான் இன்னும் அவரிடம் தங்கியுள்ளதா?- என்பதுபோன்ற கேள்விகள்தான்.

இந்தச் சந்தேகங்கள் எழுவதற்குப் பல காரணங்கள் இருந்த போதிலும் வெளிப்படையான ஒரு காரணம் உண்டு. தேவர் மகனிலும் மகாநதியிலும் அவர் இரண்டு அய்யர்களைப் படைத்துள்ளார். தமிழ்ச் சமூகத்தை விமரிசனம் செய்யும் எவனொருவனும் அய்யர்களை - பிராமணர்களின் பங்கை விட்டு விட்டு விமரிசனம் செய்துவிட முடியாது என்பது உண்மைதான். தேவர்மகனில் அட்வகேட்டாக வருபவர் அய்யர் (மதன்பாப்),

மகாநதியில் கதாநாயகனுடன் சிறையில் இருந்து பின்னர், அவனுக்கு மாமனாராக மாறும் அய்யர் (பூரணம் விசுவநாதன்) இந்த இரண்டு படங்களும் தேவர்மகனும் மகாநதியும், முற்றிலும் வெவ்வேறான வெளியில் இயங்கும் படங்கள். தேவர்மகனின் மையம் அசலான தமிழ்க் கிராமம். படித்து விட்டுக் கிராமத்திற்குச் செல்லும் இளைஞனின் பிரச்சினைகள். மகாநதியோ, கிராமத்திலிருந்து நகரத்தில் குடியேறிவிட்ட நடுத்தரவர்க்கக் குடும்பத்தின் பிரச்சினையை மையமாகக் கொண்டது. வெவ்வேறு வெளியில் இவற்றின் கதாபாத்திரங்கள் இயங்கினாலும், இயங்கும் தளம் ஒன்றுதான். முன்வைக்கும் கருத்தும் ஒன்றுதான். "தமிழ்ச்சமூகம் மாற்றம் அடைந்து கொண்டிருக்கிறது; ஆனால் சரியான வழியில் அல்ல" என்பது இவ்விரண்டு படங்களின் விமரிசனம்.

படித்துப் பட்டம் பெற்று, மாறிவிட்ட வியாபாரப் பொருளாதார நடைமுறைகளைப் புரிந்து கொண்ட, "தேவர்மகன்"களைக் கூட பழைமையின் ஆளுமையும் சாதிப் பெருமைகளும் சேர்ந்து கிராமிய எல்லைக்குள் கட்டிப்போடுகின்றன. கிராமம் தன்னகத்தே தேக்கி வைத்துக் கொண்டுள்ள வன்முறையின் பங்குதாரர்களாக மாற்றி விடுகின்றன என நிலைமையைப் புரியவைத்த கமல்ஹாசன், இதனை மாற்றியாக வேண்டும் என்கிறார். "தேவர் மகன்" களுக்கு இருக்கின்ற உடல்வலிமையின் மீதான நம்பிக்கை மட்டும் அதற்கு போதாது - புத்தியை - அறிவை - பயன்படுத்தும் திறமையும் வேண்டும் எனத் தனது கருத்தை முன் வைக்கிறார். தேவர் மகன் கிராம வாழ்க்கையின் மீது கடுமையான விமரிசனங்களை வைத்தது என்றால், மகாநதி, நகர வாழ்க்கையின் மீது இன்னும் கூடுதலான கவனம் செலுத்தியுள்ளது. நகரங்களில் முற்றிலும் சீரழிவான நிலைமைதான் என்கிறார். கமல்ஹாசன். அவரது கருத்துப்படி, மோசடிக்காரர்களும் அரசியல்வாதிகளும் கூலிப் படைகளும் இணைந்த அதிகார வலைப் பின்னல்களுக்குள் சிக்கிவிட்டன நகரங்கள். அங்கே புத்தியையும் சொந்தத் திறமைகளையும் மூலதனமாகக் கொண்ட நபர்கள்; நடுத்தரவர்க்க மனிதர்கள் வாழுதல் இனிச் சாத்தியமில்லை. அதற்குத் தீர்வு திரும்பவும் கிராமத்திற்குப் போவதுதான்.

கிராம வாழ்க்கை வன்முறை நிறைந்ததாக இருக்கிறது எனச் சொன்ன கமல்ஹாசன், அடுத்த படத்திலேயே நகரம் அதைவிடவும் வன்முறை நிறைந்ததாக இருக்கிறது. பேசாமல்

"திரும்பவும் கிராமத்திற்கே போய்விடு" அங்கே உன் சொல் கேட்க ஆட்கள் உண்டு. பண்டிகை நாட்களில் தானம் கொடுத்து மகிழ அடிமைகள் உண்டு எனக் கூறுகிறார். ஆக, அவரது யோசனைகள் எல்லாம் நடுத்தர ஓரளவு வாழ்க்கை வசதிகள் கொண்ட தமிழர்களுக்குத்தான். அதற்கும் கீழேயுள்ள தமிழர்களைப் பற்றியதல்ல என்பது புரிகிறது. இந்த நடுத்தர சாதித் தமிழர்களோடு அந்த அய்யர்கள் பிராமணக் கதாபாத்திரங்களின் இடம் என்ன? என இனிக் காணலாம்.

தேவர்மகனில் எதிரெதிர் முனைகளாக நிற்பவர்கள் சக்திவேலும் (கமல்) மாயாண்டியும் (நாசர்) மாயாண்டி தனது சாதியின் குணங்களை விடத் தயாரில்லாமல் மாயாண்டித் தேவனாகவே இருப்பவன். அவனுடைய பிடிவாதங்களுக்கும் குரோதங்களுக்கும் தூபம் போட்டு, ஆலோசனைகள் சொல்லித் தருபவர் அந்த அட்வகேட் அய்யர்தான். படத்தில் நான்கைந்து காட்சிகளில் தான் வந்தாலும், சம்பவ நகர்வுகளுக்கு முக்கியக் காரணமானவர். எப்படிக் காயை நகர்த்தினால், சக்திவேலை மாட்ட வைக்கலாம் என்ற ஆலோசனைகள் வழங்குவது அவர்தான். அவரின் ஆலோசனையைக் கேட்பவருக்கு நன்மைதான் உண்டாகும் என்கிற உத்தரவாதமெல்லாம் கிடையாது. அது தோல்வியில் முடிந்தால் அதே மாதிரியான இன்னொரு ஆலோசனை. அவரைப் பொறுத்த வரையில் அவரது ஆலோசனைகள்தான் முக்கியம். அவரது ஆலோசனையினால் நஷ்டம் ஏற்பட்டால் அவர் வருத்தப்படப் போவதில்லை. ஏனென்றால் நஷ்டம் அவருக்கல்லவே, நஷ்டம் அடைவது ஏதாவது தேவர் குடும்பம்தான்.

இந்த அய்யருக்கு நேரெதிரான கதாபாத்திரமும் தேவர்மகனில் உண்டு. சக்திவேலுவுக்கு நண்பனாக வரும் இசக்கி (வடிவேல்) எஜமான் விசுவாசமுள்ளவன். சக்தியின் இன்ப துன்பங்களில் பங்கேற்பவன். கையை இழந்ததோடு, சக்திவேலுவுக்காக சிறைக்குப் போகவும் தயாராக இருப்பவன். ஆனால் அய்யர், நெருக்கிப்பிடித்தால், "நான் அட்வகேட் மாத்திரம்தான். எனக்கு இதிலெல்லாம் பங்கே கிடையாது" என்று சொல்லி தப்பித்துக் கொள்பவர். சக்தி, நிலத்தை எழுதி வாங்கிப் பாதையைத் திறந்துவிடும் பொழுது, மாயாண்டியை வென்றுவிட்டதாகக் காட்டாமல், அய்யரின் ஆலோசனையை முறியடித்து விட்டதாகத்தான் காட்டுகிறார் கமல். மாட்டு வண்டிகள் வேகமாக ஓடும்

பொழுது, அய்யர், பக்கத்தில் தேங்கியிருக்கும் "சேற்றில்" விழுந்து கிடப்பார். "அடுத்துக் கெடுப்பவன் பார்ப்பான், ஒட்டுண்ணி, சுய நலத்தை மட்டுமே நினைப்பவர்கள் பிராமணர்கள்" என்பதான சித்திரத்தைத் திராவிட இயக்க எழுத்தாளர்களும் திரைப்படங்களும் ஏற்கெனவே உருவாக்கி வைத்துள்ளன. அவற்றோடு முழுமையாகப் பொருந்திப் போகின்றது தேவர்மகனில் வரும் அட்வகேட் அய்யர் பாத்திரம்.

மகாநதியில் வரும் அய்யரோ இதற்கெல்லாம் நேரெதிரானவர். உலகம் தெரியாத அப்பாவி. யாரோ சொன்னதை நம்பி ஏமாந்து செய்யாத குற்றத்திற்காகச் சிறைவாசம் அனுபவிப்பவர். வம்புதும்புக்குப் போக விரும்பாதவர். தன் சாப்பாட்டை ஒருவன் மூத்திரத்தில் கொட்டிவிட்ட போதிலும் பொறுமை காப்பவர். பழைய ஆசாரங்களில் நம்பிக்கை இருந்தாலும் அதில் பிடிவாதமாக இல்லாதவர். தன் மகளை வேறு சாதிக்கார ஆளுக்கு இரண்டாம் தாரமாகக் கல்யாணம் செய்து கொடுக்கவும் தயாரானவர். வன்முறைகளைக் கண்டு பயப்படுபவர். கிருஷ்ணசாமியின் (கமல்) இன்ப துன்பங்களில் முழுமையாகப் பங்கேற்பவர். அவனது மூத்த தாரத்து மகளையும் மகனையும் தேடி, சேரிக்கும் கல்கத்தாவின் விபசார வீதிகளுக்கும் அலைபவர்.

பிராமணக்கதாபாத்திரங்களின் இப்படியானதொரு சித்திரத்தை தருவதில் முன்னணியில் நிற்பவர் எழுத்தாளர் சுஜாதா. இந்திரா பார்த்தசாரதி, அசோகமித்திரன், ம. ந. ராமசாமி போன்ற பிரபல எழுத்தாளர்களும் பிரபலமில்லாத பல கணையாழி எழுத்தாளர்களும் தருகிறார்கள். பாலகுமாரன் சம்பந்தப்பட்ட திரைப்படங்களும் (இது நம்ம ஆளு, ஜென்டில்மேன்) கூட பிராமணக் கதாபாத்திரங்களின் மீது இரக்கத்தை உண்டு பண்ண முயற்சித்துள்ளன.

நடுத்தர வர்க்கமாகவும் ஒண்டிக் குடித்தனக்காரர்களாகவும் நகரங்களில் வாழும் பிராமணர்களை யதார்த்தமாகச் சித்திரிக்கும் இவர்களின் கதைகள் பிராமணர்களின் மேல் அனுதாப அலையை உண்டு பண்ணும் காரியத்தைச் செய்கின்றன. கோயில், குளம் என்று கட்டியழும் குருக்களை மட்டும் சித்திரித்து விட்டு, அதிகார மையங்களில் கேந்திரக் கண்ணிகளாக இருக்கும் பிராமணர்களைக் கண்டு கொள்ளாமல் இருக்கும்படி இவை தூண்டுகின்றன.

மத்தியதரக் குடும்பத்தைச் சேர்ந்த பிராமணர்களின் அறிவு வீணடிக்கப்படுவதாகவும், அரசியல் அதிகாரம் பெற்றுவிட்ட பிராமணரல்லாதாரின் அசட்டையினால், பிராமண அறிவாளிகள் வெளிநாடுகளுக்குப் போய் விடுகிறார்கள் என்பதாகவும் சுஜாதாவின் நாடகங்களும் கதைகளும் சொல்லுகின்றன.

இப்படியான சித்திரங்கள், பிராமணர்களை வரலாற்றில் வைத்துப் பார்க்காமலும், நடைமுறைச் சமூகச் சூழலில் வைத்துப் பொருத்திக் காட்டாமலும், தனித்தனியாக எடுத்து முன்னிறுத்தும் முயற்சிகளாகும். திரும்பத் திரும்பத் பிராமண அறிவு மட்டுமே "அறிவு" என்பதாகவும், உடல் உழைப்பை மட்டமானதாகவும் கருதும் பழைய நம்பிக்கைகளும் சிந்தனைப் போக்குமே இம்முயற்சிகளில் தங்கியுள்ளன. கொஞ்சம் நிதானமாக யோசித்தால்கூட இன்றுள்ள வன்முறை அரசியலுக்கும், சீரழிவுக் கலாசாரத்திற்கும் யோசனைகள் சொன்ன திட்டங்கள் தீட்டித் தந்த பிராமண அதிகார வர்க்கமும் துணை போன அதிகாரிகளும் சுலபமாகத் தெரிய வருவார்கள். இதையெல்லாம் காட்ட விரும்பாமல் மறைத்துவிட்டு, அரசியல்வாதிகளாகவும், அதிகாரத்தரகர்களாகவும் இருக்கிற பிராமணரல்லாதவர்களை மட்டும் குற்றவாளிகளாக்கிக் காட்டுவதும், இட ஒதுக்கீடு மூலம் பாதிப்புள்ளான ஏழைப் பிராமணர்களையும், அப்பாவிக் குருக்களையும், முதல் ரேங்க் வாங்கிய மாணவர்களையும் யதார்த்தம் சொட்டச் சொட்ட சித்திரிப்பதும் இன்னொருவகை யுத்த தந்திரமேயாகும். இந்தத் தந்திரத்தோடு சுலபமாகப் பொருந்தி போகிறது கமலின் மகாநதி.

தேவர்மகனும் மகாநதியும் அடுத்தடுத்து வந்த கமலின் படங்கள் தமிழ்நாட்டில் சமூகத்தளத்தில் எதிரும் புதிருமான இரண்டு கருத்துத் தளங்களுடனும் பொருந்தும்படியான இரண்டு பாத்திரங்களைப் படைத்துள்ள திறமையான சினிமாக்காரார் கமல்ஹாசன். இந்த இரண்டில் கமல்ஹாசனின் கோணத்தை வெளிப்படுத்தும் பாத்திரம் இதுதான் என்று எது ஒன்றையும் குறிப்பிட்டுச் சொல்ல முடியாது. ஏனெனில் இரண்டிலும் இருக்க வேண்டிய பின்னணிகளைச் சரியாகவே செய்துள்ளார் கமல். இந்தத் திறமை ஒரு கலைஞனின் சமூகப்புரிதலின் வெளிப்பாடா? அல்லது வியாபாரியின் சந்தர்ப்பவாதமா?

இத்தகைய கேள்விகளையெல்லாம் பெரும் பத்திரிகை விமரிசனங்களோ, மைய, மாநில அரசுகளின் விருதுத் தேர்வுக் குழுக்களோ எழுப்பிக் கொண்டிருக்கப் போவதில்லை. தாங்கள் முன் வைக்கப்படும் எந்தவொரு படைப்பையும், முழுமையான ஒன்றாக எடுத்துக்கொண்டு, அந்தப் படைப்பாளியின் முன்-பின் படைப்புகளைக் கணக்கில் கொள்ளாமல் பாராட்டிப் பழக்கப்பட்டு விட்டவை அவை. ஆனால் மாற்றுச் சினிமாவை முன்வைப்பவர்கள் அப்படிச் செயல்படுவதில்லை. ஒரு கருத்துத் தளத்தின் வழியாக சமூகமாற்றத்தைக் கணிப்பதையும் அதன் கண்ணிகளில் சமூக நிகழ்வுகளை அடையாளங்காட்டுவதையும், அதில் தனிமனிதர்களின் இயங்குமுறையைச் சித்திரிப்பதையும் கவனமாகச் செய்கின்றனர். இந்திய அளவில் மாற்றுச் சினிமாவை முன் வைத்த ரித்விக் கட்டக், மிருனாள்சென், கௌதம் கோஷ், நரசிங்கராவ் போன்றவர்களின் படங்களில் இத்தகைய புரிதலைக் காணலாம். சத்யஜித்ரேயின் படங்களிலும்கூட அவரது ஆளுமையோடு, அவரது சமூகச்சார்பும் புரிதலும் வெளிப்படுகின்றன. ஆனால் தமிழ் சினிமா உலகில்.....?

இங்கு எதிரும் புதிருமான கருத்துத் தளங்களை நியாயப்படுத்தும் கமல்ஹாசன் போன்றவர்களையே மாற்றுச் சினிமாக்காரர்களாகச் சொல்ல வேண்டியுள்ளது. இலக்கியப் படைப்புகளை அணுகும்பொழுது கறாரான தத்துவ எல்லைக்குள் நின்று விமரிசனம் செய்வதாக நம்பும் கலை, இலக்கிய அமைப்புகளும் விமரிசகர்களும்கூட சினிமாவை விமரிசிக்கும்போது பாமரர்களின் அளவுகோல்களையே பின்பற்றுகிறார்கள் என்பதுதான் இங்கு வேடிக்கை.

விருமாண்டி

‘விருமாண்டி’ அடிப்படையில் ஒரு நேர்மறையான படம். ஒட்டுமொத்தமாக அதன் தொனி வன்முறைக்கெதிரானது. தமிழில் இந்திய மொழிகளில் வருகின்ற சினிமாக்களில் முக்கால்வாசி படங்களும் வன்முறையைப் பற்றிப் பேசுவதையும் கருத்தியல் ரீதியாக அதனை எதிர்ப்பதையும் நோக்கமாகக் கொண்ட படங்கள்தான் என்றாலும், எல்லாப் படங்களையும்

நேர்மறையான படங்கள் என்று சொல்வதற்கில்லை. ஏனென்றால் அவையெல்லாம் வன்முறையின் வேர்கள் எவையென அடையாளப்படுத்திக்கொள்ளாமல் விவாதங்களை நடத்தித் தீர்வு சொல்லிக்கொண்டிருப்பன. அந்த விவாதங்களும் தீர்வுகளும் பெருமளவு கற்பனை சார்ந்ததாகவும் அதிகாரத்துக்கு ஆதரவான நிலைப்பாடு எடுப்பனவாகவும் கட்டியெழுப்பப்பட்டுக் காட்டப்படுகின்றன சினிமாக்களாக! விருமாண்டி அதிலிருந்து விலகிநிற்க முயற்சி செய்துள்ளது.

வன்முறைக்கெதிரான ஒரு சினிமாவில் இவ்வளவு அரிவாள்வெட்டுகளும் கொலைகளும் ரத்தமும் தேவையா? என்றால், காண்பித்தால் தானே உறைக்கும்; அதன் பெயரில்தானே நிறுத்துவதைப் பற்றிப் பேசமுடியும் என ஒரு பதில் கிடைக்கக்கூடும். அந்தப் பதில்தான் சரியான பதில் என்று சொல்வதற்கில்லை. வன்முறைக் காட்சிகளை விவரிக்காமலேயே ரத்தத்தையும் அதனால் எழும் சப்தங்களையும் காட்டாமலேயே பல சினிமாக்கள் வன்முறைக்கெதிராகப் பேச முடியும் என்பதை நிரூபித்திருக்கின்றன. மிகச் சமீபத்திய உதாரணம் மிஸ்டர் அல்லது மிஸஸ் அய்யர். இந்தியாவில் தலைவிரித்தாடும் மதம் சார்ந்த வன்முறை எழுப்பும் பதற்றத்தைப் படம் முழுக்கத் தக்கவைத்துள்ள அந்தப் படத்தின் இயக்குநர் அபர்ணா ஸென் பார்வையாளனின் கண்களுக்கும் செவிகளுக்கும் ரத்தத்தையும் சத்தத்தையும் விருந்தாக்க வேண்டும் என நினைக்கவில்லை. ஆனால் விருமாண்டியின் இயக்குநர் கமல்ஹாசன் அதன் இசையமைப்பாளர் இளையராஜாவும் போட்டி போட்டுக் கொண்டு கண்ணுக்கும் காதுக்கும் விருந்து படைத்துள்ளனர். அந்த விருந்து நிச்சயம் நேர்மறையான விருந்தல்ல, ரத்தத்தைக் காட்சிப் பொருளாக்கி விடுவதால் உண்டாக்கப்படும் எதிர்மறை விளைவுகளைத்தான் அந்த விருந்து உண்டாக்கும். அந்தக் கோணத்தில் பார்த்தால் விருமாண்டி உண்டாக்கும் விளைவுகள் எதிர்மறையானவைகளாக இருந்திட வாய்ப்புகள் உண்டு. அபர்ணா ஸென்னின் மிஸ்டர் அல்லது மிஸஸ் அய்யர் மத வன்முறைக்கு எதிராகப் பேசியுள்ளது போல் விருமாண்டி தமிழ்நாட்டில் நிலவும் சாதி வன்முறையின் ஒரு தளத்தைக் கோடி காட்ட முயன்றுள்ளது. இந்த அம்சத்தைக் கவனப்படுத்த வேண்டியதும் விவாதத்திற்குள்ளாக்க வேண்டியதும்

சிந்திக்கின்ற தமிழர்களின் கடமைகளாகும். இந்த விவாதத்தைப் பிறகு வைத்துக்கொள்ளலாம்.

“விருமாண்டி” திரைப்படத்தைப் பாராட்டுவதற்கு வேறு சில காரணங்களும் உள்ளன. முதலாவது காரணம் அதன் நடிகர்கள் தேர்வும் அவர்களைப் பயன்படுத்தியுள்ள விதமும், ஒரு இயக்குநராக கமல்ஹாசன் “விருமாண்டி” என்ற மையக் கதாபாத்திரத்தைத் தவிர்த்துப் பிற கதாபாத்திரங்கள் அனைத்திற்கும் பொருத்தமான நடிகர்களையே தேர்வு செய்துள்ளார். நாசர், நெப்போலியன், ரோகிணி, எஸ்.என்.லெட்சுமி, அபிராமி போன்ற திறமையும் அனுபவமும் நிரம்பிய நடிகர்களை நம்புவது பெரிய விஷயமல்ல. இருபது வருட நாடக மேடையனுபவத்தில் எத்தகைய கதாபாத்திரங்களையும் அனாயாசமாகச் செய்யும் லாகவம் கைவரப்பெற்ற நடிகன் பசுபதி. அதுபோல, டெல்லி தேசிய நாடகப் பள்ளியில் நாடகக்கலையைக் கற்றுத் தீர வேண்டும் என்ற ஆசையை வெறியாக வளர்த்து முடித்துவிட்டு வந்திருக்கும் இளைஞன் சண்முகராஜா. இவர்கள் இருவரின் திறமைகள் மேல் நம்பிக்கை வைத்துப் படத்தின் எதிர்நிலைக் கதாபாத்திரங்கள் இரண்டையும் செய்யவைத்துள்ளது முக்கியமான ஒன்று. அதற்காக கமல்ஹாசனைப் பாராட்டத்தான் வேண்டும்.

சாதித் திமிரின் அடையாளமாகத் தனது உடல் வலிமையைக் கருதும் வாய்ப்புகள் இருந்தும் அவ்வாறு கருதாமல், ஒருவிதப் போக்கிரித்தனமாகத் தனது வலிமையை நினைப்பவன் விருமாண்டி (கமல்) அவனுக்கெதிரான குணங்களோடு உடல் வலிமையும் அதனை நிரூபிக்கக் கொலைகள் செய்வதும் சாதி அடையாளம் எனக் கருதுபவன் கொத்தாளத்தேவன். இந்தக் கதாபாத்திரம் பசுபதிக்கு அதேபோல் சட்டம், ஒழுங்கு, அதற்கு உட்பட்ட மனிதாபிமானம், அதிகார வரம்பிற்குள்ளான நேர்மை எனக் கட்டமைக்கப்பட்டுள்ள சாதி அடையாளம் தவிர்க்கப்பட்டுள்ள - கதாபாத்திரம் ஜெயில் சூப்பிரண்டெண்ட் ஜெயந்த் (நாசர்) அந்தக் கதாபாத்திரத்திற்கு எதிர்நிலையாகச் சாதி அடையாளத்துடன் உருவாக்கப்பட்டுள்ள கதாபாத்திரம் - சிறைச்சாலை வார்டன் பேய்க்காமன் சண்முகராஜாவுக்கு அவர்களிருவரும் தங்கள் மேல் வைக்கப்பட்ட நம்பிக்கைகளுக்கு வலிமையையே சேர்த்துள்ளனர்.

சிறை, சிறைக்குள் இருக்கும் கதாபாத்திரங்களான கொத்தாளத்தேவன், விருமாண்டி, பேய்க்காமன்; இவர்கள் சிறைக்குள் வரக் காரணமாகிவிட்ட அன்னலெட்சுமி (அபிராமி) இவர்கள் அனைவருக்கும் ஒட்டுமொத்த இன்னொரு எதிர்வாக (Bi-nary) நல்லம நாயக்கன் (நெப்போலியன்) இவர்களுக்குள் சுற்றிச்சுற்றிக் கதை நிகழ்கிறது. அப்படி நிகழக் காரணமாக இருப்பது, விருமாண்டிக்கும் கொத்தாளத் தேவருக்கும் இருந்த ஆசையும், விருமாண்டிக்குக் கொத்தாளத் தேவரின் அண்ணன் மகள் அன்னலெட்சுமியின் மீதெழுந்த காதலும் எனத் தொடங்கி, காதலியின் புத்திசாலித்தனத்தால் தன்மேல் விழுந்துள்ள கொலைப்பழிக்குத்தான் பொறுப்பல்ல என்பதை எடுத்துச்சொல்லி சமரசம் பேச விரும்பியவனை மேலும் கொலைகாரனாகக் குற்றம் சுமத்துகிறது கொத்தாளத்தேவனின் சதியென நீள்கிறது. அதன் விளைவாக விருமாண்டி இருப்பது சென்னை மத்திய சிறைச்சாலையில் எனப் பார்வையாளர்களிடம் விரிகிறது விருமாண்டி எனும் சினிமா. (இந்தக் கதை ஒருவிதத்தில் ஷேக்ஸ்பியரின் ரோமியோவும் ஜூலியட்டும் நாடகத்தை நினைவுக்கு வரச் செய்யும் கதை என்பது தனி விசயம்).

இந்த சினிமாவை சர்வதேச அளவில் விவாதிக்கப்படும் ஒரு பொருள் மரணதண்டனை நடப்புச் சமூகத்தில் இருக்கலாமா? வேண்டாமா? என்பது பற்றிய படமாக மாற்ற இயக்குநர் பின்பற்றியுள்ள உத்தியும்கூட கவனத்துடன் செய்யப்பட்ட உத்தியாகவே இருக்கிறது. சம்பந்தப்பட்ட இருவரின் நேர்காணலாக அமைக்கப்பட்டுள்ள இந்த உத்தி அவரவர் நியாயங்களை எடுத்துரைப்பதற்கேற்ற ஒரு வடிவமும் கூட. ஒரே நிகழ்வை அதில் பங்கேற்ற இருவரும் மரணதண்டனை பெற்ற விருமாண்டியும் ஆயுள்தண்டனை பெற்ற கொத்தாளத்தேவரும் தங்களுக்கு வழங்கப்பட்ட தண்டனைகளை முறையே மறுத்தும் ஏற்றும் வாக்குமூலங்கள் தருகின்றனர். இந்த வாக்குமூலங்கள் அவரவர் கோணத்தில் சொல்லப்படுகிறது என்பதையுணர்ந்த படத்தொகுப்பாளரின் பணியை இயக்குநர் சரியாகவே பயன்படுத்தியுள்ளார். நிறுத்தி வைத்த விவாதத்தை இனித் தொடரலாம்.

விருமாண்டி என்ற பெயரில் வந்துள்ள அந்தப் படத்தைப் பற்றிய சொல்லாடலை எங்கிருந்து தொடங்குவது என்பதே அதனைப்

பற்றிப் பேச நினைப்பவர்களுக்கு சவாலான ஒன்றுதான் - விருமாண்டி எதைப் பற்றிய படம் என்று யாரும் கேட்காமலேயே "விருமாண்டி" சர்வதேசப் பிரச்சினையான மரணதண்டனையைப் பற்றிய படம் என்று அதன் ஒளிநாடா வெளியீட்டு விழாவின்போது சொல்லப்பட்டது. அப்படிச் சொல்லப்பட்டதன் நோக்கம் பார்வையாளர்களும் பத்திரிகையாளர்களும் விமர்சகர்களும் அவ்வாறுதான் பார்க்க வேண்டும்; அணுகவேண்டும் என்று வலியுறுத்துவதற்காக இருக்கலாம். உண்மையில் மரணதண்டனையைப் பற்றிய படம்தானா.....? என்ற கேள்வியைக்கேட்டால் படம் பார்த்துவிட்டு வருபவர்களில் பலபேர் "ஆம்" என்று உறுதியாகச் சொல்லமாட்டார்கள்.

அந்தப் படத்திற்கு "சண்டியர்" என்று பெயர் வைக்கப்பட்டு பூதாகரமான விளம்பரங்களுடன் தொடங்கியபோது தீர்மானித்த கதையும் அதன் நோக்கங்களும் இவையேதானா....? அல்லது மாற்றம் பெற்றிருக்கின்றனவா.....? என்ற கேள்விகளுக்குள் ஒரு பார்வையாளன் நுழைய விரும்பலாம். ஆனால் அந்தக் கேள்விகளுக்கு படத்தில் பதில்கள் இல்லை. எனவே டாக்டர் கே. கிருஷ்ணசாமியின் எதிர்ப்பும் அதனையொட்டியெழுந்த சர்ச்சைகளும் இப்போது விவாதிக்கப்படாமல் போகும் வாய்ப்புகள் ஓரளவு உண்டு. ஓரளவுதான் உண்டு. முழுஅளவும் இல்லை என்று சொல்லமுடியாது. இப்போது வந்துள்ள விருமாண்டி, தலித்துகள் அல்லது தாழ்த்தப்பட்டோர் X பிற சாதியினர் என்ற விவாத வெளிக்குள் நுழையவில்லை என்பது உண்மைதான். ஆனால், தமிழ்நாட்டின் சாதிப் பிரச்சினையை விட்டு முற்ற முழுதாக ஒதுங்கிக்கொள்ளவில்லை என்பதுவும் மறுக்க முடியாத உண்மை. சாதி அடையாளங்களைக் கேள்விக்குட்படுத்தாமல் பின்பற்றுபவர்களையும் தவிர்க்க வேண்டிய சங்கதிகளைப் பெருமைகளெனக் கருதி அதற்குள் மூழ்கிக் கொண்டிருப்பவர்களையும் நோக்கிக் கேள்விகளை எழுப்பும் பணியை மறைமுகமாகச் செய்துள்ளது விருமாண்டி.

விருமாண்டி படத்தில் இடம்பெறும் சாதிப் பெயர்கள் இரண்டு ஒன்று தேவர், இன்னொன்று நாயக்கர், பக்கத்துப் பக்கத்துக் கிராமங்களில் வாழும் இவ்விரு சாதியினருக்கும் தங்களது சாதிகள், நிலவும் தமிழகச் சாதி அடுக்கில் எது மேல், எது கீழ் என்பது குறித்த

பழைய மதிப்பீடுகளும், நிகழ்கால நடப்பு நிலையும், பாரதூரமான வேறுபாடுகளுடன் இருப்பனதான். இதன் காரணமாக உரசல்களும் சமரசங்களும் நடக்கின்ற நிகழ்வெளியையும் சமகால அரசியல் பொருளாதாரச் சூழல்களையும் பொறுத்து அமையத்தக்கன. ஒட்டுமொத்தத் தமிழ்நாட்டிலும் ஒரே மாதிரியான நிலைமைகள் இருக்கின்றன என்றும் சொல்லிவிட முடியாது. முரண்பாடுகளும் சமரசங்களும் இருக்கத்தான் செய்கின்றன. இத்தகைய முரண்பாடுகளும் சமரசங்களும் தேவர் X நாயக்கர் என்ற இடைநிலைச் சாதிகளிடம் மட்டும்தான் இருக்கின்றன என்பதும் இல்லை. இடைநிலைச் சாதிகள் ஒவ்வொன்றுமே பிற்படுத்தப்பட்டோர், மிகப் பிற்படுத்தப்பட்டோர் எனப் பிரிக்கப்பட்டிருந்த போதிலும் தங்களுக்குள் அதிகப்படியான உரசல்கள் வராமல் தவிர்த்தே வந்துள்ளன. உரசல்களும் மோதல்களும் தலித் அல்லது தாழ்த்தப்பட்டோர் X பிறசாதியினர் என வருகின்றபோது மட்டுமே வன்முறையாக வெடிக்கின்றன. கொலைகளாகவும் கொள்ளைகளாகவும் மாறுகின்றன. இத்தகைய காத்திரமான விவாதங்களுக்குள் விருமாண்டி நம்மை அழைத்துச் செல்லவில்லை. என்றபோதிலும், அதில் காட்டப்படும் எதிர்வுகளை வைத்துக்கொண்டு அத்தகைய விவாதங்களை நடத்திட வாய்ப்புகளுண்டு.

நாயக்கர்களும் தேவர்களும் நிலத்தோடு தொடர்புடைய சாதிகள். சல்லிக்கட்டுக் காளைகளை வளர்ப்பதையும் அதனை அடக்கிப் பரிசுகள் பெறுவதையும் வீரமாகக் கருதுபவர்கள். இது ஒருவிதத்தில் அவர்களின் கடந்த காலம். ஆனால் நிகழ் காலத்தில் நடப்பு வேறுவிதமாக இருக்கிறது என்கிறது கமல்ஹாசனின் விருமாண்டி. நாயக்கர்கள் ஆயுதங்களைக் கைவிட்டுவிட்டனர். தேவர்கள் இன்னும் கைவிடவில்லை, அத்துடன் ஆயுதத்தைத் தூக்குவதைத் தங்கள் சாதி அடையாளமாகவும் அதன் பெருமையாகவும் கருதுகின்றனர். நாயக்கர்களின் அடுத்த சந்ததியும் தேவர்களின் அடுத்த சந்ததியும் படிக்கத் தொடங்கி அரசுப் பணிகளுக்கும் பிற பணிகளுக்கும் செல்லத் தொடங்கியுள்ளனர்; என்றாலும், நாயக்கர்கள் அளவுக்கு ஜனநாயக நடைமுறையோடு ஒத்துப்போகும் தன்மை அவர்களிடம் இல்லை. நல்லம நாயக்கரின் மகன் வக்கீலுக்குப் படித்துவிட்டு நேர்மையாக வாதாடிக் கொண்டிருக்கிறான்; ஆனால் கொத்தாளத் தேவருக்காக வாதாடும்

வக்கீல் சாதகமான தீர்ப்பை நியாயத்தின்பேரிலும் தனது வாதத்திறமையாலும் பெறுபவனல்ல. குறுக்கு வழிகளில் தீர்ப்பை எழுதி வாங்குபவன். இன்ஸ்பெக்டராக இருந்து சிறைச்சாலைக்கு மாற்றப்பட்டுள்ள பேய்க்காமனோ சாதி, லஞ்சம் என அலைபவன். சட்டத்தைக் காப்பது, நியாயப்படி நடப்பது, அரசு அதிகாரியிடம் இருக்க வேண்டிய நடு நிலைமை போன்றவற்றைத் தவறவிட்டவன் மட்டுமில்லை; அவற்றைப் பற்றிய நினைப்பே இல்லாதவன். அவனது சாதியும் தேவர் சாதிதான்.

தேவரினக் கதாபாத்திரங்களையெல்லாம் நடைமுறை நாகரிகச் சமுதாயத்திற்கு ஊறு விளைவிப்பவர்களாகக் காட்டும் படம், நாயக்கர்களை மனிதாபிமானம் மிக்கவர்களாகவும் அந்தச் சாதிப் பெண்களிடம்கூடப் பழைய சமூகம் சார்ந்த நேர்மையான மதிப்பீடுகள் இருப்பதாகவும் காட்டுகிறது. இவ்விரு சாதிகளைப் பற்றி கமல்ஹாசனின் மதிப்பீடுகளும் சித்திரிப்புகளும் எவ்வளவு தூரம் சரியானவை என்ற கேள்வி ஒருபுறமிருக்க, இவ்விரண்டு சாதிகளையும் சாராத ஒருவர், அவற்றின்மேல் வைக்கும் சாதகமான விமரிசனங்களும் பாதகமான விமரிசனங்களும் எத்தகைய விளைவுகளை ஏற்படுத்தும் என்பது கவனத்துக்குரியது. பார்வையாளர்கள் அதனை வெறும் சினிமா என்று மட்டும் எடுத்துக்கொண்டால் பிரச்சினை எதுவும் இல்லை. ஆனால், தமிழ் சினிமாவின் ரசிகராகவும் ஒரு சாதியின் பற்றாளராகவும் இருக்கும் ஒருவர் அப்படி எடுத்துக்கொள்ள மாட்டார். கமல்ஹாசனின் முந்தைய படமான சாதி அடையாளங்களுடன் வந்த படமான தேவர் மகன் அதன் ஒட்டுமொத்த தொனிக்கும் எதிராகவே சாதி அபிமானிகளால் புரிந்துகொள்ளப்பட்டது. "போற்றிப் பாடடி பெண்ணே தேவர் காலடி மண்ணே" என்று ஒரு கதாபாத்திரத்தைப் பற்றிய பாடல் ஒட்டுமொத்த தேவர் சாதியினரைப் பற்றிய பாடலாக எடுத்துக் கொள்ளப்பட்டதைத் தமிழகம் அறியும்.

இப்படிச் சொல்வதால் சாதிகளைப் பற்றி, அவைகளின் அனாவசியமான அடையாளங்கள் பற்றி, மாற மறுக்கும் போக்குகள் பற்றி, சாதியின் பெயரால் நடக்கும் வன்முறைகள் பற்றியெல்லாம் சினிமா எடுக்கப்பட வேண்டாமா? என்றால் எடுக்கப்பட வேண்டும் என்பதே பதில். ஆனால் பிற சாதி விமரிசனத்தைத் தொடங்கும் முன் ஒவ்வொரு கலைஞனும்

முதலில் தன் சொந்த சாதி விமரிசனத்தைத் தொடங்கிவிட வேண்டும். தேவர் சாதியின் இறுக்கத்தையும் மாறமறுக்கும் தன்மையையும் பற்றிய விமரிசனத்தை ஒரு தேவர் சாதியைச் சோந்த கலைஞன் செய்வதில்தான் உண்மையும் நம்பகத் தன்மையும் இருக்கும். இதுதான் மற்ற சாதிகளுக்கும் பொருந்தும். அத்தகைய பொறுப்பான கலைஞனைக் கண்டடையாத சாதிகள் முதலில் வருத்தப்பட்டுக்கொள்ள வேண்டியதுதான்.

அதிலும் குறிப்பாகச் சாதி அடுக்கின் மிக உயரத்தில் இருக்கும் பிராமணர்கள் செய்யும் பிற சாதி விமரிசனம் நேர்மறை விளைவுகளைவிட எதிர்மறை விளைவுகளையே உண்டாக்கிவிடும் வல்லமையுடையது. ஏனென்றால் அவர்களது பார்வையும் அவர்கள் மீதான பார்வையும் மிகுந்த சந்தேகத்தின் பேரால் நிரம்பி வழிவது. பொங்கி வழியும் சந்தேகங்களைத் துடைத்துவிடுதல் அவ்வளவு சுலபமானதல்ல. இன்னும் கறாராகச் சொல்வதானால் பிற சாதியினர் மீதான விமரிசனங்களைச் செய்ய இங்கே தலித்துகளுக்கு மட்டுமே உரிமையுண்டு. மற்றவர்கள் எல்லாம் முதலில் சொந்த சாதி வெறுப்பையும் விமரிசனத்தையும் தொடங்குவார்களாக! அதுவரை விருமாண்டி மாதிரியான சினிமாக்களை வெறும் சினிமாவாக மட்டும் பார்க்கும் வரத்தை அந்த விருமாண்டிக் கடவுள் வழங்கி அருள்புரிவாராக.

- ஊடகம் 1994, காலச்சுவடு 52 / 2004 - இதழ்களில் வந்த இரு கட்டுரைகள் ஒன்றாக்கப்பட்டுள்ளன / ஜனவரி 2018

14. ஜெய்பீம் : உண்மையை அறிதலும் எடுத்துரைத்தலும்

தகவல்கள் என்னும் உண்மை

ஜெய்பீம் திரைப்படம், 1995 என ஒரு வருடத்தைக் குறிப்பிட்டுக் கதையை விரிக்கிறது. கடலூர் மாவட்டச் சிறைச்சாலை, சென்னை உயர் நீதிமன்றம், விழுப்புரம் மாவட்டக் காவல் நிலையங்கள், பாண்டிச்சேரி எல்லை ஆரம்பம் எனக் குறிப்பான இடங்களும் எழுத்தில் காட்டப்படுகின்றன. காவல் துறையினரின் சட்டமீறலை விசாரிக்க அமைக்கப்பட்ட ஒரு நபர் விசாரணை ஆணைய அதிகாரியின் பெயர் பெருமாள்சாமி (பிரகாஷ்ராஜ் ஏற்றுள்ள பாத்திரம்) என்பதும் சொல்லப்படுகிறது. படத்தின் கதைசொல்லியாகவும் நிகழ்த்துபவராகவும் வரும் மையக்கதாபாத்திரத்தின் பெயர் வழக்குரைஞர் சந்துரு (சூர்யா ஏற்று நடித்துள்ள புனைவுப்பாத்திரம்) எனச் சொல்லப்படுகிறது. இவ்விரு பெயர்களும் கூட உண்மைப் பெயர்கள்தான்.

படம் முடியும்போது மனித உரிமைகளுக்காக வழக்காடிய சந்துருவின் படங்கள் காட்டப்பட்டுச் சமூகநீதி, மனித உரிமை வழக்குகளை நடத்திய புள்ளிவிவரங்கள் தகவல்களாகக் காட்டப்படுகின்றன. விளிம்புநிலையில் வாழ்ந்தவர்களின் ஒடுக்கப்பட்ட மக்களின் நண்பராக இருந்து பணம் பெற்றுக் கொள்ளாமல் வழக்காடினார். அவரே பின்னர் நீதிபதியாகப் பொறுப்பேற்றுக் குறைந்த காலத்தில் பல ஆயிரக்கணக்கான வழக்குகளை முடித்து நீதி

வழங்கிய விவரங்களும் சொல்லப்படுகின்றன. இவற்றையெல்லாம் சொல்லவேண்டும் என நினைத்துத் திரைக்கதை - வடிவத்தை உருவாக்கியுள்ளார் இயக்குநர் த.செ. ஞானவேல். இதன் மூலம் சூர்யா ஏற்று நடித்துள்ள சந்துரு பாத்திரம் ஒரு வாழும் பாத்திரம்; பலருக்கும் தெரிந்த ஆளுமையின் சாயலில் உருவான பாத்திரம் எனச் சொல்ல விரும்பியிருக்கிறார். இவையெல்லாம் நடிகர் சூர்யாவும் அவரது மனைவி ஜோதிகாவும் இணைந்து 2 டி-எண்டர்டெயின்மெண்ட என்ற படத் தயாரிப்பு நிறுவனத்திற்காகத் தயாரித்துள்ள ஜெய்பீம் (அமேசான்பிரைம் இணையவெளி/ வெளியீடு நவம்பர்-2) என்ற சினிமாவைப் பார்ப்பவர்களுக்குக் கிடைக்கும் தகவல்கள்; நடந்த நிகழ்வுகள் சார்ந்து, உண்மையின் பக்கத்தில் இருக்கும் தகவல்கள்.

புனைவுகளாகத் தகவல்கள்

நேரடியாகத் திரையில் தெரிவிக்கப்பட்டுள்ள இத்தகவல்களைத் தாண்டித் திண்டிவனம் அரசுக்கல்லூரியில் பணியாற்றி ஓய்வு பெற்றுள்ள பேரா.கல்யாணி (பிரபா.கல்விமணி)யின் செயல்பாடுகளை அறிந்திருந்தால் இந்தப் படத்தில் வரும் பல காட்சிகள் மேலும் உண்மைத் தகவல்களாகத் தோன்றலாம். அவரும், அவர் தலைமையில் செயல்பட்ட பழங்குடி இருளர் பாதுகாப்புச் சங்கமும், அவருக்குத் துணையாக இருந்த சகோதரி லூசியானாவும் படத்தில் நேரடிப்பெயர்களாக இல்லாமல் மாற்றுப் பெயர்களில் புனைவாக்கப்பட்டுள்ளனர். 1996 இல் பழங்குடி இருளர் பாதுகாப்புச் சங்கம் தோற்றுவிக்கப்பட்டது என்பதும், அதற்குத் தூண்டுகோலாக இருந்த முதல் விதை 1993 இல் அத்தியூர் விஜயா என்ற இருளர் பெண்ணைக் காவல் நிலையத்தில் வைத்துப் பாலியல் பலாத்காரம் செய்த நிகழ்வும் என்பதும் வரலாற்று நிகழ்வுகள். அத்தியூர் விஜயாவின் வழக்கே பேராசிரியர் கல்யாணியை இருளர் பழங்குடிகள் பக்கம் நகர்த்தியது. அவர் வழியாகப் பழங்குடிகள் போராட்டம்/ உரிமைகள் என்ற சிற்றடையாள அரசியல் தன்மைகொண்ட இயக்க உருவாக்கம் வலுப்பட்டது. பேரா.கல்யாணியின் தொடர்பினாலும், தொடர்பில்லாமலும் இருளர் பழங்குடியினரின் உரிமைகளுக்காகவும் காவல்துறையின் அத்துமீறலை எதிர்த்துப்

போராட்டங்களும் பேரணிகளும் நடத்திய கம்யூனிஸ்டுகளும் படத்தின் பின்னணிக்கான நம்பகத் தன்மையை உருவாக்கியவர்கள் (அந்தக் காலகட்டத்தில் நான் புதுவைப் பல்கலைக் கழக நாடகத்துறையில் இருந்தேன்).

ஜெய்பீம் படத்தைப் பார்க்கும் பார்வையாளர்களுக்கு இந்த உண்மைத் தகவல்களோடு திரையில் ஒரு புனைவுக்கதை இணை கதையாகச் சொல்லப்படுகிறது. அப்புனைவுக் கதை ஆக்கத்தில் இந்தியச் சட்டங்களின் பாவனைகளும், அவற்றை நடைமுறைப்படுத்தும் காவல்துறை, நீதித்துறை போன்றவை நேரடி மற்றும் மறைமுகமாகச் சந்திக்கும் நெருக்கடிகளும், அவ்வமைப்புகளுக்கு இருப்பதாக நம்பும் அதிகாரத்தின் குருட்டுத் தனமும் இருக்கின்றன. இந்தியா ஏற்றுக்கொண்டுள்ள அரசியல் சட்டமும் அதனை ஏற்று நடைமுறைப்படுத்தும் அரசமைப்புகளும் இரட்டைத்தன்மை கொண்டவை. நடப்பில் இருக்கும் எல்லாவகை வேறுபாடுகளையும் கேள்விக்குட்படுத்தாமல் ஏற்றுக்கொண்டு நகரும் அதே நேரத்தில், பாதிக்கப்பட்டோரின் பக்கம் இருப்பதாகப் பாவனை செய்துகொண்டும் இருக்கிறது என்பது இயக்குநரின் கருத்தியல். இந்தக் கருத்தியலில் இயங்கும் அமைப்பைக் கேள்விக்குள்ளாக்க வேண்டும்; அம்பலப்படுத்த வேண்டும். அதுவே பொறுப்புள்ள கலைஞனின் பணி என்ற புரிதலோடு கதையின் வரிசையையும், கதை நிகழ்வுகளில் பேசப்படும் வசனங்களையும் வெளிப்படவேண்டிய உடல்மொழியையும் எழுதித் தீர்மானித்துக்கொண்டு படத்தை உருவாக்கியுள்ளார். இயக்குநரின் இந்தப் புரிதலிலும் வசனங்களின் மொழிப் பயன்பாட்டிலும் குறைகள் சொல்ல முடியாது; கூடுதல் குறைவுகள் உள்ளன என்று விமரிசிக்கலாம். ஓரளவு கச்சிதமாகவும் ஏற்கத்தக்கனவாகவும் உள்ளன. (பல படங்களில் இதுபோன்ற காட்சிகளில் எழுதிச் சேர்க்கப்படும் சுட்டுத் தொடர்களும் சொற்களும் - பஞ்ச் டயலாக்ஸ் - இப்படத்தில் தவிர்க்கப்பட்டுள்ளன. அப்படிப் பயன்படுத்தப்பட்ட சுட்டுமொழிகள் பாத்திர உருவாக்கத்திற்குப் பயன்படாமல் பாத்திரத்தை ஏற்று நடிக்கும் நடிகர்களின் பிம்ப உருவாக்கத்திற்கே பயன்பட்டன என்பதை எம்.ஜி. ராமச்சந்திரனின் படங்கள் தொடங்கி ரஜினிகாந்த், விஜய்காந்த், கமல்ஹாசன் வழியாக விஜய், தனுஷ் வரை பார்த்திருக்கிறோம்)

நடப்பும் புனைவும்

படம் எளிய மனிதர்களின் நெகிழ்ச்சியான கதையொன்றைச் சொல்லத் தொடங்குகிறது. இருளர் பழங்குடித் தம்பதிகளான ராஜாகண்ணு - செங்கேணி இணைக்குள் இருக்கும் காதலும் அன்பும் வெளிப்படும் சின்னச்சின்ன நிகழ்வுகள் கொண்ட புனைவு. ஓலைக் குடிசையைக் கல்கட்டடமாகக் கட்டிவிடும் விருப்பம் ஆகக்கூடிய ஆசையாக இருக்கிறது. ஆசை வெளிப்படும் அந்த இரவு பெய்த மழையிலேயே குட்டிச்சுவர் இடிந்து நீரில் போவதும், அந்தக் குடிசை போடப்பட்டிருக்கும் இடம்கூட அவர்களின் சொந்த இடம் அல்ல என்பது நடைமுறை உண்மை.

இருளர்களுக்குத் தெரிந்ததெல்லாம் வேட்டைகள்தான். புகைமூட்டம்போட்டு எலி வேட்டையாடுவது தொடங்கி, தோட்டக்காடுகளில் அழிவை ஏற்படுத்தும் பன்றிகளை வேட்டையாடுவது வரை தயக்கமில்லாமல் செய்பவர்கள் இருளர் ஆண்கள். பயப்படுபவர்களின் வாழ்விடங்களுக்குள் நுழைந்து அச்சமூட்டும் பாம்புகளைப் பிடிப்பது அவர்களின் திறன்சார்ந்த தொழில் மட்டுமல்ல; சாதிசார்ந்த அடையாளமும்கூட. அவர்களுக்கு நிலையான இடம் மட்டுமல்ல; தொழிலும் கிடையாது. தங்கியிருக்கும் இடத்தைச் சுற்றியிருக்கும் ஊரார் சொல்லும் வேலைகளைச் செய்து அன்றாடப் பொழுதைக் கழிப்பவர்கள் இருளர் பழங்குடிகள். ராஜாகண்ணு- செங்கேணி குடும்பத்தோடு தொடர்புடைய முசுப்பாண்டி, குட்டப்பன் குடும்பங்களின் உறுப்பினர்களும் அவர்களின் வாழ்விட வெளியும் சடங்குகளும் ஆடல் பாடல்களும் கதைக்கு லயத்தை உருவாக்கியுள்ளன.

ராஜாகண்ணு - செங்கேணி மற்றும் இருளர் குடியிருப்பினர் வாழ்க்கைக்குள் இந்தியக் காவல் துறையின் வழக்கமொன்று இடையீடு செய்கிறது. அந்த இடையீடு திடீரென்று நடக்கும் இடையீடல்ல. காவல்துறையின் செயல்பாட்டைக் காட்டுவதற்காகப் பொய்வழக்கு அல்லது சந்தேக வழக்குப் போடும் நடைமுறை அது. அத்தகைய வழக்குக்குத் தெரிவுசெய்யும் மனிதர்கள் பெரும்பாலும் ஒடுக்கப்பட்ட விளிம்புநிலை மனிதர்களே. எப்போதும் கடைப்பிடிக்கும் வழக்கத்தின் தொடர்ச்சி. வழக்கமான நடைமுறையோடு, பாம்புபிடிப்பதற்காக ஊர்த்தனக்காரரின் வீட்டுக்குள் நுழைந்த ராஜாகண்ணுவின் கைரேகைப் பதிவையும்

சேர்த்துப் பொய்வழக்குப் போடும் காவல் துறையின் செயல், அக்குடும்பத்தின் / கூட்டத்தின் வாழ்க்கையைச் சிதைத்துச் சின்னாபின்னமாக்கிக் குடும்பத்தலைவனான ராஜாகண்ணுவை இல்லாமல் ஆக்குகிறது. மற்ற இருவரும் தொடர்ந்து சிறைக்குள் இருக்கிறார்கள்.

பொய்வழக்கால் குடும்ப லயத்தைத் தொலைத்துவிட்டுக் கணவன் இருக்கிறானா? இல்லையா? என்ற கேள்வியோடு காவல் நிலையம், நீதிமன்றம், மனித உரிமை அமைப்பு, போராடும் கட்சி அமைப்பு என அலையத் தொடங்குகிறாள் செங்கேணி. அவள் அலையத்தொடங்கியபின் கதை இந்தியச் சட்ட நடைமுறைகளைக் கேள்விக்குள்ளாக்கும் திசைக்குள் நகர்கிறது. பேராசிரியரின் வழிகாட்டல் மூலம் வழக்குரைஞர் சந்துருவைச் சந்திக்கிறாள் செங்கேணி. அவளுக்காகக் களம் இறங்கும் சந்துரு, பாதிக்கப்பட்டோர் பக்கம் நிற்க வேண்டும் என்ற சமூகப் பொறுப்பும், சாட்சியங்களைத் தேடித் தரவுகளைத் திரட்டி வாதாடும் திறமையும் கொண்ட வழக்குரைஞர். அங்கிருந்து அரசுத்தரப்புக்கும் வழக்கறிஞர் சந்துருவுக்குமான சட்டமோதல் களமாக மாறுகிறது படம்.

தமிழ்நாட்டுக் காவல் துறை பொய்வழக்குப் போடுவதை ஒரு வழக்கமாக வைத்திருக்கிறது. அதனால் பாதிக்கப்படுபவர்கள் ஒடுக்கப்பட்ட விளிம்புநிலை மக்களே என்பதை முதல் காட்சியாக்கிக் கவனம் ஈர்க்கும் படம், சந்துருவின் அயராத முயற்சியாலும் ஈடுபாட்டாலும் அப்பாவிக் குடும்பம் ஒன்றின் வாழ்க்கையைச் சிதைத்த காவலர்கள் மூவருக்கும் தண்டனை கிடைத்தது என்பதோடு முடிவடைகிறது. அத்தோடு உண்மையாகவும் மனவலிமையோடும் அதிகாரம், பணம் போன்றவற்றிற்காக விட்டுக் கொடுக்காத நெஞ்சுரத்தோடும் போராடும் பெண்ணின் மூலம் இந்திய நீதிமன்றம் தனது இருப்பை உறுதி செய்துகொண்டது என்பதாகவும் காட்டி முடிக்கிறது.

ஜெய்பீம் சினிமாவில் வரும் வழக்குரைஞர் சந்துருவின் செயல்களில் ஒருவிதச் சாகசத் தன்மை வெளிப்படுகிறது என்றாலும், அவரது வாதத்திறமைகளில் வெளிப்படுவது புத்திசாலித்தனம். அந்தப் புத்திசாலித்தனமும் மனித நேயமும் சட்டத்தின் வழியான உரிமைகளை நிலைநாட்டவேண்டும் என்ற பிடிவாதமும்

கொண்ட வழக்குரைஞர் சந்துருவின் அடையாளம் என்பதைத் தள்ளிவிட முடியாது. அந்த அடையாளத்தோடு தான் அவர் பின்பு நீதிபதியாகிப் பல வழக்குகளில் பாதிக்கப்பட்டவர்களுக்கு நீதி கிடைக்க உதவினார். அதே அடையாளத்தோடு இப்போதும் வாழும் நபராக இருந்து கொண்டிருக்கிறார்.

கலையாக்கமும் நோக்கங்களும்

எல்லாவகையான கலையாக்கங்களுக்கும் கொஞ்சம் நடந்த நிகழ்வுகள் தேவை. நடந்த நிகழ்வுகள் என்றவுடன் நேரடியாகப் பொருள்கொள்ளவேண்டியதில்லை. நடந்த நிகழ்வுகளின் சாயல்களே போதும். அதன் மேல் கட்டப்படும் புனைவுக்கூறுகளே கலை, இலக்கியத்தின் ஆதாரமான பொருண்மை. அதிலும் சினிமா, நாடகம் போன்ற வெகுமக்கள் கலைகளில் இவையே நம்பகத்தன்மையை உண்டாக்குகின்றன. நம்பகத் தன்மையே பார்வையாளர் பரப்பை விரிவாக்கும்; ரசிக்கச் செய்யும்; கொண்டாடத் தூண்டும். அதனைத் தாண்டி அவர்களின் வாழ்க்கையைக் கலையின் பகுதிகளோடும் சூழலோடும் பொருந்த வைத்துப் புரிந்துகொள்ளத் தூண்டும்; மாற்றங்களையும் முன்னெடுக்கும். இதனைப் புரிந்துகொண்டு தங்களின் கலையாக்க முயற்சிகளைத் தொடர்பவர்கள் எப்போதும் கவனம் பெறுகிறார்கள்; வெற்றியடைந்தவர்களாக மாறுகிறார்கள்; மக்கள் கலைஞர்கள் என்ற அங்கீகாரம்கூடக் கிடைக்கிறது.

‘ஜெய்பீம்’ படத்தின் இயக்குநர் தனது படத்தில் உண்மைத் தகவல்களையும் உண்மை நிகழ்வுகளின் சாயல்கொண்ட புனைவுக்காட்சிகளையும் சரிவிகிதத்தில் கலந்து தந்துள்ளார். அப்புனைவுக்காட்சிகளும் கூடக் கடந்த கால் நூற்றாண்டில் மனித உரிமைப் போராட்டக்காரர்களும், அமைப்புகளும் வெளிக்கொண்டுவந்த உண்மைச் சம்பவங்களின் சாயலிலேயே இருக்கின்றன. காவல் துறையினர் குற்றவாளிகளாக முடிவு செய்துகொண்டு தேடிச்சென்று குடும்பத்தினரையும் சுற்றியிருப்பவர்களையும் படுத்தும்பாடும் அவர்கள் மீது செலுத்தும் வன்முறையும் வீரப்பனைத் தேடிச்சென்ற காவல்துறையினர் செய்த செயல்களாகத் திரட்டப்பட்ட செய்திக்கோவைகளை நினைவூட்டுகின்றன. அதேபோல் காவல்நிலைய விசாரணை

அறைகளில் குற்றம் சாட்டப்பட்டவர்களிடமிருந்து உண்மையை வரவழைக்கிறோம் என்ற பெயரில் நடத்தும் குரூரங்களும், உடலைக் கட்டித் தூக்குவதும், விரல்களில் வலியேற்படுத்தி ரத்தக்காயங்கள் ஏற்படுத்துவதும், பெண்களின் ஆடைகளைக் களைவதும், பாலியல் அத்துமீறல்களுமாக வரும் காட்சிகள் சிதம்பரம் அண்ணாமலை நகர் காவல் நிலையத்தில் இதேபோன்ற துன்பங்களை அனுபவித்த பத்மினியின் வாக்குமூலங்களை நினைவூட்டுகின்றன. பத்மினியின் வாக்குமூலத்தைச் சேகரித்து ஒலிநாடாகவும் சிறுநூலாகவும் வெளியிட்டது புதுவை மக்கள் உரிமைக்கழகம். அதனை அடிப்படையாகக் கொண்டு வார்த்தை மிருகம் என்றொரு நாடகத்தை எழுதித்தந்தார் ரவிக்குமார். நான் இயக்கி மேடையேற்றியுள்ளேன்.

பார்வையாளர்களிடம் பொதுச்சமூகத்திடம் குற்றவுணர்வை உண்டாக்கும் நோக்கத்தோடு படமாக்கிய விதத்திற்காக படத்தின் இயக்குநர் ஞானவேல் பாராட்டப்பட வேண்டியவர். மனித உரிமை மீறல்களை வெளிக்கொண்டுவர அந்த அமைப்பு கடைப்பிடிக்கும் முறை உண்மை அறியும் குழுவை அனுப்புவது. உண்மை அறியும் குழுவினர் முன்வைக்கும் அறிக்கையின் விவரிப்பு முறையைப் படத்தின் சொல்முறையாகக் கையாண்டுள்ளார் இயக்குநர். உண்மை அறியும் குழுவினர் முன்பு பாதிக்கப்பட்டவர்கள் விவரிக்கத் தொடங்குவதுபோலத் தொடங்கி, வார்த்தைகளுக்குப் பதிலாகக் காட்சிகள் விரிக்கப்பட்டுள்ளன. இந்த உத்தியை அவர் தேர்வுசெய்தார் என்று சொல்வதை விட, ஒரு பத்திரிகையாளராகத் தனக்குக் கிடைத்த அனுபவத்தை உத்தியாக்கியிருக்கிறார் என்றே சொல்லலாம். அந்த உத்தி அவரது கலையாக்கத்தையும் அதன் நோக்கத்தையும் முழுமையாக்கியிருக்கிறது.

தயாரிப்பாளராக மட்டுமல்லாமல், நடிகராகவும் இந்தப் படத்தைத் தேர்வு செய்ததின் மூலம் சூர்யா சிவக்குமார் தனது திரைப்பயணத்தில் பொறுப்பான மனிதராக வெளிப்பட்டுள்ளார். இயக்குநரோடு இணைந்து பணியாற்றியுள்ள ஒளிப்பதிவாளர் எஸ். ஆர்.கதிர், படத் தொகுப்பாளர் பிலோமின்ராஜ், இசையமைப்பாளர் ஷான் ரோல்டன், கலை இயக்குநர், ஆகியோரும் வித்தியாசமான சினிமா ஒன்றில் பணியாற்றுகிறோம் என்ற உணர்வோடு செயல்பட்டுள்ளனர். தமிழ்நாட்டின் குறிப்பிட்ட வட்டாரத்தைக் களமாகக் கொண்டு, தமிழில் யோசித்து உருவாக்கப்பட்டுள்ள

படம் தமிழில் மட்டுமல்லாமல் தெலுங்கு, மலையாளம், கன்னடம் வழியாகவும் ஆங்கிலத் துணைத்தலைப்புகள் வழியாகவும் உலகப் பார்வையாளர்களுக்குப் போய்ச்சேர உள்ளது.

திரையில் வரும் பாத்திரங்களை ஏற்றுள்ள நடிகர் மணிகண்டன் (ராஜாகண்ணு) லிஜோமால் ஜோஸ் (செங்கேணி) பிரகாஷ்ராஜ் (பெருமாள்சாமி) ஆகியோர் மட்டுமல்லாமல் எதிர்மறை பாத்திரங்களான இன்ஸ்பெக்டர், காவலர்கள், அரசாங்க வழக்குரைஞர்கள் என அனைவரும் பாத்திரங்களை உணர்ந்து நடித்துள்ளனர். இருளர் பழங்குடியினரைத் தாழ்வான நிலையில் வைத்துப் பார்க்கும் ஊர்க்காரரர்களாக வருபவர்களும், பொய்ச்சாட்சி சொல்லும் நபர்களும் கூட நடிக்கிறார்கள் என்பது வெளிப்படாமல் நடித்துள்ளனர். பல இடங்களில் வசனங்கள் மூலமாகவும் சில இடங்களில் குறியீட்டுக் காட்சிகள் மூலமாகவும் அழுத்தம் பெற வைத்துள்ளார் இயக்குநர். கல்வி அறிவே அடுத்த கட்டத்திற்கு நகர்த்தும் என்பதைக் காட்ட, செங்கேணியின் குழந்தை கால்மேல் கால்போட்டுச் செய்தித்தாள் படிக்கத் தொடங்கும் காட்சி அப்படியொரு குறியீடே. நீதிமன்றக்காட்சிகள் இயல்பாக நகர்கின்றன. பிரச்சினையைப் பேசும் வகைமையில் எடுக்கப்பட்ட படம் என்ற வகையில் முழுமையான ஒரு படமாக ஜெய்பீம் வந்திருக்கிறது.

“ஜெய்பீம் என்றால் ஒளி; ஜெய்பீம் என்றால் அன்பு

ஜெய்பீம் என்றால் இருளிலிருந்து வெளிச்சத்தை நோக்கிய பயணம்

ஜெய்பீம் என்றால் பலகோடி மக்களின் கண்ணீர்த்துளி”

என்ற மராத்திய கவிதை வரிகள் கடைசியில் காட்டப்படுகிறது. உண்மையில் இந்தியாவில், ஜெய்பீம் என்ற சொல் ‘உண்மை அறிவும் அதனை ஓயாது எடுத்துரைத்தலும் வேறுபாடுகளைக் களைதலுக்குமான போராட்ட வாழ்க்கையும்’ என்பதோடு பொருந்தக் கூடியது. அரசியல் அமைப்புச் சட்டத்தின் முன் அனைவரும் சமம் என்று எழுதிய அறிஞர் பி.ஆர். அம்பேத்கர் தனது வாழ்க்கை முழுக்க அதைத்தான் செய்து கொண்டிருந்தார். அதனை முன்மொழிந்துள்ள ஜெய்பீம், சாதிய இந்தியாவின் நீண்ட வரலாற்றையும் நிகழ்கால இருப்பையும் விமரிசனப்பார்வையோடு

உரக்க முன்வைக்கிறது. தக்க ஆதாரங்களோடு உருவாக்கிய புனைவுமொழியைக் கொண்டிருக்கிறது. எப்போதும் நாயகர்களின் போலிப் பிம்பங்களை உருவாக்கிக்கொண்டிருந்த தமிழ்த்திரை உலகத்தில் ஆச்சரியமான பெரும்பாய்ச்சல் இந்தப் படம்.

- 2021

15. சார்பட்டா பரம்பரை: தலித் சினிமாவிலிருந்து விளிம்புநிலை நோக்கி...

இயக்குநர் பா.ரஞ்சித்தின் ஐந்தாவது படமாக வந்துள்ள சார்பட்டா பரம்பரை உலகத்தமிழ் பார்வையாளர்களையும் தாண்டிப் பலராலும் கவனிக்கப்பட்ட சினிமாவாக மாறியிருக்கிறது. அப்படி மாற்றியதின் பின்னணியில் இயக்குநரின் முதன்மையான நகர்வொன்றிருக்கிறது. உலக அளவில் சினிமாப் பார்வையாளர்களுக்கு நன்கு அறிமுகமான குத்துச்சண்டை சினிமா என்ற வகைப்பாட்டை, உள்ளூர் வரலாற்றோடு இணைத்துப் பேசியதே அந்த நகர்வு. அதன் மூலம் தனது சினிமாவை, விளையாட்டு சினிமா என்ற வகைப்பாட்டிலிருந்து அரசியல் சினிமாவாகவும், விளிம்புநிலைச் சினிமாவாகவும் மாற்றியிருக்கிறார். அந்த மாற்றம், அவரைத் தலித் சினிமா இயக்குநர் என்ற முத்திரையிலிருந்து, பொதுத்தள சினிமா இயக்குநர் என்ற அடையாளத்திற்குள் நகர்த்தியிருக்கிறது.

ருசியும் ருசித்தல் நிமித்தங்களும்

'முதன்முதலாக' என்ற சொல்லாட்சியோடு பொருட்களை முன்வைக்கக் கூடியன வெகுமக்கள் ஊடக விளம்பரங்கள். அதே விளம்பரங்கள் பலவற்றில் 'இதுவரை நீங்கள் ருசித்தறியாத ஒன்று' என்பதுபோன்ற தொனிகொண்ட விளம்பரங்களையும் பார்த்திருக்கலாம்; கேட்டிருக்கலாம். மனிதர்களின் ஐம்புலன்களோடு

தொடர்பில்லாத பண்டங்கள் என்றால், 'முதன்முதலாக' என்பதும், மனிதர்களின் ஐம்புலன்களோடு தொடர்புடைய பொருட்களென்றால், ருசித்தலோடு தொடர்புடைய சொற்களும் ஊடகங்களால் பயன்படுத்தப்படுகின்றன.

ருசித்தல் என்ற தொழிற்பெயர் நேரடியாக உணவோடும் உணவு சார்ந்த பண்டங்களோடும் மட்டும் தொடர்புபடுத்தப்பட்டால் ஐம்புலன்களில் ஒன்றான நாக்கின் நுண்ணுணர்வோடு முடிந்துவிடும். ருசித்தலின் வேர்ச்சொல்லான 'ருசி' நேரடிப்பொருள் தாண்டிய கலைச்சொல்லாகப் பயன்பாட்டில் இருக்கின்றது. அதன் மூலம் ருசி, நாக்கைத் தாண்டிக் கண், காது, மூக்கு, மெய் ஆகிய புலன்களின் நுட்பங்களைக் குறித்த சொல்லாடல்களுக்கும் உரியதாக மாறியிருக்கிறது. கலைகளில் உச்சமாக வந்துள்ள சினிமாக்கலையில் வெளிவரும் ஒரு நல்ல சினிமாவும்சரி, திறமான வணிக சினிமாவும்சரி, ஐம்புலன்களுக்குமான ருசிக்குத் தீனிபோடுவதோடு, ஆறாவது புலனான அறிவுத் தோற்றவியலுக்கும் காரணமாகிறது.

கோவிட் பெருந்தொற்றுக் காரணமாக, இணையவெளியில் வெளியான சார்பட்டா பரம்பரை, அதே இணையவெளியின் துணைப்பரப்பான சமூக ஊடகங்களில் பலவிதமாக விவாதிக்கப்படுகிறது. விவாதிப்பவர்கள் சினிமா என்னும் கலைப்பொருளாக முதலில் விவாதிக்கத் தொடங்கினார்கள். அந்த விவாதங்களில் புனைவின் சொல்முறை, சின்னச்சின்னப் பாத்திரங்களையும் முழுமைப்பாத்திரங்களாக வடிவமைத்துள்ள பாத்திர உருவாக்கச் சிறப்புகள், அப்பாத்திரங்களின் உணர்வுருவாக்கம், வெளிப்பாட்டின் அளவு, காட்சியுருவாக்கத்தில் இயக்கமில்லா மனிதர்களைத் தவிர்த்த பாங்கு, வண்ணச் சேர்க்கை மூலம் கால அடையாளப் பின்னணியைக் கொண்டுவந்த நேர்த்தி எனப் பலகாரணங்களால், சார்பட்டா பரம்பரை நடைமுறை வாழ்க்கையின் பிரதிபலிப்பு என விவாதிக்கப்பட்டது. அந்த விவாதங்கள் ஒருசில நாட்களிலேயே, சினிமாவைத் தாண்டிய விவாதங்களாக நகர்ந்தன.

விவாதங்களின் நகர்வில் நேர்மறைக் குறிப்புகளும் முன் வைக்கப்பட்டன; எதிர்மறைக் கோணங்களும் முன்வைக்கப்பட்டன. ஆதரவாகப் பேசியவர்கள், படத்தின் காட்சிகளைச் சமூகவியலின்

தரவாக, வரலாற்று நிகழ்வுகளாக, சமகால அரசியல் குறியீடுகளின் அலைவுகளாக என விதம்விதமாக முன்வைத்தனர். எதிர்மறைக் கோணங்கள் கொண்டவர்கள் சார்பட்டா என்ற பெயரையும் அது குறிக்கும் பல்வேறு குழுக்களையும், படத்தில் காட்டப்படும் காலப் பின்னணியில் இருக்கக் கூடிய குழப்பங்களையும் எடுத்துக்காட்டி விவாதித்தனர். பெண் பாத்திரங்களின் அதீத உணர்வு வெளிப்பாடுகளும் கூடச் சுட்டிக்காட்டப்பட்டன. இந்த விவாதங்களும் நகர்வுகளும் ஒரு வெகுமக்கள் சினிமா, வெகுமக்கள் உளவியலின் பரப்பாகவும் வெடித்துக் கிளம்பும் கண்ணிகளாகவும் மாறும் வித்தையின் இயல்புகள். அந்த வித்தையின் அண்மைக்கால உச்சமான வெளிப்பாடே சார்பட்டா பரம்பரை. இதற்கு முன் இப்படியான விவாதங்களை உருவாக்கி நகர்ந்த படங்களாக இரண்டைக் குறிப்பிடலாம். அவைகளுள் ஒன்று கமல்ஹாசன் நடித்த தேவர் மகன்; இன்னொன்று ரஜினிகாந்த் நடித்த பாட்ஷா. அதற்கும் முன்பாகச் சிவாஜி கணேசன் நடித்த வசந்த மாளிகை, பராசக்தி போன்ற சினிமாக்களும் எம்.ஜி.ராமச்சந்திரன் நடித்த உலகம் சுற்றும் வாலிபன், எங்க வீட்டுப்பிள்ளை, நாடோடி மன்னன் போன்ற படங்களும் அப்படிக் கவனித்துப் பேசப்பட்ட படங்கள். இவையெல்லாம் நடிகர் மைய சினிமாக்கள்; சார்பட்டா பரம்பரை இயக்குநர் மைய சினிமா என்பது தனித்துச் சொல்லப்பட வேண்டிய ஒன்று.

நடிக மையமும் இயக்குநர் மையமும்

வெகுமக்கள் சினிமாவின் தயாரிப்பாளரும் இயக்குநரும் கண்ணுக்கும் காதுக்குமுரியதாகத் தனது படங்களை உருவாக்கவே பெரும்பாலும் நினைக்கிறார்கள். அந்த நினைப்பு ஏற்கெனவே வந்த வெற்றிப்படச் சூத்திரங்களில் ஒன்றில் அவர்களது படத்தை உருவாக்கத்தூண்டுகிறது. வெற்றிப்படச் சூத்திரங்களில் முதன்மையாக இருப்பது எப்போதும் நாயக மையத்தை வளர்த்தெடுக்கும் சாகச சினிமாக்களாக இருக்கின்றன. இவ்வகைச்சினிமாக்களைத் தயாரிக்க நினைக்கும் தயாரிப்பாளர்கள், அச்சூத்திரத்தை வெற்றிகரமாகக் கையாள்வதில் திறமைபெற்ற இயக்குநர்களை நாடுகிறார்கள். ஆனால் தனது நுழைவைக் காட்ட நினைக்கும் ஒரு புது இயக்குநர் ஏற்கெனவே அறிமுகமான வெற்றிச்

சூத்திரங்களில் ஏதாவது சில வித்தியாசங்களோடு நுழைகிறார். அவ்வித்தியாசம் வணிக வெற்றியை உறுதிசெய்யும் நிலையில் அதன் வழியாகத் தனது இயக்குநர் அடையாளத்தை நிறுவிக்கொள்கிறார்.

இயக்குநர் பா.ரஞ்சித்தின் சினிமா நுழைவும் அப்படியொரு வித்தியாசத்தில் தான் தொடங்கியது. முதல் படம் அட்டக்கத்தி தமிழில் அறிமுகமாகியிருந்த வட்டார சினிமா என்னும் வகைப்பாட்டின் புதிய வகையினமாகத் தன்னைக் காட்டிக்கொண்ட படம். மதுரை வட்டார சினிமா இயக்குநராகப் பாரதிராஜாவும், கொங்குவட்டார சினிமா இயக்குநராக ஆர்.வி.உதயகுமாரும் அடையாளப்படுத்தப்பட்ட பின்னணியில் சின்னச்சின்ன வேறுபாடுகளுடன் பல இயக்குநர்கள் பல்வேறு வட்டார சினிமாக்களை உருவாக்கித் தங்கள் இடம்சார் அடையாளங்களில் வெளிப்பட்டார்கள். தங்கர் பச்சான் நாஞ்சில் நாடனின் குமரிமாவட்டப் பின்னணி நாவலை நடுநாட்டு முந்திரி விவசாயப்பின்னணியாக்கினார். இவையெல்லாம் தமிழ்நாட்டின் நிலவுடைமைச் சாதிகளில் ஒன்றைக் குறிப்பிட்ட வட்டாரத்தின் முழு அடையாளமாக மாற்றிக் கட்டமைத்தன. அதன் தொடர்ச்சியாகப் பா. இரஞ்சித்தின் முதலிரண்டு படங்களான அட்டக்கத்தியும் மெட்ராஸும் சென்னைப் புறநகர் சினிமாக்கள் என்ற வெளிசார் அடையாளத்தோடு/ நிலவியல் வட்டாரத்தோடு வெளிவந்தன. இந்நிலவியல் பின்னணிக்குக் குறிப்பான நிலவுடைமைச்சாதி அடையாளம் கிடையாது. அதற்குப் பதிலாகச் சென்னையைச் சுற்றியுள்ள கிராமங்களிலிருந்தும், தூரத்து மாவட்டங்களிலிருந்தும் சென்னைக்குக் குடிபெயர்ந்த உதிரித் தொழிலாளிகளின் கலவையான அடையாளம் உண்டு. உதிரித் தொழிலாளர்களின் கலவையான அடையாளத்தை தலித் அடையாளத் திரட்சியாக்கியது தமிழகத் தேர்தல் அரசியல்.

சாதியப்படிநிலைகள் மற்றும் ஒடுக்குதலை விவாதப்பொருளாக்கிய தலித் அரசியல் பின்னணியைப் பொதுப்பரப்பாகவும், அதிலிருந்து விடுபட நினைக்கும் புதிய தலைமுறை இளைஞர்களைக் குறிப்பான பாத்திரங்களாக்கியும் அவரின் முதலிரண்டு படங்களும் வெளிப்பட்டபோது இன்னொரு அரசியலை முன்வைக்கும் சாயலும் பண்பாட்டு அடையாளங்களும் பதிவாக்கம் பெற்றன. புறநகர்ச் சென்னையின் குறிப்பாக வடசென்னை, விளிம்புநிலை மக்களின் திருமணச் சடங்குகள், உணவு முறைகள், மதுபான

விருப்பங்கள், உதிரியான தொழில்கள், பொழுதுபோக்கிற்கான கால்பந்து போன்ற விளையாட்டுகள், விழிப்புணர்விற்கான வாசகசாலை முயற்சிகள் போன்ற வெளிசார் அடையாளங்களின் மீது ஈர்ப்புகளும், சாதிசார்ந்த ஒடுக்குமுறைக்கெதிரான மனக்குமுறல்களும் இருந்தன.

திரும்பத்திரும்ப அந்தப் புறநகர் தெருக்களிலும் சிறுசிறு குடியிருப்புகளிலும் சுற்றிச்சுழல வேண்டியதின் மீது அதிருப்தியும் இருப்பதாக அவை காட்டின. தங்களின் இரட்சகர்களாகத் தங்களைக் காட்டிக்கொண்ட உள்ளூர்த் தலைமைகளின் மீது அதிருப்தி இருப்பதையும் அவை சொல்லத் தவறவில்லை. இந்த வித்தியாசமான கவனப்படுத்துதல்கள் வழியாகவே இயக்குநரின் அடையாளம் உருவாகியது. இருபடங்கள் வழியாகத் தன்னை நிலைநிறுத்திக் கொண்ட பின் அவர் வழக்கமான சூத்திரத்தை இயக்கும் இயக்குநராக மாறினார்; மாற்றப்பட்டார். நட்சத்திர நடிகர் ரஜினிகாந்தை மையமாக்கி, அநீதிகளை எதிர்க்கும் வழக்கமான வணிகவெற்றிச் சூத்திரத்தின் வெளிப்பாடுகளாகக் கபாலியையும் காலாவையும் தந்தார். இவ்விரண்டிலும்கூட 'புதிய வெளிகள், ஒடுக்கப்பட்ட சமூகத்திலிருந்து ஒரு நாயகன்' என்ற அவரது அடையாளங்கள் தொடரவே செய்தன. ஏற்கெனவே இங்கு அறிமுகமான அமைப்புசார் தலித் தலைமைகளுக்கு மாற்றான தலித் அரசியலைப் பேசும் ஆளுமையாகவும் இயக்குநரும் அவரது நீலம் அமைப்பும் அறியப்பட்டன.

கவனிக்கத்தக்க திருப்பம்

பா.ரஞ்சித்தின் இயக்குநர் பயணத்தில், இப்போது வந்துள்ள சார்பட்டா பரம்பரை இன்னொரு திருப்பம். இத்திருப்பத்தில் அவர் முழுமையான இயக்குநர் சினிமாவைத் தருபவராக மாறியிருக்கிறார். சார்பட்டா பரம்பரை, இடியாப்ப நாயகர் பரம்பரை என்ற இரண்டு குத்துச்சண்டைக் குழுக்களின் போட்டி, வெல்வதின் மூலம் ஒரு நிலைப்படுத்திக்கொள்ளல் என்ற முரண் உருவாக்கப்பட்டாலும், முழுமையாக இருநிலை எதிர்வுக் கதைப்பின்னல் இந்தப்படத்தில் இல்லை. இது முதன்மையான வித்தியாசம். அதேபோல் ஆரம்பம், முரண், சிக்கல்கள், உச்சநிலை என்ற நாடகக் கட்டமைப்புக்குப் பதிலாக,

இரட்டை உச்சநிலை கொண்ட கதைப்பின்னலை முன்வைத்து இன்னொரு வேறுபாட்டைக் காட்டியுள்ளார்.

ரங்கன் வாத்தியாரின் சார்பட்டா பரம்பரையின் சார்பாகக் களமிறங்க ஒருவனைத் தேர்வுசெய்யப்படும் விதம் தொடங்கி, அவரது தொழில்சார் அறிவும், அவரது அரசியல் ஈடுபாட்டுணர்வும் இணையாக வைக்கப்பட்டுள்ளது. தனது மகனைக் கூட ஒதுக்கிவிட்டுப் பொருத்தமான ஒருவனாகக் கபிலனை அடையாளப்படுத்தும் பாங்கு குத்துச்சண்டையின் மீதும் சார்பட்டா பரம்பரையின் வெற்றி மீதும் அவருக்கு இருக்கும் புரிதலின் வெளிப்பாடு. கபிலனின் முதல் வெற்றி ரோஸை (டான்சிங்) வீழ்த்துவதில் வெளிப்படுகிறது. அதன் தொடர்ச்சியில் திரும்பவும் ரங்கன் வாத்தியார் அரசியல் சார்பு காரணமாகச் சிறைக்குப் போகும்போது சார்பட்டா பரம்பரைத் திரும்பவும் வீழ்ச்சியைச் சந்திக்கிறது. அந்த வீழ்ச்சியின் எழுச்சியின் உச்சமாக வேம்புலியை வீழ்த்துவதற்குத் தயாராவது அமைக்கப்பட்டுள்ளது. நாயகனின் எழுச்சி, எழுச்சி என நகரும் வணிக சினிமாவில் 'வீழ்ச்சியும் எழுச்சியும்' என்பது இன்னொரு புதுமை.

மையப் பாத்திரத்தின் வீழ்ச்சியின் பின்னணியில் இருப்பது சார்பட்டா பரம்பரையின் வீழ்ச்சி மட்டுமல்ல; தமிழ்நாட்டு அரசியல் மாற்றமும் என்பதாகப் பின்னணி உருவாக்கப்பட்டுள்ளது. தந்தையால் குத்துச்சண்டை வாய்ப்புக் கிடைக்காத நிலையில் அரசியல் ஈடுபாட்டால் தந்தையின் எதிர்தரப்பு அரசியல்வாதியாகிறான் மகன் வெற்றிச்செல்வன் (கலைச்செல்வன்). அந்த அரசியல் அவனையும் அவன் சார்ந்த திரளையும் கள்ளச்சாராயம் காய்ச்சுபவர்களாக மாற்றுகிறது. இந்தியாவில் திருமதி இந்திரா காந்தியால் அறிவிக்கப்பட்ட அவசரநிலை, அதனை எதிர்த்த கலைஞர் மு.கருணாநிதி; அதனைத் தொடர்ந்து தமிழ்நாட்டில் ஆட்சிக்கலைப்பு, தொடர்கைதுகள், வாக்காளர்கள் மொத்தமாக மாறுதல், திராவிட முன்னேற்றக்கழகத்திலிருந்து புதிய கட்சியாக எம்.ஜி.ராமச்சந்திரனின் அதிமுக உருவாக்கம் என அனைத்தும் சின்னச்சின்னக் காட்சிப்படுத்தலின் வழி விரிக்கப்பட்டுள்ளது. இந்தக் காட்சிப்படுத்தல்கள் ஒவ்வொன்றும் இயக்குநர் பா. ரஞ்சித்தின் சினிமா மொழியின் தேர்ச்சியைக் காட்டக் கூடியனவாக இருக்கின்றன. அத்தோடு எப்போதும் நாயகன் X வில்லன் என்ற இரட்டை எதிர்வுக் கட்டமைப்புகொண்ட

கதைப்பின்னலுக்குப் பதிலாக தனித்தனிப் பாத்திரங்களையும் முழுமையான பாத்திரங்களாக உருவாக்கியிருப்பதும் பொருத்தமான நடிப்பைக் கொண்டுவருவதில் காட்டியுள்ள அக்கறையும் இயக்குநரின் சவாலான பணிகள். அதனையும் பிசிறில்லாமல் செய்திருக்கிறார் இயக்குநர்.

நடிப்பின் ருசியறிந்த பசுபதி, ஜி.எம்.குமார், ஜான் விஜய், சபீர், கலையரசன் போன்றவர்களின் நடிப்பும் உடல் மொழியும் பொருந்திப் போவதில் ஆச்சரியம் எதுவுமில்லை. இதுவரை உடல்மொழியை அதிகம் பயன்படுத்தாத ஆர்யாவின் உடல்மொழியையும் குரலையும் மாற்றிக் காட்டியிருப்பதும், பெண் கதாபாத்திரங்களுக்கு அதிகம் வாய்ப்பில்லாத சினிமாவில் இரண்டு இளம் மனைவிகள், ஒரு தாய் என மூன்று பாத்திரங்களின் வார்ப்பும் அதனை ஏற்று நடிக்க அதிகமும் அறியப்படாத நடிகைகளையும் தேர்வுசெய்ததும் இயக்குநரின் தொழில்சார் நம்பிக்கை சார்ந்த ஒன்று. நடிக முகங்களுக்காகப் படம் பார்க்க வரும் ரசிகர்களின் ரசனையை மாற்றிக் காட்ட முடியும் என்ற நம்பிக்கையோடு செயல்பட்டுள்ள இயக்குநர் பா. இரஞ்சித், தனது கதைத்தேர்வு, திரைக்கதையாக்கம், நடிப்புக்கலையின் ஆழம், அதன் வழியாக கடத்தப்படும் உணர்வுகள் ஆகியவற்றை முழுமையாக நம்பிச் செயல்பட்டுள்ளார். பாராட்ட வேண்டிய திசைமாற்றம் இது.

பெரிதும் காட்சிக்கலையாகவும் கேட்புக்கலையாகவும் மட்டும் கருதப்படும் சினிமாவை மற்றைய புலன்களுக்கும் உரிய நுண் உணர்வுகளைத் தூண்டி, விளிம்புநிலை மனிதர்களின் இருப்பு, குடும்பவெளியில் உறவுகளிடையே வெளிப்படும் இயல்பான அன்பு, உடைமை மனநிலை போன்றவற்றோடு பொதுவெளியில் ஏற்படக்கூடிய நட்பு, நெருக்கம், போட்டி, வெல்லவேண்டிய தேவை எனக் கலவையான உணர்வுகளைக் கச்சிதமாக உருவாக்கிப் பார்வையாளர்களுக்குக் கடத்தியுள்ளார். அதன் வழியாகவே சார்பட்டா பரம்பரை பார்வையாளர்களாலும் விமரிசனப் பார்வைகொண்ட வாசிப்பாளர்களாலும் விவாதிக்கப்படுகிறது. அதன் இயக்குநர் பா.ரஞ்சித் கொண்டாடத்தக்க இயக்குநராக மாறியிருக்கிறார்.

- 2021

16. பூமணியின் வெக்கை: வெற்றி மாறனின் அசுரன்.

புதுச்சேரி நிகழ்கலைப்பள்ளி மாணவர்களுக்காக நவீனக் கவிதைகள் மற்றும் புனைகதைகளிலிருந்து நாடகப்பிரதிகளை உருவாக்கிக் கொண்டிருந்த காலகட்டம். புதுச்சேரிக்குப் போவதற்கு முன்பே எழுதிப்பார்த்தது சுந்தர ராமசாமியின் பல்லக்குத் தூக்கிகள். போன பின்பு புதுமைப்பித்தன், பிரபஞ்சன், திலீப்குமார், கோணங்கி ஆகியோரின் சிறுகதைகளிலிருந்து ஆக்கிய நாடகப் பிரதிகள் சிலவற்றை மாணவர்கள் மேடையேற்றம் செய்தார்கள். நானும் செய்தேன்.

சிறுகதைகளைத் தாண்டி நீண்ட கதையொன்றை மூவங்க நாடகமாக ஆக்கலாம் என்று நினைத்தபோது முதலில் வந்தது ஜெயகாந்தனின் 'ஆடும் நாற்காலிகள் ஆடுகின்றன.' கதை நாடகமாக்கப்பட்டது. முடித்தவுடன் அவரிடம் அனுமதி வாங்க வேண்டும் என்று நினைத்து மதுரையில் உள்ள அவரது பதிப்பாளர் செல்லப்பனிடம் சொன்னேன். எழுத்துப் பிரதியைத் தருகிறேன் என்றேன். அவர் கேட்டுச் சொல்வதாகச் சொன்னார். பல மாதங்கள் கழித்து நாடகமாக்கலாம்; மேடையேற்றலாம். அச்சிடக் கூடாது என்று சொல்லிவிட்டார். அந்தப் பிரதி மேடை ஏறவும் இல்லை; அச்சாகவும் இல்லை. பழுப்புநிறக் காகிதங்களாக என்னிடம் உள்ளன.

அதன் தொடர்ச்சியாகவே பூமணியின் வெக்கையை நாடகமாக்க லாம் என்று நினைத்துத் திரும்பவும் வாசித்தேன். இரண்டு மூன்று

முறை வாசித்தபின் நாடகமாக்குவதைவிடச் சினிமாவாக்குவதே நல்லது என்று தோன்றியது. ஒரு பயிற்சியாக நாவலைத் திரைக்கதையாக்கிப் பார்த்தேன். கொலையில் தொடங்கும் முதல் காட்சி தொடங்கி வேகம் வேகம் தான் நாவல். அதிர்ச்சிக் காட்சியில் தொடங்கி ஆர்வத்தைத் தக்க வைக்கும் உத்தியில் அமைந்த சினிமாத்தனம் நிரம்பிய சாதாரணக் கதை என்று கூடச் சொல்லலாம். ஆரம்பம், முரண், முரண் வளர்ச்சி, உச்சநிலை என வளரும் நாடகம் போல அல்லாமல், உச்சநிலையில் தொடங்கி அதன் விளைவுகள், பின்விளைவுகள், முன் காரணங்கள் என அமைக்கப்படும் ஆர்வமூட்டும் திரைக்கதை அமைப்பைப் போன்ற கட்டமைப்பையே வெக்கை நாவல் கொண்டிருக்கிறது.

பூமணிக்கிருக்கும் கரிசல் நிலப்பரப்பு அறிவும் ஒலிகள் குறித்த ஞானமும் மனவோட்டங்களை முன்வைக்கும் விவரணைகளும் சினிமாவில் வருமா? என்ற தயக்கம் இருந்தது. வேகத்தைத் தடுத்து நிறுத்துவதுபோல ஒரு காதல் காட்சியும் பாடலும் இருந்தால் வணிக வெற்றிக்கான வாய்ப்பு கூடும் என்று கருதினேன்.

பார்வையாளர்களைக் கொஞ்சம் விலக்கிவைத்து மென்மையும் ஆசுவாசமும் உண்டாக்கும்விதமாகச் சாகடிக்கப்பட்ட சிதம்பரத்தின் அண்ணனுக்கு ஒரு காதல் இருந்தது என்றொரு முன் நினைவுக்காட்சியை இணைக்கலாம் என்றும் தோன்றியது. இதையெல்லாம் ஒரு பத்துப்பக்கத்தில் எழுதிப் பார்த்துவிட்டுப் பூமணியைச் சந்தித்தபோது சொன்னேன். அவரது நாவலுக்குள் அதில் இல்லாத நிகழ்வொன்றைச் சொருகுவதில் அவருக்கு விருப்பம் இல்லை என்பதுபோல முகம் சுளித்தார்.

பின்னர் திருநெல்வேலிக்கு வந்து சந்தித்தபோது நீங்களே வெக்கையைப் படமாக எடுத்துவிடுங்கள் என்றேன். ஏனென்றால் கருவேலம்பூக்கள் என்றொரு படத்தை தேசிய திரைப்படவளர்ச்சிக்கழகத்தின் நிதியுதவியில் எடுத்திருந்தார். அதில் நடித்த அனுபவத்தை நாசர் ஒருமுறை சொல்லியிருந்தார். கலைராணியும் நடித்திருப்பதாகச் சொன்னார். இன்னும் பார்க்க வாய்ப்பு கிடைக்கவில்லை. தமிழ்நாடு பார்க்காத படங்களில் அதுவும் ஒன்று.

ஒரு சந்திப்பில் வெக்கை நாவல் படமாகப் போகிறது என்று சொன்னார். யாரிடம் தந்திருக்கிறார் என்று சொல்லவில்லை. அதற்கிடையில் வெக்கை என்ற பெயரில் படமொன்றும் வந்து

ஒடுக்குமுறையையும், அவர்களுக்குத் துணையாக இருக்கும் காவல் துறை என்னும் அரசு நிர்வாகத்தையும் அம்பலப்படுத்தியிருக்கிறார். இந்த விவாதப்பொருள் நிலம் - சாதி ஆதிக்க மறுப்பு ஒடுக்கப்பட்டவர்களின் எதிர்கால நம்பிக்கை என்னும் விவாதப்பொருண்மைகள் காரணமாக அசுரன் அரசியல் சினிமா என்ற சொல்லாடலுக்குள் நகர்ந்திருக்கிறது. அரசியல் சினிமாவுக்குள்ளும் ஒடுக்கப்பட்டோர் அரசியல் என்னும் அடையாள அரசியல் விவாதத்தை நோக்கி நகர்ந்திருக்கிறது.

வெற்றிமாறனின் முதல் படம் 'பொல்லாதவன்' *(2007)* அடுத்தடுத்த படங்கள்: 'ஆடுகளம்' *(2011)* 'விசாரணை'*(2016)*, 'வடசென்னை'*(2018)*. அவர் இயக்குநராக மட்டுமல்லாமல் படங்களின் தயாரிப்பாளராகவும் இருக்கிறார். அசுரனுக்கு முந்திய ஐந்து படங்களுக்குமே தமிழக அளவிலான விருதுகள் கிடைத்துள்ளன. ஆடுகளமும் விசாரணையும் தேசிய அளவில் 'சிறந்த தமிழ்ப்படம்' என்ற விருது பெற்றவை. இப்போது வந்திருக்கும் அசுரனும் விருதுக்குரிய படமாகவே கணிக்கப்படுகின்றது. இந்தப் படத்திற்கான கதை மூலம் தனது 'அஞ்ஞாடி' என்ற நாவலுக்காக இந்திய அரசின் சாகித்திய அகாடெமி விருதுபெற்ற எழுத்தாளர் பூமணியின் இரண்டாவது நாவலான 'வெக்கை' என்பது இங்கு குறிப்பிட வேண்டிய ஒன்று.

நாவலும் சினிமாவும்

நாவலைத் திரைக்கதையாக்கி சமகால அரசியல் விவாதத்தை முன்னெடுத்த வகையில் மட்டுமல்லாமல், 28 ஆண்டுகளுக்கு முன்னால் வெளிவந்த நாவலைத் திரைப்படமாக்கிய காரணத்திற்காகவும் அசுரன் தொடர்ந்து விவாதிக்கப்படும் சினிமாவாக ஆகியிருக்கிறது. நாவலைச் சினிமாவாக்கும்போது நாவலின் அழகியலையும் அதன் வழியாக எழுப்பப்படும் மைய விவாதத்தையும் சிதைப்பது சரியாகுமா? என்றொரு கேள்வியும், வெற்றிமாறன் முன்வைக்கும் சாகசமும் கல்வியும் ஒடுக்கப்பட்டவர்களுக்கான விடுதலைக்கருவியாக ஆகுமா என்ற கேள்விகளும் எழும்பிக்கொண்டே இருக்கின்றன.

முதல் கேள்வியின் கடைசிச் சொல்லாக இருக்கும் 'சரியாகுமா?' என்ற வினாச்சொல்லில் தொனிக்கும் எதிர்மறைத்தொனியைக்

விட்டது. நாவலை எடுத்தால் வேறு பெயர்தான் வைக்கவேண்டும். என்ன பெயர் வைத்தால் பொருந்தும் என நான் யோசித்ததுண்டு. இந்திரா பார்த்தசாரதியின் இரண்டு கதைகள் இப்படிச் சொந்தப் பெயரை இழந்தன. குருதிப்புனல் நாவலைப் படமாக்கிய ஸ்ரீதர் ராஜன் கண் சிவந்தால் மண் சிவக்கும் என்று பெயர் சூட்டினார். பின்னர் குருதிப்புனல் என்ற பெயர் கமல்ஹாசனின் சினிமா ஒன்றுக்குத் தலைப்பானது. இ.பா.வின் குறுநாவலான உச்சிவெயில் படமானபோது மறுபக்கம் என்ற பெயரைத் தாங்கியது.(காரணம் அதற்கு முன்பே ஜெயபாரதி உச்சிவெயில் என்ற பெயரில் ஒரு படத்தை இயக்கி வெளியிட்டிருந்தார்.) மலையாளப் படங்களை இயக்கிய சேதுமாதவன் உச்சிவெயிலை மறுபக்கமாக்கித் தங்கத்தாமரை விருதுபெற்றார்.

பூமணியின் வெக்கை, புனைகதைகளைப் படமாக்கும்போது அவை உண்டாக்க நினைத்த உணர்வுகளைப் பார்வையாளர்களுக்குக் கடத்த வேண்டுமென நினைக்கும் இயக்குநர் வெற்றிமாறனால் அசுரனாக்கப்பட்டிருக்கிறது. 1.38 நிமிட முன்னோட்டத்தைப் பார்த்தேன். அதனைத் தொடர்ந்து அதற்கு உருவாக்கப்பட்டுள்ள 3.41 நிமிட முன்வைப்புகளையும் பார்த்தேன். தனுஷ், பிரகாஷ்ராஜ் போன்ற பாத்திரமறிந்து நடிக்கக் கூடிய நடிகர்கள் தேர்வு செய்யப்பட்டிருக்கிறார்கள் என்றே தோன்றுகிறது. படம் வந்தவுடன் பார்க்கவேண்டும்.

நாவலிலிருந்து திரைப்படத்திற்கு

'அசுரன்' இயக்குநர் வெற்றிமாறனின் ஐந்தாவது படம். 2019ஆம் ஆண்டு அக்டோபர் 4ஆம் தேதி திரையரங்குகளுக்கு வந்து வசூல் வெற்றியடைந்திருக்கிறது. முதல் வெளியீட்டில் ஒரு திரையரங்கில் மட்டுமே வெளியிட்ட திருநெல்வேலி போன்ற நகரங்களில் நான்காவது நாள் தொடங்கி மூன்று தியேட்டர்களில் வெளியிடப்பட்டதைக் கொண்டு அதன் வசூல் வெற்றியை உறுதி செய்துகொள்ளலாம்.

அசுரன் திரைப்படத்தின் திரைக்கதை வழியாக இயக்குநர் வெற்றிமாறன் ஒடுக்கப்பட்ட மக்களின் நிலவுரிமைக் குரலை முன்வைக்கிறார். அதற்குத் தடையாக இருக்கும் ஆதிக்கசாதியினரின்

கொஞ்சம் தள்ளிவைத்தே ஆகவேண்டும். எழுத்துப் பிரதியைச் சலனப்பிரதியாக மாற்றுவதென்பது திரைமொழியின் தேவை குறித்தது. மாற்றங்கள் தவிர்க்க முடியாதவை;மாற்றியே ஆகவேண்டும். இல்லையென்றால் நாவல் சினிமாவாக ஆகாது. நாவல் என்னும் எழுத்துப் பிரதி, கதைசொல்லியின் மொழி வலிமையால் நிற்பது. ஆனால் சினிமாவின் பிரதியோ, காட்சிப்படுத்துதலின் வலிமையிலும், காட்சிப்படுத்துவதற்கு முன்னால் உண்டாக்கப்படும் நிகழ்வுத் தொகுதிகளின் உருவாக்கத்திலும் அதன் இணைப்பின் வழியாக உருவாக்கப்படும் உணர்வுக் கோர்வைகளிலும் உருவாவது. இந்தக் காரணத்திற்காகப் பூமணியின் வெக்கை நாவலை, வெற்றிமாறனின் திரைக்கதையாக்கும்போது பல மாற்றங்களைச் செய்திருக்கிறார். என்னென்ன மாற்றங்களைச் செய்திருக்கிறார் என்று சொல்வதற்கு முன்னால், பூமணியின் நாவலை இப்படிச் சுருக்கிச் சொல்லிவிடலாம்:

அதிகாரத்தின் குறியீடாக நாவல் முழுக்கச் சுட்டப்படும் வடக்கூரான் கொலை செய்யப்படும் நிகழ்வோடு தொடங்கும் வெக்கை நாவல் சிறுவன் சிதம்பரமும், அவனது அய்யாவும் அடுத்த எட்டு நாட்களுக்கு எவ்வாறு போலீஸ்காரர்களிடமிருந்து தப்பித்துத் தலைமறைவாக இருந்தார்கள் என்பதை எழுதிக்காட்டுகிறது. அத்துவானக் காட்டில் இருக்கும் இடிகிணறு, கமலைத்திட்டு, மலைப் பாறை இடுக்கு, பன்றி ஒரு பக்கம் உருமிக் கொண்டே இருக்கும் கரும்புத் தோட்டம், கண்மாய்க்குள் இருக்கும் திட்டு, ஆள் நடமாட்டமில்லாத கோயில், அதன் பக்கத்தில் இருக்கும் மரம் என ஒவ்வொரு நாளும் ஓரிடமாக அலைந்து எட்டாம் நாள் கோர்ட்டில் ஆஜராவதற்குத் தயாராகிறார்கள். அப்படி அலையும் போது பழைய நினைவுகளையும் குடும்ப வரலாற்றையும் தந்தையும் மகனுமாகப் பேசிக்கொண்டும் நினைத்துக் கொண்டும் அலைவதாக நாவல் நகர்கிறது. அந்த எட்டு நாட்கள்தான் நாவலின் கால அளவு. ஆனால் நாவலை வாசிக்கும் ஒருவருக்கு சிதம்பரத்தின் மூன்று தலைமுறைக் கதையை வாசித்த அனுபவம் கிடைக்கிறது என்பதும், மூன்று தலைமுறையிலும் உறைந்து கொண்டிருக்கும் வெக்கையின் வெடிப்பே சிதம்பரத்தின் செயல்பாடு என்பதையும் பூமணியின் எழுத்து அமுங்கிய உணர்வெழுச்சியாகச் சொல்கிறது.

வடக்கூரானை வெட்டிச் சாய்த்த செலம்பரம் (சிதம்பரம்) என்னும் பதினைந்து வயதுச் சிறுவனின் நினைவின் வழியாக

அந்தக் காட்சி சொல்லப்படுகிறது. கையை மட்டும் துண்டாக்க நினைத்ததற்கு மாறாக அரிவாள் நுனி, வடக்கூரானின் விலாவிலும் மாட்டிக்கொள்ள, அவன் வெட்டப்பட்ட கிடாயைப் போலக் கத்திய காய்ச்சியும், தன்னைத் துரத்தியவர்களைக் கையெறி குண்டுகள் மூலம் புகையெழுப்பித் தப்பித்து வந்து ஊரை விட்டு வெளியேறித் தப்பித்ததையும் அவனே நினைத்துக் கொள்ளும் விதமாகவே நாவல் தொடங்கப்பட்டுள்ளது. குரூரமான கொலைக் காட்சி ஒன்றைக் காட்சிப் படுத்தும் வாய்ப்பு இருந்த போதும் அதனைத் தவிர்த்துவிட்டு நினைவோட்டமாகச் சொல்வதை -எச்சரிக்கையாகக் கையாண்டுள்ளதைச் சாதாரணமாகக் கருதி விடக்கூடாது. இந்த எச்சரிக்கை வாசகர்களிடம் உணர்ச்சி வசப்படச் செய்தலைத் தவிர்க்கச் சொல்லும் எச்சரிக்கையாகும். அத்தோடு கதாபாத்திரத்தின் மன ஓட்டம் எழுப்பும் நியாயங்களுக்குள் சேர்ந்து வாசகர்களும் இயங்க வேண்டும் என எதிர்பார்க்கும் நோக்கம் கொண்டதும் கூட. வாசகர்களை உணர்ச்சி வசப்படும் செயல்பாட்டுக்குள் தள்ளாமல் மன ஓட்டத்தோடு சேர்ந்து சிந்திக்கும்படி தூண்டும் எழுத்தே தேர்ந்த எழுத்தின் அடையாளம். தனது அண்ணன் கொலை செய்யப்படக் காரணமான வடக்கூரானைக் கொன்று பலி வாங்கிய சிதம்பரத்தின் மனதுக்குள் இருந்த வெக்கையைப் பழிக்குப் பழி வாங்கும் தனிநபர் வன்முறை சார்ந்த உணர்வு என நினைக்கும் வாசிப்பனுபவத்தைச் சிலர் அடையக்கூடும். தன் பூர்வீகக் கிராமத்தில் ஏற்பட்ட நிலத்தகராறில் ஒருவனைக் கொலை செய்துவிட்டு ஆயுள் தண்டனையை அனுபவித்திருக்கும் சிதம்பரத்தின் அய்யாவுக்குள் இருந்த அதே கொலைவெறியும், வன்முறை உணர்வுமே சிதம்பரம் என்னும் பதினைந்து வயதுச் சிறுவனிடமும் வெளிப்பட்டுள்ளது என்பதையே பூமணி எழுதிக் காட்டியுள்ளார்.

பூமணியின் நாவல் அமைப்பிற்குள் இல்லாத நிகழ்ச்சிகள் சிலவற்றை வெற்றி மாறனின் திரைக்கதை கொண்டிருக்கிறது. நிகழ்ச்சிகள் மட்டுமல்லாமல் பஞ்சமி நிலங்கள் என்ற அரசியல் சொல்லாடலைப் பேசுபொருளாக்கியிருக்கிறது. அதற்கும் மேலாக நாவலின் மையமாகச் சிதம்பரம் இருந்ததை மாற்றி, அவனது அய்யா சிவசாமியை முதன்மையாக்கியிருக்கிறது. இந்த மாற்றங்களின் பின்னணியில் வெற்றிமாறனுக்குச் சில

நோக்கங்கள் இருந்திருக்கலாம். இந்தப் படத்தின் மூலம் தான் பேச விரும்பும் அரசியலின் நியாயத்தையும் தேவையையும் சமகாலப்பொருத்தத்தோடு முன் வைப்பது முதன்மை நோக்கம். அதற்காகவே ஆங்கிலேய ஆட்சிக்காலத்தில் ஒடுக்கப்பட்ட சாதியினரை நிலவுடைமையாளர்களாக மாற்ற விரும்பித் தரப்பட்ட 'பஞ்சமி நிலம்' என்ற வரலாற்றுச் சொல்லாடலைப் படத்தின் முக்கியப் பிரச்சினையாக்கியுள்ளார்.

அரசியல் சொல்லாடல்கள்

பஞ்சமி நிலம், அதை அடைவதற்கான போராட்டம், அதில் முனைப்புக் காட்டிய அரசியல் இயக்கத்தோடும் வழிகாட்டிய வழக்குரைஞரோடும் தற்செயலாக ஏற்பட்ட தொடர்பு என்ற தொடர் சங்கிலிகளைத் திரைக்கதையாக்கும்போது நாவலின் மொத்தத் தொனியும் மாறிவிட்டது. பஞ்சமி நிலப்போராட்டத்தின் உச்சகட்ட நிகழ்வாகக் கிராமத்தையே கொளுத்தும் காட்சியை வைத்துள்ளார் வெற்றிமாறன். இக்காட்சி 1968 இல் கீழ வெண்மணியில் கூலியை உயர்த்திக் கேட்ட விவசாயக் கூலிகளை ஒடுக்கப்பட்ட சாதியைச் சேர்ந்த கூலிகளின் குடும்பத்தினரைக் குடிசைகளுக்குள் வைத்துக் கொளுத்திய உண்மைச் சம்பவத்தை நினைவூட்டும் விதமாக அமைக்கப்பட்டுள்ளது. திரள் மக்களின் கூட்டு மனத்தைத் தட்டியெழுப்புவதற்காக உண்மை நிகழ்வொன்றை வைப்பதில் இரண்டு நோக்கத்தை நிறைவேற்றிக்கொள்ள இயக்குநர் நினைத்திருக்கிறார். தொடர்ச்சியாக ஆதிக்க சாதியினர் இவ்வளவு கொடூரமான செயல்களைச் செய்தவர்கள் என்பதைச் சொல்வதன் மூலம் இப்போது உண்டாகியிருக்கும் விழிப்புணர்வை - எதிர்ப்புணர்வை நியாயப்படுத்துவது ஒரு நோக்கம். அத்தோடு இப்போது ஆண்ட பரம்பரைகள் என்று சொல்லிக்கொள்ளும் கூட்டத்தினர் மனிதாபிமானம் சிறிதும் அற்ற கொலைகாரர்களின் வாரிசுகள் என்று காட்டிக் குற்றவுணர்வை ஏற்படுத்துவது இரண்டாவது காரணமாக இருக்கலாம். இவ்விரு நோக்கங்களில் முதல் நோக்கம் நிறைவேறுவதற்கான வாய்ப்பிருக்கிறது. ஆனால் இரண்டாவது நோக்கம் நேர்மறையாக வினையாற்றுவதற்குப் பதிலாக, எதிர்மறையாகவே வினையாற்றும் சூழல் இப்போதும் இருக்கிறது. இப்போதும் ஆதிக்க சாதியினர்

தங்கள் வன்முறையையும் ஆதிக்க உணர்வையும் கைவிடுவதாக இல்லை. சட்டத்தின் முன்னும் சமூக நீதிக் காரணமாகவும் இந்திய மக்கள் அனைவரும் சமம் என்பதை உறுதிசெய்து நடந்துகொண்டிருக்கும் மக்களாட்சி முறையின் பெருந்தோல்வி இது. படத்தின் இயக்குநரைக் கூட்டமாகத் தொலைபேசியில் அழைத்து ஆண்ட பரம்பரைகள் பற்றிய விமரிசன வசனங்களை நீக்க வேண்டும் எனக் கூச்சல் போட்டவர்கள் இதை உறுதி செய்கிறார்கள்.

பூமணியின் நாவலின் மையப்பாத்திரமாக இருப்பவன் பதினைந்து வயதான சிதம்பரம். அண்ணனைக் கொன்றவர்களுக்கு வாழ்நாள் முழுக்க மறக்க முடியாத தண்டனையைத் தரவிரும்பியவன். அவனுடைய நோக்கிலிருந்தே பூமணியின் அரசியல் பார்வை முன்வைக்கப்பட்டுள்ளது நாவலில்.

வடக்கூரானின் தோட்டத்தில் ஆடு மேய்ந்ததைக் காரணமாக்கித் தன் மூத்த மகனைக் கொன்றதன் காரணம் அந்தத் தந்தைக்குத் தெரியும். வடக்கூரானின் நிலங்களுக்குள் இருக்கும் தனது துண்டு நிலத்தை வடக்கூரானுக்கு விற்கத் தயாராக இல்லை என்று மறுத்ததுதான் அந்தக் கொலைக்குப் பின்னுள்ள காரணம். தனது பிடிவாதத்தால் மகனைப் பலி கொடுத்துவிட்ட ஒரு தந்தையின் மனதுக்குள் இருந்த வெக்கையின் அளவுக்குச் சற்றும் குறையாமல் அவனது இளையமகன் - பதினைந்து வயதுச் சிதம்பரத்திடமும் வெக்கை தகித்தது; மேலெழும்புகிறது. தனது மூத்த மகனைக் கொன்று புதருக்குள் தூக்கிப் போட்டுவிட்டு ஊர் நியாயம் பேசித் திரியும் வடக்கூரானைக் கொலை செய்வதைத் தவிர வேறு வழியில்லை என்ற முடிவுக்குத் தந்தை வந்து சேர்ந்தது போலவே தனது தமையனின் இருப்பை இல்லாமல் செய்தவனின் கையை வெட்டி அலைய விட வேண்டும் எனத் தம்பி சிதம்பரமும் முடிவெடுக்கிறான். ஆனால் கைக்கு மட்டும் வைத்த குறி தவறி ஆளையே காலி செய்து விடுகிறது. இதன் தொடர்ச்சியாக நடக்கும் அலைவுகளும் தலைமறைவு வாழ்க்கையும் சிதம்பரம் குடும்பத்திற்கு வடக்கூரானின் அதிகாரம் நேரடிப் பகையாக மாறியது போலக் காட்டப்பட்டாலும், வடக்கூரானின் இருப்பு அந்தச் சிறு நகரத்தின் ஒட்டுமொத்த வாழ்க்கைக்கே துயரமாக இருந்தது என்பதையே சிதம்பரத்தின் நினைவோட்டங்கள் வழி பூமணி விவரிக்கிறார்.

விவசாயிகள் போராட்டத்தில் நேரடியாகத் தொடர்பில்லாத அப்பாவி வண்டியோட்டியைச் சுட்டுக் கொன்று பயத்தின் வழியாக அதிகாரத்தை உருவாக்கும் வடக்கூரான் வெறும் சொத்து சேர்க்க ஆசைப்படும் நிலக்கிழார் மட்டுமல்ல; பொது வெளியில் அனைத்து விதமான அமைப்புகளையும் சீர்குலைத்துத் தனக்குச் சாதகமாக்கிக் கொள்ள நினைக்கும் புதுவகை மனித எதிரி என்பதைத் தந்தையும் மகனும் பேசும் பேச்சுகளில் மட்டுமல்லாமல், சிதம்பரத்தின் மாமா, அத்தை, அம்மா என ஒவ்வொருவரின் உரையாடல் வழியாகவும் வெளிப்படுத்திக் காட்டுகிறார். வடக்கூரான் கொலைக்குப் பிந்திய தலைமறைவு வாழ்க்கையில் சிறுவன் சிதம்பரத்தின் மனத்திலும், அவனது அய்யாவின் மனத்திலும் எழும்பி எழும்பி அடங்காமல் தகிக்கும் கொதிப்பின் வெப்பம் தான் வெக்கை நாவலின் சாரமும் அர்த்தமும். அந்தக் கொதிப்பை உருவாக்குபவனாகவும், உரமூட்டி வளர்த்தவனாகவும் சுட்டப்படும் வடக்கூரான் நாவலில் எதிர்நிலைப் பாத்திரமாக நிறுத்தப்படுவது தவிர்க்க முடியாத ஒன்று என்றாலும், தனது எழுத்தின் மூலம் அவன் சிதம்பரத்திற்கும் அவனது குடும்பத்திற்கும் மட்டுமே எதிரானவன் அல்ல என்பதைப் பூமணி கவனமாக உருவாக்கியுள்ளார். அந்தக் கவனம் சின்னச் சின்னக் குறிப்புகளால் வடக்கூரான் போன்றவர்கள், உழைக்கும் மக்களுக்கு எதிரானவர்கள் என்பதோடு, அவர்களுக்கு ஆதரவாக நிற்க வேண்டிய அரசதிகார அமைப்புகளைத் தங்களின் சொந்த நலனுக்கேற்றபடி இயங்கும் அமைப்புகளாக மாற்றும் அபாயகரமான சூழலை உருவாக்குபவர்கள் என்பதையும் உணர்த்திக் காட்டுகின்றார். அடிப்படையான நீதி, நியாயங்கள் என எதனையும் கணக்கில் எடுத்துக் கொள்ளாமல் மனித உறவுகளையும் உயிர்களையும் துச்சமாக நினைக்கும் மனிதர்களின் வகை மாதிரி வடக்கூரான். அத்தகையவர்களுக்கு வன்முறை வழியான தண்டனை வழங்குவதைத் தவிர வேறு வழியென்ன இருக்கிறது என்று கேள்வி எழுப்புவது.

பூமணியின் விசாரணை

இந்த விசாரணையை இளையமகன் சிதம்பரத்தின் கோணத்தி லிருந்து உருவாக்கப்பட்டுள்ள விசாரணையை அவனது தந்தை சிவசாமியின் கோணத்திலிருந்து நகர்த்த நினைத்தபோது

சிதம்பரத்தின் பாத்திரமும் உள்ளொடுங்கிப் போக சிவசாமி பாத்திரம் நடிகர் தனுஷின் வழியாக விஸ்வரூபம் கொள்கிறது. அதற்கேற்பத் திரைப்படத்தில் பாத்திரமாக்கல் நடந்துள்ளது. அவரது கடந்த காலம் சில திறமைகளையும் பல சாகசங்களையும் கொண்டது. முதலாளியிடத்தில் விசுவாசமாக இருப்பவன் என்றாலும், அவர் இவனை மதிக்காதபோது வெகுண்டெழக் கூடியவன். அவனுக்காக மட்டுமல்லாமல் அவனது சமூகத்திற்கு ஏற்படும் அவமரியாதைக்காகவும் கொதித்தெழுந்து போராடக்கூடியவன். அவனுக்குள் எப்போதும் ஒரு மூர்க்கக் குணம் அசுரக் குணம் உண்டு. அப்படிப்பட்ட அசுரனே தன் எதிர்காலச் சந்ததியினரைப் படிக்க வைத்து அதிகாரத்தைக் கைப்பற்ற வேண்டும் என்று ஆசைப்பட்டான் என்று கதை சொல்கிறார் வெற்றிமாறன்.

திரைமொழியின் வெளிப்பாடுகள்

தொழிற்சாலை கட்டுவதற்காக நிலத்தைக் கேட்டபோது தர மறுத்த சிதம்பரத்தின் அண்ணன் கொல்லப்படுகிறான் என்ற குறிப்பும், ஒரு நிலத்தகராறில் ஆயுள் தண்டனை பெற்றுச் சிறைசென்றவர் சிதம்பரத்தின் அப்பா என்ற இன்னொரு குறிப்பும் பூமணியின் நாவலில் உண்டு. இவ்விரண்டையும் வெற்றிமாறன் தனது சினிமாவின் திரைமொழிக்காகவும் வணிக வெற்றிக்காகவும் விரிவாக்கியிருக்கிறார். சிறு நிலத்துக்குச் சொந்தக்காரனான சிவசாமியின் இரண்டு மகன்களுக்குமிடையே இருக்கும் சகோதர பாசம், மூத்தவனுக்கு நடக்கும் திருமண ஏற்பாடு போன்றன அழகான நடப்பியல் காட்சிகள் ரசிக்கத்தக்கனவாக இருக்கின்றன. அப்படிப்பட்ட ஒருவனைக் கோரமாகக் கொன்று நடுக்காட்டில் எரித்துக் கரிக்கட்டையாக்கினார்கள் என்று காட்டுவதும் தேவையான காட்சிகள். அதன் காரணமாகவே வடக்கூரானைப் பழிவாங்க வேண்டுமென்ற உணர்வு அவர்களுக்கு உருவானது என்பதைச் சொல்ல - அத்தகைய காட்சிகள் திரைப்படத்தின் மொழியாக மாறுவது தவிர்க்க முடியாதது. அதைச் சரியாகவே செய்திருக்கிறார் வெற்றிமாறன், அதற்காக இன்னொரு கதை-திரைக்கதாசிரியர் மணிமாறனும் உடன் வேலை செய்திருக்கிறார். இவற்றின் வழியாக, ஒரே உணர்வுநிலையில் படத்தை நகர்த்தாமல்

மாறிமாறி எழும்பித் தணியும் உணர்வுகளாலும் காட்சிகளாலும் பின்னப்பட்டிருக்கிறது படம்.

திரைப்படத்தின் இயக்குநர் வெற்றிமாறனும் திரைக்கதாசிரியர் மணிமாறனும் இணைந்து படத்தின் பிற்பாதியில் சிவசாமியின் பாத்திரத்தை வணிக வெற்றி அடைந்த பல படங்களின் நாயகப் பாத்திரமாக (காட்பாதர், பாட்சா) வகை மாதிரியாக வடிவமைத்திருக்கிறார்கள். படத்தின் முன்பாதியில் அதற்கான குறிப்புகள் எதையும் தராமல், பின் பாதியில், இளையமகனின் கேலியான பேச்சுக்கும் எள்ளலுக்கும் பதில் சொல்லும் விதமாகத் தனது பழைய கதையைச் சொல்கிறார் சிவசாமி. அந்தப் பாத்திர வார்ப்பு அசுரனின் மூலக்கதையான வெக்கையில் வரும் சிதம்பரத்தின் அய்யா பாத்திரத்தோடு முழுமையாகப் பொருந்தாமல் ஒற்றை ஆளாகப் பெருஞ்சாகசங்களைச் செய்யும் நாயகப் பிம்பமாக மாறியிருக்கிறது. இந்த மாற்றம் திரைமொழியின் அழகியல் மாற்றம் என்று சொல்வதைவிட, சாகச நாயகர்களை விரும்பும் திரள் மக்களை ஈர்க்கும் வணிக உத்தி என்பதாக ஆகியிருக்கிறது. வெக்கையை அசுரனாக மாற்றியபின் அந்தப் பாத்திரத்தில் தனுஷ் என்னும் நடிகரை நடிக்க வைப்பதற்காக உருவாக்கப்பெற்ற சண்டைக்காட்சிகள் சமூக நடப்பின் இருப்பிலிருந்து விலகியதாகவும் இருக்கிறது. சண்டைக்காட்சிகளின் அதீதமும், நீளமும் தவிர்க்கப்பட்டிருக்க வேண்டியவை.

பாத்திரமாக்கலின் தேவை

வணிக வெற்றியை உறுதிசெய்யும் நாயக X எதிர் நாயக முரணைப் பின்பற்றாவிட்டாலும் உள்ளார்ந்த முரண்நிலைகளைக் கொண்டு நல்திறக்கட்டமைப்பு கொண்ட திரைக்கதையை உருவாக்கிக் கொள்வதில் வல்லமையுடையவர் வெற்றிமாறன் என்பதைத் தனது முந்திய படங்களிலும் வெளிப்படுத்தியுள்ளார். அதே நேரத்தில் மூர்க்கமும் வன்மமும் கொண்ட பாத்திரங்களே தொடர்ச்சியாக அவரது தெரிவாக இருக்கின்றன. அப்பாத்திரங்கள் உலவும் வெளிகளே அவரது கதைவெளிகளாகவும் இருக்கின்றன. அசுரனிலும் அதே நிலையைத் தக்கவைத்து வெற்றியை எளிதாக்கியுள்ளார்.

பூமணியின் வெக்கை நாவலில் வெளிப்படும் பகைமுரண்கள்

அதற்கு உதவியிருக்கின்றன. சாதிய முரணும் வன்முறையான வழியிலான தண்டனை வழங்கலும் இரண்டிற்கும் பொதுவானவை. ஒவ்வொரு பாத்திரத்திற்கும் பொருத்தமான நடிகர்களைத் தேர்வு செய்து நடிக்கச் செய்வதிலும் பின்னணி ஒலிச்சேர்ப்பிலும் உறுத்தல் இல்லாத தன்மை இருக்கிறது, கிராமிய வாழ்க்கையும் வெளியையும் படம் பிடித்த தமிழ்ப் படங்களில் இந்தப் படத்தின் ஒளிப்பதிவாளர் அளவிற்குப் பிரமிப்பூட்டியவர்கள் இதற்கு முன்பு இல்லை என்னும் அளவிற்கு நிலக்காட்சிகளையும் மலைக்காட்சிகளையும் இரவு - பகல் என்ற வேறுபாடுகளையும் பிடித்துக் காட்டியுள்ளார். பரந்த நிலப்பரப்பு, நீளமான வீதிகள் என நேர்க்காட்சித்தன்மையைக் கொண்டுவந்திருக்கிறார் ஒளிப்பதிவாளர்.

வெற்றிமாறனும் - மணிமாறனும் தனுஷ் நடித்த சிவசாமி பாத்திரத்தை முத்திறம் - உடல் திறம், ஒடுக்கப்பட்ட சாதியில் பிறந்த ஆனால் சுயமரியாதையை எதிர்பார்க்கிற, ஆவேசமும் கட்டுக்கடங்காத கோபமும் கொண்ட பாத்திரமாக மாற்றுவதின் வழியாகவே அசுரனைச் சமகால அரசியலை ஒடுக்கப்பட்டோர் எழுச்சி என்னும் அடையாள அரசியலைப் பேசும் படமாக மாற்ற முடியும் என நினைத்திருக்கிறார்கள். கள்ளச்சாராயம் காய்ச்சுவதில் கைதேர்ந்தவன் சிவசாமி என்பதில் தொடங்கி, அவனது காதல் வாழ்க்கையும் குடும்ப வாழ்க்கையும், முதலாளியிடம் அவனுக்கிருக்கும் செல்வாக்கு போன்ற காட்சிகள் பொருத்தமானவை. தனது மகன்களின் எதிர்காலத்திற்காக ஊர்க்காரர்கள் ஒவ்வொருவரின் கால்களிலும் விழுந்து மன்னிப்பு கேட்ட ஒருவனின் முந்திய வாழ்க்கையில் செருப்புப் போட்டு நடப்பதற்காக ஒரு போராட்டம் இருந்தது என்று காட்டுவது நாயக பிம்ப சினிமாக்களின் வார்ப்புகளில் ஒன்றுதான். காலில் விழுந்து வணங்கும்போது தடுத்து நிறுத்தித் தண்ணீர் தருபவரைக் கறுப்புச் சட்டைக்காரராகக் காட்டுவது, வடக்கூரானைக் கொன்ற பிறகு போலீசிடமும் வடக்கூரானின் ஏவலாட்களிடமும் சிக்காமல் சரணடைய உதவும் வழக்குரைஞர், முன்னர் பஞ்சமி நிலப் போராட்டத்தில் வழிகாட்டிய பொதுவுடைமை இயக்கத்தைச் சேர்ந்தவர் என அடையாளப்படுத்துவது போன்றன நிகழ்கால அரசியல் போக்கை உள்வாங்கிய சித்திரிப்புகள். கவனத்துடன் செய்யப்பட்ட காட்சிகள் இவை. அதே நேரத்தில் முன் வாழ்க்கையில் சுயமரியாதை, செருப்புப் போடுவதற்கான

உரிமைப் போராட்டம், பஞ்சமியாக வழங்கப்பட்ட நிலத்தைப் போராடிப் பெறும் இயக்கத்தோடு இணைந்து நின்றவன், தனது நிலத்தை எழுதிக் கேட்கும் பிரச்சினையை இரண்டு தனிப்பட்ட குடும்பங்களின் பிரச்சினையாகப் பேசி முடிப்பதை எப்படி ஏற்றுக்கொள்கிறான் என்பதும் உறுத்தலாக எழும் கேள்வியாகவே இருக்கிறது.

நிலம் ஒடுக்கப்பட்ட மக்களுக்கு விடுதலை உணர்வையும் சுயமரியாதை உணர்வையும் உண்டாக்கும் என நினைத்தவர்கள் ஆங்கிலேயர்கள். அதன் மனதில் வைத்தே மற்றவர்களுக்கு விற்க முடியாத வகையில் நிலங்களைப் பஞ்சமியாக வழங்கினார்கள். அந்த நிலங்கள் விடுதலை அடைந்த இந்தியாவில் அந்த மக்களின் கைகளைவிட்டுப் போன வழியை அவர்களும் அறியவில்லை. தேர்தல் அரசியல் வழியாகப் பொது நீரோட்டத்திற்குள் அவர்களை வாக்குவங்கியாகப் பயன்படுத்திய அரசியல் கட்சிகளும் எடுத்துச் சொல்லவில்லை. அங்கிருந்து நகர்ந்து ஒடுக்கப்பட்டவர்களுக்காக சமூக இயக்கங்களும் அரசியல் இயக்கங்களும் கட்டிக்கொண்டிருப்பவர்கள், நில அரசியலைக் கைவிட்டுக் கல்வியின் வழியாக அரசியல் அதிகாரத்தை நோக்கி நகர்வதைப் பற்றிப்பேசுகிறார்கள். அரசியல் அமைப்புச் சட்டம் உறுதி செய்துள்ள உரிமைகளையும் இட ஒதுக்கீட்டையும் முழுமையாகப் பெற்றுவிடும் வழிகளுக்குத் திருப்புகிறார்கள். இட ஒதுக்கீட்டைச் சீர்குலைக்கும் அரசியல் மேலோங்கிவரும் நிகழ்காலச் சூழலில் கல்வி, படிப்பு, பட்டம் போன்றன அதிகாரத்திற்கான கருவியாக இருக்கமுடியுமா? என்ற கேள்விகள் எழுந்தன. இந்தச் சூழலையெல்லாம் கவனத்தில் கொள்ளாத அசுரன் ஒடுக்கப்பட்ட மக்களுக்கான ஆயுதமாகப் படிப்பைப் பரிந்துரைக்கின்றது. இவையெல்லாம் விவாதிக்கப்பட வேண்டியவை. அதைத் தாண்டிய வகையில் அசுரன் காலத்தின் தேவையாக வந்திருக்கிறது.

- 2019

17. கதை திரைக்கதை வசனம் இயக்கம், ஜிகிர்தண்டா— நவீனத்துவ சினிமாவின் முகங்கள்

இரண்டு படங்களையும் அடுத்தடுத்துப் பார்க்க நேர்ந்தது ஒரு தற்செயல் நிகழ்வு. படம் பார்க்கலாம் எனத் திட்டமிட்டுக் கொண்டு அரங்கிற்குக் கிளம்பியபோது மனதில் இருந்த படங்கள் இவையல்ல. நினைத்துப் போன படங்களைப் பார்க்க முடியாமல் திசைமாறிப் பார்த்த இரண்டு படங்களுமே பிடித்த சினிமாக்களின் வரிசையில் இடம் பிடித்துக் கொண்டது தற்செயலின் அடுத்த கட்டம். திரைக்கு வந்த முதல் நாளில் இரண்டையும் பார்க்க நேர்ந்துவிட்டதையும்கூடத் தற்செயல் விளைவின் பகுதியாகவே சேர்த்துக் கொள்ளலாம். *(முதல் படம் கார்த்திக் சுப்புராஜின் ஜிகிர்தண்டா; சென்னை நகரத்தின் பல் அரங்கு வளாகம் ஒன்றில். இரண்டாவது ராதாகிருஷ்ணன் பார்த்திபனின் கதை திரைக்கதை வசனம் இயக்கம்; திருநெல்வேலியில் அரைநூற்றாண்டு கடந்த அரங்கம் ஒன்றில்)*

சினிமாவைப் பற்றிய சினிமா அல்லது சினிமாவுக்குள் இன்னொரு சினிமா எனத் திரையில் விரிவது தற்செயலின் மூன்றாவது கட்டம். அப்படிச் சொல்வதைக் கார்த்திக் சுப்புராஜா ஏற்பாரா? தெரியவில்லை. ஆனால் ராதாகிருஷ்ணன் பார்த்திபன் அப்படித்தான் சொல்ல வேண்டும்; அப்படித்தான் பார்க்க வேண்டும் என்றே விரும்பியுள்ளார். ஜிகிர்தண்டா பற்றிய

விமரிசனத்தை 'சினிமாவைப் பற்றிய சினிமா' என்ற சொல்லாடல் கொண்டு விவரிக்கலாம். ஆனால் பார்த்திபனின் படத்தை இன்னும் கொஞ்சம் தரம் உயர்த்திய சொல்லாடல் கொண்டு விமரிசிப்பது பொருத்தமானது. இவ்விரண்டின் வரவையும் முக்கியமான ஒரு காரணத்திற்காக வரவேற்க வேண்டும். தமிழுக்கு நவீனத்துவ சினிமாவின் முகத்தைக் காட்டிவிட வேண்டும் என்று நினைத்ததற்காக. பாராட்டும்போது அளவு வித்தியாசம் காட்ட வேண்டும் என நினைத்தால் ஜிகிர்தண்டாவை இயக்கிய கார்த்திக் சுப்புராஜுவைவிடக் கதை திரைக்கதை வசனம் இயக்கம் தந்த ராதாகிருஷ்ணன் பார்த்திபனே அதிகம் பாராட்டப்பட வேண்டியவர்.

ஜில்ஜில் ஜிகிர்தண்டா என்னும் சினிமாவைப் பற்றிய சினிமா.

குறும்படப் போட்டியில் பங்கேற்றுப் பெரிய இயக்குநராக நினைக்கும் ஒருவன் சந்திக்கக் கூடிய தடைகள் எவை? அவற்றை எதிர்கொள்ள நினைத்து அவன் மேற்கொண்ட திசையற்ற பயணத்தில் தனது புத்திசாலித்தனத்தால் எப்படி வெற்றி பெற்றான் என்பதுதான் ஜிகிர்தண்டாவின் கதைக்கோடு *(Storyline)*. இந்தக் கதைக் கோட்டை மேலும் கீழும் வளைத்தும் சுழித்தும் நீட்டுகிறபோது நிகழ்காலத் தமிழ் சினிமாவை இயக்கும் சக்திகளான ஊடக வலைப்பின்னல், கலை ஈடுபாடில்லாத வணிகர்கள், நகர வாழ்க்கைக்குள் கண்ணுக்குப் புலப்படாமலும், வெளிப்பட்டும் அலைந்து கொண்டிருக்கும் தாதாக்கள், கூலிப்படைகள், அவர்களின் அரசியல் தொடர்புகள் என அனைத்தையும் விமரிசிக்கும் வாய்ப்பைத் தவற விடாமல் செய்துள்ளார் இயக்குநர். கடந்த பத்தாண்டு காலத்தில் அறியப்பெற்ற நிகழ்வுகளையும் மனிதர்களையும் நினைவூட்டும் காட்சிகளை- குறிப்பாக மதுரை என்னும் பெருநகரத்தில் வளர்த்தெடுக்கப்பெற்ற வன்முறையின் ஞாபகங்களை - வன்மையாகப் பார்வையாளர்களுக்கு நினைவில் வ்ரும்படி உருவாக்கியுள்ளார். அதெல்லாம்கூட இயக்குநரின் புதுமை அல்ல. ஒற்றைக் கதைக்கோட்டையே படமாக்கிப் பழகிப் போன தமிழ் சினிமாவிற்குள் ஒரு கதைக் கோட்டிலிருந்து இன்னொரு கதைக் கோட்டை உருவாக்கி இரண்டையும் இணைத்ததில்தான் புதுமை வெளிப்படுகிறது.

தாதாக்கள், கூலிப்படைகள், அரசியல் தொடர்பு, எதிர்க்க நினைப்பவர்களின் கையாலாகாத்தனம் என்ற விமரிசனத் தொனியிலிருந்து, இன்னொரு கதைக் கோட்டிற்குள் நுழையும்போது வயிறார சாப்பிட்டு முடித்தவர்கள் ஜிகிர்தண்டாவை வாங்கி அருந்தும் உணர்ச்சிக்குள் நுழைய நேரிடும். மதுரைக்காரர்களுக்கு அது அனுபவம். மதுரையோடு தொடர்புடைய அந்தப் பானத்தின் பெயரே மதுரை என்னும் வெளியின் கதையாக ஆக்கிவிடுகிறது.

நிஜமே கலையாக முடியுமா? நிஜத்தின் சாயல் கலையாக முடியுமா? என்ற கலை சார்ந்த விவாதத்தை நோக்கி நகரும்போது படம் பார்வையாளர்களைப் புதிய எண்ணங்களுக்குள் நுழைக்கிறது. தாதாவான அசால்ட் குமாரே நடிகராக ஆகிவிடும் விருப்பத்தை வெளிப்படுத்துவதும், உயிருக்குப் பயந்தவனாக அதனை ஏற்றுக் கொள்வதாகப் பாவனை செய்வதுமாகக் காட்சிகள் நகர்கின்றன. தனது புத்திசாலித்தனமான திரைக்கதையைச் சொல்லாமல் பொய்யான கதைக்கான ஒத்திகைகளையும் பயிற்சிகளையுமே படமாக்கிக் கொள்வதன் மூலம் அவனுக்குள் இருப்பது வீரம் அல்ல; கோழைத்தனம் என உணர்த்துகிறான் இயக்குநர். படம் புதிய திருப்பத்திற்குள் நுழைகிறது. நடிப்புப் பயிற்சிகள் என்ற பெயரில் அவனைத் தன் வசப்படுத்தும் காட்சிகள் அதற்குத் துணையாக இருக்கின்றன. கெட்டவன் திருந்திவிடும் கதை முடிவு, உதவி செய்தவளைக் காதலியாக்கிக் கதையை வளர்ப்பது போன்ற வழக்கமான காட்சிகள் எல்லாம் சுப்புராஜ் சறுக்கிய முக்கியமான இடங்கள். தொடக்கத்தையும் முடிவையும் இணைப்பதில் கூட பெரிய சறுக்கலோடுதான் வெளிப்பட்டுள்ளார். தீர்க்கமான கலைக்கோட்பாடும், சினிமா அறிவும் கொண்ட புத்திஜீவியான ஒருவரால் நிராகரிக்கப்பெற்ற குறும்பட இயக்குநர், சினிமாபற்றித் தெரியாத தயாரிப்பாளரின் பிடிவாதத்தை நிறைவேற்றத் தொடங்கி கலையின் நுட்பங்கள் தெரிந்த இயக்குநராக மாறினான் எனக் காட்டுவது ஏற்கக் கூடிய ஒன்றல்ல. இவ்வளவு சறுக்கல்கள் இருந்தாலும் ஜிகிர்தண்டாவை, சினிமாவைப் பற்றிய சினிமா என்று வகைப்பாட்டில் வைத்துப் பேசத்தான் வேண்டும்.

தமிழ் வாழ்வின் பண்பாடு, அரசியல், பொருளாதாரம் என அனைத்தையும் தீர்மானிக்கும் பெருநிகழ்வாக இருக்கிறது சினிமா. ஆனால் அதனைத் தயாரித்து உருவாக்கி மக்களிடம் கொண்டு சேர்க்கும் சக்திகளோ சினிமாவுக்கு முற்றிலும்

தொடர்பில்லாதவர்கள்; சினிமாவைப் புரிந்துகொள்ளும் திறனற்றவர்கள் என நினைக்கும் ஜிகிர்தண்டா படத்தின் இயக்குநர், அதனைச் சொல்வதற்கு முயலும் படம்தான் இது என்று எப்போதும் சொல்லவில்லை. அப்படிச் சொல்லிக்கொள்ள விரும்பாதவரா? அல்லது சொல்லிக் கொள்ள விரும்பாதவர் போல் காட்டிக் கொண்டு வியாபாரம் செய்து விட வேண்டும் என்று நினைப்பவரா? என்ற ஐயம் கூட எனக்கு இருக்கிறது. ஜிகிர்தண்டாவின் ஆரம்பக் கட்ட விளம்பரங்கள் எல்லாம் அந்தப் படத்தை "கும்பல் மனத்தின் இசைக்கலவை" *(Musical gangstar)* என்று சொல்லியே பார்வையாளக் கூட்டத்தை இழுக்கக் கவரப் பார்த்தது. வெகுமக்கள் திரளைத் திரையரங்கிற்கு வரவைக்க இப்படியான அழைப்புகளே பயன்படும் என இயக்குநர் கருதியிருப்பார் என்றே நினைக்கிறேன். புதுவகையில் கதை சொல்லியிருக்கிறேன் என்றோ, சினிமாவைப் பற்றிய சினிமா என்றோ எதுவும் சொல்லாமல் ரகசியம் காத்ததின் காரணங்கள் படத்தை நோக்கி வெகுமக்கள் திரளை ஈர்க்க வேண்டும் என்பதாகவே இருக்க முடியும். அப்படியான பொய்க்காரணத்தைச் சொல்லிப் பார்வையாளர்களை ஈர்க்க நினைப்பது நவீனத்துவத் *(Modernity)*தை உள்வாங்கிய கலைஞனின் நிலைப்பாடாக இருக்க முடியாது.

கதை திரைக்கதை வசனம் இயக்கம் என்னும் மெட்டா சினிமா

ராதாகிருஷ்ணன் பார்த்திபனின் "கதை திரைக்கதை வசனம் இயக்கம்" சினிமாவைப் பற்றிய சினிமா என்றோ, சினிமாவுக்குள் சினிமா என்றோ பேசி முடித்துவிடக் கூடாத ஒரு படம். அதையும் தாண்டி ஒரு புதுவகையினமாக தமிழுக்கு அறிமுகமாகியிருக்கும் சினிமா எனச் சொல்ல ஆசைப்படுகிறேன். நீண்ட நெடிய தமிழ் சினிமாவின் வரலாற்றில் புத்தம் புதிதாக வந்துள்ள வகையினம் *(genre)* இது. இந்தப் புதுவகையை - வகையினத்தை - மெட்டா சினிமா *(Meta Cinema)* வகையினம் எனத் திரைக்கோட்பாளர் விளக்கிச் சொல்வர். மெட்டா *(Meta)* என்ற ஆங்கிலச் சொல்லைத் தமிழில் 'நின்று தொலைதல்' எனச் சொல்லலாம்.

நின்று தொலைவது என்பதை "எனக்கு முன்னால் நிற்கும் கடவுள் அல்லது காதலியின் ரூபம் அங்கேயே காணாமல் போய்விடுவது"

போல என்று நினைக்கலாமா? அப்படியும் நினைத்துப் புரிந்து கொள்ளலாம். அதைவிடவும், "உங்களுக்குள் இருக்கும் காதலின் ஈர்ப்பு அல்லது கடவுள் உங்களுக்குள்ளேயே தொலைந்து போக, அவளை/ அவனை அல்லது அந்தக் கடவுளைத் தேடித் தேடி அலைகிறோமே" அதுதான் எனப் புரிந்துகொள்ளுதல் இன்னும் மேலானது.

தன்னையே நினைத்துக்கொண்டு 'தான்' காணாமல் போக வேண்டும் என்று நினைப்பதும், அதையே கலையின் பகுதியாக மாற்றி எழுதிப் பார்ப்பதும் பெரும்பாலும் கவிதையின் - கவிகளின்- வேலையாக இருக்கிறது. நாடகக் கலையில் -குறிப்பாக நவீன நாடகம் என்ற பிரக்ஞை உருவான பின்பான அரங்கச் செயல்பாடுகளில் இந்தத் தன்மை அதிகம் வெளிப்பட்டிருக்கிறது. ஐரோப்பிய சினிமா உலகம் அவ்வப்போது இந்த நின்று தொலையும் மனநிலையைத் தேடியிருக்கிறது. ஆனால் தமிழ் சினிமாவில் அந்த வெளிப்பாடு மிகக் குறைவு; இல்லாமலே இருந்தது. பார்த்திபன் இந்தப் படத்தில் அதனைக் கண்டடைந்திருக்கிறார்.

"கதையே இல்லாமல் ஒரு திரைப்படம்" எனப் பார்த்திபனும் ஒரு பொய்யைச் சொல்லியே பார்வையாளர்களைத் திரையரங்கிற்கு இழுக்க முயற்சி செய்துள்ளார். உள்ளே வந்த பார்வையாளர்களிடம் ஒரு கதைக்குப் பதிலாகப் பல கதைகளைச் சொல்கிறார். 'சொல்கிறார்' என்று சொல்வது கூடச் சரியில்லை. 'சொல்லப்படுகிறது' எனக் கூறுவதே சரியாக இருக்கும். சொல்லப்படும் கதையே நவீனத்துவத்தை உள்வாங்கிய கதையாக இருக்கக்கூடியது.

"சினிமாவுக்குக் கதை செய்வதைப் பற்றிய கதை" பார்த்திபனால் சொல்லப்படும் கதை. அந்தக் கதையைச் சொல்லும்போது கதை செய்யும் குழுவாக இருக்கும் உதவி இயக்குநர்கள், ஒளிப்பதிவாளர், இணை இயக்குநராகச் செயல்படப் போகும் மூத்தவரின் கதை என்பதோடு இயக்குநரின் கதையும் பார்வையாளர்களுக்குச் சொல்லப்படுகிறது. அவர்களுக்குள் இருக்கும் படிநிலை வரிசைக்கேற்ப அவர்களின் கதைகளின் அளவும் கூடுதல் குறைவாக இருக்கிறது. வில்லத்தனமான உதவி இயக்குநரின் கதையும் கூட இருக்கிறது. அவர்களுக்குத் தொடர்பில்லாத தற்கொலைக்காகக் காவல் நிலையம் போக நேரிடும்போது அங்கே ஒட்டப்பட்டிருக்கும்

குற்றவாளிகளின் பட்டியலில் இருப்பவனும் கூட இவர்களோடு உதவி இயக்குநராக இருந்தான் எனக் கதை சொல்லப் படுகிறது.

எல்லாருடைய கதைகளும் சொல்லப்பட்டாலும் இயக்குநர் தமிழின் வாழ்க்கைக் கதைதான் படமாக ஆக்கப்படும் கதையாக நீள்கிறது. ஆக்கப்படும் கதையும் இயக்குநர் தமிழின் வாழ்க்கைக் கதையின் முழுமை எனச் சொல்லிவிடவில்லை. பாதிதான் நடந்த கதை; மீதிப்பாதி நடப்பதற்குச் சாத்தியமான கதை. உண்மை பாதி; புனைவு பாதி. உண்மையின் மீது கட்டப்படும் புனைவே சினிமாவுக்கான கதையாக இருக்க முடியும் என்ற நம்பிக்கையில் தான் நவீனத்துவம் தன் இருப்பை உறுதி செய்துள்ளது.

தனக்குப் பிடித்துப் போனவன் தன்னைவிடச் சினிமாவை அதிகம் காதலிப்பவன் எனத் தெரிந்த பின்னும் விடாப்பிடியாகக் காதலித்துக் கல்யாணம் செய்து கொண்டு வாங்கும் சம்பளத்தில் தன் கணவனைக் கலைஞனாக ஆக்கிவிடத் தயாரானவள் மட்டுமல்ல அவனது மனைவி. தன் அந்தரங்கத்தைக் கூட விட்டுக் கொடுத்துக் காதலை - வளர்த்துக்கொண்டே இருப்பவள். அவளுக்கு எதிரான இன்னொரு பாத்திரம் எதிர் வீட்டிற்கு வருகிறது. அவளுக்கும் காதலும் அதன் தொடர்ச்சியான காமமும் தான் வாழ்க்கை. கல்யாணம் ஆகாதவன் என நினைத்துக் காதல் கடிதம் கொடுத்தபின் உண்மை தெரிந்தாலும் மோகத்தோடு காதலிப்பவள். இந்த முரண் - காலம் காலமாக வாழ்க்கையை சுவாரசியமாக்கும் ஒன்று. அதிலும் ஒருத்திக்கு ஒருவன் என்று விடாப்பிடியாக மூடத்தனத்தோடு நம்பிக் கொண்டிருக்கும் இந்திய / தமிழ்ச் சமூகத்தில் இரண்டு பெண் - ஒரு ஆண் என்ற முக்கோணக்கதைப் புதிய ஒன்றல்ல.

நடக்க வேண்டியதை எடுப்பது சினிமாவா? நடக்கும் சாத்தியங்களை எடுப்பது சினிமாவா? என்ற விவாதத்தைக் கிளப்பி மரபின் பெயரால், பண்பாட்டில் பெயரால், நம்பிக்கைகளின் பெயரால் நடக்க வேண்டியதை - தாலி கட்டியவனோடு சேர்ந்து வாழ்ந்தே ஆக வேண்டும் எனப் பெண்களுக்கும் எல்லா ரசனையையும் விட்டுக் கொடுத்துச் சுற்றம் சூழ எடுத்த திருமணம் என்னும் பந்தத்தை முறித்துவிடக் கூடாது என ஆண்களுக்கும் போதனைகளை அள்ளிக் கொடுப்பதைக் கடமையாகக் கொண்டிருக்கிறது.

(ஒருமுறை உன் உடலைக் கீறித் துவம்சம் செய்தவனுக்குத்தான் தொடர்ந்து உடலைக் கொடுத்தாக வேண்டும் என்று கூடத் தமிழ் சினிமா பெண்களை வலியுறுத்திக் கொண்டிருக்கிறது).

அப்படியான ஒரு முடிவைச் சொல்வதைக் கேள்விக்குள்ளாக்கி யுள்ளது கதை திரைக்கதை வசனம் இயக்கம். அதைவிட முடிவைப் பார்வையாளனிடம் விட்டுவிட வேண்டும்; அதுவே சினிமா என முன்மொழிந்துள்ளார் இயக்குநர். முன்மொழிவது பார்த்திபன் உருவாக்கிய இயக்குநர் தமிழ். அந்த இயக்குநரின் முடிவை ஏற்று விவாதத்தைத் தொடரச் செய்கிறார் இயக்குநர் பார்த்திபன். கொஞ்சம் பின்னோக்கிப் போனால் படத்திற்குள் இருக்கும் இயக்குநர் தமிழின் சொந்தக் கதை, இயக்குநர் பார்த்திபனின் சொந்தக் கதையாக இருக்கவும் வாய்ப்பிருக்கிறது. அந்த வாய்ப்பு முழுமையான உண்மை அல்ல. 50க்கு 50. நடந்தது பாதி நடக்கக் கூடியது பாதி. நிகழ்ந்தது பாதி; நிகழும் சாத்தியங்கள் மீதி.

கதை, அதைத் திரைக்கதையாக ஆக்கும் முறை ஆகியவற்றில் விவாதம் வேண்டும். அந்த விவாதம் தனிமனித வாழ்க்கையின் மீதான விமரிசனம் போல வெளிப்பட்டு, பெரும்பான்மை மனிதர்களின் வாழ்க்கைக்குள் நுழையும் விதமாக அமைய வேண்டும் என்ற கலைக்கோட்பாட்டை ஏற்று முன்வைத்துள்ளது படம். அதன் தொடர்ச்சியாகத் தமிழ் சினிமா இதுவரை உருவாக்கிக்கொண்ட மொழியிலிருந்து அறிவுபூர்வமாக விலகியிருக்கிறது. சுனாமி, போரின் அவலம் போன்ற உண்மை நிகழ்வுகளைப் படமாக்குவதா? தன் உயிரையும் பொருட்படுத்தாது சக மனிதர்களைக் காக்கும் சாகசக் கதாநாயகர்களை மையமாக்கிப் படம் எடுப்பதா? எப்போதும் வெற்றிக்கு உத்தரவாதம் அளிக்கும் நல்திறக் கட்டமைப்பும் திருப்பங்களும் நிறைந்த திரைக் கதையைத் (well made play)தேர்வு செய்வதா? சோகங்களையும் விதியையும் நொந்துகொண்டே வாழ்ந்து தொலைப்பவர்களைப் படமாக்கலாமா? எனக் கதைகளைத் தேடுவதாகத் தொடங்கும் படம் சாதாரண வெளிகளை - தெரு, அடுக்கக வீடு, மொட்டைமாடி, பெருநகரங்களுக்குள் நுழைந்து விட்ட நவீனபாணி கட்டடங்கள் போன்றவற்றை ரசிக்கத்தக்க காட்சிகள் நடக்கும் இடங்களாக ஆக்கிக் காட்டியுள்ளது. அப்படி ஆக்குவதற்கேற்ற நடிகர்கள் தேர்வு செய்யப்பெற்றுள்ளனர். மையக்கதைக்கான நடிகர்கள் தேர்வில் பெரும்பாலும் புதியவர்களையே தேர்வு

செய்துள்ள பார்த்திபன், அவர்களிடம் எவ்வகையான நடிப்பு முறை வேண்டும் என்பதைக் கேட்டுப் பெற்றுள்ளார்.

சினிமாவோடு தொடர்பில்லாத இயக்குநரின் மனைவி, அவருக்குப் போட்டியாக வரப்போகும் காதலி, அவரது குடும்ப உறுப்பினர்கள் என அனைவரும் யதார்த்தபாணிக் கதாபாத்திரங்களாகத் தோன்றுகின்றனர். அதேபோல் சினிமா என்னும் மோகினியும் வறுமை என்னும் துயரமும் ஒருசேரக் குடிகொண்டிருக்கும் இரண்டு பெண்டாட்டிக்காரரான இணை இயக்குநரிடமும் மட்டும் யதார்த்த நடிப்பை நடிக்கச் செய்துள்ளார். காரணம் அவர்களுக்குத் தெரிந்தது அவைதான். ஆனால் மற்ற பாத்திரங்கள் தங்களை வடிவமைத்துக் கொள்ள விரும்பும் நவீன மனிதர்கள். அதனால் அவர்களிடம் பாத்திரத்திலிருந்து நடிகராகவும், நடிகரிலிருந்து பாத்திரமாக மாறும் காவ்யபாணி நடிப்பை (Epic Acting) கற்றுத் தந்து உருவாக்கியுள்ளார். காவ்யபாணி நடிப்பு என்பது ஜெர்மானிய நாடகக் கோட்பாட்டாளரும் நாடகாசிரியரும் கவியுமான பெர்ட்டோல்ட் பிரக்டின் கலையுலகத்திற்குத் தந்த கொடை. அது பார்வையாளர்களைப் பாத்திரத்தோடு ஒன்றவிடாமல் விலக்கி நிறுத்தும் ஒரு வகை நடிப்பு. அவ்வகை நடிப்பு, பார்வையாளனை தொடர்ந்து தன்னுணர்வு கொண்டவனாக வைத்திருக்கவும், விமரிசன உணர்வைத் தூண்டிக்கொண்டே இருக்கவும் பயன்படும்.

இந்தப் படம் முழுவதும் பெர்ட்டோல்ட் பிரக்டின் காவ்யபாணி கலைக் கோட்பாடு மிகக் கவனமாகத் திட்டமிட்டுப் பயன்படுத்தப்பட்டுள்ளது. அந்த வகையில் கதை திரைக்கதை வசனம் இயக்கம் ஒரு நவீனத் தமிழ் சினிமாவாக வந்துள்ளது. நடிப்பு முறையில் மட்டுமல்லாமல், காட்சிகளின் அளவு, காட்சிகளில் இடம் பெறக்கூடிய நடிகர்கள், பின்னணி இசை, இயக்குநர் பார்த்திபனே தோன்றிப் பேசுவது, காட்சியோடு பொருந்த வேண்டிய இசைக்கு மாறான இசைத்துணுக்குகளை அல்லது திரைப்படப் பாடல்களை இசைக்கச் செய்வது, அறியப்பெற்ற பிரபலங்களைத் தோன்றச் செய்வது எனப் பல நிலைகளில் பிரெக்டிய பாணி இந்தப் படத்தில் கையாளப்பட்டுள்ளது. காமிரா வழியாகப் பிடிக்கப்பெற்ற படக்காட்சிகளை அடுக்கிய முறையிலும், உரையாடல்கள் திடீரென்று நேர்ப்பேச்சாக மாற்றப்படுவதன் மூலமும், நாம் எந்தச் சினிமாவைப் பார்த்துக் கொண்டிருக்கிறோம் என்ற கேள்வி பார்வையாளர்களுக்குத்

தோன்றிக்கொண்டே இருக்கும்படி காட்சிகள் அடுக்கப் பட்டிருக்கின்றன. அழகு ததும்பும் அமலா பாலும் ஆர்யாவும் தான் நாயகியாகவும் நாயகனாகவும் ஆகப்போகிறார்கள் என நினைத்துக்கொண்டிருக்கும் பார்வையாளர்களின் எண்ணம் திசை திருப்பப்பட்டு மறைக்கடிக்கப்படுகிறது. சோகம் கப்பிய கண்களோடு குடிசைக்கு முன்னால் கிடார் வாசித்துக் கொண்டிருந்த தாப்ஸியின் கதை திரும்பவும் வராதா? என்ற ஏக்கம் நிறைவேற்றப்படவில்லை. நல்ல கதையை முடிவு செய்தபின் சேரனைப் பார்த்துப் பேசி தமிழ் பெரிய இயக்குநராகி விடுவார் என்ற எதிர்பார்ப்பும் துண்டிக்கப்படுகிறது.

சேரன், தாப்ஸி, ஆர்யா, அமலாபால் மட்டுமல்ல; பிரகாஷ்ராஜ், விசால், விஜய் சேதுபதி, போன்றோர் சின்னச் சின்னக் காட்சிகளில் அவர்களாகவே இடம் பெற்றுள்ளனர். மிகத்தைரியமாக தான் இயங்கும் தமிழ் சினிமாவின் கடந்த காலத்தையும் நிகழ்கால இருப்பையும் விசாரணைக்குள்ளாக்கியிருக்கிறார் பார்த்திபன். பார்வையாளர்களுக்கு வாழ்க்கை சார்ந்த அனுபவத்தையும் ரசனையையும் முன்னோக்கிய பார்வையையும் தர வேண்டிய சினிமாவை அரசியல் தலைவர்களை உருவாக்கும் பட்டறையாக ஆக்கிக் கொண்டிருக்கிறார்கள் என்ற உண்மையைச் சொல்வது வரை நீட்டியுள்ளார்.

குறியீடுகள், படிமங்கள் வழியாகக் கவிதைக்குள் சாத்தியமாகும் 'நின்று தொலையும் மனநிலை', பருண்மையான பிம்பங்களை உருவாக்கி அசையும் சினிமாவில் சாத்தியமாகாது என்றே தமிழ் சினிமா இயக்குநர்கள் நினைத்துக் கொண்டிருந்தார்கள். அல்லது அதையெல்லாம் அறிந்து கொள்ள வேண்டிய அவசியமோ தேவையோ இங்கு இல்லை. தமிழ் ரசிகர்களுக்கு நாயகனை மையப்படுத்தி எளிமையான ஒரு கதை, ஆறு பாடல்கள், இடையிடையே சண்டைக்காட்சிகள் என அடுக்கிக் கொடுத்தால் பார்த்து விசில் அடித்துவிட்டுப் போவார்கள் என்று தான் என்று நினைத்தார்கள்; நினைக்கிறார்கள். அந்தப் பொது நினைப்பிலிருந்து விலகி நவீனத்துவமனமும் நவீனத் திரைப்பட மொழியும் கொண்ட தமிழ் சினிமாவும் சாத்தியம் தான் எனக் காட்டியிருக்கிறார் பார்த்திபன். கால் நூற்றாண்டுக் காலமாக தானும் நம்பிக்கொண்டிருந்த பெரும் நம்பிக்கையைத் தானே

கொலை செய்திருக்கிறார். புதிய பாதை தொடங்கி வித்தக வேடம் போட்ட ஆர். பார்த்திபன், ராதாகிருஷ்ணன் பார்த்திபனாக மாற தன்னுணர்வுடன் கூடிய இந்தக் கொலை அவசியமானது. தன்னைக் கொல்லாமல் தானே இன்னொன்றாக மாற முடியாது என்ற அறிதல் தான் கதை திரைக்கதை வசனம் இயக்கம் எனும் சினிமா. தான் அழியும் அல்லது தொலையும் மனநிலைதான் மெட்டா மனநிலை. தமிழின் முதல் மெட்டா சினிமாவைத் தந்த ராதாகிருஷ்ணன் பார்த்திபனுக்கு வணக்கங்கள்.

ஒரு இயக்குநர் தீர்க்கமான கலைக் கோட்பாட்டோடு வெளிப்படும்போது அவரைக் கொண்டாட வேண்டும். கொண்டாடுவது என்பது பாராட்டுவதாகவும் விருது வழங்குவதாகவும் அமைய வேண்டும் எனத் தமிழின் பொது மனம் நம்புகிறது. அதைவிட முக்கியமான கொண்டாட்டமாக நிகழ்காலத்தில் இருக்கக்கூடியது, அந்தப் படத்தைத் திரையரங்கில் போய்க் கூட்டம் கூட்டமாகப் பார்ப்பது. நண்பர்களோடும், குடும்பத்தோடும் போய்ப் பார்ப்பதும், பேசுவதும் இன்றைய தேவையாக இருக்கிறது. ஏதாவதொரு பண்டிக்கைக்கு ஏதாவது தொலைக்காட்சியில் விளம்பரங்களுக்கிடையே வரும்; அப்போது பார்த்துக் கொள்வேன் என நீங்கள் நினைத்தால் 'கலையை ரசிக்கத் தெரியாதவர் நீங்கள்' என்ற குற்றச்சாட்டை ஏற்றுக் கொள்ளத் தயாரானவர் ஆகிவிடுவீர்கள்.

ஒரு நல்ல சினிமாவைப் பார்ப்பதென்பது விளம்பரங்களுக்கிடையில் பார்ப்பதாக இருக்க முடியாது. அனைவரும் இந்தப் படத்தைப் பார்க்க வேண்டும்; தியேட்டருக்குச் சென்று பார்க்க வேண்டும் எனக் கேட்டுக் கொள்ளவும் செய்கிறேன். கலையியல் பள்ளிகள் இப்படத்தைத் திரையிட்டு அதன் அனைத்துக் கூறுகளையும் விளக்கிப் பேச வேண்டும் என ஒரு திரைப்பட ரசிகனாகவும் கலை, இலக்கியம் கற்பிக்கும் ஆசிரியனாகவும் வேண்டுகிறேன். மனமார்ந்த பாராட்டுகள் ராதாகிருஷ்ணன் பார்த்திபன்.

- 2014

18. காக்கா முட்டையும் தமிழ்த்திரளும்

திசைமாறிய பார்வையாளர்கள்

வெகுஜன சினிமா விரும்பிகளைத் தன்னிலை மறக்கச் செய்து, தரமான சினிமாவின் பக்கம் நெருங்கிவரச் செய்துள்ளது காக்கா முட்டை. கலை, வணிகம், விருதுகள், விமரிசகர்களின் பாராட்டு என எல்லாவகையிலும் தமிழ் சினிமாவின் நீண்ட நெடிய வரலாற்றில் முக்கியத்துவம் பெற்ற படம் இதுவரை இதுபோல் இல்லை என எழுதப்படப்போகிறது.

இயக்கமும் கலைநோக்கமும் தனித்துவமாக வெளிப்பட்டதை ஏற்றுக் கொண்ட தமிழகப் பார்வையாளர்களின் ஏற்புநிலை ஆச்சரியமூட்டுவதாக இருக்கிறது. தமிழகப் பெருநகரங்களிலும் சிறுநகரங்களிலும் காட்டப்பட்ட முதல் நாள் தொடங்கிப் பார்வையாளத்திரளால் பெரும் ஆரவாரத்தோடு பார்க்கப்படும் படமாக ஆகிவிட்டது. வசூலுக்கு உத்தரவாதம் அளிக்கும் நாயக நடிக - நடிகையர்கள் இல்லை; ஆட்டம்பாட்டம் இல்லை; காமெடிக்காட்சிகள் இல்லை என்றாலும் பார்க்கப்பட்டிருக்கிறது. இவை இருந்தால்தான் பார்ப்பார்கள் என்ற நம்பிக்கையும் கூற்றும் பொய்யாக்கப்பட்டிருக்கிறது. இது எப்படி?

பார்வையாளர்களின் ரசனைக்கும் நியாயமான எதிர்பார்ப்பு களுக்கும் குறைவைக்காத கதையம்சம், திரைக்கதை, காட்சி அமைப்புகள் வைக்கக் கூடிய இயக்குநர் என்ற அறிமுகமும்

இல்லை. இயக்குநரின் முதல் படம். என்ற போதிலும் படம் நிதானமாக ரசிக்கப்படுகிறது. அண்மைக்காலத்தில் இப்படியொரு வரவேற்பைப் பெற்ற தரமான தமிழ் சினிமா வேறொன்றுமில்லை. பாலாஜி சக்திவேலின் காதல், சிம்புத்தேவனின் இம்சை அரசன் 23 ஆம் புலிகேசி போன்ற படங்கள் அதன் இயக்குநர்களுக்கு முதல் படங்கள் தான். அவையெல்லாம் வந்து நிதானமாகப் பார்வையாளத் திரளை இழுத்துக்கொண்டவை; பாராட்டப்பட்டவை. காக்கா முட்டை நேரடியாக விருதுபெற்ற படம். விருதுபெற்ற படம் என்ற காரணத்தாலேயே ஒதுக்கப்படும் வாய்ப்புகளே இங்கு அதிகம். ஒதுக்கப்படும் என்ற பயத்தோடு 9 மாதங்கள் காத்திருந்த படம். தங்கள் தயாரிப்பின் மீது கொண்ட நம்பிக்கையின் பேரில் திரைக்குக்கொண்டு வந்த நம்பிக்கையைப் பொய்யாக்காமல் வெற்றி பெற்றிருக்கிறது காக்காமுட்டை. வெற்றிபெறச் செய்திருக்கிறார்கள் தமிழின் திரளான பார்வையாளர்கள்.

ஒருவாரகால இடைவெளியில் மெல்லமெல்லப் பார்வையாளர் களைத் திரட்டிக் கொண்ட பருத்திவீரன், சுப்பிரமணியபுரம், ஆடுகளம், வெண்ணிலா கபடிக்குழு போன்ற படங்களிலிருந்து முற்றிலும் மாறுபட்ட காக்கா முட்டையைத் தமிழ்ப் பார்வை யாளர்கள் பார்க்கிறார்கள்; ரசிக்கிறார்கள்; கொண்டாடுகிறார்கள் என்பது தமிழ் சினிமாவுக்கு சிறப்பான எதிர்காலமிருக்கிறது என்பதற்கான அடையாளமாக மட்டும் நான் நினைக்கவில்லை. தமிழ்ச் சமூகம் அறிவார்ந்த ரசனைக்குள் நுழையக் காத்திருக்கும் தருணத்திற்காகக் காத்திருந்ததன் வெளிப்பாடாக நான் நினைக்கிறேன். வெகுமக்கள் ரசனை என்பது வரையறுக்கப்பெற்ற ஒன்று என்பதாகச் சொல்லப்பட்ட சூத்திரங்கள் அனைத்தும் பொய்யானது என நிரூபித்த புதிய திசைகாட்டலாக அமைந்துவிட்ட காக்காமுட்டை, கலைத்துவம் கூடிய சினிமாவின் உதாரணம்.

ருசியின் செய்நேர்த்தி

எல்லாக் கலைவடிவங்களும் தன்னை நிலைநிறுத்திக் கொள்வது அவற்றின் செய்நேர்த்தியின் வழியாகவே என்பது பொதுவான கணிப்பு. செய்நேர்த்திக்குள் இருப்பது மனிதவாழ்க்கையின் ஆதாரமான கேள்வியாகவோ, தேடலாகவோ, விவாதமாகவோ இருந்துவிட்டால், அந்தக் கலைவடிவம் அதன் இலக்கை -

வாசகர்களை - பார்வையாளர்களைத் தன்பக்கம் சேர்த்துக் கொள்ளும். செய்நேர்த்தி சரியாக வெளிப்பட்டாலும் உள்ளிருப்பது மனித வாழ்வின் அடிப்படை ஆதாரம் சார்ந்ததாக இருக்கவேண்டும். பசியும் பசியின் நிமித்தமுமான காரணங்கள் அடிப்படைச் சொல்லாடல்களுள் முதன்மையானது. அப்படிச் சொல்பவர்கள் அதனை உயிர்ப்பசி, உடல்பசி, உதரப்பசி எனப் பிரித்தும் பேசியிருக்கிறார்கள். பசியைப் பற்றிப் பேசும்போது அதன் மறுதலையாக ருசியையும் நினைத்துக் கொள்கிறது மனித மனம். எல்லாப் பசிகளும் உடனடித்தேவை சார்ந்திருக்க ருசியோ அதிலிருந்து விலகி நிற்கிறது. நிறுத்தி நிதானமாக மென்று, தின்று, சுவைத்துப் பார்க்க நினைப்பது ருசி. அதன் வழியாக ஆழமான தர்க்கங்களை உண்டாக்கக் கூடியது.

வயிற்றுப்பசிக்குச் சோறு கிடைப்பதில் சிக்கல் இல்லாத சிறுவர்களுக்கு ருசித்துப் பார்க்கும் ஒன்றாக இருந்தது அரசமரத்தில் கூடுகட்டிய காக்கைகளின் முட்டைகள். உயரத்திலிருந்தாலும் ஏறியெடுத்துவிட முடியும் அவர்களால். ஆனால் மரம்வெட்டப்படுவதில் விரட்டப்பட்ட காக்கைகளோடு ருசித்துப் பார்த்த அதன் முட்டைகளும் இல்லாமல் ஆகின்றன. அதே இடத்தைப் பிடித்துக்கொண்ட பீட்சா கண்ணுக்குத் தெரியும் இடத்தில் இருந்தபோதிலும் எட்ட முடியாத ஒன்றாக இருக்கிறது. இந்தச் சொல்லாடலே படத்தின் மையம். காக்கா முட்டையை ருசித்துப் பார்க்கும் இருசிறுவர்களின் அடுத்த கட்ட ருசியை நகரவாழ்வு - உலகமயம் - என்னும் விரிந்த தளத்தில் - உதரப்பசிக்கான உணவின் மீதான சொல்லாடலாக மாற்றியுள்ளார் படத்தின் இயக்குநர். சமகால முரண்பாட்டோடும், அதனை அடைவதற்கான முயற்சியின் தர்க்கத்தோடும் விவாதித்ததின் வழி மணிகண்டனின் காக்காமுட்டை கலையின் சாத்தியங்களை எட்டியிருக்கிறது.

செயற்கையே திரைக்கதை

கலையின் கச்சாப்பொருட்கள் ஆளுமைகளாக இருக்கலாம்; கருத்தாகவும் இருக்கலாம்; கருத்தியல்களாகவும்கூட இருக்கலாம். இம்மூன்றில் ஏதொன்றையும் அப்படியே சினிமாவாக ஆக்கிவிட முடியாது. எல்லாக் கலைகளுக்குத் தேவை கதை. ஆனால்

சினிமாவுக்குத் தேவை திரைக்கதை. கதைகள் உருவாகின்றன என நினைப்பது ஒருவித மனநிலை. கதைகள் உருவாக்கப்படுகின்றன என நினைப்பது அதன் எதிர்நிலை. ஆளுமையையோ, அறக்கருத்தையோ சொல்ல விரும்பும் கலைஞர்கள் முன்னுதாரணமான மனிதர்களை உருவாக்குகிறார்கள். "ஒரு ஊரில் ஒரு... என்றோ, ஒரு குடும்பத்தில் ஒரு மனிதன் என்றோ..." அவர்களால் செய்யப்படும் கதை இயற்கைபோலத் தோன்றுவதும் இயல்பானது. முன்னுதாரண மனிதர்களைப் பிரதியெடுக்கும் அந்தக் கதைகளுக்கு ஏற்கெனவே அறிமுகமான நடிகர்கள் தேவைப்படுவார்கள் என்பதும் இயல்பானது.

மணிகண்டனின் காக்கா முட்டை கருத்தியல் வழி உருவாக்கப்பட்ட கதை. இது ஒரு ஊரில் வாழ்ந்த ஒரு மனிதனின் கதையல்ல. இந்தத் தேசத்தின் பெருநகரங்களில் உருவாக்கப்படும் புது ருசிகளைப் பற்றிய கதை. பண்டிகைக் காலத்தில் பாட்டி சுட்ட இடத்தில் தோசையை ருசித்தவர்களுக்குப் புதிய ருசியான பீட்சாவை ருசித்துப் பார்க்கத் தூண்டும் அரசியலின் கதை. பசியாற்றியபின் ருசித்துப்பார்க்கக் கிடைத்த காக்கா முட்டையின் இடத்தில் வந்த பீட்சாவை விரும்பும் இந்தத் தேசத்தின் விளிம்புநிலைச் சிறுவர்களின் ஆசையை- அந்த ஆசையை நிறைவேற்றுவதற்குத் தரவேண்டிய விலையை - விலையைத் தரத் தயாராக இருந்தாலும் உண்டாகக்கூடிய தடைகளைப் பேசுகிறது இந்தப் படம். உலகெங்கும் நடக்கும் நுகர்வியம் என்னும் திசைதிருப்பலைக் கருத்தியல் ரீதியாக விவாதிக்கிறது காக்கா முட்டை.

ஒரு கருத்தியலை விவாதிக்கும் கலை செயற்கையாகத் தோன்றுவது ஆச்சரியமல்ல. கருத்தியலை விவாதித்துக்கொண்டுவந்த பெர்ட்டோல்ட் ப்ரெக்ட், சாமுவேல் பெக்கட், அண்டனின் அர்த்தோ, காப்கா, பிக்காஸோ, வான்கோ என நவீனத்துவக்கலைஞர்கள் ஒவ்வொருவரும் சந்தித்த வசைச்சொல்தான் அது. நுகர்வியம் என்னும் திசைதிருப்பல் எல்லாத் தளத்திலும் நுகர்வுப் பண்பாடாகப் பரவிக்கொண்டிருக்கிறது என்று குற்றஞ்சாட்டுகிறது காக்காமுட்டை. பீட்சாவை ருசித்துப் பார்க்க முடியாத அந்தச் சிறுவர்களின் ஏக்கத்தின் இடத்தில் தொடுதிரை அலைபேசிகளை வாங்க முடியாத யுவதிகளை, வழுக்குத்திரைத் தொலைக்காட்சிப்பெட்டிகளை வாங்கிச் சுவரில் மாட்ட முடியாத குடும்பத்தலைமையை, விரைந்து நழுவும் வாகனங்களை வாங்கி

ஓட்டிப்பார்க்கும் கனவு நிறைவேறாத மனிதனை என அவரவர் பொருளாதாரத் தளத்திற்கேற்ப நிரப்பிக்கொள்ளலாம். இப்படி நிரப்பிக் கொள்ளும்போதுதான், தமிழ்பேசும் காக்காமுட்டை உலகப்படமாக நகரும் விதமும் புரியும்.

கருத்தியலைப் படமாக்குவது என்பதில் மணிகண்டன் தெளிவாக இருந்துள்ளார். பசியைத் தீர்ப்பதற்கு உழைக்க முடிந்த ஒரு நகரத்துச் சேரிக்குடும்பத்துச் சிறுவர்களின் 'ருசியின் திசைமாற்றம்' என்னும் கருத்தியல் தான் அவரது படத்தின் மையம். அதிலிருந்து அவர் விலகவில்லை. விலகிவிடக்கூடாது என்பதனால்தான் சிறுவர்களின் தந்தை ஏன் சிறைக்குச் சென்றார் என்ற முன்கதைக்குள் நுழைந்து இரக்க உணர்வையோ, குற்றவுணர்வையோ உண்டாக்க நினைக்கவிலை.

மணிகண்டனின் தனித்துவம்

தமிழில் கருத்தியலைப் படமாக்கிய இயக்குநர்கள் பெரும்பாலும் பார்வையாளத் திரளைச் சென்று சேர்ந்ததில்லை. அதனால் வணிகவெற்றியும் தொடர்ச்சியான திரைப்பட இயக்கமும் சாத்தியமில்லாமல் போயிருக்கிறது. கருத்தியலைப் படமாக்கும் இயக்குநருக்குப் பெரும்பாலும் நடிகபிம்பங்கள் தேவைப்படாது. (அக்கிரஹாரத்தில் கழுதை என்னும் கருத்தியலை எடுத்த ஜான் ஆப்ரஹாம் நினைவில் வருகிறார்) இயக்குநரின் எண்ணங்களையும் சொற்களையும் அதன் உணர்வுத்தளத்தில் கடத்தும் நடிகர்களே தேவைப்படுவார்கள். இதிலும் தெளிவாக இருந்துள்ள இயக்குநர் தனது பாத்திரங்களுக்கான நடிகர்களைத் தேர்வுசெய்து நிறுத்தி வெளியேற்றியுள்ளார். நிறுத்துவதும் வெளியேற்றுவதும் தான் இயக்குநரின் சிறப்பு. பிரபலமான நடிகர்களை அப்படி வெளியேற்றிவிட முடியாது.

கருத்தியலைப் பேசும் இந்தப்படத்தின் பாத்திரங்கள் ஏற்ற இறக்கங்களும் சூழலுக்குத் தக்கபடி வளைந்து நெளிந்து வாழும் பாத்திரங்கள் அல்ல. பீட்சா கடை முதலாளியின் வகுப்புத்தோழன் பாத்திரத்தின் பரிமாணம் ஒன்றே ஒன்றுதான். தன்னால் எல்லாம் நடக்கிறது என நம்பிக் கொண்டும் நம்பாமலும் இருக்கும் ஓட்டைவாய்த்தனம் அதன் இயல்பு. அதன்வழி உருவாக்கப்படுவது

மெலிதான நகைச்சுவை உணர்வு, இப்படி ஒவ்வொரு பாத்திரமும் ஒற்றைப்பரிமாணத்தால் தான் உருவாக்கப்பட்டிருக்கின்றனர். அதனால் அவற்றைத் தட்டையான பாத்திரவார்ப்புகள் என்றே சொல்லலாம். தொடக்கம் முதல் முடிவு வரை ஒரே உணர்வை வெளிப்படுத்தும் தட்டையான பாத்திரங்கள் அவற்றின் தர்க்க உணர்வைத் தொடர்ந்து வெளிப்படுத்துவதில் முழுமை அடையும் தன்மையுடையன. அவைதான் இத்தகைய படத்திற்குத்தேவை. அதனைச் சரியாகப் புரிந்துகொண்டு தங்களின் ஒவ்வொருவரும் கச்சிதமாகச் செய்துள்ளனர். பிரபல நடிகர் சிம்பு உள்பட.

படம் வெளியான மூன்றாவது நாள் திருநெல்வேலியில் பார்த்த நான், மூன்று நாட்கள் கழித்துச் சென்னையிலும் ஒருமுறை பார்த்தேன். இருநகரத்துப் பார்வையாளர்களும் படத்தோடு இயைந்தும் விலகியும் பார்த்துக் கொண்டாடியதைக் கவனிக்க முடிந்தது. இயைவதும் விலகுவதும் *(sympathy and Empathy)* கலைத்துவம் கூடிவந்த படைப்புகளில் மட்டுமே சாத்தியமாகும் ஒன்று.

“இயைவதும் விலகுவதும்” நடனக்கலையைப் பற்றிப்பேசும் பரத முனிவர் சொல்லும் ‘சஹ்ருதயா’ என்னும் கருத்தாக்கத்தின் இன்னொரு வடிவம்தான் என்றாலும், நவீனத்துவக் கலை விமரிசகர்கள் பெருந்திரள் கலைகளின் கருத்தாக்கமாக வளர்த்தெடுத்துள்ளனர். அக்கருத்தாக்கம் காக்கா முட்டை படத்தில் குறிப்பிட்ட இடைவெளியில் கச்சிதமாக உருவாக்கப்பட்டு திரளின் ரசனையை உயர்த்தியுள்ளது.

சினிமாவின் முன்னோடிக் கலைவடிவம் நாடகம் மட்டுமல்ல; நாவலும் கூடத்தான். இம்மூன்றுக்கும் முன்னோடி காவியங்களும் இதிகாசங்களும். இவையனைத்துமே நிகழ்வுகள் அல்லது காட்சிகளால் ஆனவை. அதேநேரத்தில் ஒவ்வொன்றும் தனித்துவமான சொல்முறையைக் கொண்டவை. சினிமாவின் சொல்முறை நிகழ்வுகளை அடுக்குவதில் இருக்கிறது. அடுக்கப்படும் நிகழ்வுகள் முழுமையும் ஒன்றைச் செய்யும் நோக்கத்தோடு இருக்க வேண்டும் என நினைப்பது ஒருவிதக் கலைக்கோட்பாடு. ஆனால் நவீனத்துவக் கலைக்கோட்பாடு முழுமையும் பார்வையாளனைத் தன்வசப்படுத்தும் நோக்கத்தில் இருப்பதில்லை. படுக்கையில் மூத்திரம் பெய்வதைக் காட்டுவதோடு முடித்திருந்தால்

உண்டாக்கும் உணர்வும், இந்தப் படத்தில் அந்தச் சிறுவன் செய்வதுபோலப் பாத்திரத்திற்குள் போட்டு வைப்பதுபோல் காட்டுவதால் உண்டாக்கும் உணர்வும் ஒன்றல்ல.

முதல் நிகழ்வு ஒன்றச்செய்யும் நோக்கம்கொண்டது என்றால், இரண்டாவது படத்திலிருந்து விலகிவிடச் செய்யும் நோக்கம் கொண்டது. கரியைப் பொறுக்கி விற்கும் சிறுவர்களின் பொறுப்புணர்வைக் காட்டுவதற்கு ஒருநோக்கம் இருக்கிறதென்றால், சாக்கடைமூடையைக் கொண்டுவந்து விற்கும் இருவரின் பொறுப்பற்ற சேரி இளைஞர்களின் நடவடிக்கைகளைக் காட்டுவதற்கு இன்னொரு நோக்கம் இருக்கிறது. பெருங்குரலெடுத்துப் பாடவேண்டிய சோகநிகழ்விலும் (பாட்டியின் மரணம்), பெரும் ஓசையெழுப்பியிருக்கக்கூடிய இடத்திலும் (சிறுவன் கன்னத்தில் அறையப்படும் - அடிக்கப்படும் நிகழ்வு) மௌனத்தால் நிரப்பப்பட்டிருக்கிறது. இதுவும் கூடப் பார்வையாளர்களைப் படத்திலிருந்து கொஞ்சநேரம் விலகச்செய்யும் உத்தியே. இப்படிப் படம் முழுக்க ஒன்றிணையச் செய்யும் நிகழ்வுகளையும் விலகச்செய்யும் நிகழ்வுகளையும் தொடர்ந்து அடுக்கிக் காட்டியுள்ள மணிகண்டன் இயக்குநர் உத்திகளைப் பார்வையாளர்கள் ஏற்றுச் சிரித்துவிட்டு ஒன்றுவதை ஒவ்வொரு திரையரங்கிலும் பார்க்க முடிந்தது.

திரையரங்குகளுக்கு வருமுன்பே தரமான சினிமா என நம்பப்பட்ட பல படங்களைத் தமிழ்நாட்டின் அனைத்துப் பரப்பும் ரசித்துக் கொண்டாடியதில்லை. நான் சினிமா பார்க்கத் தொடங்கிய பின்னர் திரளான பார்வையாளர்களால் கண்டுகொள்ளப்படாமல் ஓதுக்கப்பெற்ற -விருதுபெற்ற படங்களின் பட்டியல் ஒன்று உண்டு. ஜெயகாந்தனின் உன்னைப்போல் ஒருவன், யாருக்காக அழுதான், ருத்ரையாவின் அவள் அப்படித்தான், இந்திரா பார்த்த சாரதியின் கதைகளான மறுபக்கம் (இயக்கம்: சேதுமாதவன்) கண்சிவந்தால் மண்சிவக்கும் (இயக்கம்: ஸ்ரீதர்ராஜன்), ஜெயபாரதியின் குடிசை, ஹரிஹரனின் ஏழாவது மனிதன் போன்றன அந்தப் பட்டியலில் உடனடியாக நினைவில் வருவன. வணிகரீதியாக வெற்றிபெற்ற படங்களைத் தந்த மகேந்திரனின் உதிரிப் பூக்கள், மெட்டிஒலி, நண்டு போன்ற படங்களும், பாலுமகேந்திராவின் சந்தியாராகம், வீடு போன்றனவும் திரளான பார்வையாளர்களைச்

சென்றடைந்த சினிமாக்கள் எனச் சொல்ல முடியாதவைகளே. மணிகண்டனின் காக்கா முட்டை இந்த வரலாற்றை மாற்றி எழுதியிருக்கிறது. மாற்றி எழுதியிருப்பது தற்செயலான நிகழ்வாக நான் நினைக்கவில்லை. ஆழமான கலைப்பார்வையோடு இயக்குநர் ஒருவரின் செய்நேர்த்தியும் சமூகப்பொறுப்பும் இணைந்ததின் விளைவு எனக் கருதுகிறேன். அதுவே இந்தப் படத்தை இந்திய அளவிலும் உலக அளவிலும் விருதுகளையும் பாராட்டுகளையும் பெற்றுத்தரும் படமாகவும் திரளான பார்வையாளர்களைத் தன்னிடம் ஈர்த்துக்கொண்ட படமாகவும் ஆக்கியிருக்கிறது.

தரமான சினிமாவுக்குத் தேவை ரசிக்கக் கூடிய பார்வையாளர்கள். அதனையும் சேர்த்தே உருவாக்கியுள்ள மணிகண்டன் முதன்மையான பாராட்டுக்குரியவர். அவர் உருவாக்கிய எழுத்துப் பிரதியைக் காட்சிப்பிரதியாகவும் நகர்வுப் பிரதியாகவும் ஆக்குவதற்குத் துணைநின்ற தயாரிப்பாளர்கள் தனுஷும் வெற்றிமாறனும் அதேயளவுக்குப் பாராட்டுக்குரியவர்கள். இயக்குநரின் பாத்திரவார்ப்புகளையும் உரையாடலையும் உள்வாங்கி வெளிப்படுத்திய நடிகர்கள் ஒவ்வொருவரும் அவர்களின் ஈடுபாட்டுக்காகவும் வெளிப்படுத்திய உணர்வுகளுக்காகவும் கொண்டாடப்பட வேண்டியவர்கள். ஒருவிதத்தில் இந்தக் கட்டுரை பாராட்டுக் கட்டுரையே. பாராட்டப் பல காரணங்கள் படத்தின் உள்ளேயும் வெளியேயும் இருக்கின்றன.

நன்றி: அம்ருதா. ஜூலை, 2015

19. இம்சை அரசன் 23 ஆம் புலிகேசி: வரலாற்றில் ஒளிந்துகொண்டு பகடி ஆடுதல்

சில பொதுக்குறிப்புகள்

புதிய சிந்தனைகள் அல்லது சோதனை முயற்சிகள் எதுவும் இல்லாமலேயே சில சாதாரண நிகழ்வுகள் கவனிக்கத்தக்க நிகழ்வுகளாவதும், மறுதலையாக விவாதிக்கத்தக்க சிந்தனைகளையும் புதுப்புது பரிசோதனைகளையும் தன்னகத்தே கொண்டிருக்கும் பல நிகழ்வுகள் கவனிக்கப்படாமலும் விவாதிக்கப்படாமலும் போவதும் நிகழ்கின்றன. மனித வாழ்க்கை கண்டுகொள்ளப்படுவதிலும் கவனிக்கப்படாமல் போவதிலும் வினையாற்றும் பொது அம்சங்கள் இவைதான் எனச் சொல்வதும் விளக்குவதும்கூடத் தற்காலிகமானவைதான். இப்பொதுக் குறிப்புக்குச் சமீபத்திய உதாரணம் 'இம்சை அரசன் 23 ஆம் புலிகேசி' என்ற சினிமாவின் வெற்றி. அப்படம் கவனிக்கத் தக்க படமாகவும் வசூலில் வெற்றி பெற்ற படமாகவும் ஆகி இருப்பதில் விவாதிக்கத்தக்க அம்சங்கள் பல உள்ளன.

பாடல்களாகவும் காட்சித் துணுக்குகளாகவும் ஒரு படத்தின் பகுதிகள் சின்னத்திரையில் காட்டப்பட்ட பின்னால் அப்படத்தைக் காணும் ஆர்வம் கூடி, பார்வையாளத் திரள் திரையரங்கை நோக்கி இழுக்கப்படும் என்பதும் விளம்பரங்கள் சார்ந்த எதிர்பார்ப்பும் நம்பிக்கையும். ஆனால் தமிழ்த் திரைப்படங்களின் விளம்பரங்களும்

முன்னோட்டத் துணுக்குகளும் இதற்கு மாறாகவே இருந்து வருகின்றன. பல படங்களின் முன்னோட்டத்தைப் பார்த்துவிட்டுப் பார்க்க வேண்டிய படம் அல்ல என்றே பார்வையாளர்கள் முடிவு செய்கின்றனர். இம்சை அரசன் இந்த மனநிலையிலேயே மாற்றத்தைக் கொண்டுவந்துவிட்டது. விளம்பரங்களாகவும் விமர்சனக் குறிப்புக்களாகவும் தொலைக்காட்சிப் பெட்டிகளில் காண்பிக்கப்படும் 'இம்சை அரசன் 23 ஆம் புலிகேசி'யின் காட்சிகளும் துணுக்குகளும் அரங்கிற்குச் சென்று பார்க்க வேண்டிய படம் என்று தீர்மானிக்கச் செய்கின்றன.

திரை அரங்கிற்குச் சென்று சினிமா பார்ப்பது என்ற வினையில் தனி நபர்களின் பொழுதுபோக்கு ஈடுபாடும் கலை ஆர்வமும் செயல்படுகிறது என்பது மேற்கத்திய மனோபாவம். ஆனால் இந்தியா போன்ற கீழ்த் திசை நாடுகளில் திரை அரங்கிற்குச் செல்வது பத்தாண்டுகளுக்கு முன்பு வரையிலும் ஒரு சமூகச் செயல்பாடுதான். நகரங்களைக் காட்டிலும் கிராமங்களில் இந்த அம்சம் கூடுதலாக வெளிப்பட்டதைச் சொல்ல முடியும். தனியாக ஒருவர் சினிமாவுக்குச் செல்வது அரிதான ஒன்று. நண்பர்களாக - உறவினர்களாகவே தமிழர்கள் சினிமாவைப் பார்த்து வந்தனர். புதுப்பட வெளியீடுகள் பெரும்பாலும் விழா நாட்களில் இருந்ததற்கான சமூகக் காரணம் கூட்டமாகச் சினிமாவிற்கு வருவார்கள் என்பதுதான். திரைப்படங்களை அரங்கிற்குச் சென்று கூட்டமாகப் பார்ப்பதில் சடங்குகளில் பங்கேற்கும் மனநிலைகள் பலவிதமாக வெளிப்படுகின்றன.

கூட்டத்தின் பகுதியாகவும், கூட்டத்தின் கூறாகவும் தனிமனிதன் மாறிக் கூட்டத்தின் குணத்தை அடையும் போது அவன் இரட்டை நிலையை அடைகிறான். அவனே நிகழ்த்துபவன்; அவனே பார்வையாளன். வெகுமக்கள் திரளின் ரசாயனத்தை விளங்கிக் கொள்ளக் கிராமப்புறக் கோயில்களில் நடக்கும் பலியிடலில் அல்லது கொடையில் ஒவ்வொருவரும் பார்வையாளர் களாகவும் நிகழ்த்துபவர்களாகவும் பங்கேற்று வெளிப்படுவதை நினைவுப்படுத்திக் கொண்டால் எளிமையாகப் புரியக்கூடும். திரை அரங்கிற்குச் சென்று தான் விசிறியாக இருக்கும் நாயகனின் படத்தைப் பார்க்கும்போது வெளிப்படும் ரசிகனின் வெளிப்பாடுகள் பலவற்றைக் கொடையில் பங்கேற்கும் பக்தனின் மனநிலையோடு சம்பந்தப்படுத்திச் சொல்ல முடியும். வருடத்திற்கொரு முறையாவது

தனது குல/இஷ்ட தெய்வத்திற்குப் பலிப்பொருட்கள் வழங்குவது போல ஆறுமாத இடைவெளியில் வரும் தனது இஷ்ட நாயகனின் படத்தையும் பார்த்து வைக்கிறான். அதில் அவனுக்குத் தனது மாதிரியாகவோ வழிகாட்டியாகவோ கருதும் பிம்பத்தின் புதிய மாதிரியைப் பார்த்த மகிழ்ச்சியும், செய்ய வேண்டிய கடமையை முடித்த திருப்தியும் கிடைக்கிறது.

சில சிறப்புக் குறிப்புகள்

பெரிய திரையில் படம் பார்க்கும்போது கிடைக்கும் அனுபவத் தோடு, கூட்டமாக அமர்ந்து படம் பார்க்கும் பார்வையாளர்களின் ஈடுபாட்டையும் கவனிப்பது எனது விருப்பங்களில் ஒன்று.

சமீப காலங்களில் நான் சென்ற திரை அரங்குகளில் ஆண்களும் பெண்களும் குழந்தைகளும் எனக் குடும்பம் குடும்பமாக வந்து குதூகலத்துடன் பார்த்துச் செல்லும் படமாக 'இம்சை அரசன்' இருக்கிறது. இதற்கு முன்பு இப்படிக் கலவையான கூட்டத்தைத் திரை அரங்குகளை நோக்கி இழுத்த படம் 'சந்திரமுகி'. சேரனின் 'ஆட்டோகிராப்', லிங்குசாமியின் 'சண்டைக் கோழி' போன்ற படங்களுக்கும்கூட கூட்டம் வந்தது; வசூலில் வெற்றியும் பெற்றன. ஆனால் அவற்றின் பார்வையாளர்கள் கலவையான பார்வையாளர்கள் அல்ல. ஒரு குறிப்பிட்ட வகைப் பார்வையாளர்கள்தான். 'சந்திரமுகி'யும் 'இம்சை அரச'னும் தான் எல்லா வகைப் பார்வையாளர்களையும் அரங்கை நோக்கி இழுத்துவந்த படங்கள் எனச் சொல்லவேண்டும்.

வியாபார வெற்றியை விரும்பும் திரைப்படத் தயாரிப்புக் கலவையான பார்வையாளர்களைக் (Common Audience) குறிவைக்குமா? அல்லது குறிப்பான பார்வையாளர்களைக் (Target Audience) குறிவைக்குமா? என்று கேட்டால் எல்லாக் காலத்திற்கும் பொருத்தமான விடை ஒன்றைச் சொல்ல முடியாது.

கலவையான அல்லது பொதுவான பார்வையாளர்கள் தொலைக்காட்சி அலை வரிசைகளின் போட்டியால் திரை அரங்கிற்கு வருவதைக் குறைத்துக் கொண்ட நிலையில் குறிப்பிட்ட பார்வையாளர்களை நோக்கிப் படம் எடுப்பது என்ற நகர்வு தவிர்க்க முடியாத ஒன்று. பொதுநிலைப் பார்வையாளர் என்ற

திரளை உருவாக்குவதில் முக்கியமான பங்கு வகித்தவர்கள் நடுத்தர வர்க்கத்துப் பெண்கள்தான். அவர்களின் கணிசமான தொகையினரைத் தொலைக்காட்சித் தொடர்கள் கட்டிப் போட்டுவிட்ட நிலையில் புதிய பார்வையாள இலக்குகள் குறிவைக்கப்படுகின்றன.

தொடர்ந்து வெற்றிப் படங்களை நடித்து வந்த விஜய்யின் படங்களும் அவருடைய போட்டியாளராக முன்னிறுத்தப்படும் அஜித்தின் படங்களும் யுவதிகளையும் இளைஞர்களையும் குறிவைக்கும் படங்கள் எனலாம். இந்தப் போக்கு மிகச் சமீபத்தில் வேறு தளத்திற்குச் சென்றுள்ளது. பெரியவர்கள், பெண்கள், இளையவர்கள், மாணவர்கள் என்று பொது அடையாளத்துடன் கூடிய கூட்டம் என்ற இலக்கு இடம் சார்ந்த சமூகப்பிரிவுகள் சார்ந்த கூட்டமாகக் கணிக்கப்படுகின்றது. இன்றும் திரை அரங்கிற்கு வந்து படம் பார்க்கும் கூட்டமாக இருப்பவர்கள் நகர்ப்புறங்களிலும் கிராமங்களிலும் சேரிகளில் வாழும் விளிம்புநிலை மனிதர்களே என்பது திரைப்படத் தயாரிப்பாளர்கள் மற்றும் இயக்குநர்களின் கணக்கு. எனவே அவர்களிலிருந்து உண்டான மனிதர்களாகப் பாத்திரங்களையும் அவர்கள் உலாவும் சேரிகளை வெளிகளாகவும், அவர்களின் மதிப்பீடுகள் என இவர்கள் கருதும் வாழ்க்கை மதிப்பீடுகளைப் படத்தின் செய்தியாகவும் கொண்டு படங்கள் தயாரிக்கப்பட்டு வெளியிடப்படுகின்றன.

அங்கு வாழும் மனிதர்கள் குறிப்பாக இளைஞர்கள் எவ்வாறு எடுப்பார் - கைப்பிள்ளைகளாக - பணத்திற்காக எஜமான விசுவாசத்திற்காக மனித உயிர்களை எடுக்கும் கொலைகாரர்களாகவும் - சமூக விரோதச் செயல்கள் எனச் சொல்லப்படும் விபச்சாராம், கள்ளச்சாராயம், போதை மருந்துகள் விற்பனை போன்றவற்றில் ஈடுபடுகிறவர்களாகவும் காட்டப்படுகின்றனர் என்பதும் கவனிக்கப்பட வேண்டியன. விளிம்புநிலை மனிதர்களை வாழ்க்கை மதிப்பீடுகள் எதுவும் அற்றவர்களாகவும் பின்பற்ற விரும்பாதவர்களாகவும் காட்டுவதன் மூலம் உண்டாக்க விரும்பும் கருத்து யாருக்குச் சாதகமாக அமையும்? என்பது எழுப்பப்பட வேண்டிய கேள்வி. தலித் மக்கள் அரசியல் சக்தியாகத் திரட்டப்படும் இன்றைய காலகட்டத்தில் அவற்றிற்கெதிரான பொதுக் கருத்தை உண்டாக்கும் நோக்கம் இத்தகைய படங்களை இயக்குபவர்களுக்கும் தயாரிப்பவர்களுக்கும்

இருக்கும் எனச் சந்தேகப்படுவது நியாயமற்றது அல்ல. தனியாக நடத்த வேண்டிய விவாதம் இது.

‘பாட்ஷா’ தொடங்கி வெற்றிப்படங்களாக நடித்து வந்த ரஜினிகாந்தின் ‘பாபா’ கலவையான பார்வையாளர்களின் பொதுப்புத்திக்குள் அடைபடாத ஒன்று. ‘பாபா’ வின் ஆன்மிகச் சொல்லாடலை விவாதப் பொருளாக்கியதால் எண்ணிக்கையில் மிகக் குறைவான ஆன்மீகவாதிகளின இலக்காக மாறிவிட்டது. ‘பாபா’ வின் தோல்விக்கான காரணம் உணரப்பட்ட நிலையில் அடுத்து நடித்த ‘சந்திரமுகி’ யில் அதைச் சரிசெய்து வெற்றி பெற்றார் ரஜினிகாந்த். எல்லா வகைப் பார்வையாளர்களும் கண்டு திளைக்கும் காட்சிகளும் ரகசியங்களும் அப்படத்தில் சரிவிகிதத்தில் கலக்கப்பட்டன. அத்தகைய கலவைக்கேற்ற இயக்குநராக பி. வாசுவைத் தேர்வு செய்ததில்தான் ரஜினிகாந்தின் வெற்றி இருந்தது.

‘இம்சை அரசன் 23 ஆம் புலிகேசி’ யின் வெற்றி அப்படிப்பட்டதொரு வெற்றிதான். ஏற்கெனவே வெற்றி பெற்ற இரட்டை வேடத் தமிழ் சினிமாக்களிலிருந்து கலக்கி எடுத்த பழைய கதை மற்றும் திரைக்கதை அமைப்பை அப்படியே எடுத்துக்கொண்டுள்ள இப்படம் எந்தவிதப் புதுமையையும் முயற்சிக்கவில்லை. மையப்பாத்திரங்களின் முரண் மற்றும் வளர்ச்சி என்பதிலும்கூட புதுமை எதையும் முன்வைக்காத படம்தான் ‘23 ஆம் புலிகேசி’. ஆனால் படத்தின் தயாரிப்பாளரான ஷங்கரும் இயக்குநர் சிம்புத்தேவனும் எடுத்த தைரியமான முடிவு மொத்தப் படத்தையும் நகைச்சுவைப் படமாக எடுப்பது எனத் தீர்மானித்ததுதான். அத்தீர்மானத்துடன் மையக் கதாபாத்திரத்தில் நகைச்சுவை நடிகர் வடிவேலுவை இரட்டை வேடத்தில் நடிக்க வைப்பது என்ற முடிவும்கூடத் தைரியமான முடிவுதான். அவர்கள் எடுத்த இந்தத் தைரிய (Risk) முடிவுகள் வியாபார வெற்றியை மட்டும் அல்லாமல் கவனிக்கத்தக்க படம் என்ற பெருமையையும் பெற்றுத் தந்துள்ளது.

சூழலில் பெறும் தனித்தன்மை

ரத்தம், வன்முறை, அடிதடி, கொலை என அலையும் இளைஞர்களின்

சமூக விரோதச் செயல்களின் பின்னணிகளைக் குறிப்பான சூழலில் நிறுத்தி நியாயப்படுத்தும் படங்களாக தாதாக்களின் உலகத்தை வெட்ட வெளிச்சமாக்குவதாகவும், அவர்களோடு இணைந்து நிகழ்காலமாக்குவதாகவும், அவர்களோடு இணைந்து நிகழ்கால அரசியல் மற்றும் அதிகார அமைப்புக்கள் ஊழல் புரிவதாகவும் பேசும் படங்கள் வரிசையாக வந்துகொண்டிருந்த சூழலில் அவற்றிலிருந்து விலகி நின்ற ஒற்றைக் காரணமே 'புலிகேசி'யின் வெற்றிக்கு முதல் காரணம். நிகழ்வுச் சூழலால் உண்டாகும் இத்தகைய எதிர்பார்ப்புக்கு மாறான கவனம் பெறுதல் அல்லது வியாபார வெற்றியைத் தனி மனிதர்கள் அதிர்ஷ்டம் என்றோ யோகம் என்றோ கருதிவிடுவார்கள். ஆனால் திரைப்படத்துறையினர் அதனைக் காலத்தின் போக்கு *(Trend)* எனக் கருதி அதன் விளைவாக அப்படத்தின் நகல்களாகச் சில படங்களை எடுத்துத் தள்ளிவிடுவார்கள். ஆனால் 'இம்சை அரசன் 23 ஆம் புலிகேசி' யை நகல் எடுப்பதும் இயலாது ஒன்று. ஏனெனில் அப்படம் புதிய அழகியல்களைத் தனது கருவியாக்கிக் கொண்டிருக்கிறது. அந்தக் கருவிகளை வரலாறு, அங்கதம் அல்லது பகடியாடுதல் என இரண்டு வார்த்தைகளில் குறிப்பிடலாம்.

அலையும் பயணம்

'இம்சை அரசன் 23 ஆம் புலிகேசி' யைப் பார்த்தவர்கள், சரித்திர காலப் படத்தைப் பார்த்த திருப்தியுடன்தான் வீடு திரும்புகின்றனர். இப்படியொரு அரசன் இருந்தான் என்பதற்கான எந்தக் குறிப்பையும் வரலாற்றுப் புத்தகங்களில் அவர்கள் படித்ததில்லை. வாய்மொழிக் கதையாகக்கூடக் கேட்டதுமில்லை. புலிகேசி என்ற அரச பரம்பரை தமிழ் நிலப்பரப்பிற்கு வெளியே இருந்ததாக ஒருவேளை வாசித்திருக்கலாம். அந்தப் பரம்பரைக்கும் ஆங்கிலேயர்கள் இந்தியாவிற்குள் வந்த காலத்திற்கும் எந்தத் தொடர்பும் இல்லை. இந்த உண்மை படம் பார்ப்பவருக்கும் அதை இயக்கிய சிம்புத்தேவனுக்கும் தயாரித்த ஷங்கருக்கும்கூட நன்றாகவே தெரியும்.

ஆங்கிலேயர்கள் இந்தியாவை ஆண்ட காலப் பகுதியில் இருந்த பாளையக்காரர்களில் பலரும் இத்தகையவர்களே என்பதாக நம்பச் செய்யும் விதமாகப் படத்தின் கதைப் போக்கு

உருவாக்கப்பட்டுள்ளது. அப்படி நம்பச் செய்தாலும் இந்தியாவில் அல்லது தமிழகப் பரப்பில் எந்தப் பகுதியை அந்த அரசர்கள் ஆண்டார்கள் என்ற கேள்வி எழும் என்பதால் குறிப்பான வெளி எதுவும் சுட்டப்படாமல் மிகுந்த எச்சரிக்கையுடன் இப்படம் ஒரு வரலாற்றுப் புனைவு என்ற உண்மையையும் இயக்குநர் சொல்லவே செய்துள்ளார். எழுத்துக்களாகச் சொல்லப்படும் தகவல்களில் இவை மறைந்து நிற்கின்றன. புனைவை வரலாறாகக் காட்டுவது என்ற முடிவுடன், வெளிப்பாட்டு முறையை அங்கத பாணி எனத் திட்டமிட்டுக்கொண்டு படத்தை எடுத்துள்ளனர். சமீபகாலத்தில் எடுக்கப்பட்ட தமிழ் சினிமாக்களில் கச்சிதமாகத் திட்டமிட்டு எடுத்த சினிமா என்பதும்கூட இப்படத்தின் வெற்றிக்கான காரணங்களில் ஒன்றாக இருக்கலாம்.

ஆங்கிலேயர்கள், அவர்களுக்கு ஆதரவாக இருந்த பாளையக்காரர்களில் ஒருவனான 23 ஆம் புலிகேசி என்ற அடையாளம் உண்டாக்கப்படுவதன் மூலம் விதேசி X சுதேசி என்ற எதிர்வு உண்டாக்கப்பட்டு சுதேசிய உணர்வு ஆதரிக்கப்பட வேண்டிய ஒன்றாக முன்னிறுத்தப்படுகிறது. இயல்பாகவே இந்திய மனம் சுதேசிய உணர்வு, நாட்டுப்பற்று, சொந்த மண்ணின் பெருமை போன்ற அடிப்படை உணர்வுகளுக்குள் அலைந்து கொண்டிருப்பதால், மக்கள் நலனை மையப்படுத்தாமல், தாய்மாமனின் கைப்பொம்மையாக இருந்து விவேகமும் வீரமும் இல்லாமல் வெற்று அதிகாரம் செய்யும் இம்சை அரசன் வெறுக்கத்தக்கவனாக ஏற்றுக் கொள்ளப்படுகிறான். அந்தக் கற்பனைப் பாத்திரம் இந்திய வரலாற்றில் குறிப்பாக ஆங்கிலேயர்கள் காலத்தில் இருந்த குறுநில மன்னனின் பாத்திரமாக நம்பப்பட்டு அவனது செயல்பாடுகளும் ஆட்சி முறையும் கேலிக்குரிய அபத்தங்களாகக் கருதப்படுகின்றன. இதைச் சாதித்துள்ள இயக்குநர் சிம்புத்தேவன், 'இம்சை அரச'னை வரலாற்றுப் படம் என்று நம்பும்படி செய்வதற்குப் பின்பற்றியுள்ள உத்தி பாத்திரங்களின் உடை மற்றும் ஒப்பனைகள் மட்டுமே.

ஆங்கிலேயர்களின் 'கப்சி', 'அக்கமாலா' பானங்களுக்கு இம்சை அரசன் அனுமதி அளிக்கும் காட்சியில் நிகழ்கால இந்திய அரசுகள் பன்னாட்டுக் குளிர்பானங்களான 'பெப்சி' 'கொக்கோ கோலா' வை அனுமதித்த நிகழ்வும் அப்பானங்களில் இந்தியர்களின் உயிர்களுக்கு ஆபத்தூட்டும் நச்சுப் பொருட்களும் பூச்சிகளும் கலந்திருக்கின்றன

என்ற தகவல்களும் நினைவுக்கு வராமல் போகாது. அதே போல் கொள்ளையர்களை அடக்க வேண்டிய அரசனே அவர்களின் நண்பனாக இருக்கிறான் எனக் காட்டும்போது சட்டம் ஒழுங்கை நிலைநாட்டும் பொறுப்புடைய ஆளுங்கட்சிகளுக்கு சமூக விரோதச் செயல்களில் ஈடுபடும் குழுக்களோடும் நபர்களோடும் உள்ள தொடர்புகள் நினைவுக்கு வராமல் போகாது.

தேர்தல்கள் மூலமாக அரசதிகாரத்திற்கு வருபவர்களுக்குப் பயன்படும் கருவியாகப் பிரிவினைவாதச் சிந்தனைகள் இருக்கின்றன என்ற கருத்தை 'சாதிச்சண்டை மைதான'க் காட்சியும் அதில் வெற்றி பெற்றவர்களுக்கு சிறந்த வீரர் பரிசளிப்புக் காட்சியும் நினைவூட்டத்தான் செய்யும். பயன்படுத்த முடியாத ஆயுதங்கள், சுலபமாக இடிந்துவிடக்கூடிய கட்டடங்கள், வேலை நேரத்தில் தூங்கும் ஊழியர்கள், செய்ய வேண்டிய வேலையைச் செய்யாமல் சம்பளம், போனஸ் எனக் கேட்கும் பணியாளர்கள் என விரிக்கப்பட்டுள்ள காட்சிகள், அரசுத்துறைகள் மீதும் பொதுத்துறை ஊழியர்களின் மேலும் வைக்கப்படும் விமரிசனங்கள் என்பதைச் சுலபமாகப் பார்வையாளர்கள் உணரவே செய்கின்றனர். ஊழல், கையூட்டு, தரகு, சோம்பேறித்தனம், தட்டிக் கழித்தல், சிபாரிசுகளின் வழியாகப் பணியில் சேருதல் என முடங்கிக் கிடக்கும் நிகழ்கால அரசமைப்பை விமரிசனத்திற்குள்ளாக்கும் பல காட்சிகள் 'இம்சை அரசன் 23 ஆம் புலிகேசி' யின் அரண்மனையில் ஆட்சிக் காலத்தில் நிறைந்திருந்திருந்தன எனப் படம் சொன்னாலும் இவை அனைத்தும் இன்றைய இந்தியாவின் தமிழகத்தின் அவலங்கள் எனச் சொல்வதுதான் படத்தின் அடிப்படை நோக்கம்.

நிகழ்கால அரசியலை விமரிசிக்கும் இந்தப் படம் எத்தகைய மாற்றம் வரவேண்டும் என்ற முன்மொழிதலில் குழப்பத்தையும் தெளிவின்மையும் காட்டுவதாகப் பலருக்கும் தோன்றலாம். அரசாங்கத்தை விமரிசனம் செய்துள்ளதாலேயே படத்திற்குச் சிவப்புச் சாயத்தைச் சிலர் பூசலாம். ஆனால் படத்தின் இயக்குநரான சிம்புத்தேவனுக்கும் தயாரிப்பாளரான ஷங்கருக்கும் அந்தச் சாயம் உடன்பாடான சாயம் அல்ல என்பதைப் படத்திலேயே வைத்துள்ளனர். அந்நியர்கள் வெறியேற்றப் படவேண்டும்; ஆட்சி அமைப்பு மாற வேண்டியதில்லை; அதே அரசனேகூட தவறுகளைக் களைந்து கொண்டு ஆட்சிக் கட்டிலில் ஏறலாம் என்பதாகப் படத்தை முடிக்கும் சிம்புத்தேவன் படத்தின்

மையக்கதாபாத்திரமான (மனம் மாறிய) இம்சை அரசனின் வழியாக அறிவிக்கும் புதிய (பத்து) கட்டளைகள். இருக்கிற அமைப்பை மாற்றாமல் பழுதுபார்த்துப் பயன்படுத்தினால் போதும் என வலியுறுத்தும் விதமாகவே அந்த அறிவிப்புகள் உள்ளன.

இந்த அறிவிப்புகளால் உண்டாகும் மாற்றங்கள் இடதுசாரிகள் விரும்பும் மாற்றங்கள் அல்ல. நேர்மையான அரசைத் தர விரும்பும் வலதுசாரிகளின் மாற்றங்கள் அவை. அந்த நம்பிக்கை மட்டுமே இயக்குநருக்கும் தயாரிப்பாளருக்கும் இருப்பதைப் படம் தெளிவாகவே வெளிப்படுத்தியுள்ளது. அவர்கள் நம்புவதை நிகழ்கால அரசியல் விமரிசனப் படமாக எடுத்துப் பார்வையாளர்களைப் பார்க்கச் செய்ததன் மூலம் வணிக வெற்றியையும் அடைந்துள்ளனர். இதே நோக்கத்தோடு வலதுசாரிச் சித்தாந்தியும் பத்திரிகையாளரும் நடிகருமான சோ எடுத்த சில சினிமாக்களும் மேடையேற்றிய நாடகங்களும் (முகமது பின் துக்ளக், யாருக்கும் வெட்கமில்லை, உண்மையே உன் விலை என்ன?) இந்த அளவு கவனத்தைப் பெறவில்லை என்பதையும் நினைவுபடுத்திக் கொள்ளலாம். காரணம், அவை வெறும் வார்த்தை சார்ந்த விமரிசனமாக மட்டுமே இருந்தன. வெகுமக்கள் சினிமா என்ற ஊடகத்தின் கலையம்சங்களையும் காட்சி அமைப்புகளையும் நிராகரித்திருந்தன.

அரசர்கள் காலத்து உடை என்பதாக ஏற்கெனவே அறிமுகம் பெற்றுள்ள பளபளப்பு ஆடைகளையும் மிகக் குறைந்த செலவில் அமைக்கப்பட்ட அரங்க அமைப்பையும் மொத்தத் தமிழ் நாட்டிற்கும் புரியக்கூடிய பொதுத் தமிழ் வசனங்களையும் வைத்துக்கொண்டு பார்வையாளர்களைச் சில நூற்றாண்டுகளுக்குப் பின்னோக்கி அழைத்துப் போயுள்ளனர். அதே நேரத்தில் காட்சிக் கோர்வைகளையும் பேசப்படும் வசனங்களையும் பயன்படுத்தி நிகழ்காலத்திற்கும் அழைத்து வந்துள்ளனர். கடந்தகாலத்திற்குள்ளும் நிகழ்காலத்திற்குள்ளும் பார்வையாளர்களை மாறிமாறிப் பயணம் செய்யும்படித் தூண்டும் வெளிப்பாட்டு முறையில் தான் அங்கதபாணி (Satire) யின் வெற்றி அமைந்திருக்கிறது. அந்தப் பாணியை மொத்தப் படத்திற்கும் பயன்படுத்திய வகையில் சிம்புத்தேவன் கவனிக்கத்தக்க இயக்குநராக ஆகியிருக்கிறார்.

'இம்சை அரசன் 23 ஆம் புலிகேசி' குறிப்பிடத்தக்க படமாக ஆகியிருக்கிறது. அப்படத்தின் மையக் கதாபாத்திரங்களை ஏற்று நடித்த வடிவேலுவும் நாசரும் நடிப்புக் கலையின் சாத்தியங்களைத் தொட்டுள்ளனர்.

- தலித், 2007

20. காதல்: உண்மையின் மீது கட்டப்படும் விமரிசனம்

'**கா**தல்' தமிழ் சினிமாவின் அடிப்படைக் கச்சாப்பொருள். காதலுக்குத் தமிழ் சினிமா செய்துள்ள மரியாதை கொஞ்சமல்ல. காரணக் காரியங்களோடும் காரணக்காரியங்கள் இல்லாமலும் ஓர் ஆணுக்கும் பெண்ணுக்கும் காதல் ஏற்படுவதையும் அக்காதலைக் கல்யாணத்தில் முடித்துச் சுபம் போடுவதையும் விதம்விதமாகச் சொல்லிப் பார்ப்பதற்குத் தமிழ் சினிமா சலிப்பே அடைந்ததில்லை. காதல் என்ற சொல்லோடு முன்னொட்டோ பின்னொட்டோ சேர்த்து விதம்விதமாகத் தலைப்பும் வைத்துப் பார்த்துவிட்டு இப்பொழுது 'காதல்' என்ற பெயரிலேயே ஒரு படத்தையும் வெளியிட்டுள்ளது. தமிழ் சினிமாவுலகில் பிரம்மாண்டப் படங்களுக்குப் பெயர்போன ஷங்கரின் தயாரிப்பில் அவரிடம் உதவி இயக்குநராயிருந்த பாலாஜி சக்திவேல் அந்தப் படத்தை இயக்கியுள்ளார்.

'இது ஓர் உண்மைக்கதை' என எழுத்தில் எழுதிக் காட்டியபின் படத்தின் காட்சிகள் தொடங்குகின்றன. எல்லாக் கதைகளும் கதை தழுவிய நாடகங்களும் சினிமாக்களும் உண்மை நிகழ்வொன்றின் மேல் கட்டப்படும் புனைவுதான் என்றாலும் அவற்றை உருவாக்கியவர்கள் அப்படிச் சொல்ல வேண்டும் என்று நினைத்துக்கொள்வதில்லை. சொல்லுவதில் கூடுதல் பலன் கிடைக்கும் என்று நினைப்பவர்கள் மட்டுமே சொல்லுவார்கள். பலன் வணிக லாபம் சார்ந்ததாக மட்டுமே இருக்க வேண்டும்

வழக்கமான விடலைப் பருவத்துக் காதல் கதையாகப் பார்க்கத் தக்க சினிமாதான். இதற்கு முன்பும் பல உண்மைக்கதைகள் தமிழ் சினிமாவில் வந்துள்ளன. சமீபத்தில் வந்து வணிக வெற்றி அடைந்த 'ஆட்டோகிராப்' படத்தின் கதை சொல்லும் உத்தியை அப்படியே பின்பற்றியுள்ளார் இதன் இயக்குநர்.

கதையின் உச்சக்கட்டக் காட்சிகள் நிகழ்வதற்குச் சிலநாட்களுக்கு முன்பு கதையைத் தொடங்கி முந்தைய நிகழ்ச்சிகளை வெவ்வேறு திருப்புக்காட்சி (Flash Back)களில் - நாயகனின் நினைவுகளாகச் சொல்லியது 'ஆட்டோகிராப்' பின் கதையாடல் உத்தி. 'ஆட்டோகிராப்' பில் நாயகனின் நினைவுகள் மட்டும் திருப்புக்காட்சிகளாக இருக்க, இப்படம் நாயகன் - நாயகியின் நினைவுகளாகச் சொல்லப்பட்டுள்ளது. ஓர் உண்மைக்கதையை ஆசிரியரின் இயக்குநரின் கோணத்தில் சொல்லும் பொழுது உண்மைத்தன்மை குறைந்து புனைவுத்தன்மை சேர்த்துகொள்ளும் என்பது படைப்புவிதி. உண்மை நிகழ்வொன்றின் மேல் உருவானது இப்படம் என்பதைப் பார்வையாளர்களிடம் சொல்லிவிட இயக்குநர் விரும்பியுள்ளார். அதற்குப் படத்திற்குள்ளும் சில ஆதாரங்கள் உள்ளன. 'ஒரு ஊரில்' என்று படத்தைத் தொடங்காமல் படத்தின் காட்சிகள் நடக்கும் வெளிகளை மதுரை, சென்னை, திண்டுக்கல் எனக் குறிப்பாகச் சொல்லுவதும் படத்தின் நிறைவில் பத்துவரியில் சொல்லப்பட்டுள்ள தகவலும் அந்த ஆதாரங்கள், வெறும் உத்திகளாக இல்லாமல் உண்மைக்கதை என நம்பச் செய்வதற்கான ஆதாரங்களாக நம்பத்தக்கக் காட்சிகளாக அமைக்கப்பட்டுள்ளன.

அதிகமும் ஸ்டூடியோவின் உள்ளரங்கக் காட்சிகளைத் தவிர்த்து விட்ட இயக்குநர், மீனாட்சி அம்மன் கோயில், வைகை ஆத்துப்பாலம், தேவர்சிலை, தெப்பக்குளம் என மதுரையின் நிலையான அடையாளங்களைக் காட்டியதோடு நிற்காமல் அரசியல் தலைவர்களின் பெயர்களையும் கட்சிச் சின்னங்களையும் ஆளுயர அளவில் எழுதிப் பார்க்கும் மதுரை நகரத் தெருக்கள், நகரப் பேருந்துகள், கொசுவத்தை முன்னே கொண்டுவந்து சுத்திக் கட்டும் புடவைக்கட்டு, எண்ணெய்ப் பிசுக்கு நிரம்பிய கிராமத்து முகங்கள், மல்லிகைப் பூக்கள், சந்தனக்கடை, தூசி கிளப்பும் வண்டிகள் என மதுரையின் சாராம்ச அடையாளத்தைக் காட்டுவதோடு, திரும்பத்திரும்பக் காட்டப்படும் சென்னை 417

கி.மீ., மதுரை 8 கி.மீ., என்று மைல்கள் மூலம் சென்னைக்கும் மதுரைக்கும் உள்ள தூரத்தைக் காட்டுகிறார்.

மதுரையின் இயல்புகளைப் படம்பிடிக்க விரும்பிய காமிரா, சென்னையை விமரிசிக்க விரும்பியிருக்கிறது. ஓர் இளம்பெண் மூத்திரம் பெய்வதற்கான விதிகள்கூட இயல்பானவைகள் அல்ல; சிக்கல்கள் நிரம்பியவை. வந்தவர்களுக்கெல்லாம் எப்படியாவது ஒரு வாழ்க்கையைத் தந்துவிடும் நகரமாகத் தமிழ் சினிமா காட்டியிருந்த சென்னையை, இவரோ ஒருநாள் இரவைக் கழிப்பதற்கும் இடம்தராத நகரமாகக் காட்டுவதன் மூலம் உண்மையைச் சொல்வதன் பக்கத்தை நெருங்கிவிடுகிறார். மேன்சன்களைக் காட்சிப்படுத்துவதன் மூலம் சென்னை நகரம் தான்தோன்றித்தனத்தின் பொய்யான நம்பிக்கைகளின் நகரம் என அடையாளங்காட்டுகிறார். கழிப்பறைகளுக்கும் நடைபாதைகளுக்கும் வேறுபாடுகள் காட்டாத நகரம் என்றெல்லாம் சென்னையைக் காட்டுவதன் நோக்கம் தெளிவானவை. இவையெல்லாம் இந்தப் படத்தின் உண்மைத்தன்மையைக் கூட்டும் சிறப்புக் காட்சிகள். பாராட்டப்பட வேண்டியவைகளும்கூட. ஆனால் அதே நேரத்தில் உண்மைத்தன்மையை ஆழமாக காட்டுவதற்குரிய ஒற்றை வரி வசனத்தை எழுதாமல் விட்டுவைத்திருப்பதும், படத்தின் உச்சகட்டக் காட்சி நடக்கும் திண்டுக்கல் நகரத்தின் பொது அடையாளத்தைக் காட்டக் கூடுதல் முயற்சி செய்யாமல் குறிப்பான ஒற்றை அடையாளத்தோடு நிறுத்திக்கொண்டதும் கவனிக்க வேண்டிய ஒன்று. இதனைக் கவனிப்பதன் மூலம் இயக்குநர் உண்மையை மட்டுமே சொல்லிவிடவில்லை; புனைவின் மேலும் நம்பிக்கை கொண்டவராகவே இருக்கிறார் என்பதை நாம் புரிந்துகொள்ள முடியும்.

இயக்குநர் எழுதாமல் விட்டுவிட்ட ஒற்றைவரி வசனம்தான் என்ன?

பள்ளிப் படிப்பின் இறுதிக்கட்டத்தில் இருக்கும் பெண் ஐஸ்வர்யா, ஒயின்ஸ் ஷாப் முதலாளியின் ஒரே மகள். அவர் வெறும் ஒயின்ஸ் ஷாப் முதலாளி மட்டும் அல்ல, கட்டப் பஞ்சாயத்துக்காரரும்கூட. தந்தைக்கு மட்டும்தான் ஐஸ்வர்யா மேல் பாசம் என்றில்லை. அப்பத்தா, அம்மா, சித்தப்பா, சித்தி என அனைவருக்குமே அவள் செல்லம், பெரிய மனுசியான நிகழ்வைக் கிடாவெட்டி பிரியாணி

போட்டுக் கொண்டாடுவார்கள்; அன்றைக்குக் குச்சுக்கட்டுவதோடு சேலை எடுத்துக் கொடுத்து அவள்மீதுள்ள உரிமையை நிலை நாட்டிக்கொள்ளும் தாய்மாமன் உறவில் நம்பிக்கைகொண்ட பண்பாட்டு மரபை உடையவர்கள் என்றெல்லாம் சொன்ன இயக்குநருக்கு காட்டுத்தனமாக அரிவாள், கத்தி, வெட்டு, குத்து என வாழ்பவர்கள் என்றெல்லாம் வசனம் எழுதிய இயக்குநருக்கு - என் சாதிக்காக ஒரு கையை இழந்தவன் என ஒரு கதாபாத்திரத்தின் ஆளுமையைச் (படத்தின் மிக முக்கியமான திருப்பங்களைப் புத்திசாலித்தனமாகத் திருப்பிவிடும் சித்தப்பா கதாபாத்திரம்) சொல்ல முடிந்த இயக்குநருக்கு அவர்கள் என்ன சாதியைச் சேர்ந்தவர்கள் என்று சொல்வதில் மட்டும் தயக்கம் இருந்திருக்கிறது. உண்மையைச் சொல்வதில் இங்கு மட்டும் தயங்குவது ஏன்?

இப்படித் தயங்கியபோது கைகொடுத்து உதவியதுதான் புனைவு. புனைவின் பங்களிப்பே அதுதான்.

ஐஸ்வர்யாவைக் காதலித்த முருகன் என்ன சாதியைச் சேர்ந்தவன் என்பதைத் தெரிந்துகொள்ள முயலும்போது அவன் மனித சாதி எனக் கூற, 'மனித சாதி மிருக சாதி என்பதெல்லாம் சரித்தான்; மிருகங்களிலும் சிங்கம், புலி, கழுதை, பன்றி என்று இருக்கிறது; நாங்க சிங்கம்டா, நீயென்னடா.. கழுதப்பயலா...' எனக் கேட்பதும், அவன் தாழ்த்தப்பட்ட சாதிக்காரன் என்பதைத தெரிந்து கொண்டபின் 'ஈனச் சாதிப்பயலே.....!' எனக் கோபமாக வெடிப்பதும் உண்மைகள் அல்ல; பொய், புனைவு. ஆக ஒரு படைப்பாளி உண்மைக் கதையைச் சொல்லக்கூட இங்கு புனைவைப் பயன்படுத்தித்தான் ஆக வேண்டும். 'காதல்' படத்தின் நாயகன், நாயகியர் என்னென்ன சாதிகளைச் சேர்ந்தவர்கள் என்பதைச் சொல்லாமல் விட்டதன் பின்னணியில் தமிழ்ச் சமூகம் இறுக்கமான சாதிய உறவுகளைப் பேணும் தமிழ்ச் சமூகம் தரக்கூடிய அச்சமும் நெருக்கடிகளும் இருக்கின்றன என்பதுதான் உண்மை. தரப்பட்டுள்ள அடையாளங்களே என்ன சாதிகள் என்பதை உணர்த்த வல்லனவாக இருக்கும் போது நேரடியாகச் சாதிகளின் பெயர்களைச் சொல்ல வேண்டிய அவசியமில்லையெனக் கூறுவார் என்றால் 'காதல்' படத்தில் புனைவின் சாத்தியங்களும் பயனளித்துள்ளன என்பதும் உண்மையாகிறது.

‘காதல்’ படத்தின் முதல் இரண்டு வெளிகளாக மதுரையும் சென்னையும் அதன் சாராம்சமான பண்புகளோடு அடையாளப் படுத்தப்பட்ட அளவுக்கு உச்சநிலைக்காட்சி நிகழும் திண்டுக்கல் அடையாளப் படுத்தப்படவில்லை. இப்படிக் காண்பிக்காதது படத்தின் குறையாகத் தோன்றலாம். ஆனால் எனக்குக் குறையாகத் தோன்றவில்லை. அதை இயக்குநரின் நோக்கம் சார்ந்த தெரிவு என்றே சொல்வேன். திண்டுக்கல்லின் அடையாளமான மலைக்கோட்டைகூடப் படத்தில் காண்பிக்கப்படவில்லை. அதற்குப் பதிலாகத் திண்டுக்கல் நகரத்தின் மையத்தில் என்பதாகக் காட்சி அமைக்கப்பட்டுள்ளது. நள்ளிரவில் கதறியடித்து ஓடிவரும் அவள், தேடும் இடங்கள்கூட அந்தப் பகுதிதான். கணவனும் அவள் பின்னாலேயே தேடிவந்து இருவரின் துயரத்தையும் வலியையும் உணர்ந்த மனிதாபிமானம் நிரம்பிய பார்வையோடு நிற்கிறான். பத்துவரி எழுத்துக்களுடன் படம் நிறைவடைகிறது.

படம் எழுப்பும் விமரிசனம்

மனிதாபிமானமிக்க ஒரு மனிதரை அடையாளங் காட்டியதோடு தனது வேலை முடிந்துவிட்டது எனப் படத்தின் இயக்குநர் பாலாஜி சக்திவேல் கூறலாம். ஆனால் அப்படித்தான் அவரது எண்ணங்களும் நிறைவடைந்திருக்கும் எனக் கருத முடியவில்லை. அதற்கு மேலாக இவ்வளவு இறுக்கமும் சாதிப்பற்றும் சாதிப் பெருமைகளில் பிடிமானமும் கொண்ட தமிழ்ச் சமூகத்திற்குக் காதலையும் கலப்புத் திருமணங்களையும் பரிந்துரைத்து வருபவர்கள் ‘மோசமான அடிமுட்டாள்கள்’ என்றும் நினைத்திருக்கக்கூடும். அல்லது ‘சட்டத்தின் முன் அனைவரும் சமம் பிறப்பால் உயர்வு தாழ்வு இல்லை; மக்கள் அனைவரும் ஒரே சாதி; மனித சாதிதான்’ எனப் படித்துள்ள கல்வி அறிவெல்லாம் எங்கே போனது என்று கேட்டிருக்கவும்கூடும். இரண்டாவது வகைப்பட்ட எண்ணம் அவரது மனதில் எழுந்திருந்தால் இந்தப் படத்தின் தொனி இப்படி அமைந்திருக்காது.

படத்தின் தலைப்பு ‘காதல்’ என்று வைக்கப்பட்டிருந்தாலும் இதுதான் காதலா? என்று கேள்வி எழுப்பும் விதத்துடன் தான் படத்தின் தொனி அமைந்துள்ளது. படம் பார்க்கும் இளைஞனுக்கும் யுவதிக்கும் காதலிப்பதில் உள்ள அச்சத்தையும் பின்விளைவுகளின்

பயங்கரத்தையும் எடுத்துக்காட்டி எச்சரிக்கும் தொனி படம் முழுக்க உள்ளதைப் படம் பார்த்த அனைவரும் ஒத்துக்கொள்வர். பள்ளிக்கூடம் செல்ல வேண்டிய வயதில் காதலிப்பதும் வாழ்க்கையின் பரிமாணங்கள் எதுவும் புரிபடாத நிலையில் ஓடிப்போய்த் திருமணம் செய்துகொள்ள முடிவெடுப்பதும் தவறானது எனச் சுட்டிக் காட்டிப் படம் எடுப்பதைத் தவறு எனச் சொல்ல முடியாது. இப்படிப்பட்ட படங்களுக்குத் தேவையுங்கூட இருக்கிறது. பக்குவமற்ற வயதில் ஏற்படும் உணர்ச்சிகளின் வேதிவினையைக் காதல் எனக் கருதுவதால் ஏற்படும் விளைவுகளைச் சுட்டிக் காட்டுவதுகூட பொறுப்புள்ள கலைஞர்களின் பணியும்கூடத்தான். இந்த படம் அப்படிப்பட்ட அக்கறையோடு எச்சரிக்கை விடுக்கும் படமாகத் தெரியவில்லை. அதற்கு மாறாகக் காதல் என்னும் சங்கதியே தமிழ்நாட்டுக்குப் பொருத்தமானதல்ல எனக் காட்டும் நோக்கமுடையதாகத் தெரிகிறது.

காதல், மனித நேயம், ஆண் - பெண் சமத்துவம், பிறப்பால் உயர்வு - தாழ்வு பார்ப்பது போன்றன எல்லாம் ஐரோப்பியச் சிந்தனை முறையிலான கல்வி சொல்லிக்கொடுத்துள்ள தகவல்கள்; ஆம் அவ்வளவுதான்; வெறும் தகவல்கள் மட்டும் தான். 'ஏட்டுச் சுரைக்காய் சுவைக்க உதவாது' என்பது போல ஐரோப்பிய அறிவு சொல்லித் தந்ததெல்லாம் வாழ்க்கைக்குதவாது என்பதான ஒரு சிந்தனைப்போக்கு இங்கு ஆழமாக உருவாகிக் கொண்டிருக்கிறது. சமூக யதார்த்தத்தை கணக்கில் எடுத்துக்கொண்டுள்ள சிந்தனைப்போக்கு என்பதாகப் பாவனை செய்துகொள்ளும் இது சமூக வளர்ச்சியின் திசையைச் சரியாக அடையாளங்காட்டும் சிந்தனைப்போக்கு அல்ல என்பது மட்டும் உண்மை. சாதாரணமாகப் பொதுப் புத்தி சார்ந்த இச்சிந்தனைப்போக்கு அறிவின் இடத்தை மத நம்பிக்கைகளுக்கும் சாதிக்கட்டுப்பாடுகளின் இறுக்கத்திற்கும் தாரைவார்த்து விடக்கூடிய சிந்தனைப்போக்கு என்பதை மறுத்துவிட முடியாது. அத்தகைய சிந்தனைப்போக்கின் பிரதிநிதியாகத் தன்னைக் காட்டிக் கொள்ள பாலாஜி சக்திவேலுக்குச் சகல உரிமைகளும் உண்டு.

ஐரோப்பிய அறிவொளியின் வெளிச்சத்தைப் படித்த தமிழர்களுக்குச் சொல்லிக்கொடுத்தது கல்விக் கூடங்களாக இருக்கலாம். ஆனால் தமிழ்நாட்டின் நகரங்கள் தோறும், கிராமங்கள்

தோறும் அறிவுவாதத்தை எடுத்துச் சென்று அறிமுகப்படுத்தியவர் பெரியார். அறிவுவாதத்தைப் பெரியாருக்குப் பின்வந்த அவரது பின்னோடிகள் பிழைப்பு வாதப்பேச்சாக மாற்றியிருக்கலாம். தமிழர்களின் மனதிற்குள் நுழைய வேண்டிய ஒன்றாக ஆக்காமல் விட்டிருக்கலாம். அதற்காகப் பெரியாரின் திசைகாட்டலே தவறானது எனச் சொல்ல முடியுமா....? என்பது விவாதிக்க வேண்டிய ஒன்று.

'காதல்' படத்தைப் பற்றிய பேச்சில் பெரியாருக்கு என்ன வேலை என்று நீங்கள் கேட்கலாம். இது விமரிசனம் அல்ல குதர்க்கவாதம் எனச் சிலர் சொல்லக்கூடும். விடலைத் தனமான உணர்வுகளின் சிக்கலைக் காட்டி காதலே தமிழ்ச் சமூகத்திற்குப் பொருத்தமில்லாத சரக்கு எனச் சொல்லும் பாலாஜி சக்திவேல், பைத்தியக்காரனாக அலையும் முருகனை, ஐஸ்வர்யா சந்தித்தது ஒரு சிக்னலில் காத்திருந்தபோது என்கிறார். அந்த சிக்னல் திண்டுக்கல் நகரின் மையப்பகுதியில் உள்ள சிக்னல். அதன் அருகில் திண்டுக்கல் நகரின் மிகப்பெரிய சிலையான பெரியார் சிலை நிற்கிறது. திண்டுக்கல்லின் அடையாளமான மலைக்கோட்டையைக்கூடக் காட்டாத இயக்குநர் அந்த இடத்தைத் தேர்ந்தெடுத்தது ஒரு தற்செயல் எனச் சொல்லக்கூடும். ஆனால் அந்தச் சிலையின் தலையையும் உள்ளடக்கி வைக்கப்பட்ட மேலிருந்து கீழ்நோக்கிக் கவிழும் காமிராவின் கோணம்கூடத் தற்செயலானதுதான் என்றால் நம்பும்படியாக இல்லை; இதன் மூலம் பெரியாரின் மீது முக்கியமான ஒரு விமரிசனத்தை வைக்கிறது இப்படம் எனச் சொன்னால் விதண்டாவாதம் எனத் தப்பித்துக்கொள்ள முடியுமா.....? தப்பித்துக் கொள்ளலாம்தான். ஆனால் என்னுடைய வாதம் விதண்டாவாதமோ உள்நோக்கம் கொண்டதோ அல்ல.

பைத்தியக்காரனாக, தன்னினைவின்றிக் கைவிரல்களில் சுற்றிய தாலிக் கயிற்றோடு அலையும் முருகனை ஐஸ்வர்யாவின் கண்கள் மட்டுமே காண்பதாக அந்தக் காமிராவின் கோணம் அமையவில்லை. தன்னுடைய சாயலில் தாடியும் தலைமுடியும் கொண்டவனாக அலையும் ஒரு பைத்தியக்கார இளைஞனைப் பெரியாரின் சிலையும் காண்பதாகவே காட்சி அமைக்கப்பட்டிருக்கிறது. பெரியாரின் அறிவுவாதத்தை நம்பிய இளைஞர்களுக்கு நேரக்கூடிய கதி பைத்தியக்காரத்தனம்தான்

என்பது பாலாஜி சக்திவேலின் விமரிசனம் என்றால் இந்த விமரிசனம் அதிகப்படியான விமரிசனம் என்றே தோன்றுகிறது.

பெரியாரைப் பற்றி பெரியாரின் கருத்தியல் பற்றி இப்படி விமரிசிப்பதற்கான களனையும் தர்க்கங்களையும் தரவுகளையும் தான் இயக்கிய படத்தில் உருவாக்கிக் கொள்ளாமல் அவரை விமரிசிப்பது எவ்வளவு தூரம் சரியானது எனக் 'காதல்' படத்தின் இயக்குநர் பாலாஜி சக்திவேல் தன்னைத்தானே கேட்டுக்கொள்ள வேண்டும்.

- உயிர்மை, ஜனவரி, 2005

21. பாலா : நம்பிக்கையூட்டுதலின் மறுபக்கம்

படைப்பு அல்லது கலை யாருக்குப் பயன்பட வேண்டும்? என்ற வினாவிற்கு, "வாசகனுக்கு அல்லது பார்வையாளனுக்கு" என்று சொல்லப்படும் விடையில், சொல்பவரின் சார்புநிலை வெளிப்படுவதில்லை. அதற்கு மாறாக, "கலை இலக்கியம் யாவும் மக்களுக்கே" என்பதாகப் பதில் சொன்னால் அவர் இடதுசாரி என அறியப்படலாம். "தனிமனிதனின் மன விசாரணைக்கும் விரிவுக்குமே கலை இலக்கியங்கள்" என்று சொன்னால் அவரை வலதுசாரி என அடையாளப்படுத்தலாம். ஆனால் "படைப்பு யாருக்குச் சொந்தம்...? என்ற வினாவிற்கு வலதுசாரியும் இடதுசாரியும் தருகின்ற விடை ஒன்றுதான் "படைப்பு படைப்பாளிக்குச் சொந்தம்" என்பதுதான் அந்தப் பதில்.

இதுவரை பாலாவின் இயக்கத்தில் வந்துள்ள மூன்று படங்களும் சேது, நந்தா, பிதாமகன் என்ற மூன்று படங்களுமே பாலாவின் படங்கள் என்றே அறியப்படுகின்றன. திரைப்படக் கலையின் முழுவடிவத்திற்கும் பொறுப்பாளி, அந்தப் படத்தின் இயக்குநர்தான் என்பது கோட்பாட்டளவில் உண்மை என்றாலும், நடைமுறையில் பல நேரங்களில் அப்படிக் கருதப்படுவதில்லை. தமிழ் சினிமா வரலாற்றில், இயக்குநர்களைப் பின்னுக்குத் தள்ளிவிட்டுப் பல்வேறு நபர்கள், கலைஞர்கள் அந்தப் படத்திற்குப் பொறுப்பாளர்களாக அறியப்பட்டுள்ளனர்.

பெரும்பாலான நேரங்களில் தமிழ் சினிமா நடிகர்களின் படங்களாகவே அறியப்படுகின்றன. எம்.ஜி.ஆர். கதாநாயகனாக நடித்த பெரும்பாலான படங்கள் அவரின் படங்களாகவே அடையாளம் பெற்றுள்ளன. அந்தப் படங்களின் இயக்குநர்கள் முக்கியத்துவம் பெற்றதுமில்லை; பெறுவதுமில்லை. இயக்குநர்களைப் பின்னுக்குத் தள்ளிய காலகட்டத்தில் எம். ஜி. ஆர் புரட்சி நடிகர் ஆகியிருந்தார். அதேபோல், ரஜினிகாந்த், சூப்பர் ஸ்டாராக ஆனபிறகு இயக்குநர்களின் இடத்தைத் தனதாக்கிக் கொண்டு "ரஜினி படங்கள்" என அழைக்கக் காரணமாக ஆனார். இன்று அந்த இடத்தில் "விக்ரமை" நிறுத்தும் சூழல் உருவாகியுள்ளது; உருவாக்கப்படுகிறது. அவர் நடித்து வெற்றி பெற்றுவிட்ட ஜெமினி, தூள், சாமி என்ற மூன்று படங்களும் அந்த உருவாக்கத்தில் முக்கியப் பங்காற்றுகின்றன. அந்தப் படங்களின் வெற்றிக்கு அதன் இயக்குநர்களான சரண், தரணி, ஹரி, ஆகியோரே முக்கியப் பொறுப்பு. என்றாலும் விக்ரமே முழு முதற்காரணம் என்பதான பிம்பம் உருவாக்கப்படுகிறது. அந்த வரிசையில் பிதாமகனும் வெற்றி பெறலாம்.

இந்தப் படத்திலும் விக்ரம்தான் மையக் கதாபாத்திரம். ஆனாலும், அந்தப் படம் விக்ரமின் படமாகக் கருதப்படும் வாய்ப்பில்லை. பிதாமகன் இயக்குநர் பாலாவின் படம் என்றே கருதப்படும். ஏனெனில், அதில் அவரது தனித்த படைப்புலகம் இருக்கிறது. இயக்குநர் பாலாவின் படைப்புலகமும் படைப்பு நோக்கமும் என்ன எனக் காண்பதற்கு முன்பு தமிழ் சினிமாவில் அலையும் மையமாக படைப்பாளி இருப்பதைக் கொஞ்சம் விளங்கிக் கொள்ளலாம்.

படைப்பாளி அலையும் மையமாக

தமிழ் சினிமாவில் மட்டுமல்ல, உலக சினிமாக்களைப் பற்றிய பேச்சுக்களில் கூட ஒரு திரைப்படத்திற்கு முழுப்பொறுப்பு யார்? என்ற கேள்வியானது உறுதியான ஒற்றைப் பதிலைப் பெறுவதே இல்லை. "ஜேம்ஸ் பாண்ட் படங்கள்" என்ற வகைப்பாட்டில் ஒரு வகை மாதிரிக் கதாபாத்திரமும் (Type Character) அதை ஏற்று நடிக்கிற நடிகனும் மையங்களாக உள்ளனர். அதேமாதிரி

எம்.ஜி.ஆர் படங்கள், ரஜினிகாந்த் படங்கள் என்கிறபோது கதாபாத்திரமும் காணாமல் போய் நடிகனே மையமாகவும் பொறுப்பாகவும் ஆகிவிடுகிறான். ஆனால், பாலசந்தர் படம், பாரதிராஜா படம், பாலுமகேந்திரா படம் என்று சொல்கிறபோது மையம் இயக்குநரிடம் தான் இருக்கிறது. படத்தின் வெற்றிக்கும் தோல்விக்கும் அது ஏற்படுத்தும் விளைவுகளுக்கும் இயக்குநரே பொறுப்பாகிறார். அத்தகைய பொறுப்புகளை உருவாக்கும் படங்களின் வழி அவனது படைப்புலகை அறிந்துகொள்ள முடியும்.

பீம்சிங் தொடங்கி, பாலசந்தர், பாரதிராஜா, ருத்ரையா போன்றவர்களிடம் சில தடுமாற்றங்கள் இருந்தபோதிலும். அவர்களுக்கான படைப்புலகம் என ஒன்றை அடையாளப்படுத்த முடியும். தொடக்ககாலப் படங்களைத் தவிர்த்துவிட்டால். மணிரத்னத்திற்குக் கூட ஒருவித படைப்புலகம் இருக்கிறது என்றே சொல்லலாம். அந்த வரிசையில் இயக்குநர் பாலாவிடம் தனித்தவொரு படைப்புலகமும் படைப்பு நோக்கமும் இருக்கிறது எனக்கூற இந்த மூன்று படங்களும் சாட்சியாக இருக்கின்றன. இனிவரும் படங்களைப் பற்றி இப்பொழுது ஒன்றும் கூற முடியாது. பாலா இந்த மூன்று படங்களிலும் அதனைத் தக்க வைத்திருப்பதே ஆச்சரியம்தான். ஏனெனில் சினிமாவில் வணிக சினிமாவில் இது சாத்தியப்படுத்துவது அவ்வளவு சுலபமானது அல்ல.

எதிர்வுகளின் நகர்வு

தமிழ் சினிமாவின் வரலாற்றை நட்சத்திர நடிகர்களின் போட்டி வரலாறாகப் பேசுவதுண்டு. எம்.ஜி.ஆர் X சிவாஜி, ரஜினி X கமல் என்ற போட்டி வரலாறு ஓரளவுதான் உண்மையானது. நபர்களின் போட்டி சார்ந்த வரலாற்றைவிடக் கூடுதலான அடையாளங்களுடன் வரலாற்றை நகர்த்தியது நடிகன் X இயக்குநர் என்ற படைப்பு மையம் சார்ந்த போட்டிதான்.நிதானமான யோசிப்பின் போது இது வெளிப்படக்கூடும். அடிப்படையில் திரைப்படம் இயக்குநரின் ஊடகம் *(Director's Medium)* தான். அவரே நடிப்பு, ஒலி, ஒளி, தொகுப்பு என அனைத்தையும் ஒருங்கிணைப்பவர். தனித்தனி நபர்களின் வினைகளை கலைச் செயல்பாடுகளை ஒன்றிணைத்து ஒற்றைக் கலை வடிவமாக ஆக்கும் வேலையும் பொறுப்பும் இயக்குநர் என்ற படைப்பாளியின்

மூளை சார்ந்த விஷயம். அந்த வகையில் அவர்தான் படைப்பு மையம்; படைப்பாளி. ஆனால், தமிழ் சினிமாவில் இந்திய சினிமாவிலும் தான் வியாபார வெற்றி என்பது பல நேரங்களில் படத்தின் முக்கியக் கதாபாத்திரத்தை ஏற்ற நடிகனைச் சார்ந்ததாக நம்பப்படுகிறது. அவ்வாறு நம்பப்படும் நிலையில்தான், சாதாரண நடிகன் அந்நிலையிலிருந்து மாறி நட்சத்திரமாக *(Star)*வும் துருவ நட்சத்திர *(Super Star)* மாகவும் கருதப்படுகிறான். சூப்பர் ஸ்டாராக ஆகிவிடும் நடிகன், படைப்பாளியாகிய இயக்குநரிடமிருந்து படைப்பு மையத்தைப் பறித்துக்கொண்டு தானே வெறும் மையமாக ஆகிவிடுகிறான். அந்த வெற்று மையம் படைப்பின் நுட்பங்களையும், நோக்கங்களையும் பொருட்படுத்துவதில்லை. அது பொருட்படுத்துவது ஒன்றே ஒன்றுதான். அந்த ஒன்று லாபம்; வசூல். லாபம் தரும் வசூல், கொள்ளை லாபம் ஈட்டும் வசூல். அதன் வழி தன்னை நிலை நிறுத்தல். படைப்பாளியை இல்லாமல் ஆக்கி, அந்த இடத்தில் வசூல் நாயகனைப் பொருத்திவிடும் படங்களை தனியொரு வகையாகக் கருதி விமரிசனச் சொல்லாடல்களை ஒரு விமரிசகன் உருவாக்கிட முடியாது. அதற்கு மாறாக அவ்வப்போது வரும் படங்களில் வெற்றி பெறும் படங்களில் - எவையெவையெல்லாம் கலந்து பண்டமாக மாறுகின்றது என்றுதான் பேசமுடியும். உலக அளவில் வெகுமக்கள் பண்பாட்டிற்கும் ஊடகங்களுக்கும் இடையேயுள்ள உறவை அவ்வாறுதான் பேசுகின்றனர்.

தமிழ் சினிமாவிற்கு எல்லாக்காலத்திலும் அடிப்படைக் கச்சாப் பொருளாக இருப்பது காதல்தான். அதனோடு சேர்ந்து வீரமும் கச்சாப் பொருளாக இருக்கிறது. இம்மூலப் பொருட்களுடன் அவ்வப்போது கடமை, நேர்மை, தாய்மை, பெண்மை, தியாகம், நட்பு போன்ற வேதிப் பொருட்களையும், உணர்வுகளையும், “சமகால விசாரணை” என்ற கிரியா ஊக்கியையும் இணைத்து பண்ட உற்பத்தி நடந்துகொண்டே இருக்கிறது. இந்தப் பண்டம் ஜீரணிக்கத்தக்கது எனப் பார்வையாளன் கணிக்கிறபோது அதனை நுகர்கிறான். இல்லையென்றால் நிராகரிக்கிறான். இந்தப் பயணம், தமிழ் - சினிமாவின் நீண்ட நெடிய பயணமாக இருக்கிறது. நிறுத்தமில்லாப் பயணமாகவும் இருக்கிறது. அதில் இடையிடையே அயற்சிகளும் உற்சாகங்களும் தென்படுவதண்டு. “இனி தமிழ் சினிமாவை யாரும் தூக்கி நிறுத்த முடியாது” என்பது அயற்சியின்

வெளிப்பாடு. "பாலாவின் படங்கள் நம்பிக்கையூட்டும் படங்களாக உள்ளன" என்பது உற்சாகத்தின் வெளிப்பாடு. இவ்விரண்டுமே ஆதாரங்களின் மேல் எழுந்த கருத்துகள் அல்ல, யூகங்களில் மேல் எழுவனவே!

நம்பிக்கையூட்டுதலின் பரிமாணங்கள்

வெற்றி பெற்றதைக் கொண்டாடுவது என்பது பொதுவான மனித இயல்பு போலத் தோன்றலாம். ஆனால், "வெற்றிக் கொண்டாட்டம்" என்பது அடிப்படையில் போர் சார்ந்த சமூகத்தின் வெளிப்பாடும் சடங்கும் ஆகும். அதுவே கலை, அழகு, உணர்வு, அறிவு, விடுதலை முதலான மதிப்பீடுகள் சார்ந்த சமூகத்தில் வெற்றி, மதிப்பீடுகளின் வெற்றியாகக் கணிக்கப்படும். ஆனால், பணம் சார்ந்த சமூகமோ, வெற்றியை லாபம் சார்ந்த ஒன்றாகவே கருதும். நிகழ்காலத் தமிழர்களின் பொது அடையாளம் இதுதான் எனத் தீர்மானமாக அடையாளப்படுத்த முடியாமல் இருப்பதே அதன் பலமாகவும் பலவீனமாகவும் இருக்கிறது.

அலுவலக வெளிக்குள் ஒருவன், ஒருத்தி தனிமனித சுதந்திரத்திலும் ஜனநாயக நடைமுறையிலும் நம்பிக்கையுடையவன் போலத் தோன்றினாலும் குடும்பவெளிக்குள்ளும் அவனது வாழிடப் பிரதேசத்திலும் இவற்றிற்கெதிரான மனநிலையுடன்தான் உள்ளனர். சாதி, மதம், குடும்பவாழ்வு என்பன திரும்பத் திரும்பப் பழைய மதிப்பீடுகளுக்குள் உழலும்படி இழுத்துக்கொண்டே இருக்கின்றன. ஆனால், பொருளாதார வாழ்வு எனும் புறநிலையோ, அம்மதிப்பீடுகளை ஒதுக்கும்படி வலியுறுத்திக்கொண்டே இருக்கிறது. இவ்விரட்டை நிலைக்குள் வாழ நேரும் தனி மனிதனும் பொது மனிதனும் சொல்லும் "நம்பிக்கையின் வெளிப்பாடு" என்ற சொற்கூட்டத்தின் பின்னணியிலும் அந்த இரட்டைநிலை வெளிப்படத்தான் செய்யும். "இந்தப்படம் நம்பிக்கை யூட்டுவதாக இருக்கிறது" எனச்சொல்லும்போது மதிப்பீடுகள் சார்ந்த நம்பிக்கையூட்டலா......? லாபம் சார்ந்த நம்பிக்கையூட்டலா.....? என்பதைக் கவனித்துக்கொள்ள வேண்டியது அவரவர் பொறுப்பே!

பாலாவின் நம்பிக்கையூட்டல்கள்

பாலாவின் முதல் படமான சேதுவின் மூலம் மறுபிரவேசம் பெற்ற நடிகர் விக்ரம் இன்று இரண்டு விதமான நம்பிக்கைகளிலும் உள்ளே இருக்கிறார் என்பது ஒரு விநோதமான முரண். "வசூல்வெற்றி" என்ற நம்பிக்கைக்குள்ளும், "தரமான சினிமா" என்ற நம்பிக்கைக்குள்ளும் இருக்கிற நடிகர் விக்ரம் ஒருவரே என்றாலும் "ஒருவரில் இருவர்" என்பது அந்த விநோத முரணின் தொடர்ச்சியே ஆகும். ஜெமினி, தூள், சாமி ஆகியவற்றில் இருப்பது நடிகர் விக்ரம். சேதுவில் இருப்பது சீயான் சேது, பிதாமகனில் சித்தன், நந்தாவில் இருப்பது நந்தா எனும் கதாபாத்திரம் (நடிகர் சூர்யா அல்ல). மற்ற இயக்குநர்களிடமிருந்து பாலா வேறுபடுவதே இந்த அம்சத்தில்தான். அவர் நடிகனை முன்னிறுத்துவதில்லை, தான் உருவாக்கும் கதாபாத்திரத்தை முன்னிறுத்துவதே தனது படைப்பு மொழியென நம்புகிறார். அவரது அந்த நம்பிக்கையே அவரது படத்திற்குப் பலவிதமான நம்பிக்கையூட்டல்களை உருவாக்குகின்றது.

ஒற்றைக் கதாபாத்திரத்தை முன்னிறுத்துவதும், அதன் லட்சியங்களையும், அதில் ஏற்படும் தோல்விகளையும் வெற்றிகளையும் அடுக்கிக் காட்டுவதும், அதற்கு எதிராக நிற்கும் சக்திகளை அடையாளங்காட்டுவதும் என்பது பரவலான படைப்பு மொழியாக இருக்கிறது. இந்தப் படைப்புமொழி யதார்த்தவாதத்தின் படைப்பு மொழி என்று கூடச் சொல்லலாம். இயக்குநர் பாலாவின் படைப்பு மொழியும் அதுதான். அவரது படங்களும் ஒற்றைக் கதாபாத்திர மையத்திலேயே இயக்கப்பட்டுள்ளன. சேது, நந்தா, சித்தன் என்ற ஒற்றைக் கதாபாத்திரங்களே முன்னிறுத்தப்படுகின்றன. முன்னிறுத்தப்படும் அந்தக் கதாபாத்திரங்களின் உலகம் முழுவதும் தரப்பட்டு, அவைகளின் செயல்கள் நியாயப்படுத்தப்படுகின்றன. இரக்கம் தோன்றும்படியான பரிவுணர்ச்சியைப் பார்வையாளனிடம் கேட்கின்றன. மையக் கதாபாத்திரத்தை நாயகக் கதாபாத்திரமாக ஆக்குவதில்லை என்பதுதான் பாலாவின் வித்தியாசம். நாயகன் X வில்லன் என்ற எதிர்வுகளுக்குள் நுழையாமல் இருப்பதே வாழ்க்கைக்குள் நுழைவதற்கான ஆரம்பமாகிவிடும் என்பது படைப்பின் பால பாடம்; பாலாவின் பாடமாகவும் இருக்கிறது.

ஒரு கதாபாத்திரத்தின் வாழ்க்கையைக் காட்டுதல் என்பதற்குள் நுழைகின்ற பொழுது அவனோடு சேர்ந்த மனிதர்களின் வாழ்க்கையும் தேவையான அளவு காட்டப்பட்டாக வேண்டும். தேவையான அளவு என்பதில் இருக்கும் முழுமையே ஒரு திரைப்படத்திற்கு வாழ்க்கை சார்ந்த நம்பகத்தன்மையை உருவாக்கும். இந்த முழுமை பாலாவின் படங்களில் சிறப்பாகவே உருவாக்கப்பட்டுள்ளன. அந்த நுட்பம் கை கூடப் பாலா கையாளும் உத்தி கவனிக்கத்தக்க ஒன்று. இதுவரை தமிழ் சினிமாவில் கையாளப்பெற்ற உத்திதான் என்றாலும் பாலாவின் படங்களில்தான் அந்த உத்தி நம்பும்படியாக அமைந்திருக்கிறது. "பொதுவானதிலிருந்து குறிப்பான ஒன்றிற்குள் நுழைதல்" என்ற அந்த உத்தி, நிகழ்காலம் என்ற பின்னணியையும் உருவாக்கிக் கொள்ளும்போது நம்பிக்கையை முழுமையாக, ஏற்படுத்திவிடும் வல்லமையுடையது.

"ஒரு ஊரில்"...... என்ற கதையாடலிலிருந்து விலகி, "இந்த ஊரில், இந்தக் காலகட்டத்தில், இப்படியொருவன் இருந்தான்" என்று பேசும் அந்தக் கதையாடல் படைப்பின் மூவொருமையைக் காலம், இடம், வினையென அரிஸ்டாட்டில் சொன்ன மூவொருமையை உருவாக்க வல்லது. பாலாவின் படங்களில் இந்த மூன்று ஓர்மைகளையும் கச்சிதமாகக் கொண்டுவரும் முயற்சிகள் உள்ளன.

பாலாவின் மூன்று படங்களிலும் தரப்பட்டுள்ள இடப்பின்னணி, வெறும் இடப்பின்னணியாக மட்டும் இல்லாமல் காலப் பின்னணியாகவும் ஆக்கப்பட்டிருப்பது கூடுதல் சிறப்பு. சேதுவின் மனநோயாளிகளின் கூடங்களைக் கொண்ட ராமநாதபுரத்து பாண்டிமடம், நந்தாவில் அகதிகள் முகாமின் பின்னணியில் கடற்கரைச் சிறுநகரம் (ராமேஸ்வரம்), பிதாமகனில் கஞ்சாத் தோட்டங்கள் நிரம்பிய போடிமெட்டும், அதன் அடிவார நகரமான போடிநாயக்கனூரும் என்ற பின்னணிகள், குறிப்பான வெளிக்குள் நிகழ்காலப் பாத்திரங்களை உலவவிடும் பின்னணிகளாக உள்ளன. இந்தப் பின்னணியும் கதாபாத்திரங்களின் முழுமையான உருவாக்கமும் இணைந்து படத்திற்கு ஒட்டுமொத்தமான நம்பகத் தன்மையை உருவாக்கிவிடுகின்றன?

பாலாவின் படங்களிலும் மையக் கதாபாத்திரங்களுக்கு காதலிகள் இருக்கிறார்கள், காதலிக்கவும் செய்கிறார்கள், ஆனால், காதலில்

வெற்றி அடைவது தான் படத்தின் கதை என்பதாகப் படம் உருவாக்கப்படவில்லை. எதேச்சையாக நடக்கும் சந்திப்புகள் இந்தப் படங்களிலும் காதலர்களாக ஆக்குகின்றன. என்றாலும் இயக்குநர் உருவாக்கியுள்ள நம்பகத்தன்மை, அந்தக் காதலை "கண்டதும் காதல்" என்ற வகைப்பாட்டிற்குள் செல்லவிடாமல் தடுத்துவிடுகின்றன. பாலாவின் படங்களிலும் ஸ்டண்ட் மாஸ்டர்களை வைத்து உருவாக்கப்படும் சண்டைக்காட்சிகளும் இருக்கின்றன. ஆனால் நாயகன் வீரதீரம் உடையவன் என்பதற்காக உருவாக்கப்பட்டன அல்ல, அவன் முரடன், அவனின் சுபாவமே, போட்டு அடிப்பதுதான் என்பதாகக் காட்டப்படுகின்றன. பாலாவின் படங்களில் பாடல் காட்சிகளும் உண்டு. ஆனால் ஆடிப்பாடுவதற்காக கதை நிகழும் வெளியை விட்டு விட்டு வேறு பிரதேசங்களுக்குள் நுழைவதில்லை. பொருத்தமற்ற உணர்வில் ஆடிப்பாடிவிட்டு சட்டென மாறி கதைக்குள் நுழைந்து விடுவதுமில்லை. பாலாவின் படங்களின் நகைச்சுவைக் காட்சிகளும் உள்ளன. மற்ற இயக்குநர்களின் படங்களில் இடம் பெறுவதுபோல மையக் கதாபாத்திரத்தின் தோழனாகவே காமெடி நடிகரும் (கருணாஸ்) வருகிறார். ஆனால், அவருடைய வசனங்களையும் காட்சிகளையும் அவரே உருவாக்கிக்கொள்ளும் தனிப்போக்காக இடம் பெறவில்லை. கதையின் மைய நிகழ்வுகளின் உடன் நிகழ்வுகளாகவே இடம்பெற்றுள்ளன.

ஆக, தமிழ் சினிமாவின் வணிகத் தமிழ் சினிமாவின் அனைத்து அம்சங்களும் - காதல், சண்டை, பாடல், நகைச்சுவையென அனைத்து அம்சங்களும் - பாலாவின் படங்களில் உள்ளன, ஆனால் சில மாற்றங்களுடன். இந்த மாற்றங்களின் வழி பாலா உருவாக்கியுள்ள ஒரே முக்கியமான அம்சம் நம்பத்தன்மைதான்! வணிக நோக்கத்தைத் தாண்டி இந்தப் படங்கள் கவனம் பெறுவதற்கான காரணம் அவர் உண்டாக்கிக் காட்டும் நம்பகத்தன்மையான உலகம்தான். படத்தைப் பார்க்கும் பார்வையாளனிடம், "பார்ப்பது சினிமா அல்ல, அதன் வழி ஒருவனின் வாழ்க்கை" என்பதான நம்பகத்தன்மை. இந்த நம்பகத்தன்மை நூறு சதவீதம் உண்டாக்கப்பட்டிருக்கிறது என்பதும் இல்லை. அப்படி உண்டாக்கப்பட்ட ஒருசில தமிழ்ப்படங்கள் உன்னைப்போல் ஒருவன், யாருக்காக அழுதான்... அவள் அப்படித்தான், கண் சிவந்தால் மண் சிவக்கும் போன்றவற்றிற்கு

- என்ன வரவேற்பு இருந்தது என்பது வேறு பிரச்சினைகள்.

இவ்வாறு, பார்வையாளனிடம் உருவாக்கும் நம்பகத்தன்மை மூலம் பாலா சாதித்துள்ளவை இரண்டு. ஒன்று, அவரது படங்கள் "இயக்குநரின் படங்கள்" என்பதை உறுதி செய்துள்ளது. சந்தையில் விலை மதிப்புள்ள நடிகனுக்காக கதை தயார் செய்யும் இயக்குநர் அல்ல என்பதைத் திரும்பத்திரும்ப உறுதி செய்வதன் மூலம் நட்சத்திரங்களை உருவாக்குவதற்கு எதிராக இருக்கிறார். தமிழ் சினிமாவிற்கும் தமிழக அரசியலுக்கும் உள்ள உறவில் இவ்வாறான உறுதியோடு ஒரு இயக்குநர் இருப்பதே வரவேற்கத்தக்க நேர்மையான அம்சமாகும். நட்சத்திர நடிகர்களை உருவாக்கி அரசியல் களத்திற்கு அனுப்பித் தலைவனாக்காமல் விட்டுவிடுவதே தமிழ்ச் சமுதாயத்திற்குச் செய்யும் தொண்டுதான். இந்த உறுதியும் பிடிவாதமும் அவரிடம் தொடர்வது மூலம் தான் ஒரு கலைஞன்; தான் செயல்படும் திரைப்படக்கலை சார்ந்தும் அது உருவாக்கிக் காட்டும் படைப்புலகம் சார்ந்தும் தனக்கொரு பார்வை இருக்கிறது என்பதைக் காட்ட முடியும். இந்த மூன்று படங்களிலும் அதற்கான வெளிப்பாடுகள் அதிகமாகவே உள்ளன. படத்திற்குள் மட்டுமல்ல, அவைசார்ந்து அவர் கூறும் வார்த்தைகளிலும் கூட வெளிப்படத்தான் செய்கின்றன.

இரண்டாவது சாதனை அவரது படைப்பு நோக்கம் சார்ந்தது அதிலும் அவரது காத்திரமான போக்கு இருக்கவே செய்கின்றது. என்றாலும், முற்றிலும் நேர்மறையான கூறுகளே நிரம்பியுள்ளன என்று சொல்வதற்கில்லை. அத்துடன் நிகழ்காலத்தின் தேவைகள் கருதி உருவாக்கப்படும் ஒன்றாகவும் அவை இருக்கவில்லை. அதனை சற்று விளக்கமாகக் காணலாம். தனது கதைசொல்லல், நடிகனிடம் எதிர்பார்க்கும் உணர்வுடன் கூடிய நடிப்பைக் கொண்டு வருதல், அக்கதாபாத்திரத்தின் நடையுடை பாவனைகள், மனநிலை வெளிப்பாடுகள், பின்னணி இசை, காட்சிகளின் அடுக்கு என எல்லாவற்றையும் ஒருங்கிணைத்து உண்டாக்கும் நம்பகத் தன்மைக்குள், தான் முன்னிறுத்த விரும்பும் மையக் கதாபாத்திரத்தை அனுப்பி, அதன் மேல் பாலா உண்டாக்க விரும்புவதெல்லாம் அனுதாப உணர்வு ஒன்றுதான்.

மனநோயாளியாக இருந்து சரியாகித் திரும்ப வந்து, தனது காதலி இல்லாத நிலையில், திரும்பவும் பாண்டி மடத்திற்கே

வண்டியேறும்போது சேதுவிடம் பார்வையாளர்களுக்கு உண்டாவது பரிதாப உணர்வு. தன் மகன் குற்றவாளியாக வந்து நிற்கிறான் என்பதை விரும்பாத தாய், தன் கையால் விஷம் வைத்துப் பிசைந்த சோற்றைத்தர உண்டு செத்துப் போகும் நந்தா மீதும் தாய்மீதும் உண்டாவதும் பரிதாப உணர்வுதான். பிதாமகனில் நண்பனை மீட்டெடுக்கும் முயற்சியில் கொலை செய்யப்படும் சக்தி (சூர்யா)யிடமும் அவனைக் கொலை செய்தவனை வன்மத்தின் உச்சத்துடன் பலிவாங்கும் சித்தன் (விக்ரம்) மீதும் பாலா உண்டாக்க விரும்புவதும் பரிதாப உணர்வுதான்.

பாலா உண்டாக்கிய நம்பகத்தன்மையில் இழுக்கப்படும் பார்வையாளர்கள் எந்தவிதமான விலகலும் மறுப்புமின்றி, எதிர்பார்த்ததைவிடக் கூடுதலாகவே அனுதாபத்தை வழங்கி விடவே செய்கின்றனர். வெறும் அனுதாபம் மட்டுமே காட்டப்படும் என்றால் பிரச்சினை இல்லை. வெகு நுட்பமான கலைக்கு அதற்கு மேலும் சில சாத்தியங்கள் உள்ளன. அதிலும் இன்பியல் நாடகத்தைவிடத் துன்பியல் நாடகங்களுக்குக் கூடுதலான விளைவுகளை உண்டாக்கும் சக்தி உண்டு.

அனுதாபத்துக்குரிய இந்தக் கதாபாத்திரங்களின் செயல்களுக்கு- வாழ்முறைக்கு - நடவடிக்கைகளுக்கு ஒப்புதல் திரைப்படத்திற்குள் மட்டுமே நின்றுவிடும் என்றால் பிரச்சினை இல்லை. பொதுவாக வெகுமக்களின் விருப்பங்கள் கலைப்படைப்பின் எல்லைக்குள்ளேயே நின்றுவிடுவதில்லை. வாழ்க்கை வெளிக்குள்ளும் பொருத்திப் பார்ப்பதாகவும் இருக்கிறது. இதற்கு வெகு நுட்பமாக ஆராய வேண்டும் என்பதெல்லாம் இல்லை. அவ்வப்போது வெற்றியடையும் படங்களின் பெயர்களால் சேலைகளுக்குப் பெயரிடும் வணிக அடையாளமே போதும் தற்பொழுது அதிகப்பார்வையாளர்களைச் சென்றடையும் தொலைக்காட்சித் தொடர்களின் பெயரிலேயே சேலைகளின் பெயர்கள் சொல்லப்படுகின்றன. சித்தி சேலை, மெட்டி ஒலி சேலை என்ற சொல்லாடல்களும், ஆண்களின் முடிவெட்டு, காதில் கடுக்கன் போன்றனவும் வெகுமக்களின் ஊடகங்கள் (திரைப்படம், தொலைக்காட்சி) தரும் கொடைகள் தான். இந்த மாதிரியான அலங்காரங்களுக்கு மட்டுமே மக்கள் ஒப்புதல் அளித்து ஏற்றுக்கொள்வர் என்பது இல்லை. வலுவான காரணங்களோடு நியாயப்படுத்தப்படும் கதாபாத்திரங்களையும்

ஏற்றுக்கொள்வர். சமூக வெளியில் அத்தகைய மனிதனின் வினைகளுக்கும் செயல்பாடுகளுக்கும் ஒப்புதல் அளிக்கவும் செய்வர். இத்தகைய உறவு ரசித்தலும் ஏற்றலும் என்ற உறவு இருப்பதால் கதாபாத்திரங்கள்தானா, என்று கேட்கத் தோன்றுகிறது. அத்துடன் அவரது படங்களில் தரப்படும் பின்னணிகள் வெறும் ரசிப்பதற்கு உரியது மட்டும் தானா? என்றும் கேட்கத் தோன்றுகிறது.

சித்திரிப்புகளும் விருப்பங்களும்

பாலாவின் மூன்று படங்களிலும் இடம் பெற்றுள்ள மையக் கதாபாத்திரங்களுக்குச் சில பொதுவான குணங்கள் உள்ளன. அவன் ஒரு முரடன், ஆனால் உள்ளே இருப்பதோ மென்மையான தகடு என்பது அந்தக் கதாபாத்திரங்களின் படிமங்கள். "கல்லுக்குள் ஈரம்" என்ற மூலப்படிமத்தின் நகல்கள்தான் அவர்கள். சீயான் சேதுவாக அழைக்கப்படுவதற்குக் காரணம் முரட்டுத்தனம், ஆனால் அந்த அப்பாவியான அக்கிரகாரத்துப் பெண்ணின் ஈர்ப்பிற்குப் பிறகு அவன் ஒரு காற்றில் அலையும் மயிலிறகு. நந்தாவும் வெளியில் முரடனாகவே அறியப்படுகிறான், ஆனால் அவனுள் இருப்பது தன்னலமற்ற நன்றியுணர்வு மட்டுமே! தன்னை நம்பிப் பொறுப்பை ஒப்படைக்கும் எஜமானனுக்காக எதையும் செய்யும் நன்றியுள்ள நாய் அவன். அவன் அவ்வாறு ஆனதற்கு அவனல்ல பொறுப்பு, அவனைச் சுற்றியிருந்த நபர்களே அவனது தகப்பன், முதலாளி, தாயின் வலிபோக்கத் தந்தையைக் கொலை செய்துவிட்டுப் பாலர் ஜெயிலுக்குப் போன சிறுவனின் மனநிலையைப் புரிந்துகொள்ள வேண்டும் என்பதாகப் படத்தின் தர்க்கங்கள் உள்ளன.

இதே மாதிரியானதொரு சித்திரிப்பும் தர்க்கங்களும்தான் பிதாமகனிலும் உள்ளன. அனாதைப் பிறப்பும் மயானவாழ்வும் தந்த இறுக்கமும், சாவு குறித்தும் வாழ்தல் குறித்தும் எதுவும் தெரியாத அறியாமை கலந்த முரட்டுத்தனம். பசித்தால் உணவு வேண்டும், இருக்கிற இடத்திலிருந்து எடுத்துக் கொள்ளலாம். தடுப்பவர்களை அடித்துப் போடலாம் என்பதாக வளர்வதிலிருந்து, அவனது தன்னுணர்வற்ற நுழைதல்கள் ஒவ்வொன்றும் பொது ஒழுங்குகள் சார்ந்தனவாக இல்லை. கஞ்சாத் தோட்டத்தில் வேலை, கடத்தலில்

ஈடுபாடு, போலீசில் பிடிபடுதல் என எல்லாவற்றிற்கும் அவனது அறியாமையே காரணம் என அடுக்கிவிட்டு, அவனது வன்மம் கலந்த கொலைக்கு மட்டும் உள்ளேயிருந்த நட்புதான் காரணம் எனக் காட்டுகிறது. படம் இதே மாதிரியான சித்திரிப்புகள் மூலம் சக்தி (சூர்யா) கதாபாத்திரத்தையும் நியாயப்படுத்தவே பாலா முயல்கிறார். மூணுசீட்டு, போலியானப் பொருட்களை ஏமாற்றி விற்பது, கிடைக்கிற காசில் குவார்ட்டர் அடிப்பது என்பது அவனது உலகம். அப்படி இருந்தாலும் அவனுக்குள் ஒரு உன்னதமான குணம், அப்பாவியை உலகம் தெரியாத ஒருவனை மனிதனாக மாற்றிவிடும் சக்தி இருக்கிறது எனக்காட்ட முயல்கிறார். இவனிடம் மட்டுமல்ல, கஞ்சா விற்கும் பெண்ணிடம் கூட நல்ல குணங்கள்தான் இருக்கின்றன எனக்காட்டவும் செய்கிறார்.

எல்லாம் சரிதான். ஒரு படைப்பாளி தனது படைப்புலகம் சமூகத்தின் நிழல் பிரதேசங்கள் எனத் தேர்வு செய்வது அவனது படைப்பு உரிமை சார்ந்ததுதான்! இருட்டில் நடப்பனவற்றைக் காட்ட முயலும் படைப்பாளி புதிய பிரதேசங்களைப் படைப்பு வெளியாகப் பார்வையாளனுக்குத் தருகிறான் என்பதும் கூட வரவேற்கத்தக்க ஒன்று தான்! வெளிச்சத்தில் வாழும் மனிதர்கள் இருட்டு மனிதர்களின் நியாயங்களைப் புரிந்து கொள்ள வேண்டும். அவர்கள் அவ்வாறு இருப்பதற்கு அவர்கள் காரணம் அல்ல, இந்த சமூகமே காரணம், அதற்காக நாகரீக மனிதன் ஒவ்வொருவரும் குற்றவுணர்வு கொள்ள வேண்டும் என வலியுறுத்துவது கூட அவசியம்தான். அதைச் செய்யும் படைப்பாளிகள்தான் இன்றைய தேவையும்கூட.

பாலாவின் படங்கள் இதைச் செய்துள்ளனவா... என்றால் உறுதியாக ஆம் என்று சொல்ல முடியவில்லை. முரட்டுத்தனத்திற்கும், அவர்கள் செய்த குற்றங்களுக்கும் கொலைகளுக்கும் படத்திற்குள்ளேயே தண்டனைகளை வழங்குவதன் மூலம் அந்த நோக்கத்திலிருந்து விலகி விடுகிறார் பாலா. தான் உருவாக்கிய கதாபாத்திரங்களுக்குத் தானே தண்டனைகளை வழங்குவதன் மூலம் பார்வையாளர்களிடமிருந்து சமூகத்திடமிருந்து அவர்களுக்கு அனுதாபத்தை தேடித்தரப்பார்க்கிறார். அனுதாபத்தைத் தேடித் தருவதன் மூலம், அவர்களுக்கு அவர்களின் வாழ்முறைக்கு ஒப்புதலையும் பெற்றுத்தரப் பார்க்கிறார். பாண்டி மடத்திலிருந்த

மனநோயிலிருந்து மீண்டு சரியாகித் திரும்பிவரும் சேது, தன்னால் நேசிக்கப்பட்டவள் ஊரில் இல்லை, இறந்துவிட்டாள் என்று தெரிந்தபோது திரும்பவும், பாண்டி மடத்திற்கே வண்டி ஏறினான் எனக் காட்டுவது படத்தில் முடிவு. அந்த முடிவு இயக்குநர் பாலா தரும் முடிவு. அந்த முடிவின் மூலம் பெற விரும்புவது அனுதாபம் மட்டுமல்ல, அவன் காதல் நிறைவேறியிருக்க வேண்டும் என்ற ஒப்புதலும் கூடத்தான்.

குற்றவாளியாக வந்து நிற்கும் மகனுக்கு விஷம் கலந்த உணவைத் தந்து தாயும் மகனுமாக இறந்து போகும் நந்தா படத்தின் முடிவின் மூலம் உண்டாக்க விரும்பியது இரட்டிப்பு அனுதாபம் மட்டுமல்ல. அவர்களை ஒத்த மனிதர்களை இந்தச் சமூகம் வாழ அனுமதித்திருக்க வேண்டும் என்ற ஒப்புதலையும் தான்.

உருட்டல் புரட்டல்களை விட்டுவிட்டு வாழத் திரும்பிய சக்தியின் கொலை, கொலைக்குக் காரணமான கஞ்சாத்தோட்ட முதலாளி, கஞ்சாத் தோட்டத்தைத் தீயிட்டுக் கொளுத்திவிட்டு (எதுவும் தெரியாத சித்தன் கஞ்சாத் தோட்டத்தைக் கொளுத்துவது ஏன்..... அவனது சமூக அக்கறையா......? அவன் வழியாகப் பாலாவின் சமூக அக்கறையா...?) முதலாளியைக் கொலை செய்யும் வன்மம், என எதற்கும் சித்தன் பொறுப்பல்ல எனக்காட்டுவது பிதாமகன் படத்திற்குப் பாலா தரும் முடிவு. இந்த முடிவு அனுதாபத்தை மும்மடங்காகப் பெறவிரும்பும் நோக்கம் மட்டுமே கொண்டதல்ல; இந்த மாதிரியான மனிதர்களின் செயல்பாடுகளுக்கு ஒப்புதல் பெற விரும்பும் நோக்கமும் கொண்டதுதான்.

எதிலும் நேர்த்தி, நுட்பம், நம்பகத்தன்மை, ரசிக்கும்படியாகத் தருதல் என்பதோடு அனுதாபத்தை உண்டாக்குவதையே படைப்பின் நோக்கமாகக் கொண்டு இயக்குகிறார் பாலா. அந்த நோக்கத்தை தவறென்று சொல்வதற்கில்லை. ஆனால் அக்கதாபாத்திரங்கள் அனுதாபப்பட வேண்டியவர்கள் மட்டும் தானா....? ஒப்புதலும் தரப்பட வேண்டியவர்களா.... என்பதைப் பார்வையாளர்கள் முடிவு செய்துகொள்ள வேண்டும்.

(பாலாவின் "வித்தியாசமான வணிகம்" என்ற தலைப்பில் தீம்தரிகிட, டிசம்பர் 2004 இதழில் வெளியானது)

22. கலையியல் இயக்குநரின் அடையாளம்:
பெல்லிசேரியின் இரண்டு சினிமாக்கள்

ஒரு சினிமாவைத் திரையரங்கில் வெளியிட்ட பின் குறிப்பிட்ட காலம் காத்திருந்தால் இணையம் வழியாகப் பார்க்கும் வாய்ப்புகளையும் வசதிகளையும் தொழில்நுட்பம் உருவாக்கி விட்டது. தொலைக்காட்சிப் பெட்டியின் குறுந்திரையில் புதிய படம் ஒன்றைப் பார்ப்பதை விரும்பாத என்னைப் போன்றவர்களுக்குச் சென்னை போன்ற பெருநகரம் ஒருவிதத்தில் வரம். உடனடியாக இல்லையென்றாலும் ஒருவார இடைவெளிக்குள்ளாவது 'ஜல்லிக்கட்டு' போன்ற படங்களைப் பார்க்கும் வாய்ப்பு கிடைத்துவிடுகிறது. 'ஜல்லிக்கட்டு' படத்தை இயக்கியுள்ள லிஜோ ஜோஸ் பெல்லிசேரியின் முந்திய படம் அங்கமாலி டைரீஸ். படமாக்கப்பட்ட விதம், விவாதிக்கும் பொருண்மை காரணமாகக் கவனித்துப் பேசப்பட்ட படம். அந்தப் படத்தை விடவும் கூடுதல் கவனத்துடன் விவாதிக்கப்படக்கூடிய படமாக வந்துள்ளது 'ஜல்லிக்கட்டு'. ஒருவிதத்தில் இந்திய சினிமாவை உலக சினிமாவிற்குள் நகர்த்தும் முயற்சி என்றுகூடச் சொல்லலாம்.

ஜல்லிக்கட்டு: இந்திய அபத்தம்

பெல்லிசேரி தனது படத்தின் மொத்தப்பரப்பிலும் ஜல்லிக்கட்டு எதையும் காட்டவில்லை. வாடிவாசலும் இல்லை;

வாடிவாசலிலிருந்து கிளம்பும் திமில் அசையும் ஒரு காளையும் கூட இல்லை. படத்தில் இடம்பெற்றிருப்பது வெட்டிக்கூறு போடப்பட்டுக் கொண்டாட்ட நாளின் விருந்துணவாகவிருக்கும் எருமைமாடு மட்டுமே. ஒரு மலைப்பிரதேசக் கிராமத்துக் கசாப்புக் கடைக்காரனால் வாங்கி வரப்பட்ட எருமை, வெட்டப்படுவதற்கு முன்பு, வெட்டுக்கத்தியிடமிருந்து தப்பித் தனது உயிர் வாழ்தலுக்கான எத்தணிப்புகளைச் செய்கிறது. அதன் பாய்ச்சலும் மூர்க்கமும்தான் ஜல்லிக்கட்டு.

படம் தொடங்கும்போது ஆரம்பக் காட்சியில் மிகச்சிறிய புழுக்களும் பூச்சிகளும் வண்டுகளும் அண்மைக்காட்சியாகத் திரைமுழுக்கக் காட்டப்படுகின்றன, மிகச்சிறிய உயிரிகளையும் உயிரற்றனவற்றையும் உருப்பெருக்கியில் பார்க்கும்போது உண்டாகும் அச்சம் அல்லது ஆச்சர்யத்தைப் படம் பார்க்க வந்தவர்களுக்கு உண்டாக்குகிறார் இயக்குநர். உலகில் தோன்றிய ஒவ்வொரு உயிர்களும் தானே அழிகின்றன. அல்லது இன்னொரு உயிரினத்தால் அழிக்கப்படுகின்றன. ஒருவிதச் சுழற்சியான இயங்குமுறை.

ஏன் பிறக்கின்றன; ஏன் மரிக்கின்றன என்பதற்கான விடைகளைச் சமயங்கள் ஒவ்வொன்றும் அதனதன் போக்கில் விரித்துப் பேசலாம். ஆக்கப்படுவதிலும் அழிக்கப்படுவதிலும் ஓர் உயிரினத்திற்கு இன்னொன்றின் மீது வருத்தங்களும் பகையும் கோபமும் வன்மமும் இருக்குமா? தெரியவில்லை. அவைகளுக்கு மொழி இருக்கிறதா? இருக்கலாம். அந்த மொழியை வாசிக்கும் திறன் மனித உயிரிக்கு இல்லை. ஆனால் அவற்றின் வாழ்க்கை என்னும் மொழியை மனிதர்கள் அறிந்தவர்கள் தான். அதை வாசித்துப் புரிந்து கொண்டவர்களும்கூட. ஆனால் அறிதலுக்கும் புரிதலுக்கும் பிறகு மனிதர்கள் வெளிப்பாடு என்னவாக இருக்கிறது?

இந்த உலகத்தில் தோன்றியுள்ள ஒவ்வொன்றும் - எல்லாவகை உயிரினங்களும் மனிதர்களின் தேவைக்காக மட்டுமே படைக்கப்பட்டிருக்கின்றன என்ற நினைப்பாகவும் நம்பிக்கையாகவும் இருக்கிறது. வாழ்க்கையின் தேவைக்காக மனிதர்கள் ஒவ்வொன்றையும் உருமாற்றியும் அழித்தும் சிதைத்தும் தனதாக்கிக் கொண்டே இருக்கிறார்கள். அதுபற்றிய குற்றவுணர்வுகள் இல்லாமலேயே கடக்கிறார்கள். இயற்கையோடும்

உயிரினங்களோடும் மனிதர்களின் உறவும் பகையும் நேரடியாக உணரப்படுவதில்லை. எல்லா உயிர்களிடத்திலும் நானே இருக்கிறேன் எனப் புனித வாக்கியங்களும், காக்கை குருவி எங்கள் ஜாதி; நீள்கடலும் மலையும் எங்கள் கூட்டம் நோக்கும் திசையெலாம் நாமன்றி வேறில்லை நோக்க நோக்க களியாட்டம் என்பது போன்று உணர்ச்சிகரமான கவிதை வரிகளும், வாடிய பயிர்களைக் கண்டபோதெல்லாம் வாடினேன் எனத் தன்னிலையுரைக்கும் கூற்றுகளும் இலக்கியப் பனுவல்களில் எழுதப்பட்டு வழங்கப்பட்ட பின்னும் மனிதர்கள் பெரிதாகக் கண்டுகொள்ளவில்லை.

தொடர்ச்சியாக மனிதர்கள் உலகத்தை மனிதமையமாகவே நினைக்கிறார்கள். அவர்களுக்காகவே படைத்தருளப்பட்டனவே எல்லாம் என நினைத்துக் கொல்கிறார்கள்; உண்கிறார்கள்; களித்துக் கூத்தாடுகிறார்கள். இதே நேரத்தில் மனிதர்கள் ஒவ்வொருவருக்குள்ளும் உண்டாகும் காதல், அன்பு, பாசம், துரோகம், பகை, வன்மம் போன்றன பேசுபொருளாக இருக்கின்றன. எழுதப்படுகின்றன; அடுத்த தலைமுறையை நல்வழிப் படுத்துவதற்கான அறமாகப் பதிவுசெய்யப்பட்டுக் கடத்தப்படுகின்றன. இதையெல்லாம் ஒரு சினிமாவில் எப்படிப் பேசுவது. நிகழ்வுகளாக்கிக் காட்சிப்படுத்துவது எப்படி? பெல்லிசேரியின் ஜல்லிக்கட்டு அந்த முயற்சியைச் செய்திருக்கிறது.

உருப்பெருக்கப்பட்ட உயிரினங்களின் காட்சிகளைத் தொடர்ந்து ஒரு மலைக் கிராமத்து வாழ்க்கையின் அன்றாடப் போக்கிலும் விருந்துகளிலும் இறைச்சி உணவு பெறும் இடத்தைக் காட்சிகளாகவும் பேச்சாகவும் சொல்லி நகர்கிறது. இறைச்சி உணவுக்காக எருமை மாடு வெட்டப்படுவதும் தோல் உரிக்கப்படும், சதைத்துண்டுகளாக்கப்பட்டு கூறுபோடப்பட்டு விற்பனைப் பொருளாக மாற்றப்படுவதும் காட்டப்படுகிறது. மதுக் கூடங்களிலும் திருமணம் போன்ற நிகழ்வுகளிலும் இறைச்சி உணவு தவிர்க்க முடியாத உணவாக மாறியிருப்பதைக் காட்டுகிறது. அந்த ஊருக்கு வழக்கம்போலக் கொண்டுவரப்படும் ஒரு கணதியான எருமைக் கட்டுத்தறியிலிருந்து வெட்டுப்படாமல் தப்பிவிடுகிறது. தப்பியோடும் எருமையின் நோக்கம் உயிர்வாழ்தல். விரட்டிப் பிடித்துக் கூறுபோட நினைக்கும் வியாபாரிக்கு லாபம். வாங்கி உண்ணும் மனிதர்களுக்குச் சுவை; விருந்து கொண்டாட்டம்.

நிச்சயதார்த்த விழாவிற்கு, கல்யாணத்திற்கு, பண்டிக்கைக்கு இறைச்சி கிடைக்காதென்றால் அவை நின்று போகக் கூடும். தப்பியோடிவிட்ட எருமை மாட்டின் மீது ஒவ்வொருவருக்கும் இப்படியான பந்தம் இருக்கிறது; உரிமை இருக்கிறது; தேவை இருக்கிறது. அதைத் திரும்பவும் கொண்டுவந்தாக வேண்டும். வெட்டியாக வேண்டும்; உரித்துக் கறியாக்கிச் சாப்பிட்டாக வேண்டும். எருமை தப்பித்தலில் ஊரின் வாழ்வு சந்திக்கும் திடீர் நெருக்கடி.

நேரடியாக எருமை மாட்டின் மீது உரிமையோ பந்தமோ இல்லாதவர்களுக்கு அதன் ஓட்டமும் தப்பிக்கும் முயற்சியும் உண்டாக்கும் அழிவுகளால் பாதிப்பு. முட்டித்தள்ளிவிடும் பொருட்கள், கடைகள், சிதறடிக்கப்படும் பயிர்கள் என இன்னொருவிதமான நெருக்கடி. விலங்கொன்றைச் சுட்டுப் பிடிக்க அனுமதியளிக்காத ஜீவகாருண்ய சட்டத்தையும் காப்பாற்றவேண்டும்; எருமைமாடு தப்பித்ததால் உண்டாகியிருக்கும் சட்டம் ஒழுங்குப் பிரச்சினையையும் சமாளிக்கவேண்டிய பிரச்சினை அரசு நிர்வாகத்திற்கு. இருவகை நெருக்கடியும் சேர்ந்து கிராமத்து ஆண்கள் ஒவ்வொருவரிடத்திலும் ஒருவித வேட்டைவெறியின் உணர்வை உண்டாக்க எருமை மாட்டைப் பிடித்துக் கொல்லும் வேட்டைக்காரர்களாக மாறுகிறார்கள். உயிர்வாழ்வதற்காக ஓடும் எருமையின் மீது தீராப்பகை கொண்டவர்களாய் விரட்டுகிறார்கள்; ஓடுகிறார்கள்; முட்டித் தள்ளப்படுகிறார்கள்.

இதனைக் காட்சிப்படுத்தும்போது தன்னைக் காட்டிக் கொடுத்தவனைப் பலிவாங்கிவிடத் துடிக்கும் தனிமனிதக் குரோதங்களையும் உடல் தினவையும் உடமையாக்குதலின் வெறித்தனத்தையும் சில நிகழ்வுகள் வழியாகச் சொல்கிறார். தனக்குப் பாதிப்பில்லாத போது ஜீவகாருண்யம் பேசிவிட்டுத் தனது உடமைகளுக்குச் சேதம் விளையும்போது வெளிப்படும் கொலை நியாயங்கள் பேசும் போலித் தனமான மனிதர்களைச் சில உரையாடல் வழி காட்டுகிறார்.

மாட்டைப் பிடித்துவிட முனையும் முன்பு, தனது வீரத்தைக் காட்டுவதற்கு முன்னால் தீர்த்துக் கொள்ளும் காமத்தையும், அதனை ஏற்றுக் கொள்ளும் பெண் உடலின் எதிர்பார்ப்பையும்

ஏற்பையும் காட்சிப்படுத்தியுள்ளார். இப்படிப் பலப்பலக் காட்சிகளைத் துண்டு துண்டாய்க் காட்சிப் படுத்தியிருக்கிறார்கள் இயக்குநரும் ஒளிப்பதிவாளரும். ஒரு மலைக் கிராமத்தின் நிலவெளிப் பரப்பைப் படத்திற்கான வெளியாக்கிக் கொண்டு அதில் உயர்ந்து நிற்கும் மரங்கள், செடிகள், திட்டுகள், சரிவுகள், பள்ளங்கள், நீர்த்திட்டைகள் என ஒவ்வொன்றையும் காமிராவின் வழியாகப் படம் பிடித்திருக்கிறார்கள் என்று உணராத வகையில் நேர்க்காட்சியாகப் பார்க்கும் உணர்வைத் தரும்படிச் செய்யப்பட்டுள்ள ஒளிப்பதிவு அசாத்தியமானது, வேட்டைக்காக தேடுதலுக்காக நெற்றியில் கட்டப்படும் விளக்கொளிகளின் கூட்டமும் அசைவுகளின் பாய்ச்சலும் உண்டாக்கும் பரபரப்பு படத்திற்கு அபாரமான வேகத்தை உண்டாக்கியுள்ளது. தேடல் நடந்துகொண்டிருக்கும் போது சில வீடுகளுக்குள் நடக்கும் உரையாடல்கள், காட்சிகள் எழுப்பும் கேள்விகளும் முக்கியமானவை.

ஒரு வீட்டிற்குள் வாழ்தலின் இறுதிக்கட்டத்தில் இருக்கும் முதியவரின் மூச்சிழுப்பின் தூரமும் அசைவும் திரும்பத் திரும்பக் காட்டப்படுகிறது. அவரது பார்வையில் படும் எருமையின் குறியீடு எல்லா மனிதர்களுக்கும் சாவின் அழைப்பு காத்திருக்கிறது என்பதையும் அதற்கு முன்னால் இவர்கள் காட்டும் உணர்ச்சிகளும் பிடிவாதங்களும் ஏன் என்பதைக் கோடி காட்டுவதுபோல மனித உடல்கள் ஒரு குவியலை உருவாக்குகின்றன. அதற்குள்ளிருந்து அந்த எருமையின் உடமையாளன் திமிறி எழுந்து தனது உரிமையை நிலைநாட்டிவிட முடியும் என எத்தணிக்கிறான். பெரியவரின் மூச்சிரைப்பும் மனிதக்குவியலால் உருவாகும் பிம்பத்திரட்சியும் மாறிமாறிக் காட்டப்படுவதோடு படம் முடிகிறது.

91 நிமிடம் ஓடும் பெல்லிசேரியின் ஜல்லிக்கட்டு படத்திற்கு கதையென்று எதுவும் இல்லை. ஆனால் கதையின் அடிப்படைக்கூறுகளான நிகழ்வுகள் இருக்கின்றன. ஒவ்வொரு நிகழ்வுக்கும் ஒரு தொடக்கம் முடிவும் இருக்கிறது. ஒவ்வொரு நிகழ்வையும் இணைக்கும் சங்கிலியாக எருமைமாடு மட்டுமே இருக்கிறது. படத்தைப் பார்த்துக் கொண்டிருக்கும்போது உடனடியாக எனக்கு நினைவில் வந்தது யூஜின் அயனெஸ்கோவின் காண்டாமிருகம் *(Rhinoceros / Eugene Ionesco)* நாடகம். இனவாதத்தையும் அரசதிகாரத்தையும் எள்ளலுடன் விமரிசிக்கும்

காண்டாமிருகம் நாடகத்தின் உரையாடல்களும் விவாதங்களும் பொதுப்புத்திக்குள் உண்டாகும் அச்ச உணர்வின் பெருக்கத்தையும் பீதியின் வெளிப்பாடுகளையும் அதன் அதிகபட்ச எல்லைக்குள் நீட்டித்துப் பார்வையாளர்களைச் சிந்திக்கும்படித் தூண்டியிருக்கும். அதைப்போலவே ஜல்லிக்கட்டு, சமகால இந்திய வாழ்க்கையில் பரவிவரும் கும்பல் மனோபாவத்தையும் செயல்பாடுகளையும் காட்சிப்படுத்தியிருக்கிறது.

படம் முடிந்த பிறகு, இன்னொரு கேள்வியும் எழுந்தது. மலையாளிகளின் உணவில் மாட்டிறைச்சி தவிர்க்க முடியாத உணவுப்பொருள். ஆனால் ஜல்லிக்கட்டு அவர்களின் வாழ்வியல் கூறோ, பண்பாட்டு அடையாளமோ அல்ல. படத்தின் மொத்த நிகழ்வுகளையும் எருமை மாட்டை இணைப்புச் சங்கிலியாகக் கொண்டு உருவாக்கப்பட்ட படத்திற்கு ஜல்லிக்கட்டு என்று ஏன் பெயரிட வேண்டும் என்பதுதான் அந்தக் கேள்வி. படம் பார்க்கும் தமிழ் மனத்திற்குள்ள இப்படியொரு கேள்வி எழுவதைத் தவிர்க்கவும் முடியாது. அந்தக் கேள்விக்கான விடையைத் தேடுவது இந்தப் படத்தின் விவாத எல்லையைக் குறுக்கிவிடுவதாகவும் எதிர்மறை நிலைப்பாட்டுக்கு நகர்த்துவதாகவும் ஆகக் கூடும். அதைத் தள்ளிவைத்துவிட்டுக் காட்சி இன்பத்தின் வழி ஆழமான கேள்விகளை எழுப்பியுள்ள படத்தைப் பார்த்துக் கொண்டாடுவதே முதல் தேவை.

நண்பகல் நேரத்து மயக்கம் – கலைத்தன்மை சினிமா என்னும் தனித்துவம்

லிஜோ ஜோஸ் பெல்லிசேரி தனது சினிமாக்களை, குறிப்பான சூழல் என்ற அடிப்படையில் மற்றவர்களின் சினிமாவிலிருந்து வேறுபடுத்துகின்றார் எனத் தோன்றுகிறது. அதனாலேயே அவரது சினிமாக்களை நடப்பியல் வகை சினிமாவின் சட்டகங்களுக்குள் வைத்துப் பேச முடிவதில்லை. தனித்தனியாகப் பார்த்தால், நிகழ்கால வாழ்க்கையில் நடக்கும் நிகழ்வுகளையே அவரது சினிமாக்கள் காட்சிப்படுத்தியுள்ளன என்று தோன்றும். ஆனால் அவையெல்லாம் எல்லாருடைய வாழ்க்கையிலும், ஒவ்வொரு வெளியிலும் நடக்கக்கூடியன என்று உறுதியாகக் கூறமுடியாது.

நண்பகல் நேரத்து மயக்கம் படத்தில் இடம்பெற்றுள்ள காட்சிகள் ஒவ்வொன்றும் தனித்தனியாக நடக்கும் வாய்ப்புகள் கொண்ட காட்சிகள் தான். அதே நேரம் ஒட்டுமொத்தமாக இது சாத்தியமா? என்ற வினாவைப் பெரிய வினாவாக எழுப்பிக் கொண்டே இருக்கும் படமாகப் பார்வையாளர்கள் முன்னால் விரித்து நகர்த்திக்கொண்டே இருக்கிறது.

கலைத்தன்மை கூடிய ஒரு சினிமா, வணிக வெற்றியை நோக்கமாகக் கொண்ட சினிமாக்களிலிருந்து பலநிலைகளில் வேறுபாடுகள் கொண்டதாக இருக்கும். அவற்றுள் முதன்மையான வேறுபாடாக இருப்பது இந்தப்பொதுத்தன்மையைக் கைவிடுவது என நினைக்கிறேன். ஒரு சினிமாவில் அனைத்துத் தரப்புப் பார்வையாளர்களுக்கும் விருப்பமான கூறுகள் இடம்பெறவேண்டும் என நினைக்காமல், அந்தச் சினிமாவுக்கான இலக்குப் பார்வையாளர்கள் யார்? என்பதை முடிவு செய்துகொண்டு அவர்களை நோக்கித் தனது படத்தை முன்வைப்பதைக் கலைத்தன்மை கூடிய பட இயக்குநர்கள் விரும்புகிறார்கள். இலக்குப் பார்வையாளர்களோடு உரையாடுவது என்பதை, அவர்களின் எண்ணங்களோடும் சிந்தனைத் தளத்தோடும் உரையாடல் செய்வதாகப் புரிந்துகொள்ளவேண்டும். அந்த நோக்கத்திலேயே அதன் இயக்குநர் கதைப்பின்னலையும், காட்சிகளையும் நடிப்புமுறையையும் காமிராக்கோணங்களையும் இசைக்கோலங்களையும் தெரிவுசெய்கிறார்கள். கலைத்தன்மைச் சினிமாவின் இயக்குநர்கள் எல்லா இடங்களிலும்,எல்லாச் சூழலும் நடக்கும் சாத்தியங்கள் கொண்ட காட்சிக் கோர்வைகளின் தொகுப்பாகச் சினிமாவை உருவாக்குவதில்லை. வெளி, காலம் இரண்டையும் உள்ளடக்கிய குறிப்பான சூழலில் மட்டுமே இப்படத்தில் இடம்பெறும் காட்சிகள் நடக்கக்கூடியன என்பதாக உருவாக்கித் தொகுத்துத் தருகிறார்கள். தொகுப்பதில் கூட ஒரு நேர்கோட்டுத்தன்மை உருவாகி விடுவதைத் தவிர்க்க நினைக்கிறார்கள்.

மறதி – மரணம் – மறு உயிர்ப்பு: படத்தின் கருத்தியல் சொல்லாடல்கள்

மறதி மனிதர்களின் பொதுவான குணம் அல்லது

வினைப்பாடுகளுள் ஒன்று. செயலின் தொடர்ச்சியில் ஏற்படும் தடை என்பதாக மறதி விளக்கப்படுகிறது. அந்த விளக்கத்தை ஒவ்வொருவரும் ஏற்றுக்கொண்டு மறதியை அதன் போக்கில் கடந்துகொண்டுதான் இருக்கிறார்கள். சிறுகணப்பொழுதில் - நொடிக்கணக்கில், நிமிடக்கணக்கில் ஏற்படும் மறதிகளைச் சந்தித்த நிகழ்வுகளை இன்னொருவரிடம் சொல்லும்போது சுவாரசியம் ஏற்படுவதுமுண்டு. ஏறவேண்டிய பேருந்தில் ஏறாமல் திசைமாறிப்போன பயண அனுபவங்களையும், பெறவேண்டிய/ தரவேண்டிய தொகைக்குப் பதிலாக அதிகமாகவும் குறைவாகவும் கைமாறிய அனுபவங்களையும், சின்னத் தடுமாற்றத்தில் அறிமுகம் இல்லாதவர்களின் தோள்களைப் பற்றி அசடு வழிந்த கணவன் -மனைவி / காதலி போன்ற காட்சிகளும் நினைவில் வருகின்றன; திரைப்படங்களில் இடம்பெற்றுள்ளன; இலக்கியங்களிலும் பதிவுசெய்யப்பட்டுள்ளன.

குறிப்பிட்ட சூழலில் தன்னை மறத்தல் என்பதை மருத்துவ அறிவியல் ஒரு வியாதியாக வகைப்படுத்திக் காட்டும். மனநல மருத்துவத்தின் பகுதியாகப் பேசப்பட்டுச் சிகிச்சை முறைகளையும் பரிந்துரைக்கும். மறதியின் மையமாக இருப்பது மனம் என்பதுவரை அல்லது எண்ணங்களாக இருப்பது வரை ஏற்கத்தக்கனவாக இருக்கிறது. மனத்தின் பகுதியாக இல்லாமல் மறதி உடலின் பகுதியாக அறியப்படும் நிலையில் போதிய விளக்கத்தை மருத்துவ அறிவியல் தருவதில்லை. பருண்மையான தனது உடலை மறத்தல் நடக்குமா? என்ற கேள்விக்குப் பதில் சொல்ல முடியாமல் தவிப்பதுண்டு. சாதாரணப்புரிதலில் ஏமாற்று என்று விளக்கம் சொல்லவும் கூடும்.

மறதியின் தொடர்ச்சியைப் போலவே மரணம், மறுபிறப்பு போன்ற கருத்தாக்கங்களைச் சமய நூல்கள் விளக்குகின்றன. உறங்குவது போலும் சாக்காடு; உறங்கி விழிப்பதுபோலும் பிறப்பு என்ற குறளுக்குப் பின்னால் இருக்கும் கருத்தியல் இவ்வகைப்பட்டதாகவே இருக்கும். ஒரே பிறவியில் சிறிய இடைவெளியில் ஏற்கெனவே அறியப்பட்ட உடலுக்குள் இருக்கும் உயிர் பிரிந்து போய்விட்டுத் திரும்பவும் வருதல் பற்றிய நிகழ்வுகளைப் பேசும்போது நிகழ்கால மனிதர்களின் மனம் ஏற்பதில்லை. அதிலும் ஓர் உடலுக்குள் இன்னொரு உடலுக்குரிய உயிர் நுழைந்து செயல்படும் நிகழ்வை மருத்துவம் மறுதலிக்கிறது. அதையும் நோயாகவே கருதுகிறது.

ஆனால் இதுபோன்ற நிகழ்வுகளைச் சமயம் சார்ந்த நம்பிக்கைகள் இயல்பாக நினைக்கின்றன. பேய் பிடித்தல், ஆவி ஏறுதல், சாமியாடுதல் போன்றனவற்றைக் கிராமத்து வாழ்க்கையில் அதீத நிகழ்வுகளாகக் கருதி ஏற்றுக்கொண்டு கடப்பதைப் பார்க்கிறோம். இதனையே மாந்திரீகம், தாந்திரிகம் போன்ற செயல்பாடுகளில் ஈடுபாடு கொண்டவர்கள் அற்புத நிகழ்வுகளாக முன்வைக்கிறார்கள். கூடுவிட்டுக் கூடு பாய்ந்து காலத்திற்குள்ளாகப் பயணம் செய்து திரும்ப முடியும் என்று விளக்கி நம்பச்செய்கின்றனர்.

கர்மம், மறுபிறப்பு போன்றனவற்றை முன்வைக்கும் சமய அறிவுச் சொல்லாடல்களும் இதனை விவாதிக்கின்றன. இயல்பான மரணங்கள், இயல்பற்ற மரணங்கள் (அகால மரணம்) என மரணங்களை விவாதிக்கும் நிலையில் இயல்பற்ற மரணத்திற்குப் பிறகு உயிர் அல்லது ஆன்மா இங்கேயே ஆவியாகச் சுற்றிக்கொண்டிருக்கிறது என்பது நம்பிக்கையின் ஓரடையாளம். அது தனக்கான உடலைத் தேடிக் கண்டுபிடித்து அவ்வப்போது நுழைந்து வெளியேறும் என்பது அதன் நீட்சி. அத்தகைய நிகழ்வுகளுக்குக் குறிப்பான காலச்சூழல் இருப்பதாகவும் கருதுகிறார்கள். நட்ட நடுச்சாமம் உகந்த காலமாக நம்பிக்கை கொண்டவர்களால் அதிகம் உச்சரிக்கப்படுகிறது. அதற்கிணையாக இல்லையென்றாலும் உச்சிப்பொழுது வேலை - நண்பகல் நேரமும் ஆவிகள், பேய்கள், சாமிகள், ஆன்மாக்களுக்குரிய நேரம் என்பதும் நம்பிக்கை தான். ஆவிகள் உலாவும் நேரமாக நண்பகல் நேரமும் இருக்கிறது. ஆழ்ந்த உறக்கம் அல்லது மயக்க நிலையில் ஒருவரது உடல் மறதி நிலையில் இருக்கும். அந்த மறதி நிலையில் இன்னொரு உயிர் / ஆன்மா அதற்குள் நுழைந்து ஏற்கெனவே இருக்கும் உயிரை / ஆன்மாவை இடம்பெயர்த்துவிட்டுக் குடியேறிக்கொள்ளும். பெல்லிசேரியின் சினிமா நண்பகல் நேரத்தைத் தெரிவு செய்துள்ளது. அதனாலேயே பேய்ப்படமாகப் பார்க்கப்படுவதிலிருந்து தப்பித்திருக்கிறது. நள்ளிரவு நேரத்தைத் தேர்வுசெய்திருந்தால் பேய்ப்படமாகப் பார்க்கப்பட்டிருக்கும்.

★★★

இரண்டு ஆண்டுகளுக்கு முன்னால் தனது குடும்பத்தைவிட்டுப் பிரிந்து போனவரின் கதி என்ன என்பதை முடிவுசெய்யாமல் இருக்கும் குடும்பம் அது. காணாமல் போனவர் திரும்ப வருவார்

என்ற நம்பிக்கையை அவர்கள் தொலைக்காமல் இருக்கிறார்கள். 24 மணி நேரமும் தொலைக் காட்சி வசனங்களையும் பாடல்களையும் கேட்டுக்கொண்டே மகன் நினைவைத் தக்கவைக்கும் கண் பார்வையற்ற அம்மாவின் நம்பிக்கை முழுமையானது. தனக்கடுத்துக் குடும்ப பாரத்தைச் சுமக்கவேண்டிய மகன் இப்படித் தவிக்கவிட்டுவிட்டுப் போய்விட்டானே என ஏக்கத்தோடு திண்ணையில் அமர்ந்திருக்கும் தந்தையின் நம்பிக்கை முழுமையானதல்ல; ஆனால் வரமாட்டான் என்று அவர் முடிவும் செய்துவிடவில்லை. பணிவோடு உணவு பரிமாறி, உடைகளை எடுத்துக் கொடுத்துக் கணவனைப் பார்த்துக்கொண்ட மனைவி. அவளைத் தவிக்கவிட்டுவிட்டுப் பிரிந்து போவதற்குத் தனது புருசனுக்கு என்ன காரணம் இருந்திருக்கும்? என்பதையே நினைத்துக் கொண்டிருக்கும் அவளுக்குள் இருப்பது குழப்பம் மட்டும் அல்ல; திரும்புவார் என்ற எதிர்பார்ப்பும்.

இம்மூவருக்குள்ளும் இருப்பது காணாமல் போனவனின் உடல் அல்ல. அவனது மனம், அவனது குரல், அவனது பரிவு, அவனது அன்பு, காதல். இதற்கு மாறாக அதையெல்லாம் முழுமையாகப் பெற்றுக் கொள்ளாத மகளிடம் வெளிப்படுவது நம்பிக்கையின்மை. குடும்பத்தைக் காப்பாற்றும் பொறுப்பைக் கைவிட்டுவிட்டுக் காணாமல் போனவர் திரும்பப் போவதில்லை என்ற தீர்க்கமான முடிவு அவனது உறவினரான சகோதரனுக்கு இருக்கிறது. ஊராருக்கு காணாமல் போனவன்; போனவன்தான்.

ஆனால் காணாமல் தொலைந்து போகவில்லை; காணாமல் போனவன் இல்லாமல் ஆகிவிட்டான். ஆனால் ஆவியாக மாறி அந்தக் கிராமத்தின் எல்லையில் சுத்திக் கொண்டிருந்தான். ஒரு நண்பகல் நேரத்தில் இன்னொருவனின் உடலில் புகுந்து தனது வீட்டிற்கு வந்து பழைய காரியங்களையெல்லாம் செய்து பார்த்துவிட்டுத் திரும்பிப் போய்விடுகிறான்.

புற உலகத்து மனிதர்கள், ஒரு மனிதனை உடலாக மட்டுமே அறிந்துகொள்கிறார்கள்; பழகுகிறார்கள். ஆனால் நெருங்கிய/ அகத்தை அறிந்த மனிதர்கள் உடலாக மட்டுமல்லாமல் மனதாகவும் அறிந்துகொள்கிறார்கள். மனத்தின் வெளிப்பாட்டை உணர்த்தும் கருவி மொழியாக இருக்கிறது. கிறித்தவ மதச் சடங்குகளிலும் கடவுள் கொள்கையிலும் நம்பிக்கை கொண்ட மலையாளியான

ஜேம்ஸின் உடலுக்குள் புகுந்துகொண்ட சுந்தரத்தின் ஆவி வெளிப்பட்டது உள்ளூர் தெய்வங்களை வணங்கும் ஒரு தமிழ் ஆளாக. உடல் மொழியாலும் குரல்மொழியாலும் நிரப்பப்பட்ட ஜேம்ஸின் உடலை சுந்தரமாக மாறி 'நான் சுந்தரம்; இதுதான் என் ஊரு' என்கிறான். வந்திருக்கும் உடல் ஜேம்ஸின் உடல் என்றபோதிலும் சுந்தரத்தின் அம்மா, அப்பா, மனைவி ஆகியோர் சுந்தரமே வந்திருப்பதாக உணர்கிறார்கள்.

மறதி, மரணம், ஆன்மா, கூடுவிட்டுக் கூடுபாயும் நம்பிக்கை என்பதான சொல்லாடல்களின் மேல் உருவாக்கப்பட்டுள்ள நண்பகல் நேரத்து மயக்கம் சினிமா, விரிக்கப்பட்டுள்ள காட்சிகள் வழியாக நிகழ்காலச் சினிமாவாக நவீன சினிமாவாகத் தன்னை முன்வைக்கிறது. கேரளக்கிராமம் ஒன்றிலிருந்து தமிழ்நாட்டின் வேளாங்கன்னிக்குப் பக்திப் பயணம் மேற்கொள்ளும் குடும்பங்களின் இடை நிற்றலில் தொடங்கும் காலைக்காட்சியும் நண்பகல் பயணமும் நகைச்சுவையான உரையாடல்கள் வழியாக விரிக்கப்பட்டுள்ளன. படத்தின் தொடக்க நிலைக்காட்சிகளில் சிடுக்குகளோ, சிக்கல்களோ இல்லை. பயணச் சத்திரம் ஒன்றில் தங்குதல், பயணத்தைத் தொடங்குதலில் தாமதம் ஏற்படுத்தும் ஜேம்ஸின் விலகலான மனநிலை, இடைநிற்றலில் மற்றவர்களோடு இணைந்தும் விலகியும் பேசும் அவனது போக்கு என்பதைக் கொண்டு அவனது உடலுக்கு நடக்கப்போகும் விசித்திரம் முன்னறிவிப்பாக உருவாக்கப்பட்டுள்ளது. அனைவரும் தூங்கும்போது அவன் மட்டும் விழித்திருப்பதும் குழம்புவதுமான மனநிலையில் இறங்கி நடக்கத் தொடங்குகிறான். பேருந்திலிருந்து இறங்கிக் கிராமத்து மண் சாலையில் இறங்கும்போது அவன் முழுமையாகச் சுந்தரமாக மாறுகிறான். ஜேம்ஸின் உடல் மொழியும் மலையாளப் பேச்சுமொழியும் வெளியேறிக்கொள்ள, சுந்தரத்தின் உடல்மொழியும் தமிழ்ப்பேச்சுமொழியும் நிரம்பிக்கொள்கின்றன. வருவது சுந்தரம் தான் என்பதை உணர்ந்து கொண்டனவாக அக்கிராமத்தின் விலங்குகளும் பறவைகளும் இருந்தன என்பதைக் காட்டுவதின் வழியாக இயக்குநர் உணர்த்துகிறார். மின்சாரக்கம்பங்களில் கம்பிகள் அமர்ந்திருக்கும் காகம் அவனை அந்நியனாக நினைத்துக் கூவவில்லை; நாய்கள் குரைக்கவில்லை; சுந்தரத்தின் வீட்டு மாடுகள் மிரளவில்லை. பறவைகளும் மிருகங்களும் ஆவியையும் ஆன்மாவையும் அறிந்துகொள்ளும் சக்தி கொண்டவை என்பதும் கிராமப்புற நம்பிக்கைகள் சார்ந்தவையே.

கலை ஆக்கலின் திறன்கள்

முந்திய பெல்லிசேரியின் படங்களிலிருந்து நண்பகல் நேரத்து மயக்கம் பெரிய மாற்றம் ஒன்றைக் கொண்டுள்ளது. பொதுவாகக் கலைச்சினிமா இயக்குநர்கள் ஒவ்வொரு படத்திற்கும் வெவ்வேறு வடிவங்களைத் தேர்வுசெய்வார்கள். சொல்முறை மூலமாக - பயன்படுத்தும் நடிப்பு முறை மூலமாக உண்டாக்கும் குறியீடுகள், படிமங்கள் வழியாக என ஒவ்வொன்றிலும் ஒரு சோதனையைச் செய்து பார்ப்பதுண்டு. குறியீட்டுப் பாத்திரம், குறியீட்டு நடிப்பு, அபத்த வெளிப்பாட்டுப் படிமங்கள், தூரப்படுத்தும் காமிராக்கோணங்கள் போன்றவற்றைப் பயன்படுத்திய இயக்குநர் இப்படத்தில் முழுமையும் நேர்கோட்டில் கதையைச் சொல்லியிருக்கிறார். காட்சிகளில் இடம்பெறும் பாத்திரங்களை ஏற்று நடித்துள்ள நடிகர்களை நடப்பியல் தன்மையோடு நடிக்க வைத்துள்ளார். இருதளங்களில் பிளவுகொண்ட பாத்திரங்களை ஏற்று நடித்துள்ள நடிகர்கள் ஒவ்வொருவரும் பாத்திரங்களின் இயல்பில் விலகாமல் வெளிப்பட்டுள்ளனர். அதன் வழியாகப் பார்வையாளர்களுக்கு இருவித உணர்வுகளும் மாறிமாறிக் கலவையாகத் தரப்பட்டுக்கொண்டே இருக்கிறது. இப்படத்தில் நடித்துள்ள நடிகர்களின் தேர்ந்த நடிப்பை இதற்கு முன்பும் பார்த்து ரசித்திருக்கிறோம். இதில் முழுமையாகத் தங்களை வெளிப்படுத்த முயன்றுள்ளனர். குறைவான நேரமே வந்துபோகிறவர்கள்கூட நடிப்பில் குறைவைக்கவில்லை.

நடுத்தரவர்க்க வாழ்க்கைக்குள் இருக்கும் குடும்பங்களின் புனிதச் சுற்றுலாவில் இருக்க வாய்ப்புள்ள நகைச்சுவைக் காட்சிகளோடு தொடங்கும்போது உருவாக்கப்படுவது ஒருவித அங்கதம் கலந்த நகைச்சுவை உணர்வு. அவ்வுணர்வு இடையில் நிறுத்தப்பட்ட பேருந்திலிருந்து ஜேம்ஸ் காணாமல் போய்விட்டார் என்ற நிலையில் உருவாவது தவிப்பும் எரிச்சலுமான உணர்வுகள். ஜேம்ஸின் மனைவிக்கும் பிள்ளைக்கும் கூட எரிச்சலோடு கூடிய தவிப்புதான் வெளிப்படுகிறது. பக்கத்துக் கிராமத்திற்குள் ஜேம்ஸ் இருக்கிறான் என்ற நிலையில் தவிப்பு தீர்கிறது. ஆனால் அவர் வேறொரு ஆளாகத் திரிகிறான் என்ற நிலையில் திகைப்பும் குழப்பமும் உருவாகிறது. மற்றவர்களுக்குச் சுற்றுலாப் பயணம் என்னாகும் என்ற குழப்பம். ஜேம்ஸின் மனைவிக்கும்

பிள்ளைக்கும் வாழ்க்கை என்ன ஆகும் என்ற தீர்க்கமுடியாத சிக்கலை எதிர்கொள்ளப் போகிறோம் என்ற தவிப்பு. இந்த மனவோட்டங்களும் உணர்வுக்கலவைகளும் கண்முன்னே ஒருவன் காணாமல் போய்க்கொண்டிருப்பதைச் சந்திக்கும் மனிதர்களின் பரிதாபமான கையறு நிலை.

காணாமல் போய்க்கொண்டிருக்கும் ஒருமனிதன், காணாமல் போன ஒரு மனிதனாகத் தோன்றும்போது கிடைக்கும் ஆசுவாசம், ஐயம், திகைப்பு, மிரட்சி, நடைமுறையில் இதுபோன்ற நடப்புகளால் ஏமாற்றப்படும் வாய்ப்புகள் உள்ளன என்பதையிட்டு உண்டாகும் கலவரம் என அந்தக் குடும்பமும் ஊரும் சந்திக்கும் உணர்வுகளும் மனவோட்டங்களும் தனியாக உருவாக்கப்பட்டுள்ளன. தனித்தனியான மனவோட்டங்களை ஒரு கட்டத்தில் இணைநிலையாக மாறிமாறிக் காட்டிப் பார்வையாளர்களை அதற்குள் ஈர்த்துக்கொள்கிறது படம். படம் பார்க்கும் ஒவ்வொருவரும் மலையாளம் பேசும் மனிதர்களோடும் தமிழ் பேசும் மனிதர்களோடும் விலகலின்றி அந்தக் கிராமத்திற்குள் அலையவேண்டும் என்பதைத் தனது படமாக்கலின் நுட்பமாக வைத்துள்ளார் இயக்குநர் பெல்லிசேரி. அந்த இடத்தில் தனது படத்தை நடப்பியல் படத்திலிருந்து மாயநடப்பியல் படமாக மாற்றிவிடுகிறார்.

காட்சிக்கோர்வை x இசைக்கோர்வை

பசுமையான இயற்கைப் பின்னணி கொண்ட கேரளக் கிராமத்து மனிதன் ஒருவன்,வெக்கையும் புழுதியும் நிரம்பிய தமிழ்நாட்டுக் கிராமத்தைத் தனது கிராமமாக நினைக்கத் தொடங்கிக் கலந்து - காணாமல் போகும் ஆச்சரியம் என்பதற்குள் ஓர் எதிர்வு இருக்கிறது. மனைவியின் கால்வலிக்குத் தைலம் தேய்த்துவிட்டுத் தூக்கிக் கொண்டு போகக்கூடத் தயாராக இருக்கும் கணவன், அவளை மறந்துவிட வாய்ப்பிருக்கிறதா? என்ற கேள்வி இருக்கிறது. அதன் மறுதலையாக இரண்டு ஆண்டுகளுக்கு முன்னால் போன சுந்தரம் பற்றி எந்தத் தகவலும் இதுவரை இல்லை என்ற உறுதி இருக்கிறது. அவனது குடும்பத்தைப் பராமரிக்கும் வேலையை ஏற்றுக்கொண்ட சகோதர உறவுகளின் தீர்மானமான நிலை இருக்கிறது. இவையெல்லாம் காட்சிப்படுத்தப்பட்டுள்ளன. காட்சிகளில்

தோன்றும் தேர்ந்த நடிகர்களும் நடிகைகளும் இயல்பான உடல்மொழியாலும் குரலாலும் உண்மையான நடப்புகளே இக்காட்சிகள் என்ற தோற்றத்தை உண்டாக்கிக்கொண்டே இருக்கிறார்கள். ஆனால் அக்காட்சிகளுக்குப் பின்னால் உருவாக்கப்பட்டுள்ள சத்தங்களும் ஓசைகளும் அவற்றோடு பொருந்தாமல் விலக்கலை உண்டாக்கிக்கொண்டே இருக்கின்றன. இது இயக்குநரே திட்டமிட்டு உருவாக்கும் தூரப்படுத்தும் உத்தி.

நம்பத்தக்க உணர்வுகளைக் காட்சிப்படுத்திக்கொண்டே இருக்கும் காமிராவின் வேலைக்கு எதிராகப் பின்னணி இசை அக்காட்சிகளின் மீது விலகலை ஏற்படுத்திக்கொண்டே இருப்பது ஏன் என்று கேள்வியைப் பார்வையாளர்களிடம் எழுப்ப நினைத்துள்ளார் இயக்குநர். அவ்விலகல் வழியாக காட்சிகள் உருவாக்கும் வாழ்க்கையின் மீதும், வாழ்வதாக நம்பிக்கை கொண்டிருக்கும் மனிதர்களின் நம்பிக்கைகள் மீதும் அபத்தத்தை உண்டாக்குகிறார். அபத்தத்தை உண்டாக்க இயக்குநர் தேர்வு செய்துள்ள சங்கதிகள் அவரது கலையியல் பார்வைக்கும் செய்நேர்த்திக்கும் சிறப்பான இடத்தை அளித்துள்ளன. மிகையுணர்ச்சியோடு நடிகர்கள் பாத்திரமாக மாறிக் கொண்டிருக்கும்போது ஒலிக்கும் பழைய தமிழ்ச்சினிமாக்களின் உரையாடல்களும் பாடல்வரிகளும் உண்டாக்குவது ஒருவித எள்ளலும் அங்கதமுமான நகைச்சுவை உணர்வு. அதன் வழியாகவே பார்வையாளர்கள் அக்காட்சியிலிருந்து விலக்கப்பட்டு, அதனைக் குறித்து யோசிக்கும்படித் தூண்டப்படுகிறார்கள். பார்வையாளர்களின் சிந்தனைக்கு எதையுமே தராத பொழுதுபோக்குக் குப்பைகளே தமிழ் சினிமாக்கள் என்ற பொதுவான விமரிசனப்பார்வையை மறுபரிசீலனை செய்யவேண்டும் என்று நினைக்கத் தக்க அளவுக்கு வாழ்க்கை என்றால் என்ன? அதன் சிடுக்குகளுக்குள் சிக்கிய மனிதன் எப்படி வெளிப்பட்டான், மரணம் என்றால் என்ன? அதனை எதிர்கொள்ளும்போது மனிதர்கள் மேற்கொள்ளும் மனவோட்டங்கள் எப்படி இருக்கும்? கடவுள், குற்றம், தண்டனை போன்றனவெல்லாம் எங்கே இருக்கிறது? மனத்திற்குள்ளேயே இருக்கின்றனவா? வெளியிலா? என்பன போன்ற கேள்விகளைக் கரடுமுரடான தொலைக்காட்சி அலறலோடு காட்சிகளின் பின்னணி இசையாக ஆக்கியிருப்பது இயக்குநரின் தேர்வு. அதற்காக மொத்தத் தமிழ்ச்சினிமா பரப்புக்குள்ளும்

தேடியிருக்கிறார்கள் இயக்குநரும் வசனம் எழுதியவரும். காமிராவின் காட்சிப்படுத்தலோடு பார்வையாளர்கள் ஒன்றிவிடக் கூடாது என்பதற்குப் பலவித உத்திகள் கலைத்தன்மை கொண்ட சினிமாக்கள் பயன்படுத்தியுள்ளன. நண்பகல் நேரத்து மயக்கம் படத்தின் இயக்குநர், இசைக்கோலங்களின் மிகையால் அதனைச் செய்திருக்கிறார்; பாராட்டுகள்.

கலைத்தன்மை உருவாக்கங்கள்

பொதுவாகப் பேசுவதற்குப் பதிலாகக் குறிப்பாகப் பேசுவதைக் கலைத்தன்மை சினிமாக்கள் முக்கியமான வேறுபாடாகக் கொள்கின்றன என்று தொடக்கத்தில் சொல்லியிருக்கிறேன். அதல்லாமல் நாயகத்தனம் - வில்லத்தனம் என்பதை முக்கியமான எதிர்வாகக் கலைத்தன்மைப் படங்கள் கருதுவதில்லை. அக்குணங்கள் கொண்ட மனிதர்கள் தனித்தனியாக இருப்பதாகக் கருதாத நிலையில் அவ்வகை எதிர்வுகளை முன்வைப்பதில்லை. அதே நேரம் எதிர்வுகளையே உருவாக்குவதில்லை என்று உறுதியாக இருப்பதும் இல்லை. எதிர்வுகள் இல்லாமல் இந்த உலகத்தின் இருப்பையும் நடப்பையும் புரிந்துகொள்ள இயலாது. அதனால் ஒரு சினிமாவுக்குத் தேவையான எதிர்வுகளை உருவாக்கி விசாரணை நடத்துவதைக் கலைத்தன்மைப் படங்கள் மறுதலிப்பதில்லை. நண்பகல் நேரத்து மயக்கம் அதன் கட்டமைப்புக்குள் வெளிப்படையான சில எதிர்வுகளை வைத்திருக்கிறது. சில மறைமுக எதிர்வுகளையும் கொண்டிருக்கிறது. படம் உருவாக்கியுள்ள முதன்மையான எதிர்வு காணாமல் போனவனும், காணாமல் போய்க் கொண்டிருப்பவனும் உருவாக்கும் மனத்தவிப்புகள். காணாமல் போனவன் என்னும் கடந்த காலத்தவிப்பையும், காணாமல் போய்க் கொண்டிருப்பவன் உருவாக்கும் நிகழ்காலத் தவிப்பையும் ஒருசேரக் காட்சிப்படுத்தியதில் பார்வையாளர்களை வென்றிருக்கிறார் இயக்குநர் பெல்லிசேரி. இந்தத் தவிப்பின் ஊடாக இந்தியச் சமயங்கள் முன்வைக்கும் சமயம் சார்ந்த தத்துவ விசாரணையின் ஓரடுக்கை விவாதிக்க முயன்றுள்ளார். பார்க்கவேண்டிய படம். பார்த்து விவாதிக்கவேண்டிய படம்.

- 2023

23. ஈழத்தமிழர் போராட்டப் பின்னணியில் சிங்கள சினிமா: பிரசந்ந விதனகேயின் இரண்டு படங்கள்

மன்னிப்பதிலிருந்து அல்ல; மன்னிப்பு கேட்பதிலிருந்து தொடங்கலாம்.

பேரினவாதக் கருத்தியலும் மேட்டிமைவாத - உயர்சாதிக் குறுங்குழுவாதமும்- மோதிக் கொண்ட ஒரு பூமியாக இலங்கையை விரித்துக் காட்டிப் பேசத்தொடங்கும் பிரசந்ந விதனகேயின் சினிமாவைப் பார்க்கும் வாய்ப்பு சென்னை சென்றபோது கிடைத்தது. படத்தின் ஆங்கிலத் தலைப்பு *With You Without You.* ஆங்கிலத் தலைப்பை அப்படியே நின்னோடா? நீயின்றியா? என மொழி பெயர்க்காமல் பிறகு எனத் தலைப்பிட்டு இருந்தார் அதன் இயக்குநர். அவரது தாய்மொழியான சிங்களத்தில் வைத்துள்ள தலைப்புக்கு என்ன பொருள் எனத் தெரியவில்லை.

திரைக்கதையின் பின்னல்களையும் விடுவிப்புகளையும் மட்டும் வைத்துப் படம் பார்க்கும் பிறநாட்டு மனிதர்களுக்கு வித் யூ வித் அவுட் யூ என்ற ஆங்கிலத் தலைப்பு உருவாக்கும் அர்த்தமே போதும். ஆனால் 30 ஆண்டுகளாக நடந்த உள்நாட்டுப் போருக்குப் பின் தன் தேசத்து மனிதர்கள் புதியதொரு வாழ்க்கையைத் தெரிவு செய்யவேண்டும் எனச் சொல்ல விரும்பும் ஒரு கலைஞனுக்கு - அவன் உண்டாக்க விரும்பிய கருத்தியலுக்குப் பொருத்தமான

தலைப்பாக இருப்பது தமிழில் வைக்கப்பட்டுள்ள “பிறகு” என்னும் தலைப்பே. அந்தப் படத்தின் கதை மிகச் சிறியது; எளிமையானது.

திரும்பத்திரும்பத் தனது அடகுக் கடையில் தன் வசமுள்ள சின்னச் சின்ன நகைகளை அடகு வைக்க வரும் ஒரு இளம் தமிழ்ப் பெண் மீது மத்திய வயதில் இருக்கும் சிங்கள அடகுக்கடை முதலாளி காதல் கொள்கிறான். அந்தக் காதல் ‘அவளது இதழில் வழியும் புன்னகையாலும் கண்களில் தெறிக்கும் சுடரொளியாலும் உண்டானது’ என அவன் சொன்னாலும், மறக்க அல்லது மறைக்க நினைக்கும் முந்திய வாழ்க்கைக்கான பரிகாரம் என்பதாக உள்மனம் நினைத்திருக்க வேண்டும். அந்த இளம்பெண்ணோ தனது உறவினர்களைப் பிரிந்து - அல்லது உள்நாட்டுப் போரில் பறிகொடுத்துவிட்டு மலையகத்தமிழ் குடும்பம் ஒன்றிற்கு அனாதையாக இடம்பெயர்ந்தவள். அவளுக்குள் சிங்கள ராணுவம் உண்டாக்கிய அழிவுகளும் பாலியல் வல்லுறவுகளும் நேரடி அனுபவமாக - உடன் பிறந்த சகோதரர்கள் கொல்லப்பட்டதாக, கூட்டுப் பாலுறவால் அழிக்கப்பட்ட இளம்பெண்களைக் காவு கொடுத்த காட்சிகளாகப் பதிந்து கிடக்கின்றன. என்றாலும் அவளுக்குள் இருக்கும் ஆசை இந்தியாவுக்குப் போகவேண்டும்; விஜய் நடித்த சினிமாக்களைப் பார்க்க வேண்டும் என்பதான ஆசைதான். தொடக்கத்தில் ஒரு சிங்களப் பணக்காரனின் பச்சதாப உணர்வினால் உண்டான காதலை ஏற்க அவளுக்கு மனம் இல்லை. அவனைவிட வயது கூடிய தமிழ்க் கிழவர் ஒருவரோடு மனைவியாக அனுப்பப்பட்டுவிடும் ஆபத்து இருக்கிறது என்ற நிலையில் - அந்த நெருக்கடியிலிருந்து தப்பிக்க நினைத்து அவனது காதலை ஏற்றுச் சிங்கள நடுத்தர வயதுக்காரனின் மனைவி ஆகிறாள். புரிந்து கொள்ளுதலோடு தொடரும் அவர்களது குடும்ப வாழ்க்கையில் தமிழ்ப் பெண்ணின் தாலியை மையமிட்டு ஒரு விரிசல் உண்டான நிலையில் அவளது கணவனின் பழைய வாழ்க்கையைச் சொல்ல வந்தவன் போலக் கதைக்குள் வந்து செல்லும் காமினியின் வரவு முரண்பாட்டைத் திசை திருப்பிவிடுகிறது.

கணவன் X மனைவி முரண்பாடு, தமிழ் X சிங்கள இன மோதலின் விரிசலாக மாறி விடுகிறது. போர்க்குற்றம் செய்து ராணுவத்திலிருந்து விலகிப் புதுவாழ்க்கையைத் தொடங்கியிருக்கும் அவனது கடந்தகாலத்தை அறியாமல் கணவனாக ஏற்றுக் கொண்டு சிங்கள ஆணோடு குடும்ப வாழ்க்கையைத் தொடர

முடியாமல் தவிக்கும் ஒரு தமிழ்ப் பெண்ணின் பார்வையாகவும், தனது முந்திய காலத்துக் குற்றச் செயலுக்கான பரிகாரத்தை - மன்னிப்பைக் கோரிப்பெற்றுப் புதிய வாழ்க்கையைத் தொடங்கித் தொடர நினைக்கும் சிங்கள ஆடவனின் மன உறுத்தலாகவும் மாறிமாறி நகரும் திரைக்கதையைக் கொண்டிருக்கும் இந்தப் படம் சினிமாவின் அனைத்துவிதமான அழகியல் கூறுகளையும் கச்சிதமாகக் கலந்து தந்துள்ளது.

ஒவ்வொன்றையும் விளக்கி விவரித்தால் திரைப்பட ரசனை வகுப்பாக மாறிவிடும். இரண்டு கதாபாத்திரங்களின் விருப்பம் அல்லது மனஓட்டத்தைக் காட்ட இயக்குநர் தனித்தனியான குறியீட்டுப் பின்னணியைத் தந்துள்ளார். டெலிவிஷனில் ரெஸ்லிங் காட்சிகளை இமைக்காமல் பார்த்துக் கொண்டிருப்பவன் நாயகன். தமிழ் சினிமாவின் கற்பனாவாதக் காதல் பாடல்களை - குறிப்பாக விஜய் நடித்த சினிமாக்களின் மீதும் பாடல்களின் மீதும் விருப்பம் கொண்டவள் பெண். தனிநபர் சார்ந்த இந்த விருப்பங்களுக்குப் பின்னால் இலங்கையின் 30 ஆண்டுக்கால இனவாத அரசியல், பயங்கரவாதத்தடுப்பு யுத்தம், அதில் நேரடியாக ஈடுபட்ட பழைய வாழ்க்கையைக் கொண்ட நாயகனின் பின்புலம், யுத்தத்தால் தனது இரண்டு சகோதரர்களை இழந்த நாயகியின் துயரம் எனக் கதை பின்னப்பட்டு அரசியல் படமாக மாற்றப்பட்டுள்ளது.

இலங்கையில் இப்படியெல்லாம் நடந்து முடிந்துவிட்ட நிலையில் பிறகான - போருக்குப் பிறகான - வாழ்க்கையை ஒரு சிங்களக்கணவனும் ஒரு தமிழ்ப் பெண்ணும் தொடர வேண்டும் என்றால் என்ன செய்வது? என்ற கேள்விக்குள் நுழைகிறது படம். அதற்கான ஆகப்பெரும் வழிமுறை ஒன்றே ஒன்றுதான். மன்னிப்புக் கோருவது மட்டுமே இணக்கத்தை உண்டுபண்ணும் என்பதை இயக்குநர் தீர்வாக வைக்கிறார். தனிநபர்களாக அந்தப் பெண்ணும் ஆணும் மாறிமாறி ஒருத்தரிடம் இன்னொருவர் மன்னிப்புக் கேட்டுக் கொள்கிறார்கள். அவளது ஆசையை - இந்தியாவிற்குப் போய் தமிழ் சினிமாவையும் நடிகர் விஜய்யையும் காட்டிவிடும் முடிவோடு அடகுக்கடையை ஒரு தமிழ் முஸ்லீமிடம் விற்று விடுகிறான். உச்சகட்டமாகத் தன்மீது இவ்வளவு அன்பு கொண்ட கணவனைக் காயம்படுத்திவிட்டோமே எனத் தவித்துப் புலம்பும் தமிழ்ப் பெண், மாடியிலிருந்து விழுந்து தற்கொலை செய்து கொள்கிறாள். படம் முடிந்து விடுகிறது. சிங்களக் கணவனின்

முடிவுகள் ஒவ்வொன்றும் நிதானமாக நகர, தமிழ்ப்பெண்ணின் முடிவுகள் ஒவ்வொன்றும் உணர்ச்சிவசப்பட்டு எடுப்பனவாகவே இருக்கின்றன. அவள் எடுத்த தற்கொலை முடிவு உள்பட.

சிங்களர்கள், தமிழர்கள், தமிழ் முஸ்லீம்கள் என மூன்றுதரப்பினரும் இருப்பையும் மனநிலைகளையும் கட்டமைத்துள்ள போர் நடவடிக்கைகளின் - ஓசையும் - போர்மேகங்களும் - கரியமுகமும் தூரத்தில் நகர்ந்து கொண்டும் கேட்டுக்கொண்டும் இருக்கிறது. சின்னச் சின்னக் குறிப்புகளால் தனது தேசியத்தின் - தேசத்தின் -நகர்வை -நிகழ்கால வரலாற்றைச் சொல்லியிருக்கும் இந்தப் படம் போருக்குப் பின்னான வாழ்வை, மன்னிப்புக் கோருதலிலிருந்து தொடங்கவேண்டும் என்கிறது. அவர் முன்வைக்கும் மன்னிப்பு கோரல் என்னும் நிலைப்பாடு அரசின் அல்லது அதிகாரத்தின் நிலைப்பாடு அல்ல. சில லட்சம் தமிழர்களை அழித்துக் கறைபடிந்த கரத்தோடு இருக்கும் சிங்களப் பேரினவாத அரசு மன்னிப்புக் கோரும் நிலைக்கு இறங்கிவரும் என்று எதிர்பார்க்கவும் முடியாது. குறைந்த பட்சமாகக் குற்றவுணர்வு கொண்ட ஓர் அறிக்கையைக் கூட அது வெளியிடாது. சிங்களப் பேரினவாத அரசு மட்டுமல்ல; பயங்கரவாதத்தை ஒடுக்குவதாகச் சொல்லிக் கொண்டு சொந்தநாட்டு மனிதர்களைக் கொன்றுகுவித்த எந்த அரசாங்கமும் குற்றவுணர்வால் தூண்டப்பட்டு மன்னிப்புக் கோரியதாக வரலாற்றில் குறிப்புகள் இல்லை. ஆனால் அந்த அரசுகளின் மனச்சாட்சியாக மாறி ஒவ்வொரு நாட்டுப் படைப்பாளிகளும் பாதிக்கப்பட்டவர்களிடம் மன்னிப்புக் கோரியிருக்கிறார்கள் என்பதை உலகக் கலை இலக்கியவரலாறு நமக்குச் சொல்கிறது. பிரசந்ந விதனகேயின் இந்தப் படம் அப்படிப்பட்ட படைப்பாளியின் மனச்சாட்சியின் குரல் என எடுத்துக் கொள்ள வேண்டிய ஒன்று.

பிரசந்ந விதனகே தனது மனச்சாட்சியைச் சரியான திசையில் செலுத்தியிருக்கிறார். மன்னிப்புக் கேட்பதை எங்கிருந்து? எப்படித் தொடங்கலாம்? என்பதைத் தயக்கங்களற்று- குழப்பங்கள் இல்லாமல் சிங்களர்களே தொடங்க வேண்டும் எனக் கூறுவதின் நீட்சியாகக் காலில் விழுந்து கதறி அழும் கணவனைப் போல மாறியாக வேண்டும் என்று காட்சிப்படுத்தியிருக்கிறார். பொறுப்புள்ள படைப்பாளியின் மனச்சாட்சி இதனையே வலியுறுத்தும். போர்களின் வழியாகத் துயரங்களை அனுபவித்த

இனங்கள் போர்களுக்குப் பிறகான வாழ்க்கையைத் தொடங்க ஒரே வழி மன்னிப்புக் கோருதலும் மன்னித்தலும் அன்றி வேறென்னவாக இருக்க முடியும். இணக்கங்களை ஏற்படுத்த விரும்பும் படைப்பாளிகளின் குரலோடு தமிழ்ப் படைப்பாளிகள் தங்களை இனங்காண வேண்டிய தருணம் இது.

இந்தப் படத்தைப் பார்க்க வந்திருந்த சென்னையின் சில ஆயிரம் பார்வையாளர்களில் சில நூறு பேர்களிடம் இணக்கத்திற்கு மாறான வெறுப்புநிலை இருக்கிறது என்பதும் படத்திற்குப் பின்பான கேள்விகளில் வெளிப்படவே செய்தது. அந்த எண்ணிக்கை சில நூறுகள் தான். கொடுமையாளர்கள் தண்டிக்கப்பட வேண்டும் எனச் சொல்லிக் கொண்டே -அதற்கான போராட்டங்களை முன்னெடுக்க அந்தச் சில நூறுபேர்கள் தேவைதான். அவர்கள் அந்தப் பாதையில் செல்லட்டும். அப்படிச் செல்லும்போது கலை இலக்கியவாதிகளின் இணக்க முயற்சிகளைத் தடுத்துவிட மாட்டோம் என்ற உறுதியையும் அவர்கள் முன் வைக்க வேண்டும். இணக்கத்திற்கான வழிமுறைகளைத் தேடுவதில் தான் ஆறாத காயங்களுக்கான மருந்துகளைத் தர முடியும். இலங்கைத் தமிழர்களுக்குத் தேவை என்ன என்பதைத் தெரிந்து கொண்டு நமது பார்வைகளை உருவாக்கிக் கொள்ள வேண்டும்.

பூர்ணமை நாளன்று ஒரு மரணம்

'வித் யு வித் அவுட் யு' பார்த்த ஒரு மாதத்திற்குள் பிரசந்ந விதனகேயின் இன்னொரு படம் பார்க்கும் வாய்ப்பும் கிடைத்தது. "13 -07-2014, ஞாயிறு முற்பகல் பனுவல் புத்தகக் கடை மாடியில் திரையிடப்படுகிறது" என்று குறுந்தகவல் வந்தது. படத்தின் பெயர் பூர்ணமை நாளன்று ஒரு மரணம் எனத் தமிழில் மொழிபெயர்க்கப்படவில்லை. ஆங்கிலத்தில் 'டெத் ஆன் அ ஃபுல்மூன் டே' *(Death on a fullmoon day)* என இருந்தது. திரையிடலுக்குப் பிறகு திரையிடலை ஏற்பாடு செய்யும் அமுதனோடு உரையாடலாம் என்றும் சொன்னது அந்தக் குறிப்பு.

அமுதனைப் பார்க்கலாம்; பேசலாம் என்பதைவிடப் பிரசந்ந விதனகேயின் இன்னொரு படம் பார்க்கலாம் என்ற ஈர்ப்பே பயணத்திட்டத்தை மாற்றியது. பாண்டிச்சேரியிலிருந்து நெல்லை

நோக்கிய பயணம் சென்னையை நோக்கித் திரும்பியது. அதிகாலையில் கிழக்குக் கடற்கரைச் சாலையில் பேருந்தின் ஓரத்து இருக்கையில் அமர்ந்து பயணம் செய்வதை அனுபவிக்க வேண்டும். பலதடவை பயணம் செய்த பாதைதான் என்றாலும், சூரியன் வருவதற்கான நேரத்தில் கிழக்குக் கடற்கரைச் சாலைப் பயணம் சுகமானது. ஒவ்வொருமுறையும் விதம்விதமான மனநிலையை உருவாக்கக் கூடியது.

பயணங்களைப் போல, மனதிற்குப் பிடித்த ஒரு படைப்பைத் தந்த ஒரு படைப்பாளியின் மற்ற படைப்புகளும் புதுப்புது உலகத்தைக் காட்டிவிடும் என்று எதிர்பார்ப்பதில் சிக்கல்கள் இருக்கின்றன. அதிலும் தமிழ் சினிமாக்காரர்கள் ஒருபட அதிசயக்காரர்களாகவே அதிகம் இருக்கிறார்கள். முதல் படத்தில் தமிழர்களுக்கான சினிமாவைத் தரப்போகிறவர் என்ற நம்பிக்கையளிக்கும் ஒரு இயக்குநர் அடுத்தடுத்த படங்களில் அடையாளம் தெரியாமல் போவதையே தமிழ் சினிமா வரலாறாகக் கொண்டிருக்கிறது.

இரண்டு பூர்ணமை நாட்களுக்கு இடையில் நடக்கும் நிகழ்வுகள் படத்தின் நிகழ்வுகள். இலங்கை ராணுவத்தில் பணியாற்றி மரணம் அடைந்த சிப்பாயின் தந்தை, அதற்கான இழப்பீட்டுத் தொகையைப் பெற மறுத்துவிடுவதன் தொடர்விளைவுகள் படக் காட்சிகளாக விரிக்கப்பட்டுள்ளன. பயங்கரவாதிகளோடு தேசத்தின் ராணுவம் நடத்தும் யுத்த களத்திலிருந்து அரசாங்க முத்திரையோடு திறந்து பார்க்கக் கூடாது என்ற உத்தரவையும் தாங்கி வந்திறங்குகிறது சவப்பெட்டி. சவப்பெட்டியில் இருக்கும் உடலுக்கானவன் என நம்பப்படும் மனிதனின் சின்னப் படம் பெரியபடமாக ஆக்கப்பட்டு ஊரே கொண்டாடுகிறது. தங்கள் ஊர்க்காரன் தேசத்தைக் காக்கும் போரில் உயிர்விட்டான் என்பதால் உண்டாகும் மனநிலை சார்ந்த கொண்டாட்டங்கள். ஆனால் அவனது தந்தை அதை ஏற்கவில்லை. சவப்பெட்டியில் இருப்பது தன் மகனின் உயிரற்ற உடலாக இருக்க முடியாது என்று நம்பும் தந்தைக்குத் தன் மகன் சொல்லிச் சென்ற குரலில் நம்பிக்கை இருக்கிறது. தனக்கு வாக்களித்துச் சென்றபடி, கட்டி முடிக்கப்படாமல் இருக்கும் இந்தச் சிறிய வீட்டைக் கட்டி முடிக்கவும், கல்யாணமாகாமல் இருக்கும் தங்கையின் திருமணத்தை நடத்தி முடிக்கவும் தேவையான பணத்துடன்

தன் மகன் வருவான் எனக் காத்திருக்கவே விரும்புகிறார் அந்தக் கண் தெரியாத வயோதிகர்.

இழப்பீட்டுத் தொகையைப் பெறுவதற்காக அனுப்பப்பட்ட அரசாங்கப் படிவத்தை வாங்கிப் பெட்டிக்குள் வைத்துவிட்டு அதன் மேல் தன் மகனுக்காகச் சந்தையில் புதுப் பனியனை வாங்கி வைத்துக் காத்திருக்கிறார். அவரின் பிடிவாதத்தையொட்டிக் குடும்பத்தினரும், அந்த எளிய கிராமத்தின் அரசுத் தொடர்பு நபர்களும் சமூக அமைப்புகளும் எடுக்கும் நடவடிக்கைகளுமே படத்தின் காட்சிகளாக விரிகின்றன. மூத்தமகள், அவளின் கணவனான மருமகன், திருமணமாகாமல் இருக்கும் இளையமகள், அவளைக் கட்டிக்கக் காத்திருக்கும் உறவுக்கார இளைஞன் என எல்லோரும் இழப்பீட்டுத் தொகையை வாங்கிக் கொள்ள விரும்பினாலும் கையொப்பமிட வேண்டியவர் தந்தை. அவரது பிடிவாதத்தால் அரசின் ஆணையை நிறைவேற்றாத அதிகாரி எனத் தன்னைத் தண்டிக்கக் கூடும் என நினைக்கும் கிராம அதிகாரிக்கு, அந்தப் பணத்தைப் பெற்றுத் தருவதன் மூலம் லஞ்சமாகக் கொஞ்சம் பணம் வாங்கலாம்; அவருக்குத் தான் வட்டிக்குக் கொடுத்த பணத்தையும் பெற்றுக் கொள்ளலாம் என்ற நினைப்பு இருக்கிறது. அந்த ஊரின் பெருமைகளை மற்றவர்களுக்கு எடுத்துச் சொல்லும் பொறுப்புடைய சமயத்தலைவர்களுக்குத் தங்கள் ஊரிலிருந்து ஒரு தியாகி நாட்டிற்காக உயிர் கொடுத்தான்; அவனுக்காக ஒரு பேருந்து நிழற்குடை அமைக்க வேண்டும் என்ற ஆசை இருக்கிறது. இதையெல்லாம் ஏற்க மறுக்கும் அந்த வயோதிகரின் மனத்திற்குள் தன் மகனின் உடலை ஒருமுறைத் தொட்டுப் பார்த்துவிட வேண்டும்; அதன்பின் அதனை ஏற்றுக் கொள்ளலாம் என்ற முடிவு இருக்கிறது. தன்னந்தனியாகச் சவப்பெட்டியைப் புதைத்த இடத்தில் தோண்டத் தொடங்குகிறார். அவரின் மனநிலையை ஏற்றுக் கொண்ட குடும்பத்தாரும் ஊர்க்காரர்களும் சேர்ந்து தோண்டுகிறார்கள். திறந்து பார்க்கக் கூடாது என்ற அரசின் உத்தரவை மீறித் திறந்து பார்க்கிறார்கள். உள்ளே இருப்பது மனித உடல் அல்ல; வாழை மரம். அதன் மட்டை. திறந்து பார்த்ததால் அரசின் இழப்பீடு கிடைப்பது சாத்தியமில்லை. அதைப் பற்றிய கவலை இல்லாமல் பெரியவர் திரும்பிப் போகிறார். படம் முடிந்துவிடுகிறது.

பூர்ணமை நாளன்று ஒரு மரணம், பிரசந்ந விதனகேயின் புதிய்

படம் அல்ல. "வித் யு வித் அவுட் யு" வருவதற்கு 10 ஆண்டுகளுக்கு முன் வந்த படம். 1997 இல் இலங்கையின் ஜனாதிபதியாக சந்திரிகா குமாரதுங்க இருந்தபோது எடுக்கப்பட்டு அவரது அரசால் தடை செய்யப்பட்ட படம் என இலங்கையின் கலை இலக்கிய விமரிசகர் அ.யேசுராஜாவின் குறிப்பொன்று சொன்னது. அந்தக் குறிப்பு, படத்தைப் பார்க்க வேண்டும் என்ற ஈர்ப்பை அதிகமாக்கியது. ராணுவ அதிகாரத்தால் விடுதலை உணர்ச்சியைக் கட்டுப்படுத்திவிட முடியும் என நம்பும் ஒரு அரசை - அரசின் தலைமைப் பதவிகளில் இருப்பவர்களை- மிகமிக எளிமையான ஒரு சினிமா திக்குமுக்காடச் செய்துவிடும் என்பதற்குச் சாட்சியாக இருந்திருக்கிறது விதனகேயின் இந்தப் படம். இழப்பீடு என்ற பொருள் தரும் சிங்கள மொழித் தலைப்பொன்றையும் இயக்குநர் வைத்திருப்பார் என்றே படம் பார்த்து முடித்த பின் தோன்றியது.

நடக்கும் யுத்தம் சொந்த நாட்டு மக்களுக்கு எதிராக நடக்கும் யுத்தம் என்ற உண்மையை மறைத்துப் பயங்கரவாதிகளோடு நடக்கும் யுத்தமாகக் காட்டி, அதில் சேர்ந்து பணியாற்றுவது ஒவ்வொருவரின் கடமை என நம்பச் செய்து வருகிறது என்ற விமரிசனத்தை வைக்கும் விதனகே,இலங்கை அரசாங்கத்தின் முக்கியமான வேலை வாய்ப்பு உத்தரவாதமாக இருப்பது ராணுவத்துறை மட்டுமே என்ற குற்றச்சாட்டை வைத்துள்ளார் என்பதாகப் புரிந்து கொண்டுள்ளது அரசாங்கம். அந்த வாய்ப்பு இல்லை என்று மறுக்க முடியாது; ஆனால் அதைத் தான் முழுமையாகச் செய்திருக்கிறது படம் என்றும் சொல்ல முடியாது.

எளிய கதையை முழுமையான நம்பகத்தன்மை கொண்டதாக எடுத்ததன் மூலம் அரசாங்கத்தின் மனச்சாட்சியை உலுக்கிப் பார்த்துள்ளார். குறிப்பான காலம், குறிப்பான வெளி, குறிப்பான மனித அடையாளங்கள் என நடப்பியலின் அனைத்துச் சாத்தியங்களையும் முழுமையாகப் பயன்படுத்தியுள்ள இந்தப் படம் போர், ராணுவம், அதன் வழியாகத் தேசவெறியைத் தூண்டுதல் என்ற நோக்கம் கொண்ட எல்லா அரசாங்கங்களும் பயப்படக்கூடிய ஒரு சினிமா என்று புரிந்தது. கார்கில் போருக்குப் பின்னால் இந்தியாவின் மத்திய, மாநில அரசுகள் இந்த விளையாட்டை- கொண்டாட்டங்களைத் தீவிரப்படுத்தியுள்ளன என்ற பின்னணியில் விதனகேயின் சினிமா இந்தியாவுக்கும், உலகத்துக்குமான சினிமாவாக ஆகிவிட்டதை உணர முடிகிறது.

தமிழில் மாற்றுச் சினிமா பற்றி யோசிக்கும் பலரும் திரும்பத் திரும்பப் பார்க்க வேண்டிய படம். பார்த்துவிட்டு ஈழத்தமிழர் போராட்டம் அல்லது மும்பைக் கலவரம் அல்லது முல்லைப் பெரியாறு எனப் பேரடையாளங்களின் காட்சிகளாகப் படம் எடுக்க வேண்டும் என நினைத்துக் கொள்ளவேண்டியதில்லை. நமது தெருவில், நமது கிராமத்தில், நமது வீட்டிற்குள், நாம் பணிபுரியும் இடத்தில் நிகழும் நுண்ணரசியலைப் பேசுவதிலிருந்து உலக தேச அரசியலுக்கும், சர்வதேச அரசியலுக்கும் நகரும் கருத்தியல் கொண்ட படமாக மாற்ற முடியும் என்பதைப் புரிந்து கொண்டால் போதும்.

- உயிர்மை. ஜூலை, ஆகஸ்டு, 2014

பெண்கள் சினிமா

24. பெண்நிலைப்பார்வை: தமயந்தியின் தடயமும் காயலும்

தடயம்: முன்னோடி முயற்சி

நிறைவேறாத காதல் - தமயந்தியின் தடயம் சினிமாவின் விவாதப் பொருள் என்பதைப் படம் பார்ப்பதற்கு முன்பே அறிவேன். தடயம் கதையை எழுத்தில் வாசித்திருக்கிறேன். அப்போது இப்படி எழுதியிருக்கிறேன்: **துன்பியலின் இன்பியல்**

'உரையாடல்களால் கதையை நகர்த்துவது' இதைப் பலவீனமாகப் பலர் நினைக்கக் கூடும். முழுவதும் உரையாடல்களாக இல்லாமல், நிகழ்வு விவரிப்புக்குப்பின் இடம்பெறும் உரையாடல்கள் கதைக்கு வலுச்சேர்க்கும் தன்மைகொண்டன எனச் சொல்வதை வாசித்திருக்கிறேன். இந்தக் கூற்று எல்லாவகைக் கதைகளுக்கும் பொருந்தும் என்பதில் எனக்கு உடன்பாடில்லை. தனது நிலைப்பாட்டை, வலியைச் சொல்வதற்காக எழுதப்படும் கதைகளில் உரையாடல்தான் பலமான கூற்றுமுறை.

ஒவ்வொரு கதையிலும் ஒருபெண்ணின் இருப்பை -நிலையைச் சொல்லிவிட வேண்டுமென நினைக்கும் கதாசிரியர் தமயந்திக்கு அதுதான் பாணி.

தமயந்தி முன்வைக்கும் பெண்கள் பேசிக்கொண்டே இருப்பவர்கள். ஆணிடம் தன்னை நிலைநிறுத்திக்கொள்ள வலிமையான

உரையாடல்களைச் செய்பவர்கள். நாடக உரையாடல்களைப் போலல்லாமல், அசைவும் உணர்வும் கலந்த உரையாடல்களால் மெல்லமெல்ல நகர்ந்து துன்பியலுக்குள் இருக்கும் இன்பியல் காட்சியைக் காட்டி அங்கேயே நின்று நிதானமாக நகரச்செய்யும் சித்திரமாக அவரது கதைகள் உருக்கொள்ளும்.. துன்பியலின் வலியை இன்பியலாக்குவதில் ஓரிடம் முகிழ்த்து நிற்பதில் வாசகர் மனம் லயிக்கவேண்டும். அதற்குக் கதைக்குள் இருக்கும் அந்த உரையாடலைக் கண்டடைய வேண்டும்.

ஆனந்தவிகடனில் / தமயந்தி எழுதியிருக்கும் "தடயம்" கதையில் நான் கண்டுபிடித்த இடம்: "உன் புருஷன் நலமா... உன் பொண்டாட்டி எப்பிடின்னு நீயும் நானும்"

"அதுக்கென்ன செய்ய... எல்லாத்தையும் மறக்கத்தான் செய்யணும்"

"மறந்துட்டியா?"

நீண்ட இடைவெளிக்குப்பின் காதலித்தவர்கள் சந்தித்துக் கேட்டுக்கொள்ளும் இந்த உரையாடலின் காட்சி உருவாக்கும் வலி, இன்பியலின் துன்பியலா? துன்பியலின் இன்பியலா? கதையை வாசிக்கும்போது இரண்டும் மாறிமாறித் தோன்றுவதுதான் தடயம், கதையை நினைவில் வைக்கச்சொல்கிறது.

காதல் நட்பு, தோழமை போன்ற சொற்களெல்லாம் அருகருகே வைத்துப் பேசப்பட்டாலும் காதல் பங்கேற்கும் பாத்திரங்கள் வழியாகத் தனி அடையாளத்தையும் வரலாற்றையும் உருவாக்கிக் கொண்ட சொல். நட்பு, தோழமை என்ற இரண்டும் சமத்துவத்தையும் இணை நிலையையும் கோரும் சொற்கள். அதனை நிலைநாட்ட முயலும் சொற்களும்கூட. ஆனால் காதல் அப்படியான ஒன்றல்ல. இணைநிலையையும் சமநிலையையும் மறுதலித்து மேலான ஒன்றின் ஆதிக்கத்திற்காகவும் இன்னொன்றின் ஏற்புக்காகவும் தவிப்பையும் வலியையும் சொல்லும் சொல். ஆண் இன்னோர் ஆணோடும், பெண் இன்னொரு பெண்ணோடும் நட்புகொள்ள முடியும்; தோழமையாகவும் இருக்கமுடியும். ஆனால் காதல் கொள்ளவும் காதலர்களாக அடையாளப்படுத்தவும் ஆண் - பெண் எதிர்பாலினர்கள் தேவை. இதனை மறுப்பவர்கள் காதலை ஒற்றைத் தளத்தைப் புரிந்துகொண்டிருப்பவர்களாகவே இருப்பார்கள்.

தடயத்தின் விவாதம்

தமயந்தியின் தடயம், காதலை ஒற்றைத் தளத்தில் விவாதிக்காமல் அதன் அனைத்துத் தளங்களையும் பார்வையாளர்களுக்கு முன்வைக்க முயன்றுள்ளது. வணிக வெற்றிப் படங்களில் காட்டப்படுவதுபோல ஒரு தற்செயல் சந்திப்பில் உருவான ஒன்றாக இல்லை அவ்விருவரின் காதல். அருகருகே இருந்த வீடுகளில் குழந்தைகளாக இருந்த காலத்தில்- ஆண்/பெண் என்ற பேதங்களுக்குப் பின்னிருக்கும் உடல் மற்றும் மன உணர்வுகளை அறியாத காலத்தில் உருவான நட்பான அறிமுகம் அவர்களுடையது. உடல் வளர்ச்சியும் அதனால் உண்டாகும் மனத்தூண்டலும் வளர்ந்த காலத்தில் நட்பு காதலாக மாறியிருக்கிறது. ஆனால் காதலித்த இருவரும் இணைந்து அதனைக் குடும்பம் என்னும் அமைப்பாக மாற்றாமல் காதலாகவே தொடர்கிறார்கள். அப்படித் தொடர்வதில் இருக்கக் கூடிய அபத்தங்களையும் விருப்பங்களையும் விவாதிக்கிறது படம். காதலி, மனைவி, வைப்பாட்டி என்ற சொற்களின் பயன்பாடுகள் முழுக்க ஆணின் அடையாளத்தோடே இயங்கும்போது அவற்றிற்குப் பின்னே அன்பு, புனிதம், குற்றம் போன்றன இணைந்து அபத்தச் சூழல்களை உருவாக்குவதைக் காட்சிகளாகக் காட்டாமல், உரையாடல்களால் முன்வைக்கிறார் தமயந்தி. மொத்தப்படத்தின் விவாதமும் இதுதான்.

காதலித்த இருவரும் ஏன் பிரிந்தார்கள்? என்ற கேள்விக்குப் பின்னே அவர்களின் சுற்றுப்புறச் சமூகமோ, அதன் இறுக்கமான கட்டுப்பாடுகளோ, அதனால் உண்டாகக் கூடிய தடைகளோ இருந்தன என்பது போன்ற புறநிலைத் தகவல்களைப் படம் கொண்டிருக்கவில்லை. அதிகப்படியான உடைமைத் தன்மைகொண்ட அவளோடு தொடர்ந்து வாழ முடியுமா? என்ற கேள்வி அவனுக்கு இருந்தாலும், அவர்களுக்குள் ஒத்துவராத தன்மை இருக்கிறது என்பதாக நினைத்து, விவாதித்து முடிவெடுத்துப் பிரிந்தவள் அவள்தான். அந்தப் பிரிவுக்குப் பின் ஏற்படுத்திய குற்றவுணர்வு அவளுக்குள் இருக்கிறது.ஆனால் அவனுக்கு இல்லை. அதனாலேயே அவளது துயரம் மிகுந்த இப்போதைய இருப்பை அவனால் தாங்கிக் கொள்ள முடியாமல் பார்க்க வருகிறான். நோயின் பிடியிலிருக்கும் தனது காதலியைத் திரும்பவும் தன்னுடன் வைத்துக்கொள்ளவும் தயாராகிறான்.

இயக்குநராகத் தமயந்தியின் புரிதல்கள்

காதலியைச் சந்திக்க வருவதும், உன்னை ஏற்றுக் கொள்ளத் தயாராக இருக்கிறேன் எனச் சொல்லுவதான சந்திப்பே படம். அந்தச் சந்திப்பு நிகழும் அந்த நாள் ஒரு மழைநாளாக இருந்தது எனப் படத்திற்கான பின்னணியை உருவாக்கிக் கொண்டு படமாக்கியிருக்கிறார் தமயந்தி. 'உன்னைச் சந்திக்க வருவேன்' எனச் சொல்லிய நாளில் தவறாமல் போய்விட வேண்டும் என்ற தவிப்பும், அதற்கான பயணமுமாகத் தொடங்கும் காட்சிகளுக்கு மழை வரப்போகிறது என்ற அறிகுறிகள் புதிய அர்த்தங்களைத் தருகிறது.

தயங்கித் தயங்கி அவன் வந்துகொண்டிருக்கிறான். அந்தத் தயக்கத்திற்குப் பின்னால் பல பழைய நினைவுகள் இருக்கின்றன. அவை எவையும் காட்சிப்படுத்தப்படவில்லை. அவனைச் சந்திக்கவும் நீண்ட நாள் பிரிவுக்குப் பின் இப்போதைய நோய்வாய்ப்பெற்ற தன் உடம்பை, அதற்குள் இருக்கும் மனதை எப்படித் தரமுடியும் என்ற தவிப்போடு அவள் படுக்கையில் கிடைக்கிறாள். அவளுக்கு உதவியாக இருக்கும் பெண்ணை அனுப்பிவிட்டுக் காத்திருக்கிறாள். அந்தக் காத்திருப்பிற்கான பழைய நிகழ்வுகளைக் காட்சிப்படுத்தியிருக்கலாம். அதைச் செய்யவில்லை. முன் நிகழ்வுகள் எதனையும் காட்சிப்படுத்திவிடக் கூடாது என்ற திட்டமிடலில் தேர்ந்த இயக்குநரின் திட்டமிடல் வெளிப்படுகிறது. அப்படித் தவிர்த்துக்கொண்டே வந்தவர் சந்திப்புக்குப் பின் அவர்களிருவரின் காதல் இன்னும் இன்னுமாய்த் தொடரப்போகிறது என்ற நிலையில் பழைய நாட்களை மகிழ்ச்சியான இசைக்கோலங்களோடும் வரிகளோடு காட்சிப்படுத்தியிருக்கிறார். நிறைவேறாக் காதலின் துயர முடிவைக் காட்டி துன்பியல் படம் பார்த்த உணர்வோடு பார்வையாளர்களை வெளித்தள்ளிவிடுவாரோ என்று எதிர்பார்த்த நிலையை மாற்றித் தொடரும் காதலின் களிப்பாகவும் கொண்டாட்டமாகவும் ஆக்கியிருக்கிறார். அதற்கான வெளியாக அந்தத் தோட்டமும், குளக்கரையும் மரக்கிளைகளின் வளைவுகளும் அதனோடு அவர்கள் நகர்வுகளுமாகப் படப்பிடிப்பைச் செய்திருப்பதிலும் ஓர் எளிய அழகியல் வெளிப்பட்டுள்ளது.

மழைநாளில் நடக்கும் அந்தச் சந்திப்பும் உணர்வுகளின்

பரிமாற்றமும் அதற்கு அந்தப் பாத்திரங்களை ஏற்று நடித்தவர்களின் உடல்மொழியும் குரலும் சேர்ந்து உண்டாக்கும் அழுத்தமான வெளிப்பாடும் பார்வையாளர்களைக் காட்சிகளோடு பொருத்திவிடும் வல்லமை இருக்கிறது; அதைக் கொண்டுவரவேண்டும் என்ற நம்பிக்கையோடு தமயந்தியின் இயக்கம் இருக்கிறது. அவருடைய நம்பிக்கைக்கு எந்தவிதத்திலும் பங்கம் ஏற்படுத்தாமல் இரண்டு கதாபாத்திரங்களையும் ஏற்ற நடிகையும் நடிகரும் உதவியிருக்கிறார்கள். ஓர் இயக்குநராகத் தமயந்தி தனது திரைக்கதையை உருவாக்கி, அதில் இடம்பெற்றுள்ள பாத்திரங்களுக்குப் பொருத்தமான நடிக, நடிகையரைத் தேர்வு செய்த நிலையில் அவர்களிடமிருந்து நடிப்பைத் தேவையான அளவுக்கு வாங்குவதற்கான ஒத்திகைகளையும் செய்திருப்பார் என்பதையே படத்தின் காட்சிகள் காட்டுகின்றன. அத்தோடு பின்னணி இசைச் சேர்ப்பும் இணைந்துகொள்ள ஒரு மணி நேரத்தில் ஒரு சிறுகதையிலிருந்து உருவான ஒரு படம் என்பதற்கு மாறாக முழுமையான படம் பார்த்த அனுபவத்தைத் தந்தது.

மாற்று சினிமாவின் தடைக்கற்கள்

எழுத்தில் வாசித்த தமயந்தியின் சிறுகதையைத் திரையில் பார்த்தபோது தமயந்தியின் ஊடகம் சினிமா என்பதாக உணரமுடிந்தது. திரைமொழியைக் கற்றுத்தேர்ந்து வெளிப்படுத்தியுள்ள தமயந்தியின் படத்தைப் பார்த்தவுடன் தமிழில் இதற்கு முன் சிலர் எழுத்தாளர்கள் செய்த முயற்சிகள் நினைவுக்கு வந்தன.சிறுகதையைத் திரைக்கதையாக்கிச் சினிமாவாகத் தந்ததில் தங்கர்பச்சானின் அழகிக்கு முக்கியமான இடமுண்டு. அந்தச் சினிமாவின் மூலக்கதை அவர் எழுதிய கல்வெட்டு. அந்தக் கதையைப் படித்தவர்களுக்குத் தெரியும் எழுத்து மொழியைவிடச் சினிமாவின் மொழியின் வலிமையானது என்பது. அவரைப் போலவே தனது எழுத்து மொழியைவிடவும் கூடுதலான சினிமா மொழியைக் கையாளும் பக்குவத்தை வெளிப்படுத்தியிருக்கிறார் தமயந்தி. ஆனால் அந்தப் படம் அடைந்த வணிக வெற்றியையும் திரையிடல்களையும் இந்தப் படம் பெறவில்லை.

எப்போதும் நான் எழுத நினைக்கும் படங்களைப் பெரும்பாலும் பெரிய திரையில் பார்வையாளர்களோடு அமர்ந்து

பார்த்துவிடுவது வழக்கம். திருநெல்வேலி போன்ற நகரங்களில் மைய நீரோட்டச் சினிமாக்களை மட்டுமே அப்படிப் பார்க்க முடியும். வணிகரீதியான பெரும்பணத்தைத் தயாரிப்பிலும் விளம்பரத்திலும் முதலீடு செய்து திரைக்குவரும் படங்கள் குறைந்தது வெளியாகும் வெள்ளிக்கிழமையைத் தாண்டி அடுத்துவரும் சனி, ஞாயிற்றுக்கிழமைகளிலாவது திரையரங்கில் பார்க்கக் கிடைக்கும். திருநெல்வேலியில் செழியனின் டூலெட் வந்த சுவடு தெரியாமலேயே போய்விட்டது. ஆனால் தமயந்தியின் தடயம் அவரது சொந்த முயற்சியின் விளைவாகத் தயாரிக்கப்பட்டது போல அவரது சொந்த முயற்சியின் வழியாகவே மாற்றுத் திரையரங்குகளிலேயே காணக்கிடைக்கிறது.

வணிக சினிமாவிற்கு முதலீடு செய்யும் பெருவணிகர்கள் எல்லாவகையான சொல்லாடல்களுக்கும் தனது பணத்தை முதலீடு செய்வதில்லை. அவர்களின் வாழ்க்கைப் பார்வை, சமூக மாற்றம் குறித்த அக்கறை போன்றவற்றிற்கு எதிரானவைகளை 'வெற்றியடையாது' என்று சொல்லித் தடை செய்துவிடுவார்கள்.

நிறுவனமயமான தனி மனித ஒழுக்கம், கட்டுப்பட்டு நடத்தல், விதிமீறாமையை ஏற்றுப் போகும்போக்கு போன்றவற்றைத் தக்கவைக்கும் சினிமா முயற்சிகளுக்குக் கணக்கின்றிக் கொட்டிச் செலவழிப்பார்கள். அதே நேரத்தில் இருப்பைக் கேள்விக்குள்ளாக்கும் தனிமனித விடுதலைக் கருத்தையோ, சமூக மாற்றத்தை முன்னெடுக்கும் சினிமாக்களையோ தடுக்கவே பார்ப்பார்கள். அந்த நிலையில் உள்ளடக்க ரீதியாகப் புதுமை செய்ய விரும்புபவர்கள் திரைமொழியிலும் படமாக்கும் விதத்திலும் மாற்றுகளைப் பற்றிச் சிந்திப்பதோடு, தயாரிப்பு, விளம்பரம், வெளியீடு போன்றவற்றிலும் மாற்றுகளைப் பற்றிச் சிந்திக்க வேண்டியவர்களாக இருக்கிறார்கள்.

தமிழில் மாற்றுச் சினிமா முயற்சிகள் என்பவை ஒற்றைத் தனமானவை அல்ல. ஆண் - பெண் உறவுசார்ந்த புதிய சொல்லாடல் ஒன்றைத் திரைப்படமாக்க வேண்டும் என நினைத்த தமயந்திக்கு வணிக சினிமாவின் முதலீடு கிடைக்காமல் போனது ஆச்சரியமளிக்கும் ஒன்றல்ல. 30 ஆண்டுகளுக்கு முன்பு அவள் அப்படித்தான் என்ற படத்தை இயக்கிய ருத்ரையாவின் நிலையும் இவ்வளவு மோசமாக இருக்கவில்லை. அவரது

படத்தில் நடிக்க கமல்ஹாசன், ரஜினிகாந்த், ஸ்ரீப்ரியா போன்ற நடிகர்கள் கிடைத்தார்கள். அதற்கு அவரோடு நட்பில் இருந்த பாலசந்தரின் உதவியாளர் அனந்து காரணமாக இருந்தார். தயாரிக்கப்பட்ட படத்தை வணிக வெற்றியடையச் செய்ய முடியாமல் வரலாற்றில் நின்ற படமாக மட்டுமே இப்போதும் அவள் அப்படித்தான் இருக்கிறது. அது ஒரு மைல் கல். அதுபோலத் தமிழ் மாற்றுச் சினிமா வரலாற்றில் சில மைல்கல்கள் உண்டு. ஏழாவது மனிதன், காணிநிலம் போன்ற படங்கள் பேசிய பொருண்மை காரணமாக மைல்கற்கள். பாலுமகேந்திராவின் வீடு, சந்தியா ராகம் போன்றன தயாரிக்கப்பட்ட முறையில் இன்னொரு பாதையின் மைல்கற்கள். இந்த மைல்கற்களை நட்டவர்கள் தமிழ்த்திரைப்படத் தொழிற்சாலைக்குள் தங்களின் அடையாளத்தோடு இயங்கியவர்கள். ஆனால் தமயந்தி அதற்குள் இயங்குகிறார் என்றாலும் சினிமாவில் முக்கியமான ஆளுமையாகத் தன்னை நிறுவிக்கொள்ளாமல் இயங்கிக் கொண்டிருப்பவர். அவரால் தடயம் போன்றதொரு படம் சாத்தியமாகியிருக்கிறது என்பதின் பின்னால் அவரது மனவலிமை இருக்கிறது என்பது குறிப்பிட்டுச் சொல்லவேண்டிய ஒன்று.

காயல்: பிரிவுத்துயரின் வலைப்பின்னல்

முதல் படம் தடயம். வணிக சினிமாவின் சூத்திரங்களைப் புறமொதுக்கி விட்டு, ஆண் - பெண் உறவின் எதிர்பார்ப்புகளையும் நுட்பமான தவிப்புகளையும் முன் வைத்த படம். தனது சினிமாவின் விவாதப்பொருளில் மாற்றுத் தளத்தைத் தேர்ந்தெடுத்தது போலவே தயாரிப்பு, இயக்கம் ஆகியவற்றிலும் அந்தப் படத்தில் தனக்கென ஒரு மாற்றுத் தடத்தில் பயணம் செய்திருந்தார். இப்போது அவரது இயக்கத்தில் 'காயல்' வந்துள்ளது. அந்தப் படத்தை எனது சென்னைப்பயணத்தின்போது பார்க்கும் வாய்ப்பு கிடைத்தது. இந்தப் படமும் முதல் படத்தின் தொடர்ச்சியைக் கொண்ட படமாகவே இருக்கிறது. கதைசொல்லும் முறை, காட்சி உருவாக்கம், கதைக்களத்திற்கான நிலவெளிப் பின்னணி, மனித உணர்வுகளின் தவிப்பு, அவர்களின் தன்னிலையைக் கட்டமைக்கும் சமூக நடவடிக்கைகளின் பிடிமானம், அவற்றிற்கான உள்ளார்ந்த அர்த்தங்களைக் கூட்டிப் பார்வையாளர்களைத் தன்வசப்படுத்தும்

இசைக்கோர்ப்பு என ஒவ்வொன்றிலும் இயக்குநரின் கவனத்தையும் நிதானத்தையும் பெற்ற படமாக வந்திருக்கிறது. ஆனால் எழுப்ப நினைத்த விவாதத்திலும், காட்சி அமைப்புகளில் வெளிப்பட வேண்டிய நடிகர்களின் ஈடுபாட்டிலும் முதல் படத்தில் இருந்த முழுமையும் தீவிரமும் குறைந்து நிற்கிறது என்பதையும் சுட்டிக்காட்ட வேண்டியுள்ளது.

வணிக சினிமாவின் முதன்மையான பேசுபொருளாக இருப்பது காதல் என்னும் பொருண்மை. காயலின் பேசுபொருளும் காதல் தான். ஆனால் காதலுக்கான காரணம்; காதலர்கள் வெற்றிபெறுவதற்கான தடைகள், தடைகளை மீறி வென்ற அல்லது வெற்றி பெறாத காதல் என்பது போன்ற திகட்டிப்போன கதைப் பின்னலில் நகரவில்லை. உடல் சார்ந்த ஈர்ப்புகளை மட்டுமே முதன்மைக் காரணமாகக் காட்டும் வணிக சினிமாவின் விவாதத்தை முன்னெடுக்காமல், அறிவுத்தளத்தின் மீது முடிவெடுக்கும் காதலை விவாதப்படுத்தியிருக்கிறது காயல். அவ்விவாதம் ஒற்றைத்தளத்தில் முன்னெடுக்கப்படாமல் பல கிளைகளைக் கொண்ட காட்சிகளாகவும் உணர்வுக் குவியல்களாகவும் நகர்த்தப்பட்டுள்ளதைப் படத்தின் சிறப்பாகச் சுட்டிக்காட்டும் அதே நேரம், அந்தப் பலதள நகர்வு எதனைப் பார்வையாளர்களுக்குக் கடத்துவது என்பதில் குழப்பத்தைக் கொண்டிருப்பதாகவும் மாற்றியிருக்கிறது என்பதையும் சொல்ல வேண்டியுள்ளது.

காரணம் அறியப்படாத பிணக்கில் இருக்கும் கணவன் மனைவி இருவருக்கும் அதிர்ச்சி தரும் தகவல் மகளின் தற்கொலை என்ற தொலைபேசித் தகவலுடன் தொடங்கும் படம் பின்னோக்கிய நிகழ்வாக மகளின் தற்கொலைக்கான காரணம் என்னவாக இருக்கும் என்ற யூகத்தை மட்டுமே பார்வையாளர்களுக்குக் கோடி காட்டுகிறது. சமூக நடப்புகளின் மீது அக்கறை கொண்ட- சுற்றுச்சூழல் விழிப்புணர்வை வெளிப்படுத்தும் ஆய்வுகள் மேற்கொள்ளும் இளைஞன் ஒருவன் மீது மகளுக்கு ஏற்படும் ஈர்ப்பைத் தந்தை ஏற்றுக் கொள்கிறார். ஆனால் சாதிவேறுபாட்டை ஏற்காத பிடிவாதம் கொண்ட அம்மா முழுமையாக நிராகரித்துச் சொந்தத்தில் திருமணம் செய்து வைத்திருக்கிறார். அந்தத்திருமண வாழ்க்கைத் தோல்வியின் விளைவு - மகளின் தற்கொலை. தற்கொலையின் தொடர்

நிகழ்வுகளையும், நீளும் தாயின் பிடிவாதங்களையும் அதனால் கணவன் - மனைவிக்கிடையே ஏற்படும் கசப்பையும் விலகலையும், குற்றவுணர்வின் பரிமாணங்களையும் அவற்றைக் களைந்துவிட நினைத்து முன்னெடுக்கும் தீர்த்த யாத்திரையும் எனப் படம் இலக்கற்ற பயணங்களாக விரிக்கப்பட்டுள்ளது.

சமூகத்தில் நடக்கும் கொலை, தற்கொலை போன்ற குற்றங்களின் பின்னணிகளைக் கண்டறிந்து குற்றவாளிகளுக்குத் தண்டனை பெற்றுத்தரும் காவல் துறை அதிகாரி பெண்ணின் தகப்பனார். அவரது ஆதரவு இருக்கும் நிலையில் காதலியைக் கைவிட நினைக்கும் காதலனின் மனநிலையும், அம்மாவின் விருப்பத்தை ஏற்றுத் திருமணத்திற்குச் சம்மதம் தெரிவித்துத் திருமண வாழ்வில் நுழைந்த பெண்ணின் மணவாழ்க்கையில் ஏற்பட்ட கசப்பான அனுபவங்களும் படத்தில் கூடுதல் காட்சிகளால் விவாதிக்கப்பட்டிருக்க வேண்டும். அதனைச் செய்யாது, தற்கொலைக்குப்பின்னான மனவிசாரணைகளில் இறங்கியுள்ளது படம். அவ்விசாரணைகளை ஒற்றை நேர்கோட்டில் நகர்த்தாமல், இரண்டு கிளைகளாகக் காட்சிகளை உருவாக்கி நீட்டியிருக்கிறார் இயக்குநர். இரண்டும் தற்செயலாகச் சந்திப்பதாகக் காட்டப்பட்டுள்ளது.

முதல் கிளையில், மகளை இழந்த துயரத்தோடு, அதனைத் தனது துறைசார்ந்த நடவடிக்கையால் குற்றவாளிகளைத் தண்டிக்க முடியாமல் தவிக்கும் கணவனின் மனநிலையும்; தடுக்கும் மனைவியின் சாதிப் பற்றையும் உறவினரைக் காப்பாற்ற நினைக்கும் குணத்தையும் நினைத்து அவரிடமிருந்து பெற நினைக்கும் விலகலும் விரிவாகக் காட்டப்பட்டிருக்கிறது. அவர்களது துயரத்தை மறக்க வைக்க நினைத்து உளவியல் சிகிச்சைகளையும் ஆலோசனைகளையும் வழங்கும் மருத்துவரின் ஆலோசனைப்படி மகளின் அஸ்தியைக் கரைக்கும் முடிவோடு கிளம்பும் பயணக்காட்சிகள் விரிவாகக் காட்டப்பட்டுள்ளன. இரண்டாவது கிளை, முதல் காதலிலிருந்து விடுபடாமல் இருக்கும் நாயகனின் அலுவலகத்தில் அவனது உதவியாளராக இருக்கும் பெண்ணின் பிடிவாதமான காதலும் நெருக்கமான காட்சிகளும் பொருத்தமற்றனவாகவே அடுக்கப்பட்டுள்ளன. அவர்களது வேலை காரணமாக பிச்சாவரத்தில் தங்கியிருக்கும்போது அவள், நாயகனின் முந்திய காதலையும் பிரிவையும் அறிந்தவள் எனச்

சொல்லப்பட்டாலும் அக்குறிப்பு முன்பே சொல்லப்பட்டு, அவன் மீது கொள்ளும் காதல் ஒருவிதப் பரிவின் விளைவு என்பதாகக் காட்டப்பட்டிருக்க வேண்டும்.

புதுச்சேரி நகரத்திலிருந்து விலகியிருக்கும் வீடு, கடலோரப்பயணம், வேளாங்கன்னி, ராமேஸ்வரம் என நெய்தல் பின்னணியில் விரியும் நிலவெளிக்காட்சிகள், பின்னணி இசை போன்றன படத்திற்கான அழகியல் கூறுகளை விரித்துள்ளன. ஆனால் உளவியல் மருத்துவரின் மணவாழ்க்கைப் பிரிவு, அவரது மனைவி சந்தித்த விபத்து, அதனால் அவரது இடத்தில் நாயகனை நிறுத்திவிட்டுக் கிளம்புதல் போன்றன முழுமையான நம்பகத் தன்மை கொண்ட காட்சிகளாக இல்லாமல் செயற்கையான கதை உருவாக்கம் என்ற எண்ணத்தைத் தோற்றுவிக்கின்றன.

பாத்திரங்களின் உருவாக்கத்தில் இருக்கவேண்டிய முழுமை இல்லை. அத்தோடு செயற்கைத் தன்மையோடு நடிகர்களின் உடல் மொழியும் பொருந்திப் போகாமல் விலகியே பல இடங்களில் உள்ளன. குறிப்பாக நாயகப் பாத்திரம் ஏற்ற ஆதியின் நடிப்பு அவரது பாத்திரத்தின் வளர்சிதை மாற்றங்களை உள்வாங்கியதாக இல்லை. தொடக்கம் முதலே ஒரே வார்ப்பிலேயே நடித்துள்ளார். இரண்டாவது காதலி அமுதாவாக நடித்துள்ளவரின் நடிப்பும் பாத்திரத்தை உள்வாங்கிய நடிப்பாக இல்லை. போலீஸ் அதிகாரி இளங்கோவன், அவரது மனைவி யமுனா பாத்திரங்களை ஏற்றுள்ள இசாக், அனுமோள் ஆகியோரின் நடிப்பில் வெளிப்படும் அனுபவத்தையும் உடல் மொழியையும் மற்ற பாத்திரங்களில் பார்க்க முடியவில்லை. யமுனா பாத்திரத்தின் அழுத்தமான வெளிப்பாடும் அளவும் கச்சிதமாக இருக்கிறது. ஆனால் கணவர் இளங்கோவன் பாத்திரம் அவரளவுக்குக் கச்சிதமாக்கப்படவில்லை. அவர்களின் மகன் பாத்திரம் அழுத்தமான ஒன்றாக இல்லாமல் வந்துபோகும் ஒன்றாக இருப்பது கதைப்பின்னலை வலுவற்றதாக ஆக்கியிருக்கின்றன.

சுட்டிக்காட்டப்பட்டவை ஆகப்பெரிய குறைபாடுகள் இல்லை. அவற்றைத் தாண்டிய சிறப்புகள் படத்தில் உள்ளன. தனது படத்திற்கான நிலவெளிக்காட்சிகள் முழுவதையும் நெய்தல் பின்னணியில் அமைத்துக் காட்டியுள்ளதோடு, நெய்தலின் உரிப்பொருளான இரங்கலின் நிமித்தங்களை ஆழமாக

விவாதப்படுத்தியுள்ளார் இயக்குநர். சமூகத்தில் நிலவும் சாதி போன்ற தளைகளை ஏற்றுக்கொள்வதன் மூலம் மனிதர்கள் தாங்களே ஏற்படுத்திக் கொண்ட பிரிவுத்துயர்களில் உழல நேர்வதையும், அதனால் உண்டாகும் குற்றவுணர்வுகளில் தவிப்பதையும் உணர்ச்சிகரமான காட்சிகளால் காட்டியிருக்கிறது காயல். தங்களின் தவறான முடிவால் மகளைப் பறிகொடுத்து விட்டுத் தவிக்கும் தவிப்பை இந்தளவுக்குப் பேசிய சினிமா வேறொன்றைத் தமிழில் காட்ட முடியாது.

படமாக்கலில் மட்டுமல்லாமல், வணிக சினிமாவைப் போலக் காதலையும் அதன் உள்ளோட்டங்களையும் இயக்குநர் தமயந்தி விவாதப்படுத்தவில்லை என்பதும் சுட்டிக்காட்டப்பட வேண்டிய ஒன்று. காதலை ஒற்றைத்தளத்தில் விவாதப்பொருளாக்கி நேர்கோட்டில் கதைசொல்வது வணிக சினிமாவின் முதன்மையான அடையாளம். அந்த அடையாளத்தை மீறாமல் காட்சிகளை உருவாக்கி, பொதுப்புத்தி சார்ந்த விவாதமொன்றைப் பார்வையாளர்களிடம் தோற்றுவித்து, அதன் தொடர் நிகழ்வுகளால் உச்சநிலைக்கு நகர்த்துவது வணிக சினிமாவின் அடையாளங்கள். உச்சநிலைக் காட்சியின் வழியாக முன்வைக்கும் முடிவை இன்பியலாகவோ, துன்பியலாகவோ முடித்துக் காட்டுவது அது கடைப்பிடிக்கும் முழுமைச்சூத்திரம். இம்முழுமைச் சூத்திரத்தில் முதல் வெற்றியைப் பெறும் புதுமுக இயக்குநர்கள், தொடர்ச்சியாக அதே பாணியைப் பின்பற்றிப் படங்களைத் தருவதன் மூலம் தமிழ் சினிமாவின் பார்வையாளர்களை மந்தைகளாக மாற்றும் வேலையைச் செய்கிறார்கள்.

பார்வையாளர்களை மந்தையாகக்கணிக்கும் இயக்குநர்களின் படங்களே சினிமா வணிகத்தில் ஈடுபடுபவர்களால் வாங்கப்படு கின்றன. நுகர்வோருக்குக் கொண்டு போய்ச் சேர்க்கப்படுகின்றன. இந்தப்போக்கிற்கு எதிராகச் செயல்பட நினைக்கும் இயக்குநர்கள் தங்களின் மாற்று முயற்சிகள் வழியாகத் தமிழ் சினிமாவிற்கு மாற்றுப் பார்வையாளத்திரளை உருவாக்க முயற்சிக்கிறார்கள். தமிழில் அப்படியான முயற்சியை மேற்கொண்ட இயக்குநர்களின் பட்டியல் ஒன்றிருக்கிறது. மகேந்திரன், பாலுமகேந்திரா, ஹரிஹரன் போன்றவர்களை உள்ளடக்கிய அப்பட்டியல் பெரியது இல்லை என்றாலும் அவர்களே தமிழின் மாற்றுச்சினிமாக்களை உருவாக்கியவர்கள். தமயந்தியின் இரண்டு சினிமாக்களும் அந்த

முயற்சியில் ஈடுபட்ட இயக்குநர்களின் படங்களோடு இணைந்து கொள்ளும் நோக்கம் கொண்டிருக்கின்றன என்ற தன்மையில் தமயந்தியும் அந்தப்பட்டியலில் இடம் பிடிக்கின்றார்.

காதலைக் கொண்டாடும் சினிமாக்களே தமிழில் அதிகம் மணிரத்னத்தின் அலைபாயுதே போல ஒன்றிரண்டு படங்கள் காதலை விசாரணை செய்யும் படங்களாக எடுக்கப்பட்டுள்ளன. தமயந்தியின் காயல், தடுக்கப்பட்ட காதலுக்குப் பின்னான விளைவுகளையும் தடுத்தவர்களின் குற்றமனத்தையும் விசாரணை செய்கிறது. அவ்வகையான சினிமாக்களில் இப்படமே முன்னோடிப் படம்.

- 2022

25. லீனா மணிமேகலையின் மாடத்தி: பெண் தொன்மத்தின் காட்சிமொழி

இந்தியாவின்/தமிழ்நாட்டின் தென் மாவட்டக் கிராமம் ஒன்றின் காவல் தெய்வமாக விளங்குவது மாடத்தி. புதிரை வண்ணார் சாதியைச் சேர்ந்த யோசனா என்னும் பதின் வயதுப் பெண், மாடத்தி என்னும் தெய்வமாக காவு வாங்கிய துடியான தெய்வமாக ஆன கதை, வாய்மொழி மரபில் சொல்கதையாக இருக்கிறது. அக்கதைக்குப் பின்னால் இருந்த சாதி ஒதுக்கலையும், ஒதுக்கப்பட்ட சாதிப் பெண்கள் மீது ஆண்கள் செலுத்தும் பாலியல் வன்முறையையும் பார்வையாளர்களுக்குக் கடத்தியிருக்கிறது லீனா மணிமேகலையின் மாடத்தி.

துணிகளைச் சலவை செய்து தருவதற்கெனச் சாதிய இந்(து) தியா உருவாக்கியிருக்கும் சாதியின் பெயர் வண்ணார். அவ்வண்ணார்களுக்குள் புதிரை வண்ணார்கள் தீண்டாமைக் குள்ளான சாதியினருக்குத் துணி வெளுப்பவர்களாகவும், சாவுத் துணி மற்றும் தீட்டுத்துணி துவைப்பவர்களாகவும் மேலும் ஒதுக்கப்பட்ட நிலையில் இருப்பவர்கள். அவர்களுக்கான வாழிட வெளி பெரும்பாலும் நீர்ச்சுரப்புள்ள காட்டுப்பகுதி. அவர்களைக் கண்ணால் கண்டாலே தீட்டு என ஒதுக்கி வைக்கும் சமூகம் இந்தியப் பொதுச்சமூகம். இந்தப் பின்னணியிலிருந்து உருவான தெய்வமான மாடத்தியின் கதையை லீனாவின் புதிய சினிமா பொறுப்போடு விரித்துக்காட்டியுள்ளது.

இணையடுக்குதல் கொண்ட திரைமொழி

பரந்து விரிந்த காட்டுக்குள் தாவித்திரியும் காட்டுயிர்கள் ஒவ்வொன்றின் பகுதியாக மாறித்திரியும் இன்னொரு காட்டுயிர் யோசனா என்னும் பதின்பருவப்பெண். யோசனாவைப் பற்றிய படிமங்களை லீனாவின் சினிமா இப்படித்தான் அடுக்கிக் காட்டுகிறது. காட்டுப் பாதையில் சிறகெனத் தனது கைகளை விரித்துப் பறக்கும் பறவை அவள்; தாவித்திரியும்முயல் குட்டிகளுக்குத் தனது உணவைப் பங்கிட்டுப் பாதுகாக்கும் தோழி, வழிபாட்டுச் சடங்கில் இருக்கும் ஆப்பிள், ஆரஞ்சு போன்ற பழங்களைக் குரங்குகளோடு பகிர்ந்துண்ணும் பங்காளி, நீருக்குள் வாலசைத்து நீந்தித்திரியும் மீன்களோடு மீனாய் நீந்தித்திரியும் மீனாக இருப்பவள். இலவம் பஞ்சு மரத்தில் தொங்கும் இலவம் பஞ்சுக்காயாய்த் தொங்கும் இன்னொரு காய். அதே நேரத்தில் அவளது பருவ வயதுக்கான ரகசியங்களிலும் ஈடுபடுகிறாள்.

ஆண்களின் உடலைப் பார்ப்பதில் ஆர்வம் கொண்டவள். ஆண் உடல் உண்டாக்கக்கூடிய கிளர்ச்சியை உணரும் பருவத்தினள். ஆண்களின் குரல்களைக் கேட்கச் செவியைத் தருபவள். காட்டுயிர் போல் திரியும் யோசனாவுக்குள் ஒரு பதின்பருவப் பெண்ணின் உணர்வுகளும் வளர்ந்துகொண்டே இருந்தன என்பதையும் காட்சிகள் இணைநிலையாகக் காட்டிக்கொண்டே இருக்கின்றன. முழுநிர்வாணமாக நீருக்குள் குதிக்கும் ஆடவனின் உடலைப் பார்த்துக் கிறங்கிப் போகும் காட்சியின் ஆழம் இதனை உணர்த்துகிறது. யோசனாவின் கானுயிர் நேசிப்பும், ஆணுடல் ஈர்ப்பும் படிம அடுக்குகளாக நகரும் அழகியலில் தீவிரம் காட்டப்பட்டுள்ளது.

பதின் வயதில் இருக்கும் அவளுக்கு, அவளது அம்மையும் அப்பனும் பாட்டியும் ஊர்க்காரர்களுக்கு அடிமைப்பட்டவர்களாக இருப்பது பற்றியோ, ஒதுக்கப்பட்டு இருட்டு வாழ்க்கை வாழ்வது பற்றியோ பெரிதாக ஒன்றும் தெரியாது.அவர்களைப் போல அல்லாமல், 'தனது சித்து வேலைகளையும் மாய மந்திரங்களையும் ஊருக்குக் காட்டுவதற்காக இருட்டு வாழ்க்கையைத் துறந்து துறவியாகத் திரியும் தாத்தாவின் மீது ஒரு பிரமிப்பும், வாஞ்சையும் இருக்கிறது. அவருக்கும் இந்தப் பெண் யோசனா, "சாதாரணப் பெண்ணாக முடிந்துவிடப் போகிறவளல்ல; தெய்வமாகப் போகிறவள்" என்ற முன்னறிவு இருக்கிறது.

கானுயிர்களாய்க் காட்டுக்குள் அலைந்து திரியும் யோசனாவின் அலைவைப் படிமங்களால் சொல்லும் லீனா, ஊர் மக்களின் நடப்பும் இருப்பும் சாதிய ஆதிக்கத்தாலும், குயுக்தியான தந்திரங்களாலும் ஆனது எனக் காட்டுவதற்குப் பாத்திரங்களை உருவாக்கியிருக்கிறார். ஊரின் தலையாரி அல்லது நாட்டாமை, அவர் சொல் கேட்டு நடக்கும் சாதிஜனம், அவரது செயல்பாடுகள் மீதும் கேள்விகள் கொண்ட அடுத்த தலைமுறை இளைஞர்கள் என உருவாக்கப்பட்ட பாத்திரங்களுக்குள் சாதித்திமிரும், காமத்தைத் தீர்க்க ஒழுங்கற்ற வழிமுறைகளைப் பின்பற்றாதவர்கள் என்பதையும் முன்வைக்கிறது.

முதல் ஓவியத்தையும் கடைசி ஓவியத்தையும் இணைத்து ஊரின் சாதி ஆதிக்கத்தின் கதையாகவும் தங்களின் சாவுத்துணிகளையும் தீட்டுத்துணிகளையும் வெள்ளாவியில் வைத்து வெளுத்துக் கொடுத்த புதிரை வண்ணார் குடும்பத்தின் மீது செலுத்தும் உழைப்புச் சுரண்டலையும் பாலியல் அத்துமீறல்களையும் சொல்லிக் கொண்டே போகும் ஓவியச் சிறுவன் எல்லாவற்றையும் ஆறும் மழையுமான நீர்நிலைகள் பொறுமையாகப் பார்த்துக்கொண்டே இருந்தன என்று அந்தப் பெண்ணிடம் சொல்கிறான். ஆனால் பொறுமையைக் கைவிட்ட மழை தொடர்ச்சியாகப் பெய்து ஊர் மக்களை அச்சத்திற்குள் தள்ளியது. அதன் தொடர்ச்சியாக ஆற்றங்கரை அம்மனுக்குக் கோயில் கட்டிக் கண் திறக்கும் நாளாக அடுத்த பௌர்ணமி தீர்மானிக்கப்படுகிறது. தெய்வத்தைக் கொண்டாடிக்கொண்டிருக்கும் ஊர்மக்கள் ஒருபுறம்; இன்னொரு பக்கம் அம்மனாகப் போகும் யோசனாவைப் பாலியல் வல்லுறவுக்குள்ளாக்கும் போதையேறிய இளையோர் கூட்டம் ஒருபுறம் எனக் காட்சிப்படுத்தும் படம், ஒட்டுமொத்தக் கிராமும் - ஆண், பெண் என அனைவரும் இதற்கு உடந்தை என்பதைக் காட்ட கடைசிக் காட்சியை விரித்துள்ளது. எந்த நிலையிலும் ஊருக்குள் வராத இருட்டில் வாழ்ந்த வண்ணாத்தியின் குடும்பம் தன் மகளுக்கு நியாயம் கேட்டு வந்தபோது ஒட்டுமொத்த ஊரும் அவர்களுக்கு எதிராக இருந்தது எனக் காட்டுகிறார் இயக்குநர். தொடர்ச்சியாகப் பெண்கள் இருவரும் அள்ளித்தூத்திய மண் மழையாகவும் காற்றாகவும் மாறிக் கோயிலை இடித்துக் கண்களை அவித்துக் குருடாக்கியது என முடிக்கிறார்.

கடந்த காலத்துக் கதையை, நிகழ்காலத்து மனுசி ஒருத்திக்கு

புதிதாய்க் கல்யாணமாகித் தனது கணவனின் காவல் தெய்வமான மாடத்தி கோயிலுக்கு வந்தவளுக்கு - ஓவியங்கள் வழியாகக் கடத்தும் சொல்முறையைப் படத்தின் சொல்முறையாகக் கையாண்டுள்ளார். அழுக்கு மூட்டையோடு விடியாத இரவுப் பொழுதில் துணி வெளுக்கும் ஆற்றுத்துறையை நோக்கிச் செல்லும் புதிரை வண்ணாத்தியும் அவள் கணவனும் நடக்கும் ஓவியத்தை முதல் ஓவியமாக்கி, கண்ணவிந்த ஊர்க்காரர்களின் கூட்டத்தைக் கடைசி ஓவியமாக்கிக் கதையை நிகழ்த்திக் காட்டும் சினிமா, அந்தக் கூட்டத்திலிருந்த ஒருவனின் வாரிசே அந்தப் பெண்ணின் கணவனும் என்பதாகக் காட்டுகிறது. தனது காவல் தெய்வமான மாடத்தி கோயிலுக்குப் புதுமனைவியை அழைத்துப் போகும் கணவனின் வெள்ளைச் சட்டையில் அவள் நெற்றியிலிருந்த குங்குமத்தின் தீற்றுகள் பதிந்து கிடப்பதின் வழியாக அது உணர்த்தப்படுகிறது.சாதி ஆதிக்கத்திமிரால் வன்கொலைக்கு ஆளான பெண்ணின் கோபத்துக்கு ஆளாகிக் கண் கெட்டுப்போன முன்னோர்களைப் போலத் தங்களுக்கும் அழிவு வந்து சேர்வதைத் தடுப்பதற்காகவே அவளைத் தெய்வமாக்கி வழிபடுகிறார்கள் என முடிகிறது.

தன்னைச் சாலையில் இறக்கிவிட்டுப் போன கணவன் திரும்பாத நிலையில் குடிசைக்குள் நுழைந்து, யோசனா மாடத்தியான கதையை ஓவியங்களின் வழி அறியும் பெண், தனது கணவன் அந்த ஊர்க்காரப் பரம்பரையில் ஒருவன் என உணர்ந்துகொண்டதாகக்காட்டுவதன் மூலம் கடந்த காலக்கதையை நிகழ்காலத்தோடு இணைக்கிறார் இயக்குநர். படம் அவளது கோபம் அல்லது ஆற்றாமையில் கவிந்து முடிக்கப்பட்டிருக்கலாம்.

லீனாவின் விமரிசனம்

இந்தியக் கிராமத்து மனிதர்களால் வழிபடப்படும் நாட்டார் தெய்வங்களில் பலவும் கொலைசெய்யப்பட்ட மனிதர்களின் வாழ்க்கைக் கதையோடு தொடர்புடையன. தனிமனிதர்கள் தங்களின் தனிமனித மனச்சாட்சியைத் தூர விலக்கிவிட்டு, ஊர், சாதி, சமயச்சடங்கு போன்றவற்றால் உருவாகும் கூட்டு மனச்சாட்சியால் நிகழ்த்தப்பெற்ற கொலைகளோடு தொடர்புடையன. கொலையை நிகழ்த்திய கூட்டத்தின் கூட்டு

மனச்சாட்சிக்கு ஏற்படும் அச்சவுணர்வே பின்னர் கொலைசெய்த பெண்ணை அல்லது ஆணைத் தங்களின் காவல் தெய்வமாகவோ, குலதெய்வமாகவோ ஆக்கிக் கொண்டனர் என்பதை மானுடவியல் ஆய்வுகள் உறுதிசெய்துள்ளன. தெய்வ உருவாக்கத்திலும் அவற்றின் மீதான நம்பிக்கையிலும் கிழக்கும் மேற்குக்கும் பெரிய வேறுபாடுகள் உண்டு.

மேற்குலகப் பண்பாட்டையும் கீழ்த்திசைப் பண்பாட்டையும் பாரதூரமாகப் பிரித்துக் காட்டும் அடையாளங்களில் ஒன்று தெய்வங்கள் பற்றிய பார்வை. பேரமைப்பாக விளங்கும் தேவாலயம் அல்லது புனிதத்தலம் என்ற ஈடுபாட்டிற்குப் பதிலாகச் சின்னச் சின்ன எல்லைகளையும் பரப்பையும் கொண்ட தெய்வங்களை வாழ்க்கையின் பகுதியாக/ வழிகாட்டியாக ஆக்கிக்கொண்ட மனிதர்களால் நிரம்பியது கீழ்த்திசைப் பண்பாடு. மனிதர்களின் அன்றாட வாழ்க்கையின் பகுதியாக இல்லாமல் அவ்வப்போது வந்து மனதை நிரப்பி, எச்சரிக்கை செய்யும் தெய்வங்களைக் கொண்டவர்கள் இந்தியாவில் மட்டுமல்ல; கீழ்த்திசை நாடுகள் பெரும்பாலானவற்றிலும் இவ்வகை மனிதர்களே நிரம்பியிருக்கிறார்கள். அந்த வகையில் லீனாவின் மாடத்தி கீழ்த்திசைப் பண்பாட்டின் மீது கவனத்தைத் திருப்பிய படம். அந்தக் கவனம், அதனைப் பாராட்டிப் போற்றிக் கொண்டாடும் கவனம் அல்ல. அதன் மீதான கடும் விமரிசனத்தை முன்வைத்துள்ள படம்.

தேர்வுசெய்த கதைக்களன், படிமங்களாலும் காட்சிகளாலும் அடுக்கும் சொல்முறை, நிகழ்வுகள் நடந்திருக்கக் கூடிய இடங்கள் என்று நம்பக்கூடிய இடங்களிலேயே படமாக்கியுள்ள தனித்தன்மை, அங்கிருக்கும் மனிதர்களையே நடிகர்களாக்கிக் கொண்டு குறைவான பாத்திரங்களுக்கு மட்டும் நடிகர்களின் உதவியை நாடியிருக்கும் முயற்சி போன்றவற்றின் மூலம் தனது சினிமாவை இப்போதுள்ள வணிக சினிமாவுக்கு மாற்று என முன்வைக்க முயன்றுள்ளார் லீனா மணிமேகலை.

நடைமுறையில் செல்வாக்குடன் இருக்கும் வணிக சினிமாவுக்கு மாற்றை முன்வைக்கும் இயக்கநிலை முயற்சிகளுக்கு நீண்ட

வரலாறு உண்டு. நவீனத்துவ அரசியலோடு தொடர்புடைய அதன் வரலாறு கடந்த 30 ஆண்டுகளில் துண்டு துண்டாக உடைந்து ஏறத்தாழ முடிந்துவிட்டது. அதன் தொடர்ச்சியில் அந்த முயற்சிகளைத் தனிநபர்கள் தங்களுக்குரியதாக ஆக்கிக் கொண்டு வருகிறார்கள். கைக்கடக்கமான படப்பதிவுக்கருவி, கணினிவழி இசைக்கோர்ப்பும் படத்தொகுப்பும் எனப் புதிய தொழில் நுட்பம் வழங்கியுள்ள வாய்ப்புகளைப் பயன்படுத்துவதின் மூலம் அது சாத்தியமாகிறது. அத்தோடு, அமைப்புகளோடு ஒத்துப் போகமுடியாத மனநிலையைப் பின் நவீனத்துவ வாழ்தல் முறை வழங்கியதின் தொடர்ச்சியாகவும் இந்தத் தனிநபர் முயற்சிகளைக் கணிக்க முடியும். அதனால் தான் இத்தகைய முயற்சிகளுக்குத் தொடர்ச்சிகள் இருப்பதில்லை.

பங்களிப்புகள் வழியாக மாற்றை உருவாக்குதல்

தமிழின் பெண்ணியக்கவியாக அறியப்பெற்ற லீனா மணிமேகலையால் தயாரித்து இயக்கப்பெற்றுள்ள இச்சினிமாவில் இன்னும் சில கவிகளும் வேலை செய்திருக்கிறார்கள். திரைக்கதை மற்றும் வசனச்சேர்க்கையில் யவனிகா ஸ்ரீராமும், பாடல்களின் குரலில் என்.டி.ராஜ்குமாரின் பங்களிப்பு இருந்துள்ளது. ஊர்ப் பெரியவராக நடித்துள்ள ஓவியர் புருசோத்தமனும், தனது நடிப்பு மூலம் புதிரை வண்ணாரப் பெண்ணின் துயரத்தை முழுமையாக்கியிருக்கும் செம்மலர் அன்னமும் மாற்று நாடக முயற்சிகளில் பங்கெடுத்து வருபவர்கள். பாத்திரங்களாக நடித்தவர்களுக்கும் கிராமத்து மனிதர்களுக்கும் நடிப்புப்பயிற்சி அளித்துப் பங்களிப்புச் செய்தவர் புதுவை நாடகப்பள்ளி மாணவர் கோபி. தொழில் நுட்ப அளவில் பங்களிப்பு செய்தவர்களும் நேரடியாக வணிக சினிமாவுக்குள் இயங்காமல் மாற்று முயற்சிகளில் ஈடுபாடு கொண்டவர்களாகவே அறியப்படுகிறவர்கள். இவர்கள் அனைவரையும் இணைத்துப் படமாக்கிப் புதிய வெளிப்பாட்டுத் தளமான இணையம் வழியாகப் பார்வையாளர்களுக்குத் தந்துள்ள இயக்குநரின் இந்த முயற்சி முழுமையான மாற்றுச் சினிமாவை நோக்கிய முக்கிய திருப்பம் எனச் சொல்ல வேண்டிய ஒன்று.

- 2021

26. கறுப்பு சுமதியின் நியோகா : பழைய தர்மத்திற்குள் புதிய விடியல்

ஈழவிடுதலை, தனி நாடு போன்றவற்றிற்கான போராட்டம் மற்றும் போர் நிகழ்வுகளையும், அதன் விளைவான புலப்பெயர்வுகளையும் பின்னணியாகக் கொண்ட புனைகதைகள் நிறைய வாசிக்கக் கிடைக்கின்றன. அவ்வப்போது திரைப்படங்களாகவும் வந்து கொண்டுள்ளன. கனடாவில் வாழும் சிறுகதை ஆசிரியர், அரங்கவியலாளர் கறுப்புசுமதியின் இயக்கத்தில் உருவான நியோகா என்ற சினிமாவும் இணையம் வழியாகப் பார்க்கக் கிடைத்ததொரு படம். 2016 இல் கனடாவில் வெளியான அந்தப் படத்தின் திறப்பு பொதுப்பார்வையாளர்களுக்காக அனுமதிக்கப்பட்டுள்ளது என்ற தகவலைச் சுமதியின் முகநூல் வழியாகப் படித்ததால் இணையத்தில் அந்தப் படத்தைப் பார்த்தேன்.

நியோகா என்ற சம்ஸ்க்ருதப் பெயர்ச்சொல்லைத் தலைப்பாகக் கொண்ட அந்தப்படத்தின் மூலக்கதை உறையும் பணிப்பெண் என்ற புனைகதை. அதிலிருந்து உருவாக்கப்பெற்ற நியோகா, திருமணமாகி மூன்றே நாளில் கணவனை இழந்த ஒருத்தி (மலர்விழி) யின் காத்திருப்பைப் பற்றிய படமாக எடுக்கப்பெற்றிருக்கிறது. ஊடகவியலாளனான ரஞ்சனை, மலர்விழி இழந்துவிட்டாள் என்று சொல்வதுகூடச் சரியாக இருக்காது; கடத்தப்பட்டான் என்பதே சரியானது. கடத்தப்பட்டவன் திரும்ப வருவான் என்ற நம்பிக்கை அவளுடைய சொந்த நம்பிக்கையாக இருந்தது;

காத்திருக்கிறாள். அப்பா, அம்மா, தம்பி, ஆகியோரைக் கொண்ட தனது குடும்பத்தாரால் பலவழியிலும் திணிக்கப்பட்ட ஒன்றாக மாறிக் காத்திருக்க வைக்கப்படுகிறாள். திணிப்பை ஏற்றுக்கொண்டு காத்திருக்கிறாள். யாழ்ப்பாணத்தில் தொடங்கிய காத்திருப்பு கனடாவின் டொரொண்டோ நகரிலும் நீள்கிறது. யாழ்ப்பாணத்தின் காத்திருப்புகள் எல்லாம் படத்தில் நேரடிக்காட்சிகள் அல்ல. நினைவுக்குறிப்புகள் தான்.

ஊடகவியலாளன் ரஞ்சனின் அச்சமில்லாத வாழ்க்கையை எழுதி நூலாக வெளியிடும் ஓர் போராளி இயக்க ஆதரவாளர்கள், அந்த நூலின் வெளியீட்டுவிழாவிற்கு ரஞ்சனின் மனைவி மலர் வரவேண்டும்; வந்து குத்துவிளக்கேற்றித்தொடங்கி வைக்கவேண்டும் என்று கேட்டுக்கொண்டதால், கலந்துகொண்ட மலரின் கடந்த கால வாழ்க்கைக்குள் நுழையும் பின்னோக்கான நகர்வாகப் படம் உருவாக்கப்பட்டிருக்கிறது. படத்தின் தொடக்கம், அவளது காத்திருப்பை முடிவுக்குக் கொண்டு வரவேண்டும் என்ற முரண் நிலையை விவாதிக்கும் விதமான ஒரு நெருக்கடியிலிருந்து ஆரம்பிக்கிறது. அந்தக் குடும்பத்திற்கு மருமகளாக வந்த துளசிக்குத் தனது கணவனிடமிருந்து கிடைக்கவேண்டிய அன்னியோன்யமான பற்றுதலும் அரவணைப்பும் கிடைக்காமல் போவதற்கு அந்த வீட்டில் இருக்கும் மலரின் தனித்திருத்தல் காரணம் என்ற அறிதலிலிருந்து தொடங்குகிறது படத்தின் விவாதம்.

சாப்பாடு, சீமந்தம், கோயில் கூடுகை எனச் சைவப் பண்பாட்டை - குட்டி யாழ்ப்பாணத்தை டொரொண்டோ நகரில் உருவாக்கிக் கொண்டு மரபான யாழ்ப்பாண வாழ்க்கையை வாழ்வதாக நம்பிக்கொண்டிருக்கும் பழைய தலைமுறை மனிதர்களின் ஆதிக்கம் நிரம்பிய குடும்பத்திற்குள் புதிதாக நுழையும் துளசி, மலருக்குப் புதிய வாழ்க்கையை இன்னொரு திருமணம், படிப்பு, வேலை என ஏன் உருவாக்கக் கூடாது என யோசனைகளை முன்வைக்கிறாள். அவளது கணவனே- மலரின் தம்பியே அதற்கு எதிராக இருக்கிறான். மலரக்கா அவளது கணவனின் ரஞ்சனின் நினைவில் இருக்கிறாள்; இன்னொரு ஆணின் நுழைவு அவள் வாழ்க்கையில் இல்லை; அப்படியொரு பேச்செடுத்தால் அவள் செத்துப் போவாள் என்பது அவனது வாதம். வயதான காலத்திலும் பொழுதுபோவதற்காகத் தொலைக்காட்சி நிகழ்ச்சிகளைத் தாண்டிக் கோயில், மகளிர் சங்கம், கூடுகைகள் என வெளியே கிளம்பிவிடும் பெற்றோர்கள்

மலரின் வாழ்க்கை வெளியாக, அவளுக்கிருக்கும் மலர்த்தோட்ட உருவாக்க ஆர்வத்தை வளர்த்தெடுத்து வீட்டிற்குள்ளேயே முடக்கிப் போடுகிறார்கள். அவளது வாழ்க்கையின் பெரும்பகுதி தொலைக்காட்சி அலைவரிசைகளை மாற்றும் கருவியில் இருக்கிறது. ரஞ்சனைத் தேடுகிறோம் என்ற பெயரிலும், சோதிடம் வழியாக நம்பிக்கையூட்டும் வழியிலும் மலரின் தகிப்பைத் தள்ளிப்போட வைக்கும் குடும்பத்தினரின் நடவடிக்கைகள் என ஒவ்வொன்றும் மலரின் வாழ்க்கைக்கு வழிகாட்டுவதற்குப் பதிலாக அவளின் அகவாழ்க்கையையும் புற வாழ்க்கையையும் வீட்டிற்குள் முடக்கிக் கொல்கிறது என விரிவாகவே காட்சிப்படுத்துகிறார் இயக்குநர்.

அனைவருக்குமான நல்ல சாப்பாட்டைத் தயாரித்துக் கொடுக்கும் சமையல்காரியாகவும் வீட்டு வேலைக்காரியாகவும் மலர்விழியை வைத்திருக்கும் அவர்கள், தனிமையில் படும் வேதனையை - அவள் உடலின் காமம் சார்ந்த தீராப் பசியை அறியாதவர்கள் என்பதும் படத்தில் குறியீடுகளாகவும் நடப்புகளாகவும் விரிவாகவே காட்டப்பட்டுள்ளன. உடல் மற்றும் மன விருப்பங்களின் அலைவுகள் காத்திருந்தபோதும் காத்திருக்க வைக்கப்பட்ட போதும் அவளது உடலின் ஆதாரப்பசியை அடக்கிக்கொள்ளத் தனிமையில் எண்ணெய்க்குளியல் போன்றவற்றில் செலுத்திக்கொள்கிறாள். வீட்டுத் தோட்டத்தில் விதம்விதமான வண்ணங்களில் மலரும் மலர்களை வைத்து வளர்க்கும் தோட்டப் பராமரிப்பில் ஈடுபடுகிறாள். தோட்டப்பராமரிப்பு அவளது ஈடுபாடு சார்ந்த விருப்பம். குடும்பத்தினரைக் கவனித்துக்கொண்டு சமைப்பது அவள் மீது திணிக்கப்பட்ட வேலை.

தொடர்ச்சியாக மலருக்கு இன்னொரு வாழ்க்கையை உருவாக்கும் சொல்லாடல்களைச் செய்யும் துளசியின் தங்கையின் வரவு இன்னொரு திறப்பாக இருக்கிறது. கணவனுக்குப் பதிலாக, அவளுக்கொரு குழந்தை கிடைக்கும் நிலையில் இன்னொரு வாழ்க்கைக்குள் அவள் நுழைந்து கொள்ளும் வாய்ப்பிருக்கிறது என்பதுபோன்ற குறிப்புகளைத் தருகிறாள். அவளைத் தொடர்ந்து அந்த வீட்டில் இன்னொரு ஆடவன் - குடும்ப உறுப்பினர்கள் அனைவருக்கும் அறிமுகமானவன் வந்து ஒருவாரம் தங்கிப் போகிறான். அதற்குப் பிறகு ஒரு நாள் வீட்டில் இருப்பவர்கள் அனைவரும் விரதம் கடைப்பிடிக்கும் ஒருநாளில் மலர் அந்த விரதத்தை மீறுகிறாள். 'நான் கர்ப்பமாக இருக்கிறேன்; அதனால்

பசியாக இருக்கக் கூடாது, என்று சொல்லி அவள் மட்டும் உண்கிறாள். அதற்குப் பின்னர் அவளது வாழ்க்கையில் ஒரு குழந்தை இருக்கிறது என்பதாகவும் அதனைப் பராமரிப்பதில் - வளர்ப்பதில் பின் வாழ்க்கையைத் திசை திருப்பிக் கொண்டாள் என்பதாகப் படம் முடிகிறது.

படத்தில் அந்தக் குழந்தையின் வருகையைப் பற்றிய தெளிவான குறிப்பு எதுவும் இயக்குநரால் சொல்லப்படவில்லை. அவள் கர்ப்பமாக இருப்பதாகச் சொன்னதின் வழி பிறந்த குழந்தையா? தத்து எடுக்கப்பட்ட குழந்தையா? என்ற குறிப்பைத் தந்துவிடக் கூடாது எனப் படத்தின் இயக்குநர் ஏன் நினைத்தார் என்று தெரியவில்லை. அந்த வீட்டிற்கு வந்து ஒருவாரம் தங்கியிருந்துவிட்டுப் போன அவன் மட்டுமே மலரோடு இதமாகப் பேசுகிறான். அவன் தயாரித்துக் கொடுத்த காபியை விரும்பிக் குடிக்கிறாள். அந்தக் காலகட்டத்தில் அவளது முகமும் நடவடிக்கைகளும் வித்தியாசமாக இருக்கின்றன. ஆனால் அவனாலேயே அந்தக் குழந்தை உருவானது என்ற குறிப்பைப் படத்தின் காட்சிகள் குறிப்பாகக்கூடச் சொல்லவில்லை. ஆனால் படத்தின் தலைப்பு - நியோகா அப்படியொரு வாய்ப்பிருப்பதாக உணர்த்துகிறது.

நியோகா என்ற சம்ஸ்க்ருதப் பெயர்ச்சொல்லின் பின்னால் ஒரு தொன்மம் இருக்கிறது. அரச குலத்தில் வாரிசுகள் வேண்டும் என்பதற்காக விதவைகள் குழந்தை பெற்றுக்கொள்ள அனுமதித்த தர்மமே நியோகா முறை. விதவையானதாலோ, கணவனால் குழந்தை பெற்றுக்கொள்ளும் வாய்ப்பு இல்லாத நிலையிலோ அரச குடும்பத்துப் பெண்கள், அந்நிய ஆடவர்களின் துணையோடு பிள்ளையைப் பெற்றுக்கொள்ள அனுமதிக்கின்றன இந்துமத ஸ்மிருதிகள். தனக்கு ஒரு குழந்தை வேண்டும் என்பதற்காக உடல் முழுவதையும் அந்நிய ஆடவனுக்குத் தராமல், இடுப்புக்குக் கீழே இருக்கும் பகுதியை மட்டும் வழங்கிக் கருவுற்றுப் பெறும் குழந்தையைத் தனது குழந்தையாக வளர்த்துக்கொள்ள அனுமதிக்கும் ஸ்மிருதிகள், குழந்தை பெறக் காரணமான அந்த ஆடவனுக்குப் பெண்ணின் கணவன் என்ற இடம் கிடையாது என்கிறது.

உடல் உறவுக்கு முந்திய உடல் ரகசியங்களைத் தூண்டுதல் போன்ற எதிலும் ஈடுபடாமல் ஆணின் விந்தைப் பெண்ணின் கருப்பைக்குள்

செலுத்தும் வினைக்கு மட்டுமே அனுமதி. அந்த வினையும் மூன்று தடவைக்கு மேல் கிடையாது. இப்படியான வினையே நியோகா என அழைக்கப்படுகிறது. பெருமாள் முருகனின் மாதொருபாகன் நாவலின் விவாதம் கூட இதுபோன்ற ஒரு இனக்குழுவின் நம்பிக்கையின் பேரில் எழுப்பப்பட்ட நிகழ்வுகளே. கணவன் -மனைவி என்ற உறவு முறைக்கு மாறான முறையில் குழந்தையைப் பெற்றுக் கொண்டாள் என்ற பொருளில் இருக்கும் படத்தின் தலைப்போடு பொருந்தும் ஒரே குறிப்பு ' விரத நாளன்று நான் கர்ப்பமாக இருக்கிறேன்; பசியாக இருக்கக் கூடாது' என்ற வசனம் மட்டுமே. அந்தக் கர்ப்பத்திற்கு யார் காரணம் என்ற கேள்விக்குக் கொண்டுகூட்டிப் பொருள் கொள்ள வாய்ப்பளிக்கும் ஒரே ஆண் மலரின் தம்பியோடு வந்து ஒருவாரம் தங்கிவிட்டுப் போன அந்த அன்பான தம்பி தான். ஆம் அவனும் அவளை மலரக்கா என்றுதான் அன்போடு அழைக்கிறான்; காபி போட்டுத்தருகிறான். பிசகிய உறவுகள் பின்னரும் நீள வாய்ப்பில்லைதானே.

புலம்பெயர் வாழ்விலும் யாழ்ப்பாண வாழ்க்கையையே வாழ்கிறார்கள் என்ற விமரிசனத்தை அழுத்தமாகப் பதிவுசெய்துள்ள இயக்குநர், இப்போது வாழும் கனடிய வாழ்க்கைச் சூழலுக்கு முகம் காட்டாது பழைய வாழ்க்கையை வாழும் யாழ்ப்பாண மனிதர்கள் இளம்பெண் ஒருத்தியின் வாழ்க்கையை- அந்த மரபான வாழ்க்கை முறையின் பேரால் எப்படிச் சிதைக்கிறார்கள் என்பதையும் காட்டுகிறார். அதிலிருந்து விடுபட நினைக்கும் புதிய தலைமுறைப்பெண்களின் முயற்சிகள் என்ன என்பதில் ஒரு குழப்பத்தையே காட்டுகிறது. பேசப்படும் படிப்பு, வேலை, மறுமணம் என எல்லாம் பேச்சளவிலேயே நின்று போகிறது. மாற்றாக ஒரு குழந்தையின் வழியாகப் புதிய வாழ்க்கை என்று பேசுகிறது. அதற்கும் மத தர்மத்தில் அனுமதி இருக்கிறது என்ற விவாதத்தை முன்னெடுக்கும் தலைப்பைத் தேர்வு செய்துள்ளார். பெண் உரிமை, புதிய பெண்கள், தனித்துப் பயணிக்கும் பெண்களின் உலகம் என மாற்றுச் சிந்தனைகளைத் தனது புனைகதைகளில் விரிவாகப் பேசியிருக்கும் சுமதியின் இந்தப் படம் திரும்பவும் பழைய தர்மங்களில் ஒன்றுக்குள் நின்று பெண்ணின் தனித்திருத்தலைப் பேசியிருப்பது ஆச்சரியமாக இருக்கிறது.

- 2020

அடைவுகள்

அங்கதபாணி - 109, 202
அம்பேத்கர் - 163
அரங்கக்கலை - 19
அரசுகளின் மனசாட்சி - 245
அரிவாள் பண்பாடு - 76
அயனெஸ்கோ - 231
அலையும் மையம் - 215
அவல முடிவு - 84
அழகியல் மாற்றம் - 173
அறிவியல் புனைவு - 102
ஆண் உடல் - 264
ஆண்மையம் - 87
ஆண்டபரம்பரைகள் - 169
ஆதிக்கக்கருத்தியல் - 76
ஆளுமைத்தன்மை - 57
இசுலாமியத்தன்னிலை - 36
இந்திய அபத்தம் - 227
இந்தியத்தனம், தமிழ்த்தனம் - 44
இந்தியப்பொதுமனம் - 97
இணையடுக்கு - 264
இயக்குநர் நடிகர் - 66
இயற்பண்புவாதம் - 52, 55

இரண்டுபட்ட வாழ்க்கை - 123
இலக்குப்பார்வையாளர் - 45
உடல்திணவு - 230
உடல் ஆதாரப்பசி - 271
உடல் ரகசியங்கள் - 272
உடல்வெறுப்பு - 28
உண்மைக்கதை - 206
உரிப்பொருள் - 30
எதிர்வுகளின் நகர்வு - 216
ஐரோப்பிய மையவாதம் - 16
கதைக்கோடு - 177
கருத்தியல்தளம் - 121
கனவான்கள் - 119
கலைஆக்கல் - 152, 238
காட்சிக்கோர்வை, இசைக்கோர்வை - 239
காட்சி இன்பம் - 106
காண்பியல் இன்பியல் - 251
காமிராவின் நகர்வுகள் - 24
காமெடி டிராக் - 113
காவியபாணி - 183
காஸ்டன் ராபெஜ் - 19
கிங்லியர் - 83
குற்றவுணர்வு உண்டாக்குதல் - 153
குறுவெளி - 37
கூட்டுத் தயாரிப்பு - 19
கூட்டுப்பாலுறவு - 243
கூட்டுமனசாட்சி - 266
சத்யஜித் ரே, அடூர் - 95
சமய அறிவு - 235

சமய எதிர்வு – 36
சாதி வன்முறை – 140
சாதியப்படி நிலைகள் – 159
சொந்தசாதி விமரிசனம் – 146
டாக்கி, சினிமா – 92
தந்தை ஆதிக்கம் – 83
தந்தைவழிப் பயணம் – 73
தரவுச்சேகரிப்பு – 53
தனிமனிதவெளி – 123
தனிமொழிகள் – 49
திளைப்புக்களியாட்டம் – 29
தேசிய அடையாளம் – 32
தேர்தல் அரசியல் – 48
தொன்மஅடுக்குத்தூண்டல் – 94
நம்பிக்கையூட்டல்கள் – 219
நடிகமையம், இயக்குநர் மையம் – 163
நடிப்பின்ருசி – 162
நல்திறக்கட்டமைப்பு – 182
நவீனத்துவக் கலைஞர்கள் – 189
நாயகத்தனம் – 85
நாவலும் சினிமாவும் – 166
நிலவெளிக் காட்சிகள் – 260
நுகர்வியம் – 189
பகடியாடுதல் – 199
பகைமுரண்கள் – 97
பாத்திரமாக்கல் – 173
பார்வைக்கலை, கேட்புக்கலை – 54
பார்வையாளத்திரள் – 190
பாமரர் அளவுகோல் – 139
பிராமண அறிவு – 138

பிராமணியமறுஉயிர்ப்பு - 132
பெண் உறவு - 257
பெரியார் சிலை - 212
பெருவெளி - 32
பெரும்பான்மை வாதம் - 39, 54
புதிய அலை - 46
புனைக்காலம், வெளி - 23
புனைவுருவாக்கங்கள் - 97
புறநிலை அரசியல் - 50
பேரா.கல்யாணி - 150
பொதுப் பார்வையாளர்கள், குறிப்பான பார்வையாளர்கள் - 196
பொதுப்புத்தி - 81
பொதுப் புத்திசார்ந்த தத்துவம் / உணர்வு - 117
பொதுவெளி - 123
போதையின் களன்கள் - 131
மர்ம உருவாக்கம் - 122
மரணதண்டனை - 143
மரபணுக்கள் தொடர்ச்சி - 102
மன்னிப்பு - 245
மாதொருபாகன் - 273
மாற்று அரசியல் - 45
மாற்றுச் சினிமா - 256
மிகையுணர்ச்சி - 68
மெட்டா சினிமா - 179
மென்பொருள், வன்பொருள் - 131
முதல் இரவுக் காட்சிகள் - 26
முன்வரைவு - 102
மூன்று ஒர்மைகள் - 220
மேற்குலகப் பண்பாடு, கீழ்த்திசைப் பண்பாடு - 267
யதார்த்த சினிமா - 104

யுகபுருஷர்கள் - 129
ருசியின் செய்நேர்த்தி - 183
லும்பன் - 90
லூமியர் சகோதரர்கள் - 22
வட்டார சினிமா - 159
வம்சாவளி - 106
வழக்குரைஞர் சந்துரு - 147
வகைப்பாடு - 31
வகைமாதிரி - 215
வகைமாதிரிக் கதாபாத்திரங்கள் - 62
வரலாற்றுப் புனைவுப் படம் - 86
வியாபாரக் கணக்கு - 59
வியாபாரப் பொருளாதாரம் - 135
விவரணப் படங்கள் - 18
விளிம்புநிலை -159
வெகுமக்கள் ரசனை -94, 187
ஹாலிவுட் - 83
ஜனரஞ்சகப் படம் - 67
ஜேம்ஸ்பாண்ட் படங்கள் - 215
ஜெயமோகன் - 42

அ.ராமசாமி

இந்தியக் கல்வியில் மிக உயர்ந்த படிப்பான முனைவர் பட்டம் (Ph.D) வரை படித்துப் பேராசிரியராகப் பணியாற்றி ஓய்வுபெற்று மதுரை மாவட்டம் திருமங்கலத்தில் வசித்து வருகிறார். எழுத ஆரம்பித்த காலத்தில் தீர்க்கவாசகன் என்ற பெயரில் கவிதைகள் எழுதியதுண்டு. மதுரை மாவட்டம் உசிலம்பட்டியிலிருந்து 20 கிலோ மீட்டர் தூரத்தில் உள்ள கிராமமான தச்சபட்டியில் அடைமழைக்காலமான கார்த்திகை மாதத்தில் பிறந்ததாகக் கேள்விப்பட்டாலும், பள்ளிச்சான்றிதழில் உள்ள 17-02-1959 என்பதைக் கொண்டே வயது கணிக்கப்படுகிறது.

பல்கலைக்கழகப் பணியின் பொருட்டு அவர் சென்ற முதல் அயலகப் பயணம் சௌதி அரேபியா. அதனைத் தொடர்ந்து 10 நாடுகளில் பயணங்கள் மேற்கொண்டுள்ளார். உலகப் பல்கலைக்கழகங்கள் பலவற்றில் தமிழ்க்கல்விக்கு வாய்ப்புகள் உள்ளன. இந்தியவியல் துறைகளின் பகுதியாக அமைக்கப்படும் தமிழ் இருக்கைகளில் தொடர்ச்சியாகச் செயல்பட்டுக்கொண்டிருப்பது போலந்து நாட்டு வார்சா பல்கலைக்கழகத் தமிழ் இருக்கை. இரண்டு கல்வி ஆண்டுகள் (2011-2013) அவ்விருக்கைக்கான பேராசிரியராகப் பணியாற்றியவர். ஒன்றிய அரசின் பண்பாட்டமைச்சகம் தெரிவு செய்து அனுப்பியதின் அடிப்படையில் இப்பணி வாய்ப்பு கிடைத்தது. அப்பணிக்காக இரண்டு ஆண்டுகள் வார்சாவில் வசித்த காலத்தில் நார்வே, டென்மார்க், ஹாலந்து, ஆஸ்திரியா முதலான ஐரோப்பிய நாடுகளில் பயணம் செய்ததுண்டு.

தமிழர்களைக் குடிமக்களாகக் கொண்டிருப்பதால் தமிழியல் துறைகளோடு இயங்கும் பல்கலைக்கழகங்களின் கருத்தரங்குகளில் பங்கேற்பதற்காக, இலங்கை, சிங்கப்பூர், மலேசியா, கனடா, அமெரிக்கா போன்ற நாடுகளுக்கும் பயணம் செய்துள்ளார். இப்பயணங்களின்போது பல்கலைக்கழகங்களுக்கு வெளியே இயங்கும் கலை, இலக்கிய அமைப்புகளிலும் இலக்கியச் சொல்லாடல்களில் ஈடுபட்ட திறனாய்வாளர்.

நாடகங்கள் குறித்து கட்டுரைகளும் நூல்களும் எழுதத்தொடங்கியபின் இலக்கியத் திறனாய்வுகள், வெகுமக்கள் பண்பாட்டு ஊடகங்களைக் குறித்த ஆய்வுகள், வரலாற்று நூல்கள் எனப் பல பொருண்மைகளிலும் எழுதிக்கொண்டிருக்கிறார். தமிழின் பரப்பு தமிழ்நாட்டோடு முடிந்துவிடவில்லை என்பதை உள்வாங்கி இலங்கை, மலேசியா, சிங்கப்பூர் எனத் தமிழர்கள் வாழும் பரப்புகளிலிருந்து வரும் எழுத்துகளையும் புலம்பெயர் தேசங்களின் எழுத்துகளையும் வாசித்து எழுதும் ஆளுமை. இதன் பின்னணியில் உலகத்தமிழ் இலக்கிய வரைபடம் என்னும் கருத்துருவை உருவாக்க முடியும் என்று நம்புகிறார். இதுவரையில் 25 நூல்களின் ஆசிரியர், கல்விப்புலப் பணி சார்ந்து 8 நூல்களின் பதிப்பாசிரியர் என்று அடையாளமும் உருவாகியுள்ளது. சாகித்ய அகாதெமிக்காகவும் நூலொன்றை எழுதியுள்ளார். அதன் பிற செயல்பாடுகளிலும் பங்கேற்றுள்ளார்.

வகுப்பறையில் பாகுபாடு காட்டாத ஆசிரியர்களுக்கு வழங்கப்படும் மணற்கேணி பதிப்பகத்தின் நிகரி விருதோடு, பல்கலைக்கழகத்தின் சிறந்த ஆசிரியர் விருதுகளோடு, எழுத்தியக்கத்திற்காக வழங்கப்படும் திருப்பூர் தமிழ்ச்சங்க விருது, ஜெயந்தன் விருது, சுஜாதா விருது முதலான விருதுகளைப் பெற்றவர்.

மின்னஞ்சல் முகவரி: ramasamytamil@gmail.com